शह-काटशह

दिलीपराज प्रकाशनाची सर्व पुस्तके आता आपण Online खरेदी करू शकता. आमच्या website ला कृपया अवश्य भेट द्या.
www.diliprajprakashan.in

शह-काटशह

(कादंबरी)

दिलीप बर्वे

दिलीपराज प्रकाशन प्रा. लि.
२५१ क, शनिवार पेठ, पुणे - ४११ ०३०

शह-काटशह - Shah - Kaatshah

ISBN - 978 - 93 - 82988 - 49 - 2

प्रकाशक
राजीव दत्तात्रय बर्वे । मॅनेजिंग डायरेक्टर ।
दिलीपराज प्रकाशन प्रा. लि. ।
२५१ क, शनिवार पेठ, पुणे ४११०३०
दूरध्वनी : २४४८३९९५, २४४७१७२३ (सर्व फॅक्ससहित)

© दिलीप बर्वे

प्रकाशन दिनांक : १९ सप्टेंबर २०१३

प्रकाशन क्रमांक : २०७१

मुद्रक
Repro India Ltd, Mumbai.

टाईपसेटिंग
सौ. मधुमिता राजीव बर्वे । पितृछाया मुद्रणालय
९०९ रविवार पेठ, पुणे ४११००२

मुखपृष्ठ
अनिल उपळेकर

माझे पिताश्री कै. प्रा. द. के. बर्वे
व
आई कै. मालती बर्वे
यांना माझी ही कलाकृती अर्पण

- दिलीप बर्वे

मनोगत

शास्त्रीय व तांत्रिक विषयांवर लेखन करणारा मी कधीकाळी ललित साहित्याकडे वळेन असे कधी वाटले नव्हते.

पण स्वेच्छानिवृत्तीनंतर व माझी पत्नी सौ. सुनीला हिच्या निधनानंतर मी साने गुरुजी कथामाला या एका आगळ्या वेगळ्या संस्थेच्या कार्याला झोकून दिले. त्यानिमित्ताने साने गुरुजींच्या जीवनचरित्राचा अभ्यास झाला. श्यामची आई पुस्तकातले अनेक प्रसंग शाळाशाळातून सांगायची संधी मिळाली. कथा कथनाच्या निमित्ताने भीमाशंकर, जुन्नर, डिंभा भागात हिंडता आले. अनेक आदिवासींचे नवे जीवन जवळून पाहता आले. काही सेवाभावी संस्थांचे कामही पाहता आले. अनेक ठिकाणी तरुणसुद्धा सेवाभावी संस्थात काम करताना आढळले. या सगळ्या वातावरणाचा कळत न कळत माझ्या मनावर परिणाम होत गेला.

आणि मनात गेली अनेक वर्षे होणाऱ्या या खळबळीतून शब्द कागदावर उतरू लागले. माझ्या भगिनी सुप्रसिद्ध कवयित्री आणि लेखिका डॉ. सौ. अश्विनी धोंगडे यांचे प्रोत्साहन लाभत गेले. म्हणून मी लिहित गेलो.

दिलीपराजचे राजीव बर्वे तर माझे धाकटे बंधू. कसदार आणि वाचकांना प्रिय अशी पुस्तके प्रकाशित करण्याचा त्यांचा हातखंडा.

त्यांच्या पॅनेलवरील ज्येष्ठ साहित्यिकांनी हिरवा झेंडा दिल्याशिवाय राजीव पुस्तके छापत नाहीत.

त्यामुळे कादंबरी लिहून झाल्यावर 'राजू मी तुझा मोठा भाऊ म्हणून कादंबरी छापू नकोस' असे मी त्याला स्पष्टपणे सांगितले होते.

मला आनंद वाटतो की, त्यांच्या पॅनेलवरील समीक्षकांना ललित लेखनाची माझी ही पहिली वहिली कलाकृती आवडली.

मला अशा आहे की चोखंदळ वाचक माझ्या या 'शह-काटशह'ला मनापासून स्वीकारतील. आकर्षक मुखपृष्ठाबद्दल चित्रकार अनिल उपळेकर व उत्तम छपाईबद्दल श्री राजीव व मधुमिता बर्वे यांचे आभार मानावे तेवढे थोडेच आहेत.

दिलीपराजमधल्या डी. टी. पी. करणाऱ्यांना तर मी स्थळप्रत करण्याकरीता खूप त्रास दिला. पण साऱ्यांनी आनंदाने सहकार्य दिले.

- दिलीप बर्वे

लेखक परिचय

दिलीप बर्वे
मानस, ३६, गणंजय सोसायटी नं. २,
गांधीभवन रोड, कोथरूड,
पुणे ४११०३८
दूरध्वनी - ६५२९१२९५,
मोबा. ८००७७७०६१६

- टाटा मोटर्समध्ये प्रॉडक्शन इंजिनियर १९६७ ते १९९२.
- १९९२ मध्ये सेवानिवृत्ती.
- १९९३ पासून ऑप्टिकेअर नावाने चष्मा व्यवसाय सुरू केला.
- भारतात प्रथमच स्वतंत्रपणे इंडस्ट्रीयल गॉगलची निर्मिती.
- २००३ युरोपचा (इंग्लंड, जर्मनी, स्वित्झर्लंड, इटली) प्रवास
- २००४ बँकॉंक, मलेशिया, सिंगापूर, अंदमान प्रवास.
- २००६ नोर्वे, स्वीडन, फिनलंड, रशिया प्रवास.
- २००३ चंद्राकडे वाटचाल पुस्तक.
- २००४ माझ्या चष्म्यातून पाहिलेला युरोप पुस्तक.
- २००७ मेरा नाम चिन चीन चू पुस्तक प्रकाशित.
- २०१२ शास्त्रज्ञांची दहा चरित्रे प्रकाशित (सर्व पुस्तके दिलीपराजतर्फे).
- गेली दहा वर्षे साने गुरुजी कथामालेचा कार्यकर्ता.
- युरोप, चीन, अंदमान, कल्पना चावला या विषयांवर ३०० पेक्षा जास्त व्याख्याने व स्लाईड शो.

: छाया :

मी छाया, आज पन्नाशीला आलेली. गेली दहा वर्षे या सांदिपनी आश्रमात एकाकीपणाने काढली. सांदिपनी नावामुळे संदीपची आठवण कायम ठुसठुसत राहिली आणि जीवनातला 'प्रकाश' नाहीसा झाला.

आश्रमाच्या एका बाजूला भारतमातेचे देऊळ होतं. संदीपच्या बाबांनी बांधलेलं. समोर छान अंगण, वर मंडप आणि सगळीकडून वेली चढलेल्या. त्यामुळे अंगणात बसायला छान वाटायचं. गेली सात-आठ वर्षं अंगणातल्या एका बाजूच्या कट्ट्यावर संध्याकाळची तासाभराची बैठक ठरलेली असते.

आश्रमाचा व्याप खूप वाढलेला. कडेला सेवकांकरिता छोटी छोटी घरे. संध्याकाळी दहा-पंधरा मुलं-मुली अंगणात लंगडी खेळायला येतात. त्यांची लंगडी बघता बघता न कळत मीही छोटी होते.

पुण्याला शाळेच्या मैदानावर लंगडीच्या टीमची कॅप्टन म्हणून गाजलेली मी. मी लंगडी घालायला सुरुवात केली की प्रतिपक्षाच्या मुलींची घबराट व्हायची. चार-पाच गडी टिपल्याशिवाय मी परत येत नसे. माझा सगळ्यांना हेवा वाटायचा, विशेषत:, विरुद्ध पार्टीतल्या मुली माझ्यावर खार खाऊन असत. ९अ च्या टीमची मी कॅप्टन असेपर्यंत इतर वर्गांना जय मिळणं अशक्यच. ९अ विरुद्ध ९ब; एके दिवशी मैदानात चुरशीचा सामना चालू होता, मी धडाधडा गडी टिपत होते. प्रतिस्पर्ध्यांची पळापळ होत होती. अन् अचानक एका मुलीची मला धडक बसली. (का मारली?) काय होते ते कळायच्या आत मी धाडकन् खाली कोसळले. माझा पाय पुरता मुडपला गेला. अन् धडक मारणारी माझ्या पायावर. मी ओरडायला लागले. माझ्या टीमच्या मुलींनी मला उठवायचा प्रयत्न केला. पण

उठता येईना. शेवटी सर आले. तीन-चार जणींनी मला अक्षरशः उचलून व्हरांड्यात ठेवले. कोणीतरी रिक्षा आणली आणि माझी रवानगी जवळच्या हॉस्पिटलमध्ये झाली.

माझ्या डाव्या पायाच्या घोट्याजवळची हाडे क्रॅक झाली होती, मी तर सारखी रडत होते. पायाच्या दुःखापेक्षा घरच्या परिस्थितीचं दुःख जास्त वाटत होतं. वडील एका छोट्या वर्कशॉपमध्ये कामाला, आई किरकोळ कामं करायची. मोठे बंधूराज कॉलेजच्या पहिल्या वर्षाला.

माझ्या कॉटजवळ सारे जमले होते. मी अर्धवट ग्लानीत होते. डॉक्टर बहुधा सांगत होते की पंचवीस-तीस हजार खर्च येईल. सारेजण चिंतेत. वडील म्हणत होते, एवढे पैसे कुठून आणणार? बहुधा कर्ज काढावे लागणार. भाऊ चिडून बोलत होता. तुम्ही कर्ज काढा. हप्ते कसे भरणार? माझी फी कशी भरणार? माझं शिक्षण बंद पडणार. कार्टीला मैदानावर हुंदडायची फार हौस, कुणी सांगितलं होतं लंगडीची कॅप्टन व्हायला, अन् धडपडायला?

मला कोणीतरी दुष्ट मुलीने धडक मारली. मी पडले. जणू काही माझीच चूक. मी घट्ट डोळे मिटून पडून राहिले.

"डॉक्टर, नुसते प्लॅस्टर करा. हाडं येतील आपोआप जुळून. आणि थोडी लंगडली तर काय बिघडलं? इथ कोणाला रेसमध्ये भाग घ्यायचाय!" बहुधा दादाचा आवाज होता.

मी मोठ्याने रडूही शकत नव्हते. आतल्या आत घुसमटत होते. गरिबी, त्यातून बाईचा जन्म.

चला, सगळे बाजूला व्हा- वॉर्डबॉय ओरडत होते- पेशंटला आत न्यायचंय, दोघा तिघांनी मला उचलून स्ट्रेचरवर ठेवलं. वॉर्डबॉय स्ट्रेचर ढकलत होता. ऑपरेशन नको. ऑपरेशन करू नका. मी कण्हत कण्हत ओरडत होते. मला केव्हा ग्लानी आली काहीच कळलं नाही. जागी झाले तर रात्र झालेली आणि हे काय? पाय येवढा जड का झालाय? आई ऽऽ ग, पाहाते तो काय? डाव्या पायाला भले मोठे प्लॅटर केलेले.

उद्या सकाळी घेऊन जा, नर्स सांगत होती. म्हणजे माझे ऑपरेशन नाही झाले तर? नुसतेच प्लॅस्टर! सारा काही देवावर हवाला. झाला पाय नीट तर ठीक, नाही तर जन्मभर लंगडी. लंगडीच घालत राहणार तू आयुष्यभर! वा! छाया! लंगडीची कॅप्टन ना तू?

मला झोप कधी लागली, कळलं देखील नाही. सकाळ झाली. १० वाजले. "हे बघा, बिल काउंटरला भरा आणि डिस्जार्च सर्टिफिकेट घेऊन या."

"दादा बिल किती आलं रे?"

"चूप! तुला काय करायच्यात चौकशा. घरी चला निमूटपणे, लंगडाबाई," दादा हात धरत होता. मी तो झिडकारून टाकला, "नको! माझी मी जाईन रिक्षापर्यंत, खुरडत कशी तरी."

घरी पोहोचले. आई दारातच उभी होती. झटदिशी पुढं आली. मला आधार दिला. आत गेलो. पलंगावर आईनं बसवलं. पाय हाताने उचलून वर ठेवला. चहा देता देता आई रडायला लागली.

"आई! अगं रडायला काय झालं?"

"अगं छाया। आपली ही अशी गरिबी, त्यातून तुझी अशी ही स्थिती. घरात मदतीला माणूस नाही. तुझे मोठे ऑपरेशन नाही करता आले."

"शेवटी मध्यम मार्ग काढला त्यांनी. ऑपरेशनचं प्लॅस्टरवर भागवलं. डॉक्टर म्हणाले प्लॅस्टर करू. पण हाडं नीट जुळतील का नाही याची गॅरंटी नाही. प्लॅस्टर तीन महिन्यांनी काढणार. अगं, तो पर्यंत मला किती ताण येणार. पोरगी नीट चालू शकेल का नाही? का लंगडत राहणार जन्मभर? अगं पोरीचा जन्म फार वाईट, त्यातून आपली गरिबी, त्यातून तू उद्या लंगडी राहिलीस तर तुझं लग्न कसं होणार? कोण तुला पसंत करणार? तू सावळी. मला काळजीच पडलीय् तुझी आता."

घरी प्लॅस्टरमध्ये पडून राहायचा एक फायदा झाला. पूर्वी इकडे तिकडे मैत्रिणींबरोबर भटकण्यात खूप टाईमपास व्हायचा. आई ओरडायची. आता एका जागी बसून भरपूर वेळ मिळू लागला. मधे मधे मैत्रिणी गप्पा मारायला यायच्या. तेवढाच बरा वेळ जायचा. मला टी.व्ही.ची आवड नव्हती. मात्र मोठ्या पडद्यावरचा सिनेमा बघायला खूप आवडे; पण आता तेही नाही.

नशीब इतके चांगले की वार्षिक परीक्षेच्या आधी प्लॅस्टर निघणार होते.

बाबांनी गुरुवारची सुट्टी पाहून मला रिक्षातून दवाखान्यात नेलं. मी जरा गप्प गप्पच होते. काय होतंय,अन् काय नाही? मला थोडं वेडवाकडं का होईना चालता येईल ना? का जन्मभर लंगडीच राहणार?

डॉक्टरांनी स्टुलावर बसवलं. समोरच्या टी-पॉयवर नर्सने पाय उचलून ठेवला. डॉक्टरांच्या हातात कात्री. पण माझं काळीज कापत होतं. मी डोळे घट्ट मिटून घेतले.

डॉक्टरांनी सराईतपणे कापाकापी केली. माझ्या पायाला काहीतरी औषध लावलं. नर्सने पाय पुसून काढला.

डॉक्टर मृदु स्वरात बोलले, "छायाबाई पाय हळू हळू खाली घ्या हं. आता

टेकवा. दुखतय का कुठं? हं. आता टाका पाऊल पुढे.''

मला लहान मुलाची आठवण येत होती.– नुकत्याच चालू लागलेल्या बाळाला आई हाताने धरून चालवते तशी.

डॉक्टरांनी हात हातात घेतला. ''चला पुढे. बरोबर. चला पुढे, आणखी एक पाऊल पुढे.''

''डॉक्टर, पण थोडं दुखतंय् अन् पाऊल सरळ पडत नाहीय्, थोडं तिरकं पडतंय- आणि डॉक्टर भार सहन होत नाहीय. पायावर तीन महिने बसून खाल्ल्यानं वजनही वाढलंय.'' त्या गंभीर वातावरणात मी थोडा विनोदाचा शिडकावा केला.

''हे बघ, छाया थोडा डिफेक्ट राहणारच. मी आत छोट्या छोट्या तारा घालून नवीन पद्धतीचं ऑपरेशन करणार होतो. थोडं खर्चिक होतं. पण आपण मध्यम मार्ग काढला. निरनिराळ्या बाजूंकडून एक्स-रे घेऊन माझा आजपर्यंतचा अनुभव वापरून प्लॅस्टर केलं. थोडा जास्त काळ तुला जखडून ठेवलं.

''पण छाया तुझ्या बाबांचं नशीब. ईश्वराची कृपा म्हणून तारांनी न शिवता देखील तुझी हाडे चांगली भरून आली. तुझं हाडपेर चांगलं मजबूत आहे,'' (डॉक्टरांनी कुठल्या अर्थानी शब्द उचारले असतील? डॉक्टर म्हणून? का पुरुष म्हणून? आई म्हणते तेच खरं. पुरुषाची नजर!) ''चला छायाबाबा, देव पावला.'' बाबांनाही खूप आनंद झाला. ते मला छायाबाबा म्हणून हाक मारायचे. आपल्या नावापुढे बाबांचे नाव लागल्याने मलाही बरे वाटायचे.

मा. दीनानाथ लताला लताबाबा म्हणायचे तेही मला आठवायचं. जाता जाता... एका वक्तृत्व स्पर्धेत लता मंगेशकरांच्या कथा कथनाला मला पहिला नंबर मिळाला होता.

हॉस्पिटलच्या बाहेर पडल्यावर बाबांना म्हटलं ''बाबा, आज रिक्षा नको. आपण चालत जाऊ हळू हळू. थोडी आधाराशिवाय चालायचा प्रयत्न करणार आहे मी आज.''

''आणि हे बघ, रिक्षाच्या वाचलेल्या पैशातून पेढे घेऊ. सगळ्यांना वाटून सांगणार. माझा छायाबाबा आज स्वत:च्या पायावर उभं राहून चालू लागला.''

मला बोलायला खूप आवडे, स्मरणशक्तीही तल्लख होती. आंतरशालेय वक्तृत्व स्पर्धेत कायम मी शाळेला ढाल मिळवून द्यायची. वादविवाद करायला मला फार आवडायचं. त्याचा चांगला उपयोग म्हणजे सहसा कोणी माझ्या वाट्याला जात नसे.

वयाच्या मानाने माझी शरीरयष्टी दणकट होती. उफाड्याचीच होते मी आणि मला माझ्या देहयष्टीचा अभिमान वाटायचा.

आई म्हणायची. "अग छाया, तू १५-१६ वर्षांची? का १८-१९ वर्षाची? अगं, तू आता लहान राहिली नाहीस. ओढणी नीट घ्यावी, उगाच गळ्यात उपरणं घेतल्यासारखं नको. आणि हे बघ, उगाच इकडे तिकडे हिंडत जाऊ नकोस. आपली गरिबी. सारखे सारखे वाढत्या मापाचे ड्रेस परवडणार का आपल्याला? सहा महिन्यात ड्रेस लहान पडतो तुला.

"मुलांच्या नजरा चांगल्या नसतात. उगाच रेगाळू नये. पोरं शिट्ट्या मारतात तुझ्याकडे बघून. मुलीच्या जातीनं पटकन् शाळेत जावं आणि तडक घरी यावं. माझा जीव टांगणीला लागतो."

माझ्या चालण्यात थोडा डिफेक्ट राहिला होता. पंजाबी ड्रेस घातल्यावर इतरांना तो जास्त जाणवायचा. मात्र साडी नेसल्यावर माझ्या लक्षात आलं की डिफेक्ट लपून राहतोय.

मी आईला एकदा म्हटलं की, "आई मी आता मोठी झाले ना. आता मी साडी नेसणार" ऐकून आईला खूप बरं वाटलं. "माझी शहाणी पोर ती." आईलाही समाधान वाटलं आणि माझंही काम झालं.

आई म्हणून तिची काळजी रास्त होती. माझं एक मन म्हणायचं. तू सावळी अन् घरची गरिबी. म्हणून पुढची लग्नाची चिंता आतापासून वाटणं स्वाभाविक होतं.

पण दुसरं बंडखोर मन म्हणायचं "अगं, रंगावर काय आहे? पुरुषांच्या जातीला काय पाहिजे ते तुझ्याकडे आहे. शिवाय तुला चांगलं बोलता येतं. बोलून इंप्रेशन मारता येतं. या भांडवलावर चांगला राजपुत्र पटकावशील तू."

१०वी ची परीक्षा जवळ आली. कुठलेही आव्हान असले की मला जास्त उत्साह यायचा. मैत्रिणी म्हणायच्या "छाया अगं परीक्षा जवळ आली, भीती वाटतेय. इंग्लिश धड लिहिता येत नाही. मराठी निबंध नीट जमत नाही. गणितातले आकडे डोळ्यापुढे नाचायला लागतात."

मी मात्र बिनधास्त.

परीक्षेचे केंद्र घरापासून थोडे लांब होते. बऱ्याच मैत्रिणींना सोडायला कोणी ना कोणी यायचे. आमच्या बंधूराजांनी आधीच सांगून टाकलं. "ए छाया, तुला परीक्षेला सोडायला बिडायला मला अजिबात वेळ नाही हां."

आई कामात, वडील फॅक्टरीत,

मीही सांगून टाकलं, "ए, मला कोणी सोडाबिडायची गरज नाही. मला आहेत पाय आणि पायांना चालवणारं दणकट शरीर आणि दणकट मन. काही गरज नाही तुझी."

परीक्षेसाठी चालत जायचं मी आधीच ठरवलं होतं. सेंटर थोडं लांब होतं पण दप्तराचं ओझं नव्हतं आणि मुख्यत:, चालता चालता परीक्षेच्या विषयाची मनातल्या मनात उजळणी व्हायची.

परीक्षेत सगळे पेपर चांगले गेले. बाबांची रात्री गाठ पडायची. ते बिचारे रोज ओव्हरटाईम करायचे, पेपरची थोडी फार चौकशी करायचे. पण त्यांचे शिक्षण फार झाले नव्हते, लहान वयात फॅक्टरीत कामाला लागले. त्यामुळे ''छाया पास होणार ना'' या पलीकडे ते फारसे लक्ष घालत नसत. आईनं एक-दोनदा विचारलं, ''उद्या पेपर आहे का? का सुट्टी आहे. जेवायला केव्हा बसणारेस.'' बाकी विशेष असे काही नाही. बंधूराजांच्या तर माझी परीक्षा चालू आहे हे गावीही नव्हतं.

परीक्षा झपाट्याने संपली देखील.

परीक्षा संपल्यावर खरा आनंद आम्हा मैत्रिणींना झाला. दहावीच्या अभ्यासामुळे सिनेमा, भटंकती, गप्पा-टप्पा साऱ्यांना वर्षभर बाजूला ठेवलं होतं.

त्यामुळे आम्ही मैत्रिणी अक्षरश: उधळलो. उधळण्याचा आनंद काही वेगळाच. छोट्या छोट्या ट्रीप काढा, रात्रभर गप्पा मारत बसा, पिक्चर तर सगळ्यांना प्यारे. बाबांकडून हट्ट करून हजार-पंधराशे रुपये घेतले होते. चैन करायला. मात्र महिनाभर काही मागायचं नाही या बोलीवर.

एकदा तर नवीन झालेल्या एका मल्टीप्लेक्सवर विद्यार्थ्यांसाठी खास सवलतीत शो आहेत असे कळल्यावर आमची गँग धडकलीच.

सकाळी ९ ते ११।।, १२ ते २।। आणि ३ ते ५।।. एका पाठोपाठ त्या मल्टीप्लेक्समधले तीनही स्क्रीन डोळ्याखालून घातले.

एकात चिकणा अमीरखान; एकात बुटका, गालावर खळी पाडत हसणारा शाहरूख खान, आणि एका पिक्चरमध्ये तगडा सलमान खान.

त्या दिवशी रात्रभर सगळी खान मंडळी डोळ्यापुढे येत होती. पण सगळ्यात आवडला तो सलमान. काय त्याची बॉडी! काय त्याची फिगर, काय त्याचे बलदंड बाहू, भरदार छाती. असं वाटायचं. अशा बलदंड देहाला मिठी मारून विसरून जावं सारं काही.

रात्रीचे बारा वाजत आले. बाबांनी डबल शिफ्ट केली त्यामुळे ते बाराच्या सुमारास आले. आईने दार उघडले, आईचे बहुधा माझेकडे लक्ष गेले असावे, डाव्याकुशी, उजव्या कुशी माझी चुळबूळ चालूच होती.

''छायाऽऽ अग बारा वाजून गेले,'' आई ओरडलीच. ''काय गं, झोप येत नाही का? का डोळ्यापुढे भुतं नाचतायत?'' आता आईला काय सांगणार डोळ्यापुढे कोण नाचतंय ते?

मे महिन्यातल्या एका शुभ सकाळी आम्ही पाच-सहा मैत्रिणींनी शिवनेरीला जायचं ठरवलं. सकाळच्या पहिल्या एस.टी. ने निघालो. जुन्नरला पोहोचायला दहा वाजले. स्टँडवर सिक्स सीटर उभ्याच होत्या. शिवनेरीचा पायथा गाठला.

मैत्रीण म्हणाली, ''छाये, गड चढवेल का तुला?'' ''अगं, अधू पायाने हिमालय चढणारे आहेत आपल्या देशात. आणि मी एवढा गड चढू शकणार नाही?'' सुरुवातीला बडबड चालू होती सगळ्यांची. थोड्या वेळाने तोंड बंद झाली. आणि श्वास बोलू लागले. चाळीस-पन्नास पावलं चढ चढायचा. थांबायचं, मागे बघायचं. अहाहा, काय सीन आहे म्हणायचं. पुढे जायचं. पुन्हा थांबायचं.

आम्ही आपल्या मालगाडीसारखे प्रत्येक स्टेशनवर थांबत चाललो होतो. खालून दोघेजण वर येताना दिसत होते. मात्र त्यांची एक्सप्रेस सुसाट आली आणि आम्हाला ओव्हरटेक करीत पुढे गेली देखील.

''काय पोरं आहेत.'' ''आपल्याकडे पाहिलं देखील नाही. कंपनीदेखील दिली नाही.'' ''लफंगेच दिसतायत्.'' आमच्या कॉमेंट चालूच होत्या.

आम्ही एकदाच्या गडावर पोहोचलो.

''या ऽऽ या ऽऽ दमलेल्या दिसतायत्. बसा या खडकावर.'' आमचं स्वागत झालं. आणि ''लाजरी पोरं'' आमच्या पुढे धिटाईने उभी. आम्ही शरमेनं खाली मान घालून बसलेल्या.

मी जरा धीर केला. म्हटलं, ''थँक्स फॉर वेलकम''

''पुण्यातल्या पोरी दिसताय. पोरींनो, गडावर एकट्या हिंडू नका. चला! आम्ही गाईड बनतो तुमचे. पैसे नाही. फी नाही. फक्त कंपनी.''

मी म्हटलं, ''अरे, पण नावं काय तुमची? अनोळखी गाईड बरोबर कसे हिंडणार?''

''लेडीज फर्स्ट'' पोरं म्हणाली.

''चलो. ठीक आहे.'' मी म्हटलं,

''ही प्रीतम, ही सुमन. ही मोगरी, ही माया आणि मी छाया.''

''वा: छान! पंचकन्यांनो, नमस्कार.''

''मी प्रकाश-प्रकाश जुन्नरकर आणि हा संदीप पाटणकर.''

''चला पंचकन्यांनो, निघू या गड पहायला. पूर्वी कधी कोणी आलं होतं का? नाही ना! मग बरे झाले.''

थोड्याचं वेळात आम्ही जुनी मित्र मंडळी असल्यासारखे गप्पा मारू लागलो. गडावरची शुद्ध मोकळी हवा. मंदसा वारा, शिवजन्मामुळे पावन झालेली भूमी आणि हे नवीन मित्र, सारंच उल्हसित करणार होतं.

प्रकाश होता गोरा गोमटा, नाजूक, उलटे केस फिरवणारा. मी मनात म्हटलं अगदी अमीर खान.

आणि संदीप, छान कमावलेले शरीर. टी-शर्ट घातल्यामुळे अधिक उठून दिसत होता. थोडा काळा सावळा. पण मर्दानी सौंदर्य भुरळ पाडणारं! मी नाव दिलं- सलमान खान.

हिंडता हिंडता जिजाई-शिवबांच्या छानशा शिल्पापाशी आलो. जिजाईच्या डोळ्यात पुत्रप्रेमाचे सुरेख भाव शिल्पकाराने निर्माण केले होते. बालशिवाजी सुद्धा पाहत राहण्यासारखा होता. आम्ही सारेजण पुतळ्यासमोर नतमस्तक झालो.

छोट्याशा सभामंडपात शिल्प साकारले होते. एका कोपऱ्यात थोड्या विश्रांतीसाठी आम्ही बसलो होतो.

नारायणगावहून पाचवी सहावीतली छोटी छोटी मुले सहलीला आली होती. तीस-चाळीस मुलांची गडबड गडबड, बडबड बडबड चालू होती.

मी पटकन् पुढे झाले. म्हटलं, "मी मुलांना शिवबाची गोष्ट सांगू का? कदाचित गोष्ट म्हटलं की शांत बसतील."

गुरुजी ओरडून म्हणाले, "मुलांनो शिवबाची गोष्ट ऐकायची का?" मुले हो ऽऽ हो ऽ म्हणायला लागली. "मग गप्प बसा. या बाई तुम्हाला छान गोष्ट सांगणार आहेत."

माझा आवाज खणखणीत होता. खड्या आवाजात प्रथम मुलांना आरोळी द्यायला सांगितली. हरहर महादेव.. साऱ्या मुलांनी आरोळी दिली. जय शिवाजी... जय शिवाजी.

मुलं आपोआपच शांत झाली. अन् माझी गोष्ट सुरू झाली.

"मुलांनो, जवळजवळ ३८० वर्षे झाली या गोष्टीला. गडावर धावपळ चालू होती. महालातील शेजघरात आतुरतेने गडावरील सेविका वाट पाहात होत्या. निरोप्याने बातमी आणली. खालच्या वाड्यातून पालखी निघाली बरं का.

सारे जण गंभीर चेहऱ्याने पालखीची वाट पाहू लागले. कारण प्रत्यक्ष शहाजीराजेंच्या पत्नी जिजाऊ राणीसाहेब पालखीतून येणार होत्या. थोड्याच दिवसांत त्या आईसाहेब होणार होत्या.

पालख्या वर कमानीजवळ आल्या. तुतारीवाल्याने तुतारी हवेत उंच धरली आणि मोठ्या ऐटीत त्याने तुतारी वाजवली तु ऽऽ तु ऽऽ तु. आवाज साऱ्या गडावर घुमला आणि साऱ्यांना समजलं आईसाहेब आल्या. साऱ्यांचे हात मुजऱ्यासाठी खाली वाकले.

मुलांनो, हाच तो पवित्र गड शिवनेरी. या समोरच्या वाटेवरूनच पालखी

आत आली.''

मुलं भारावून गेली होती. जणू काही समोरच्या रस्त्यावरून खरोखरच पालखी आत येत होती.

मुलंच काय, माझ्या सख्या आणि सलमान आणि आमीरही तल्लीन झाले होते. मधे मधे नजरेने मी सारे काही जाणत होते.

''मुलांनो, याच गडावर १६३० सालच्या १९ फेब्रुवारी रोजी शुभ सकाळी एका तेजस्वी सूर्याचा जन्म झाला. आणि पुढे आपल्या तेजाने या शिवबाने सारा महाराष्ट्र प्रकाशमान केला.''

गोष्ट संपली. मुलांनी आनंदाने टाळ्यांचा गजर केला. 'छत्रपती शिवाजी महाराज की जय'चाही गजर झाला. आमचे मित्रही त्यात सामील झाले. मी विजयी मुद्रेने मंडपाच्या बाहेर आले आणि आमच्या आनंद जथ्यात सामील झाले.

साऱ्या मैत्रिणींनी माझी पाठ थोपटली. अन् अचानक प्रकाश पुढे आला. आणि माझा हात हातात घेऊन हलवत म्हणाला. ''वा ऽ छान, संदीप, आपल्याला एक कार्यकर्ता मिळाला. चल, नाव टाकून दे यादीत सर्वांच्या वर.''

मला काहीच समजेना. ''अरे, हे काय? कार्यकर्ता काय? काय प्रकार आहे?''

''समजेल, समजेल. येवढी घाई काय आहे. समजेल हळू हळू.'' मी म्हटलं, ''चला कुठेतरी झाडाखाली बसू. पोटात कावळे ओरडायला लागलेत. गोष्ट सांगून मन भरलं. पण पोट काही भरत नाही.''

जवळच छान वडाचा पार सापडला. डेरेदार वृक्षाखाली छानशा सावलीत बसल्यावर बरे वाटले. सगळ्यांनी डबे सोडले. तेवढ्यात प्रकाश म्हणाला. ''वा ऽ छाया किती छान आहे नाही.'' मी म्हटले, ''चावटपणा पुरे. जेवायला बसा.''

''अरेच्या, तुला कोणी छान म्हटलं. अग या वृक्षाची छाया किती छान आहे. बरं वाटतं, इथं बसल्यावर'' प्रकाश म्हणाला.

''संदीप, प्रकाश तुम्ही उभे का? आणि हे काय, तुमचे डबे कुठायत्?''
''अहो, आम्ही जुन्नरचेच. सकाळी नाश्ता करून बाहेर पडलो. शिवाईच्या दर्शनाला आलो होतो. नशीब थोर म्हणून पंचकन्यांचंही दर्शन झाले. तुमचं होऊ दे. तोपर्यंत आम्ही निवांत सावलीत जरा आडवे होतो.''

''ते काही नाही, चला आमच्याबरोबर बसा जेवायला. बघा गरीबाचं अन्न आवडतं का?''

संदीप माझ्या डावीकडे अन् प्रकाश उजवीकडे बसला. *(सहजपणे बसले का? का मुद्दामहून, काही का असेना. मला खूप बरं वाटलं.)*

"हे बघ छाया. आम्ही दोघं चक्क तुझ्या डब्यात हात घालून खाणार."
"अरे व्वा, भाग्य आमचे! डबा संपविलात तरी चालेल." *(माझं पोट भरलंय् तुम्हा दोघांना पाहून)* दुपारचे चार वाजून गेले होते. गडावर खूप भटकंती झाली होती. अन् ज्ञानातही खूप भर पडली होती. कारण आम्हाला दोन छान गाईड मिळाले होते ना!

माया, सुमन, मोगरी सगळ्या घाई करायला लागल्या. "ए, गड उतरायला लागू या. तुझा पाय निघतोय ना छाया? का आम्ही निघू."

"जुन्नरपर्यंत सीटर मिळाली तर ५॥-६ ची बस तरी मिळेल. तेव्हा कुठे पुण्याला दहा पर्यंत पोहोचू."

"चला गाईड मित्रांनो," मी फर्मावलं. "आता सगळे गड उतरायला लागू. तुमचं ठीक आहे. पण आम्ही पडलो मुली-मुली. घरी काळजी करत बसतील फार रात्र झाली की."

"चला, आम्ही सहमत आहोत तुमच्याशी." आम्ही सावकाश तोल संभाळत साड्या सावरत खाली उतरत होतो. पायथ्याला आलो. आसपास कोठेही 'सीटर' दिसेना. रडकुंडीला आलो. दूर एका झाडाखाली जीप दिसली. धावत सुटलो. ए चला ग, जीपवाला आहे का बघू? पण ड्रायव्हरचा पत्ताच नव्हता. निराशेने आम्ही एका जवळच्याच झाडाखाली उभ्या राहिलो.

आमचे गाईडस् सावकाश डुलत डुलत येत होते. "अरे संदीप, प्रकाश तुम्ही कसे जाणार जुन्नरला?"

"अरेच्या प्रश्नच आहे. सीटर तर सगळ्या निघून गेल्या. चला चालत."
आम्ही तर रडायच्या बाकी होतो.

चला चालत म्हणत म्हणत जीपजवळ आले आणि टुणकन् उडी मारून आत बसले.

"अरे अरे, हे काय? जीप तुमची आहे? आणि अरे चोरांनो, आम्हाला चकवून पळून चालला होता काय?"

"नाही बायांनो, शक्य तरी आहे तुम्हाला सोडून पळून जाणं? *(मला मनातून खूप बरं वाटलं हे ऐकून)* म्हटलं थोड्या फिरक्या घ्याव्यात. चेहरे कसे रडवेले झाले ते पहावं."

"चला, उशीर होतोय. बसा पटा पटा जीपमध्ये." दोनच मिनिटात जीप जुन्नरकडे धावू लागली. स्टँड दिसू लागला. पण हे काय? जीप थांबायला तयार नाही.

"ए संदीप, ए प्रकाश अरे आम्हाला उतरायचं होत ना स्टँडवर,"

"वा ऽ छायाबाई, अहो तुम्ही सगळ्या आमच्या पाव्हण्या, चला आता वाड्यावर." संदीप सांगत होता "हा आमचा प्रकाश दिसतो किती साधा. पण तो समोर दिसतो ना, भला मोठा वाडा. तो याचाच."

आमचे डोळेच विस्फारले गेले.

पाच मिनिटातच वाड्याच्या दाराशी जीप थांबली. सगळ्याजणी खाली उतरलो. मनात थोडी धाकधूक वाटत होती. अरे, या दुकलीची ओळख होऊन सहा-सात तास झाले नाहीत, ही पोरं कशी असतील? आत जाऊन काही गडबड तर होणार नाही ना? घरी कोण आहेत माहीत नाही.

पण प्रकाशकडे पाहिल्यावर मात्र काही गडबड होणार नाही. याची मनात खात्री वाटत होती. हा मुलगा स्वभावाने चांगला वाटत होता.

मितभाषी, पण स्कॉलरपणाचे तेज चेहऱ्यावर होते. वागण्यात खानदानी अदब होती.

"अरेच्या, मुलींनो थांबलात का? चला आत या, अन् पुण्याला जायची काळजी करू नका. अरे संदीप, ये सगळ्यांना आत घेऊन, मी पुढे जाऊन आईला वर्दी देतो. थोडं चहापाण्याचं बघतो."

बापरे! केव्हढा हा वाडा, आत थोडे पुढे गेल्यानंतर मोठ्या चौकामधे जुन्या दगडी बांधकामाचा हौद. दोन्हीकडे ओसऱ्या. त्यात छानपैकी भारतीय बैठक. एका बाजूला लांबरुंद लाकडी झोपाळा अडकवलेला.

चौक ओलांडून दोन चार पायऱ्या चढून आत गेलो. डावीकडे छानशी खोली होती. छोटेसे टेबल, पुस्तकाचे कपाट, दोन चार खुर्च्या. कपडे ठेवायचे वॉर्डरोब.

संदीप म्हणाला, "ही आपल्या प्रकाशची खोली बरं का! अन् उजवीकडची त्याच्या बाबांची, म्हणजे आबासाहेबांची."

आम्ही साऱ्या तोंडात बोटे घालून एका दालनातून दुसऱ्या दालनात फिरत होतो. फिरता फिरता स्वयंपाकघरापाशी आलो.

"आणि या प्रकाशच्या आई, लक्ष्मीबाई." संदीप सांगत होता. आम्ही एकदम भानावर आलो.

मी पटकन् पुढे वाकून नमस्कार केला. पाठोपाठ सगळ्याजणी पुढे आल्या. "या बसा. छानपैकी पोहे करायला सांगितलेत. चहा घेता ना सगळ्याजणी?" आईच्या शब्दांत मार्दव होतं, त्यामुळे नाही म्हणणे जिवावर आले. आणि अर्थात भूकही लागली होती. पण तोंडदेखलं आम्ही, नकोत कशाला वगैरे म्हटलं. पण ते केवळ पुटपुटणं होतं.

"प्रकाशच्या कॉलेजातल्या का ग तुम्ही?"

"अहो आई, या सगळ्या आमच्या पुण्याच्या. आज गडावर अचानक ओळख झाली." संदीपने माहिती पुरवली.

"आणि आईसाहेब, ही छाया. अहो काय छान गोष्ट सांगितली तिनं गडावर. नारायणगावची पोरं आली होती गडावर. गुंड पोरं दंगा करत होती. शिक्षक वैतागले होते. पण छायाची गोष्ट सुरू झाली आणि सगळे जण चूपचाप."

"पुरे पुरे, एवढं कौतुक नको हं संदीप. बडबडायची हौस. वाचते भरपूर, मग कोणाला तरी सांगते गोष्ट. आणि त्यातून तुमच्यासारखे चोखंदळ परीक्षक असले की जरा चेव येतो."

"अरे संदीप, पण प्रकाश कोठे दिसत नाही ते. मला पोहे टाकायला सांगितले आणि गेला कुठे?" आईसाहेब संदीपला विचारत होत्या. "आई, तो जीप घेऊन डिझेल भरायला गेलाय. पंपावर. या पाहुण्या मंडळींना सोडायला हवं ना नारायणगावापर्यंत. तिथून भराभरा एस.टी. मिळतील पुण्यापर्यंत.

पुन्हा घरी जायला उशीर झाला की प्रकाश-संदीपच्या नावाने खडे फोडायच्या."

"नाही हो आई, आम्हाला खूप आनंद झाला इथे येऊन. अहो, पुण्यात कबुतरांच्या खुराड्यात राहणाऱ्या आम्ही, एवढ्या भल्या मोठ्या पेशवेकालीन वाड्यात येऊन भारावले गेलो आम्ही. आणि तुमच्या अतिथ्यानेही. मोठ्या वाड्यात राहणारी माणसं मनानंदेखील मोठी आहेत याची खात्री पटली."

एका सेविकेने पोह्याच्या डिशेस ट्रेमधून आणल्या. प्रकाशने आमच्या हातात डिशेस दिल्या. माझ्या हाताला प्रकाशच्या हाताचा ओझरता स्पर्श झाला. *(सहज का मुद्दाम?)* कोणी सांगायची वाट न बघता आम्ही पोह्यावर ताव मारायला सुरुवात केली.

आईसाहेब प्रेमाने म्हणाल्या. "आणखी एक डिश होऊ दे ग पोरींनो. पुण्यात जायला रात्र होईल. धड जेवण होणार नाही." आमचा संकोच कोठल्या कोठे पळाला.

तास दीड तास पाहुणचार घेऊन आम्ही निघालो. दारात जीप उभीच होती. "चला व्ही. आय. पी. मंडळी." संदीपने टाँट मारला. प्रकाश थोडासा अबोल वाटला. स्टीअरिंग व्हीलवर बसून होता.

जीप निघाली सुसाट. रस्त्यावर फार रहदारी नव्हती. पण रस्ताही फार चांगला नव्हता.

वाटेत आमच्या गप्पा-टप्पा चालू होत्या. मी म्हटलं, "संदीप, अरे प्रकाशचे बाबा दिसले नाहीत कुठे?

''प्रकाशचे बाबा म्हणजे आबासाहेब, गेलेत मुंबईला, हाय कमांडने बोलावलय् त्यांना.''

गप्पांच्या नादात नारायणगाव आलंसुद्धा. उतरता उतरता संदीपने माझा पत्ता लिहून घेतला. 'अगं फोन दे ना.'

''नाही रे संदीप, फोन नाही आमच्याकडे.'' *(परवडला पाहिजे ना असं म्हणण ओठावर आलं होतं.)*

''असू दे. अगं केव्हातरी भेटू आपण. पत्ता माहीत असलेला बरा.''

उतरून आम्ही बसकडे निघालो. प्रकाशला पाहिल्याबरोबर कंडक्टर अदबीनं पुढं आला.

''प्रकाशसाहेब, काय पाव्हण्यामंडळींना सोडायला आला वाटतं? काळजी करू नका. सीटस् रिझर्वच करून ठेवतो.''

सात वाजता एस. टी. सुटली. स्टँडच्या कॉर्नरला जीपजवळ राम-लक्ष्मणाची जोडी उभी होती. टाऽटा टा ऽ टा झालं. जीप स्टँडच्या बाहेर पडली आणि आमची एस.टी.पुण्याकडे.

गाडी एक्सप्रेस होती. संध्याकाळचं छान गार वार येत होतं. दिवसभर बऱ्यापैकी दमलो होतो. सगळ्याजणी कधी पेंगायला लागलो कळलं देखील नाही.

''चला बायांनो उतरायचं का नाही? का पुन्हा: जायचं जुन्नरला, प्रकाशरावांकडे?'' कंडक्टरच्या ओरडण्याने जाग आली. शिवाजीनगरला गाडी केव्हाच आली होती. सॅक अडकवल्या आणि आम्ही भराभरा खाली उतरलो.

उतरता उतरता कंडक्टरचे शब्द डोक्यात घुमत होते. ''का जायचं पुन्हा प्रकाशरावांकडे?''

माझं घर त्यामानाने जवळ होतं. मॉडर्न कॉलेजच्या मागील गल्लीत आमचं घर, म्हणजे भाड्याच्या दोन खोल्या होत्या.

मैत्रिणींना म्हटलं, ''अगं, बसून कंटाळा आलाय्. मी आपली सावकाश चालत जाते. तुम्ही निघा.''

पण मैत्रिणी सोडायला तयार नाहीत. शेवटी रिक्षात तिघी बसलो. वाटेत अगदी घराच्या दारात रिक्षा थांबली. उतरता उतरता माया म्हणाली, ''अग सुमन, छाया आता आपली राहिली नाही. म्हणून तर आपल्याबरोबर यायला तयार नव्हती.''

''अग सुमे, काही डोक्यात 'प्रकाश' पडतोय् का तुझ्या?''

''ए चावटपणा पुरे हं. फाजील कुठल्या, चला घरी पळा. रात्र झाली.'' मी धावतच घरात गुणगुणत आले. 'स्वारी आज खुशीत दिसतीय,' बंधुराज उद्‌गारले.

''छाया, अगं रात्रीचे अकरा वाजत आले. किती उशीर,'' आई काळजीच्या

स्वरात बोलली.

''आई, अगं खूप लवकर आलो'' आणि मग संदीप-प्रकाश कुठे भेटले. प्रकाशच्या वाड्यावर पाहुणचार कसा झाला. नारायणगावला जीपने कसे आले. सगळं साग्रसंगीत सांगावं लागलं.

''अगं, त्या अनोळखी पोरांबरोबर आलात, काही झालं असतं म्हणजे?''

''आई! प्रकाश- संदीप तसे नाहीत हं!''

''हो ऽ! भेट होऊन बारा तास नाही झाले तर लागली कौतुक करायला. बरं! काही जेवणार आहेस? का पोट भरलंय् मित्र भेटल्यामुळे?''

''आई! पुरे हं. थोडा भात खाते अन् झोपते.''

गादीवर पडले, पण झोप कुठली यायला, असं का व्हावं? माझे मलाच कळेना.

खरं तर गल्लीतली पोरं येता जाता माझ्याशी गप्पा मारायला टपलेली असायची, तशी मी लाजरी बुजरीही नव्हते.

पण आज असं का व्हावं?

मनाच्या आतल्या छोट्याशा कप्प्यात काहीतरी हलचल माजली खरं. — 'दिल है छोटासा, छोटीशी आशा'' गाणं डोळ्यापुढे येत होतं. मधेच संदीप, मधेच प्रकाश, मधेच जुन्नरचा तो प्रचंड वाडा...

शरीर थकलं होतं. शेवटी निद्रादेवी प्रसन्न कधी झाली कळलंच नाही. सकाळी उठायची घाई नव्हती.

सकाळी जेवताना आईनं विषय काढला. ''छाया, अगं निकाल कधी आहे? आणि तू काय ठरवलंयस् पुढं. मिळेल तेथे नोकरी कर. घरातली परिस्थिती बघतीयस् ना तू. कॉलेजची चैन परवडणार आहे का आपल्याला?''

आई बोलतच सुटली.

मी गप्प बसून जेवत राहिले.

जेवण संपता संपता म्हटलं, ''आई, कॉलेजात जायची खूप इच्छा आहे, पण मी नाही भार टाकणार तुम्हावर. पार्टटाईम नोकरी करीन, दुपारी कॉलेज करीन.''

म्हणता म्हणता निकाल आठ दिवसावर आला. उगाचच टेन्शन वाढायला लागलं. ७५-८०% मिळायची खात्री होती. पण आजकाल एवढ्या मार्कांवर ॲडमिशन मिळणं कठीण आहे हेही दिसत होतं.

◻◻

: संदीप :

नूतन मराठी विद्यालयात मी अगदी पाचवीपर्यंत होतो. शाळा मला आवडायची, मधे मोठे अंगण, दोन्हीकडे तीन मजली शाळा, लांबच लांब व्हरांडा.

मधल्या सुट्टीची आम्ही वाटच पाहत असू. पटकन डबे खाऊन शिवणा-पाणीचा खेळ कधी खेळू असे व्हायचे. या जिन्यावरून त्या जिन्यावर, वर-खाली, नुसती पळापळ आणि धावपळ चालायची आमची, अगदी सुट्टी संपल्याची घंटा वाजेपर्यंत.

आठवीत होतो, एके दिवशी मधली सुट्टी संपवून आम्ही मुले वर्गात आलो, तोच गुरुजी कोणालातरी वर्गात घेऊन येताना दिसले. गुरुजींनी सगळ्यांना शांत बसायला सांगितले.

"मुलांनो, आज आपल्याकडे एक पाव्हणे आले आहेत. त्यांचे नाव आहे श्यामराव माने. पुण्यात साने गुरुजी कथामाला नावाची एक संस्था आहे. नावाप्रमाणे मुलांना कथा सांगून चांगले संस्कार करणारी ही संस्था आहे. श्री माने सर, या संस्थेत १०-१२ वर्षांपासूनचे कार्यकर्ते आहेत.

"आज आपण या कथामालेची शाखा आपल्या शाळेत सुरू करत आहोत. माने सर आपल्या वर्गात दर आठवड्याला येणार आहेत. प्रत्येक सोमवारी मधल्या सुट्टीनंतर सर तुम्हाला छान छान गोष्टी सांगायला येणार आहेत. तेव्हा यापुढे प्रत्येक सोमवारी सुट्टी संपताक्षणी सर्व विद्यार्थ्यांनी वेळेवर वर्गात हजर व्हावे.

"आता मी माने, सरांना विनंती करतो की त्यांनी कार्यक्रमाला सुरुवात करावी."

"माझ्या विद्यार्थी मित्रांनो, श्यामची आई पुस्तक किती जणांनी वाचले आहे?" वर्गातील एकाचाही हात वर गेला नाही. "चला,

एका दृष्टीने हे बरे झाले, पाटी कोरी असली की हवी ती अक्षरे उमटवता येतील.'' माने सर म्हणाले.

''मित्रांनो, श्यामची आई या पुस्तकांतील गोष्टींना आपण आजपासून सुरुवात करू या. या पुस्तकांत एकूण बेचाळीस गोष्टी आहेत. आणि मी प्रत्येक सोमवारी तीन गोष्टी सांगणार आहे. म्हणजे आपले हे सत्र १४ आठवड्याने संपेल.''

माने गुरुजीनी धीरगंभीर आवाजात गोष्टी सांगायला सुरुवात केली. त्यांचा तो धीरगंभीर आवाज, आवाजातील चढ-उतार, आई आणि श्यामचे संवाद- सारे काही आमच्या मनाला जाऊन भिडत होते.

तीन गोष्टी संपल्या, पण असे वाटत होते की, गोष्टी संपूच नयेत. आणि सरांनी अजून बोलतच राहावे.

सर बोलायचे थांबले. आणि क्षणभर थांबून म्हणाले, ''नूमवितील मुले खरोखरच चांगली आहेत. का माहीत आहे? मित्रांनो, साने गुरुजी तुमच्याच शाळेचे विद्यार्थी आणि गुरुजींच्या शाळेतील मुले चांगलीच असणार.

आज मी तुम्हा सगळ्यांसाठी एक भेट आणली आहे.''

''काय, काय सर?'' साऱ्या मुलांनी एकच गलका केला. मी पहिल्या बाकावर शांत बसलो होतो. मात्र अचानक माने सरांनी मलाच बोलावले. म्हणाले, ''तुझा शांतपणा मला आवडला. हे घे साने गुरूजींचे ५० फोटो आणि वाट सगळ्या वर्गाला.''

सगळ्यांना मी फोटो वाटले, मी क्षणभर फोटोकडे पाहिले आणि माने सरांकडे पाहिले. साक्षात साने गुरुजीच समोर असल्याचा भास झाला. तसाच नेहरू शर्ट, पांढरा पायजमा आणि पांढरीशुभ्र गांधी टोपी. तेवढ्यात आमचे सर म्हणाले, ''चला, आजचा कार्यक्रम संपत आला. आभार कोण मानणार?''

मी हात वर केला.

''छान, संदीप तू? ये, पुढे ये.'' सर म्हणाले.

मी धीटपणे टेबलाजवळ जाऊन उभे राहिलो.

''आज माने सरांनी श्यामची आई पुस्तकांतील गोष्टी आपल्याला सांगितल्या आम्ही सारेजण खूपच भारावून गेलो. माझ्या मित्रांनो, पाहिलेत का? फोटोतील साने गुरुजीच आपल्या समोर गोष्टी सांगताहेत असा मला भास झाला. त्यांचे आडनाव माने आहे. पण प्रत्यक्ष सानेगुरुजीच समोर उभे आहेत असे वाटते.

''यापुढे आम्ही आमच्या पाहुण्यांना माने सर न म्हणता माने गुरुजी हाक मारणार आहोत. आणि मित्रांनो, गुरुजींच्या नावातही श्याम आहे. म्हणजे सानेगुरुजींचा

प्रत्यक्ष श्यामच आपल्याला गोष्टी सांगणार आहे. आपण सगळे किती भाग्यवान आहोत! आमच्या वर्गशिक्षकांना आम्ही आश्वासन देतो आहोत, दर सोमवारी आम्ही सुट्टी संपायच्या आतच सगळेजण वर्गात येऊन माने गुरूजींची वाट पाहत राहू.''

गोष्टी ऐकता ऐकता अडीच तीन महिने कसे निघून गेले ते कळलेच नाही. गोष्ट ऐकली की मी बेचैन होत असे. दोन-तीन दिवस या गोष्टी डोक्यातून जात नसत.

घरी मी आणि आई दोघेच होतो. बाबा वाईला फॉरेस्ट ऑफिसर होते. गोष्टी ऐकली की असे वाटे, की मीच तो हट्टी श्याम. आणि मी घरी आईला कसा त्रास देत असे- अगदी श्याम सारखा. आणि माझी आई सगळे सहन करायची अगदी श्यामच्या आईसारखं.

तीन महिने संपले. एका सोमवारी माने गुरुजी म्हणाले, ''विद्यार्थी मित्रांनो, आज आपली ३९ वी गोष्ट संपली. पुढल्या सोमवारी आपण शेवटच्या तीन गोष्टी ऐकणार आहोत.

पुढच्या सोमवार नंतर आपला या वर्षीचा हा उपक्रम संपेल. तुमची वार्षिक परीक्षा जवळ आली आहे. त्यामुळे तुम्ही जोरात अभ्यासाला लागा.''

आम्ही सगळे पुढल्या सोमवारची वाट आतुरतेने पाहत होतो.

माने गुरुजी यायच्या आतच आम्ही सारे वर्गात जमलो. एका बाजूला खुर्चीवर सानेगुरुजींच्या फोटोला हारही घालून ठेवला होता.

माने गुरूजींच्या बरोबर आमचे वर्गशिक्षकही आले होते. गुरुजींनी लिहिलेली सुंदर प्रार्थना, 'खरा तो एकचि धर्म, जगाला प्रेम अर्पावे ।' सुरू झाली.

प्रार्थना संपली आणि माने गुरुजींनी गंभीर आवाजात कथाकथनाला सुरूवात केली.

''गोष्ट ३९ वी. मुलांनो, पालगडला आईची तब्येत दिवसेंदिवस खालावत चालली, एके दिवशी पहाटे आईची तब्येत फारच बिघडली, आईला वात झाला, श्यामऽ श्यामऽ श्यामऽ अशा क्षीण आवाजात ती हाका मारू लागली. वैद्य आले. त्यांनी काही औषधे दिली. श्यामची मावशी जवळच होती. श्यामचे वडील भाऊराव जवळ होते, पुरुषोत्तमही होता. पण जवळ नव्हता तो फक्त श्याम.

श्याम तर दूर पुण्याला नूमवित. अकरावीचा अभ्यास करत बसलेला. पण रात्री श्यामला स्वप्न पडले, आई श्यामला बोलावतीय, हाका मारतीय असा त्याला भास होऊ लागला. श्याम तडक उठला, आईला भेटायला आतूर झालेला श्याम मित्रांकडून पैसे घेऊन तडक मुंबईला गेला. भाऊच्या धक्क्यावर गेला, बोट

पकडली आणि तडक हर्णे बंदरात उतरला आणि अक्षरश: धावतच सुटला. गाव तर सात आठ मैलांवर राहिलेले, तोच समोरून त्याची मावशी येताना त्याला दिसली, श्यामने मावशीला मिठीच मारली. मावशी म्हणाली, "श्याम, किती रे उशीर केलास. श्याम ऽ श्याम ऽऽ श्याम ऽऽऽ असा जप करीत शेवटी राम म्हणून आई देवाघरी गेली."

श्याम सुन्न झाला. मावशीला मिठी मारून ओक्सा-बोक्शी रडू लागला. मावशीने त्याला सावरले, म्हणाली, "श्याम, शांत हो आणि घरी जा. घरी भाऊ एकटेच आहेत, पुरुषोत्तमाला तुझ्या आधाराची गरज आहे." श्याम घरी गेला. वडिलांचे, पुरुषोत्तमाचे सांत्वन केले.

आईचे दहन झाले त्या जागी श्याम गेला. तेथील पवित्र रक्षेचे दर्शन घेतले. हात जोडून प्रार्थना केली. आईचे स्मरण केले. श्याम मनात म्हणाला, "आई! भारतमातेची सेवा माझ्या हातून घडावी म्हणून का तू मला सोडून गेलीस? तुझ्यासारख्या असंख्य मातांची, दीन-दुबळ्यांची सेवा माझ्या हातून घडावी असा ईश्वरी संकेत असावा. मी प्रतिज्ञा करतो की, माझे उर्वरित आयुष्य याच कामासाठी मी वाहून घेईन."

अशी प्रतिज्ञा करून जड अंत:करणाने श्याम पुण्याला परतला. दु:ख बाजूला सारून खूप अभ्यास केला. पुढे बी.ए. झाला. एम.ए. झाला. आणि नंतर अमंळनेरच्या प्रताप हायस्कूलमध्ये गुरुजी म्हणून रुजू झाला. त्यांने लग्न केले नाही. संसार थाटला नाही. सारे आयुष्य देशसेवेसाठी, गरीबांच्या सेवेसाठी वाहून टाकले.

मुलांनो, हेच ते आपले सर्वांचे लाडके सानेगुरुजी."

माने गुरुजींचा ह्रदयातून आलेला आवाज सगळ्यांच्या अंत:करणात पोहोचत होता. गोष्ट कधी संपली कळलेच नाही. मला तर हुंदका येणेच बाकी होते.

साऱ्या वर्गात क्षणभर शांतता पसरली.

वर्गशिक्षक बोलायला उठले,

"माझ्या प्रिय विद्यार्थी मित्रांनो, तुम्ही सगळे नि:शब्द झाला आहात, यातच सारं काही आलं. माने गुरुजींनी किती उत्कटतेने कथा सांगितल्या हे मला प्रत्यक्ष दिसतंय. विद्यार्थी मित्रांनो, आपल्या शाळेची परंपरा खूप मोठी आहे. साने गुरुजींप्रमाणे तुम्ही मोठे व्हा. आणि शाळेचे नाव उज्ज्वल करा."

तेवढ्यात मी भानावर आलो, म्हटले, 'सर, मला दोन शब्द बोलायचे आहेत."

"आदरणीय वर्गशिक्षक व आदरणीय माने गुरुजी, मी खरं म्हणजे बोलण्याच्या मनस्थितीत नाही. गुरुजींच्या आतापर्यंतच्या कथाकथनातून मनावर खूप खोल

परिणाम झाला आहे. लहानपणी कोणी असे पोरके होऊ नये, आईचा सहवास खूप खूप वर्षं लाभावा असे वाटते. पण आपल्या हातात काही नसते.

"साने गुरूजींप्रमाणे आम्ही मोठं होण्याचे निश्चित प्रयत्न करू, आम्ही साऱ्या वर्ग मित्रांनी वर्गणी जमवून खादीचा शर्ट आणला आहे. त्याचा स्वीकार माने गुरुजींनी करावा, मी ही भेट वर्गशिक्षकांच्या हातात देत आहे. त्यांनी आमची प्रेमभेट माने गुरूजींना द्यावी ही विनंती."

मला पुढे बोलवेना. मी जागेवर जाऊन उभा राहिलो.

श्यामराव माने गुरुजीही क्षणभर स्तब्ध झाले. आम्ही दिलेली भेट हातात घेतली. माझ्याजवळ आले, माझ्या पाठीवर हात फिरवला आणि म्हणाले, "मला खात्री आहे संदीप, तुझ्याकडून शाळेचे नाव उज्ज्वल होईल.'

आणि तडक वर्गाबाहेर निघून गेले.

माने आणि साने या दोन गुरुजींनी माझ्यात आमूलाग्र बदल केला.

श्यामराम माने गुरुजी पुढं वर्ष-दीडवर्ष अधूनमधून भेटत राहिले. कधी कथाकथन स्पर्धेत मी भाग घेण्याबद्दल माने गुरुजी आग्रह करीत असत.

आम्ही नववी मध्ये गेलो. अभ्यास वाढला. दहावी जवळ आली. कथामालेचा उपक्रम नववीसाठी नव्हता, पण गुरुजी पुढील वर्षी आठवीसाठी येऊ लागले.

मीही आवर्जून अधूनमधून त्यांना भेटायला जाई.

एकदा असेच भेटल्यावर म्हणाले, "संदीप, शाळेला दिवाळीची सुट्टी आहे ना. आता तू नववीत आहेस, आम्ही कथामालेतर्फे डिंभा धरण भागात चार दिवसांचे हिवाळी शिबीर घेणार आहोत, ये ना जमलं तर, आदिवासी भागही जवळून पाहिला मिळेल. पुढल्यावर्षी दहावी असल्यामुळे तुला जमणार नाही."

घरी जाऊन आईची परवानगी काढली, अनायासे दिवाळीच्या सुट्टीत बाबा घरी येणार होते, त्यामुळे आईला एकटे सोडायचा प्रश्नच नव्हता.

डिंभ्याच्या आसपास चार दिवसात खूप हिंडलो. जवळच्या वाड्यावस्तींत गेलो. धरणाच्या पलीकडे गेलो. भीमाशंकर रस्त्यावरच्या छोट्या छोट्या गावांतूनही हिंडलो. आदिवासींचे जीवन जवळून पाह्यला मिळाले.

एका झोपडीत गेलो, पुरेसे वस्त्रही नसलेली एक बाई, तीन दगडावर तवा ठेवून नाचणीच्या भाकऱ्या भाजत होती. दोन-तीन उघडी-नागडी पोरे बाहेर अंगणात खेळत होती. त्यांच्या अंगावरही धड कपडे नव्हते.

आत गेलो, आमच्या मानेसरांनी विचारले, "काय बाई, स्वयंपाक चाललाय वाटतं?"

"अवं कसला स्वयंपाक. चार भाकऱ्या, तोंडी लावायला कांदा आणि

मिळालाच तांदूळ तर गरगट. झाला स्वयंपाक.''

मी बाहेर पडलो. घरात कोंडला होता खूप धूर अन् माझ्या मनात प्रश्नांचे काहूर.

चार दिवसांनी पुण्याला परतलो. नववी-दहावीचा अभ्यास आता मात्र जोरात सुरू झाला. मात्र कधी कधी शांत बसलो, की आदिवासी मंडळी डोळ्यांसमोर येत, त्यांचे ते केविलवाणे चेहरे, हाडांची काडे झालेली शरीरयष्टी. मनाला खूप यातना होत.

नववीत चांगले मार्क्स पडले. दहावीत गेलो. खूप शिकायचे, मोठे व्हायचे. गुरुजींसारखे मोठं व्हायचे. दीन-दुबळ्यांची सेवा करायची. हे विचार डोक्यात सारखे भिरभिरू लागले.

या सर्वांमुळे असेल पण तब्येतीकडे कधी फारसे लक्ष दिले नाही. मात्र संध्याकाळी गल्लीतल्या मित्रांकडे खेळायला जायला आवडायचे.

एकदा मात्र वाईहून बाबांच्या बरोबर त्यांचे मित्र आले होते. कोणती भीडभाड न ठेवता मला म्हणाले,

''अरे, काय रे काडी पैलवान तुम्ही? शहरची पोरं अशीच. काय रे ही तब्येत? नाही तर आमच्या वाई महाबळेश्वरची पोरं बघ. कशी मस्त असतात.''

बाबांबरोबर वाईच्या फॉरेस्ट डिपार्टमेंट मधला मित्र आला होता. अस्सल खेडेगावी. तब्येतीने धिप्पाड आणि तोंडाने फटकळ - कुणाची भीडभाड न ठेवणारा.

बाबा फॉरेस्ट डिपार्टमेंटला होते. दर दोन-तीन वर्षांनी बदल्या व्हायच्या. सध्या बाबा वाईला होते, एकटेच. बाबांनी मला शिक्षणासाठी आईबरोबर पुण्यात ठेवलं होतं.

घरी फक्त आई आणि मी. त्यामुळे माझे हट्ट चालायचे. मी आईला खूप त्रास द्यायचो. आई म्हणायची, ''अरे गल्लीत फालतू पोरांच्यात क्रिकेट काय खेळतोस. जरा महाराष्ट्र मंडळात जा. चांगले व्यायाम घडतील. थोडी शिस्त लागेल.''

पण मी कसला आईचं ऐकतोय. शाळा सुटून घरी आलो की दप्तर कोपऱ्यात भिरकवायचे. आई रागावेल म्हणून हातपाय धुवायचे. कारण त्याशिवाय खायला मिळायचं नाही. पोटात ढकललं की चालली आमची स्वारी खेळायला.

आई चिडायची, म्हणायची, ''कार्ट्या, काही उपयोग आहे का तुझा. बाबा जंगले हिंडतोय् आणि तुझी ब्याद माझ्या गळ्यात. घरात काडीइतक्या कामाला हात लावत नाहीस. माझी तब्येत ही अशी. अरे, दिवसभर सगळं काम रेटत असते रे मी, संध्याकाळी थोड थांबावं घरात. मला मदत करावी. आता लहान आहेस का

तू? चांगला दहावीत आहेस. नशीब माझे, निदान अभ्यासात तरी बरा आहेस.''

एके दिवशी शाळेतून घरी आलो. पाहतो तो घरात काही चाहूल लागेना. आत गेलो तर आई कण्हत पडलेली, हात लावून पाह्यलं, खूप ताप आलेला. ''संदू, अरे डॉक्टरांना बोलावं'' मंद आवाजात आई बोलली.

डॉक्टर आले. तपासून काहीतरी गोळ्या लिहून दिल्या. मला बाजूला घेऊन म्हणाले, ''वडील कुठायत्?'' मी म्हटलं, ''वाई, महाबळेश्वरला असतात, फॉरेस्ट डिपार्टमेंटला आहेत.''

''शक्य झाल्यास बोलावून घे.'' डॉक्टर निघून गेले. मी घाबरलो. बाबांच्या ऑफिसचा नंबर टेबलावरच्या डायरीत लिहिलेला होता. दुसऱ्या दिवशी सकाळी ११ वाजता बाबांच्या ऑफिसात फोन लावला. नशिबाने बाबा ऑफिसात होते. घाबरत घाबरत बाबांना आईच्या आजाराबद्दल सांगितलं. ''डॉक्टर म्हणाले, 'बाबांना बोलावून घे.' बाबा, लवकर या.'' मी रडवेल्या सुरात बोलत होतो.

बाबा रात्रीच आले. डॉक्टरांच्या गोळ्यांनी ताप थोडा उतरलेला होता. बाबांना पाहून आईला खूप बरं वाटलं. ''हे बघ, काळजी करू नकोस.'' बाबा आईला सांगत होते, ''मी चांगली आठ दिवस रजा काढून आलोय्.''

दुसऱ्या दिवशी बाबा डॉक्टर देसाईंना भेटायला गेले.

''हे बघा पाटणकरसाहेब, थोड्या टेस्ट कराव्या लागतील, त्यांना व्हायरस इनफेक्शन झालय्, पण नक्की काय होतय, हे कळणे जरूर आहे. त्याप्रमाणे योग्य ट्रीटमेंट सुरू करता येईल.

''त्या हळव्या झाल्या आहेत. तुमच्या आधाराची जरुरी आहे त्यांना.'' डॉक्टरांच्या सल्ल्यानुसार बाबा आईला दुपारी मेडिनोव्हात घेऊन गेले. रक्ताचे नमुने, एक्स-रे, वगैरे वगैरे तपासण्या झाल्या. दोन दिवसांनी रिपोर्ट मिळायचे होते.

बाबा आले म्हणून मी खुशीत होतो. आईच्या चेहऱ्यावरही हसू उमटले.

दोन दिवसांनी रिपोर्ट आले. बाबा थोड्या काळजीतच डॉक्टरांकडे गेले. मी शाळेत गेलो. संध्याकाळी घरी आलो. आता मी दप्तर फेकत नव्हतो. दंगा करत नव्हतो. घरातली कामे करत होतो. कदाचित आईच्या आजारपणाचा परिणाम असावा.

बाबा घरीच होते. चेहऱ्यावरून थोडे काळजीत वाटत हाते. बाबांनी एकदम विचारले. ''संदीप, तू आत्ता दहावीत ना?'' ''हो. बाबा.''

''संदीप, अजून परीक्षेला किती महिने आहेत?''

''३-४ महिने आहेत बाबा. वर्गात पहिल्या दोन-चार नंबरात असतो मी.''

''अरे, मला तुझा अभिमान आहे. मी राहणार दूर. तुझा अभ्यासही घेऊ

शकत नाही, पण तू अजिबात मागं पडला नाहीस."

"मग बाबा एकदम तुम्हाला माझ्या परीक्षेची आठवण का झाली?"

"तसं काही नाही रे! सहजच विचारलं."

रात्री अंथरुणात पडलो पण झोप येईना. शेवटी अगदी डोक्यापर्यंत पांघरूण घेऊन झोपेचे सोंग घेऊन पडून राहिलो.

बाहेरच्या खोलीत आईबाबांची कुजबूज चालू होती.

"हे बघ, आता तुला मी ह्या पुण्यात ठेवणार नाही. तुला ताप नक्की कशामुळे येतोय काही कळत नाही, तुझी तब्येत ही अशी, संदीपच्या वार्षिक परीक्षेला अजून तीन-चार महिने आहेत. द्रवीड हायस्कूलच्या अकरावीत त्याला घालू. आपण सगळेच वाईला राहू."

मला कळेना. आईला काय झालंय. पुण्याची शाळा सोडावी लागणार म्हणून वाईट वाटत होतं. पण आईची काळजी वाटत होती. माझा बाबांच्यावर विश्वास होता. बाबा योग्य तो निर्णय घेतील, असा विचार करता-करता झोप लागली.

दुसऱ्याच दिवशी बाबा वाईला परत गेले. जाण्याआधी औषधे आणून आईकडे दिली. "मला म्हणाले, हे बघ संदीप. जरा आईकडे लक्ष दे. ती वेळेवर औषधे घेते का ते बघ."

"मी वाईला जाऊन उद्या लगेच परत येतोय. वाईला सरकारी निवासस्थान आहे पण मी ते ताब्यात घेतले नव्हते. म्हटले, एकट्याला काय करायचे, पण आता आपण सगळेच एकत्र राहू."

बाबांनी माझ्या शाळेत नाव कमी, करण्याचा अर्ज दिला, सगळ्या घटना इतक्या वेगाने घडल्या की, मित्रांना भेटायला, निरोप घ्यायला वेळच मिळाला नाही.

दुसऱ्या दिवशी बाबा परत आले ते, ट्रक आणि पाच-सहा मजूर घेऊनच. घरात सामान तसे फारसे नव्हतेच. चार-पाच तासात बांधाबांध झाली देखील. जागेचे मालक वाड्यातच राहत होते. त्यांनी डिपॉझिट न घेता जागा दिली होती. बाबांनी त्या महिन्याचे भाडे दिले आणि आम्ही वाडा सोडला.

टॅक्सी करून आम्ही दुपारी वाईला निघालो. सहा साडेसहाला पोहोचलो देखील. बाबांचे सरकारी घर गावाच्या थोडे बाहेर, महाबळेश्वर रस्त्यावर होते.

बाबांनी आदल्या दिवशी येऊन सगळी व्यवस्था करून ठेवली होती. स्वयंपाकाला आणि घरकामाला बाई होती. आम्ही थोडी विश्रांती घेतो न घेतो तोच सामानाचा ट्रक आलादेखील. लोकांनी पटापटा सामान उतरवले. बाबांच्या ऑफिसातले दोघे मदतीला आले होते. त्यांनी सामान आत आणले. जागचे जागी लावले. मला अभ्यासासाठी छोटे टेबल अगोदरच होते.

आठ साडेआठला जेवण मिळाले देखील, आईला खूप बरे वाटले पण एवढ्याशा प्रवासाचा देखील तिला शीण आला होता.

द्रविड हायस्कूलमध्ये दुसऱ्या दिवशी बाबा मला घेऊन गेले.

मुख्याध्यापक बाबांच्या ओळखीचे होते. त्यामुळे सहज प्रवेश मिळाला.

दोन-चार दिवसांतच वर्गातल्या मुलांशी दोस्ती झाली. तसा मी बडबड्या होतो. त्यामुळे मैत्री जमायला वेळ लागला नाही. वर्गात एक मारुती पवार नावाचा मुलगा होता. मारुती नावाला शोभेसा, तब्येतीने धिप्पाड होता. वर्ग सुटल्यावर त्याने मला गाठलंच. 'अरे संदीप, तू हुशार आहेस. हे पाच-सात दिवसातच जाणवलं. पण काय रे ही तब्येत! अरे शरीर कमवायचं हेच वय. चांगला व्यायाम कर. खा. पी.''

मला फार वाईट वाटलं. म्हटलं, 'मित्रा, खरं आहे तू म्हणतोस ते. पण असा स्पष्ट बोलणारा आणि कान पकडणारा आज प्रथम तूच भेटलास. चल, आजपासून तूच माझा गुरू. उद्या शनिवार आहे. मारुतीराया प्रसन्न हो.''

पवार माझ्या विनोदावर खूश झाला. म्हणाला, ''संदीप हे आवडलं आपल्याला. घरी जा. थोडे खा. कपडे बदल आणि ये कृष्णेच्या घाटावर, गणपतीच्या देवळाजवळ. आजच सुरूवात करू.''

आमचा व्यायामाचा पहिलाच तास. कधी पद्धतशीर व्यायामची सवय नाही. पंधरा-वीस जोर मारल्यावर दमछाक झाली.

पवार म्हणाला, ''काळजी करू नको. सुरुवातीला त्रास होईल. उद्या संध्याकाळी सहाला परत ये घाटावर.'' दुसरा दिवस सुसह्य झाला. पंचवीस बैठका, पंचवीस जोर झाले. गुरू म्हणाला. ''महाराज संदीप, महिन्याभरात पंचवीसवर शून्य पाहिजे. अडीचशे जोर, अडीचशे बैठका. मग बघू आमच्या संदीपला कोण नावं ठेवतंय ते.''

''आणि हो. उद्या रविवार आहे. पहाटे सहाला घाटावर ये. कृष्णेत पोहायचंय उद्यापासून रोज सकाळी.''

दुसऱ्या दिवशी पहाटे उठलो. पिशवीत कपडे भरले. बाबा आत चहा करीत होते. म्हणाले अरे कुठे निघालास. ''बाबा, अहो शाळेत पवार नावाचा मस्त मित्र मिळालाय. त्याला गुरू केलाय. माझ्या काडी पैलवान शब्दातली 'काडी' सहा महिन्यात काढणार आहे.''

''वा: छान, जा. आणि आजपासून भरपूर दूध पी. आईसाठी जास्तीचं सांगितलय, इथे वाईत दूध छान मिळतं. पिशवी वगैरे भानगड नाही. धोम भागातले गवळी येतात. मस्त दाट दूध असतं.''

मला पोहण्याची, व्यायामाची गोडी लागली. पहाटे पोहणं. संध्याकाळी जोर बैठका, वेट लिफ्टींग, चांगला तासभर व्यायाम चाले. वाईची शुद्ध हवा, मस्त दूध. भरपूर व्यायाम.

सहा-सात महिन्यातच माझ्या शरीराने आकार घेतला. दंडात बेटकुळी दिसायला लागली. बाबांना माझी तब्येत बघून आनंद व्हायचा. म्हणायचे, ''आता फॉरेस्ट ऑफिसरचा मुलगा शोभतोस तू.''

पण आईची तब्येत मात्र फारशी सुधारत नव्हती. आई दिवसेंदिवस अशक्त होत होती. वाईत येऊन सहा महिने झाले. माझी अकरावीची वार्षिक परीक्षा झाली. मेची सुट्टी लागायच्या दिवशी निकालही लागला. माझा दुसरा नंबर आला होता. आईला ऐकून बरे वाटले. म्हणाली, ''माझ्या राजा, मी असेन नसेन, खूप मोठा हो. जगापेक्षा वेगळं काहीतरी कर.''

बाबांचे साहेब चांगले होते. बाबांची तालुक्यातली फिरती थांबवून त्यांना ऑफिस ड्युटी दिली होती. ऑफिस सुटले की बाबा ५।। वाजता तडक घरी येत.

मी मात्र शाळा सुटली की व्यायामाला जात असे. घरी यायला ७।। वाजत. व्यायामाचे वेडच लागले म्हणा ना, कदाचित आईची अशक्त स्थिती पाहून माझ्या मनावर परिणाम झाला असावा. तब्येत चांगली हवी. सशक्त असावी याचाही ध्यास घेतला होता.

आईला वाईच्या प्रसिद्ध डॉ. जोशींची ट्रीटमेंट चालू होती. मी एक दिवस थोडं धैर्य एकवटून डॉ. जोशींच्या दवाखान्यात गेलो. ''डॉक्टर, आईला नक्की काय झालाय् ते स्पष्ट सांगा, कोणतीही बातमी ऐकायची माझ्या मनाची तयारी झालीय.''

डॉक्टर म्हणाले, ''हे बघ संदीप, तुझ्या आईला कदाचित कावीळ, कदाचित हिपेटाइटिस बी असावी. पण बऱ्याच वेळा पोटाचा कॅन्सर आणि अशा प्रकारची कावीळ यांचे स्पष्ट निदान होत नाही. त्यामुळे अचूक ट्रीटमेंट करणं फार कठीण जातं.''

गेल्यावर्षी वाईला आम्ही डिसेंबरमध्ये आलो. तेव्हापासून आईने जेमतेम वर्ष काढलं आणि २४ डिसेंबर रोजी आईने या जगाचा निरोप घेतला.

कृष्णेच्या तीरावर एका बाजूला स्मशान होते. फारसे कोणी नातेवाईक नव्हते. बाबांच्या ऑफिसातले सहकारी, माझे शाळेतले मित्र वगैरेंच्या उपस्थितीत ती अग्निनारायणाच्या स्वाधीन झाली. मी शांतपणे एका बाजूला बसून होतो, सुन्न झालो होतो. मी आईला सुख देऊ शकलो नाही याची खंत वाटत होती. नेमकी आज डिसेंबरची २४ तारीख. अचानक लक्षात आलं की पूज्य साने गुरुजींची जयंती.

गुरुजी म्हणजे त्यावेळचा श्याम. पुण्याच्या नू.म.वि. ला मॅट्रीकला असताना त्यांच्या आईने पालगडला जगाचा निरोप घेतला. श्यामची आईशी भेटही होऊ शकली नाही.

त्यामानाने मी भाग्यवान. शेवटपर्यंत आईची सेवा करू शकलो. श्याम पालगडला आईच्या रक्षेपुढे उभे राहून विचार करीत होता, की 'कदाचित भारतमातेची सेवा करण्याकरिता आई मला मागे सोडून गेली.'

माझ्याही मनात न कळत असेच विचार आले. आणि ठरवलं की मोठं झाल्यावर दीन-दुबळ्या, असाहाय्य लोकांसाठीच काम करावयाचे. त्यामुळे आईच्या आत्म्याला शांती लाभेल.

बाबा धडधडत्या चित्तेकडे शांतपणे पहात उभे होते. त्यांना किती दु:ख झाले असेल? अठरा वर्षं सोबत लाभलेली सहकारी न परतीच्या प्रवासाला निघून गेली.

मी त्याचवेळेला मनाशी ठाम निश्चय केला की बाबांना दु:ख वाटेल असे कधी वागायचे नाही. आणि कायम बाबांजवळ राहून त्यांची काळजी घ्यायची.

मीही बाबांच्या जवळ शांत उभा होतो.

थोड्या वेळाने बाबांचे ऑफिसमधले सहकारी बाबांच्या खांद्यावर थोपटत म्हणाले, "पाटणकरसाहेब चला निघू या. किती वेळ उभे राहणार. नियतीपुढे कोणाचे काही चालत नाही. तुम्ही खूप काही केले संदीपच्या आईसाठी."

आम्ही सगळे जड अंत:करणाने परत फिरलो.

दुसऱ्या दिवशी क्षेत्र माहुलीला जाऊन रक्षा विसर्जन करून आलो.

संपला, उरला सुरला ऐहिक संबंध संपला.

आईच्या जाण्याचा माझ्या मनावर खोल परिणाम झाला. मी एकदम मॅच्युअर झालो.

अकरावीची परीक्षा जवळ येत चालली होती. छातीवर दगड ठेवून अभ्यास करीत होतो. अशा वेळेला मारुती पवारने मला खूप आधार दिला. "संदीप, अरे आमचे अभ्यासात फार डोके चालले नाही. आई लहानपणीच गेली, ती आठवतही नाही. वडील स्वीटमार्ट चालवतात. ते म्हणायचे, नुसती पहिलवानगिरी नको, दुकानात आयुष्यभर बसायचे आहेच. चांगल्या हुशार मुलांची संगत कर. त्यांच्या सहवासाने काही शीक. आपल्या घराण्यात आजपर्यंत कोणी मॅट्रीकपर्यंत शिकला नाही. संदीप, अरे तुझ्याशी दोस्ती केली तर वडिलांना केव्हढा आनंद झाला. म्हणायचे, त्याला चांगला पहिलवान कर. दुकानातले पेढे अधूनमधून त्याला देत जा. आणि त्याचं डोक थोडसं घे. संदीप, काळजी करू नको. मी आहे तुझ्या

पाठीशी. हे बघ झालं ते होऊन गेलं. संदीप, तू हुशार आहेस. झाल्या घटनेचा परिणाम होणं स्वाभाविक आहे. पण लवकरात लवकर दुःख विसर. अकरावीच्या परीक्षेत आपल्या शाळेत तू पहिला आला पाहिजेस. पेढे मी वाटीन, अख्ख्या वर्गाला.''

व्यायाम आणि अभ्यासात मी हळूहळू दुःख विसरलो. अकरावीची परीक्षा होती. खूप मन लावून पेपर लिहिले. ५-६ महिने कसे गेले कळलेच नाही.

बाबांचे मन मात्र वाईत रमत नव्हते. इथे राहून आईची आठवण येणे साहजिकच होते.

बाबांनी बदलीसाठी अर्ज केला.

वरून विचारणा करण्यात आली. ''पाटणकरसाहेब, जुन्नरला जायला तयार आहात का?''

बाबांनी मला एक दिवशी सकाळी चहा घेता घेता विचारलं. ''संदीप, अकरावीची परीक्षा झाली ना? आपण वाई सोडून जुन्नरला जायचं का?''

''बाबा, जिथे तुमचं मन रमेल तिथं जाऊ. तिथे लेण्याद्री, ओझर, शिवनेरी जवळ आहे. मलाही आवडेल तिकडे डोंगरदऱ्यात हिंडायला. इथं 'मारुती' मिळाला तिथं एखादा 'राम' भेटेल.''

बाबांनी होकार कळवला. दुसऱ्या दिवशी मित्रांना बातमी दिली. सगळेच माझ्या भोवती जमले. कोणाला काय बोलावे ते सुचेना

शेवटी मारुतीच म्हणाला, ''अरे संदीप, केवळ वर्षभरात तू आम्हाला लळा लावलास. कधीही रागावणं नाही, आपला अभ्यास, आपला व्यायाम, नियमित शाळा. खरोखरच तू ग्रेट आहेस. वर्षभर आईच्या आजाराने तुला कुठे मजा करता आली नाही. कुठे सहल नाही. तू चाललास. त्याला इलाज नाही. पण मित्रा, पुन्हा कधी या भागात आलास तर वाईला आल्याशिवाय राहू नकोस. निकाल लागला की कळव. माझ्या दुकानातले पेढे ढोल्या गणपतीपुढे ठेवीन आणि सांगेन- आमच्या संदीपला मोठं कर.''

मित्राचा आवाज सद्‌गदित झाला. मीही काही बोलण्याच्या स्थितीत नव्हतो.

दुसऱ्या दिवशीच सकाळी ट्रक आला. उरले सुरले सामान भरून, ट्रकमध्येच बसून आम्ही जुन्नरची वाट धरली.

वाटेत पुण्याला जेवून जुन्नरपर्यंत पोहोचायला ५-५॥ झाले. बाबांना डिपार्टमेंटचे घर मिळाले होते. सामान उतरवून घेतले. मात्र घर गावापासून लांब होते. त्यामुळे जवळपास कुठे जेवायची सोय नव्हती. रात्री अर्थात जेवायची इच्छाच नव्हती. प्रवासही बराच झाला होता. मारुतीने डबा दिला होता. थोडा खाल्ला, पाणी प्यालो.

दमल्यामुळे लगेचच झोप लागली.

सकाळी ऑफिसचा शिपाई बाबांना भेटायला आला. मी बारावीसाठी कॉलेजची चौकशी केली. इथून बरेच लांब होते. चालतच जाणे भाग होते. कोठेही खानावळ नव्हती. बाबांना दोन दिवसांनी नियमित कामावर जायचे होते.

बाबा ऑफिसात जॉईनिंग रिपोर्ट द्यायला गेले. मी शिपायाची सायकल घेतली. म्हटलं, जरा जुन्नरमध्ये भटकंती करू. जुन्नर गाव वाईपेक्षा मोठं होतं. बाजारपेठ मोठी होती. संपूर्ण गावाच्या मागे शिवनेरी खडा होता. जणू इथल्या प्रत्येक हालचालीवर शिवाजी महाराजांचे लक्ष होते. बाजारपेठेच्या एका टोकाला भला थोरला पेशवेकालीन वाडा दिसत होता. पेठेच्या दुसऱ्या कोपऱ्यावर एका वाड्यावर बोर्ड होता. जागा भाड्याने देणे. मी लगेचच चौकशीला गेलो. पहिल्या मजल्यावर दोन खोल्या बऱ्यापैकी होत्या. ३००रु. भाडे होते. वाड्यातच एक बाई जेवणाचा डबा देते असे कळले. मालकांना भेटलो. म्हटलं, ''संध्याकाळी बाबांना घेऊन येतो. तोपर्यंत जागा कोणाला देऊ नका.''

''नाही बाळ, इथे जागा पटकन् जात नाहीत, हे काय पुणे शहर आहे थोडचं! नाव काय तुझे?''

''संदीप पाटणकर.''

''कोण कोण राहयला येणार?''

जरा खिन्नतेनंच म्हटलं, ''फक्त मी व बाबा.''

''ये बाळ, संध्याकाळी बाबांना घेऊन.''

बाबांना जागा ठीक वाटली. हवा, उजेड चांगला होता. रस्त्याच्या बाजूला छोटी गॅलरी होती. वाड्यातच डब्याची सोय झाली. कॉलेजला ॲडमिशन लगेच घ्यायला हवी होती. पण मिळालीच तर चालत जाण्याइतकं कॉलेजजवळ होतं.

सोमवारी बाबांना रुजू व्हायचं होतं. रविवारी सकाळी बाबा एकदम म्हणाले, ''हे बघ संदीप. उद्या ड्युटीला जॉईन व्हायचं आहे. त्या आधी आज लेण्याद्रीला जाऊ. गिरीजात्मकाचं दर्शन घडलं की मनाला खूप बरे वाटेल.'' आई गेल्यापासून बाबा थोडे हळवे आणि धार्मिक झाले होते.

रिक्षाने पायथ्याला पोहोचलो. थोडं थांबत थांबत वर पोहोचलो. आमच्या वाईच्या घाटावरचा ढोल्या गणपती आठवला. इथे लेण्याद्रीला मात्र खडकात खोदलेल्या भल्या मोठ्या लेणीवजा सभामंडपात गिरिजात्मक गणेशाची स्वयंभू मूर्ती विराजमान होती. आम्ही खूप लवकर सकाळी आलो होतो. त्यामुळे मंडपात नीरव शांतता होती. आत पुजारी शांतपणे अथर्वशीर्ष म्हणत होते. वातावरणात सगळीकडे धीरगंभीर आवाज घुमत होता. अशा पवित्र वातावरणात मन आपोआपच शांत झालं

आणि दृष्टी मूर्तीवर खिळून राहिली. ही अनुभूती काही वेगळीच होती. हात आपोआपच जोडले गेले.

काहीही न बोलता आम्ही बाहेर आलो. कठड्यावर बसून समोरचा विशाल भूप्रदेश खूप छान दिसत होता. सूर्य पूर्वेकडून वर वर येत होता आणि दूरवर जुन्नर शहर प्रकाशात चमकत होते.

मी बाबांना एकदम विचारलं. "बाबा, गणपतीकडे काय मागितलंत?" बाबांना माझा प्रश्न अनपेक्षित होता. पण शांतपणे म्हणाले, "हे गिरिजात्मक, तुझ्या वास्तव्याने पवित्र झालेल्या या परिसरातच राहावेसे वाटते. माझ्या हातून काही चांगल्या गोष्टी या भागातच व्हाव्यात आणि तुझा आशीर्वाद सदैव असावा."

"बाबा! काय गंम्मत आहे. अहो मीही अगदी हेच मागणं मागितलं गिरिजात्मकाकडे."

बाबांची ड्युटी सुरू झाली. बाबांच्या ऑफिसवर गेलो. बाबा दोन दिवसांनी जीपमधून जुन्नर-आंबेगावच्या वनात हिंडणार होते असे कळले.

बाबांना म्हटलं, "कॉलेजला दोन दिवस कसलीतरी सुट्टी आहे. बाबा; नुसतं स्वस्थ बसायचा कंटाळा आलाय्. मी आलं तर चालेल का तुमच्याबरोबर परवापासून?"

"चालेल की. अरे, चांगली गोष्ट आहे. वने जंगले तर बघायची आहेतच. ते आमचं कामच आहे. पण तू त्यात राहणारी मंडळी -वनवासी- आदिवासी यांचा अभ्यास कर. शेवटी माणूस महत्त्वाचा."

दोन दिवसाच्या भटकंतीवर मी खूश होतो. पण आतून थोडा विषण्ण झालो या दुर्गम भागातली वस्ती पाहून.

दुसऱ्या दिवशी कॉलेजातून फॉर्म आणला. फॉर्म भरताना बाबांनी विचारलं, "पुढे काय करणारेस?"

"बाबा, बारावीत चांगले मार्कस् मिळवून पुढे बॅचलर ऑफ सोशल वर्क करणार आहे. अहो, गेले दोन दिवस तुमच्याबरोबर हिंडलो तेव्हाच ठरवलं, बॅचलर ऑफ सोशल वर्कमध्ये सिस्टीमॅटिक अभ्यास होईल व इथल्या लोकांसाठी निश्‍चित ध्येय ठेवून काही करता येईल."

"शाब्बास, अरे, तू अगदी मोठ्या माणसांसारखा बोलायला लागलास. पण तुझे विचार पक्के आहेत हे पाहून मी अगदी निश्‍चिंत झालो." ९० टक्के मिळालेला विद्यार्थी आर्ट्सला ॲडमिशन घेतो हे पाहून प्रिन्सिपॉलसुद्धा बुचकळ्यात पडले. त्यांनी बोलावून घेतलं. पण काही एक विशिष्ट ध्येय साध्य करण्यासाठी मी आपणहून आर्टस् घेतलं, हे पाहून त्यांना खूप आनंद झाला.

❐❐

: प्रकाश :

"प्रकाश, ऽ प्रकाश अरे किती हाका मारायच्या तुला? ये घरी ये. जेवायची वेळ झालीय्. शाळेतून आल्यापासून नुसता खेळच चाललाय आणि प्रकाश, आता तू लहान आहेस का? चांगला बारा-तेरा वर्षांचा झालास, असं मुलींच्यात खेळत बसलेला बरं दिसत नाही," मी काहीच बोललो नाही. हात-पाय धुऊन जेवायला बसलो. दोन बहिणींच्या पाठीवर झालेला मी, त्यामुळे थोडा लाडाचा, आई फार रागवायची नाही. त्यातून मी थोडा नाजूक तब्येतीचा, गोरा-गोमटा, आई म्हणायची, "प्रकाश, अरे हट्ट करून लहानपणी तू बहिणींचे फ्रॉक घालायचास. शेजारी पाजारी म्हणायचे, काकू तुम्हाला तीन मुली वाटतं? मी म्हणायची, 'अहो ही गोपी नाही. हा तर आमचा गोपीकृष्ण." मी म्हणायचो, "आई, गोपीकृष्ण, तर गोपींच्यात रमणारा, मग काय बिघडलं मी मुलींच्यात खेळायला?"

हायस्कूल जवळच होतं. मला शाळा खूप आवडे. शाळेला कधीही दांडी मारत नसे. शाळेत सगळी मुलेच होती. मधल्या सुट्टीत सगळ्यांची खूप दंगामस्ती चाले. पण मी त्यांच्यात भाग घेत नसे. शाळेच्या आवारात खूप झाडे होती. त्याखाली बसून मी पटकन डबा खात असे आणि आज गुरुजींनी काय शिकवलं याची उजळणी करी. त्यामुळे घरी आल्यावर मला फारसा अभ्यास करावा लागत नसे. माझी स्मरणशक्ती तीव्र होती.

वर्गात कायम पहिला- दुसरा नंबर असे. पण मला बोलायला- विशेषतः सर्वांपुढे बोलायला भीती वाटायची.

आबा खूप रागवायचे. म्हणायचे, 'ल्येका, नगराध्यक्षाचा

पोरगा तू. पब्लिकपुढे बोलता आलं पाहिजे. आपला मुद्दा चुकीचा असला तरी पटवता आला पाहिजे.'' मी अकरावीत होतो. त्यामुळे आबा सांगतील ते सारं काही समजण्याइतका काही मोठा नव्हतो. मात्र वाटायचं, की मोठा झालो की येईल बोलता.

मला काही वेळा आश्चर्य वाटायचं की आबांनी मला पुण्यासारख्या मोठ्या शहरात शिकायला का नाही पाठवलं?

पण आबा हाडाचे शेतकरी होते. ५०-१०० एकर शेती होती. तालुक्यात प्रगतीशील शेतकरी म्हणून आबांचे नाव होते.

आबा म्हणायचे, ''अरे, आपण या मातीतले, या मातीशी इमान आपलं. इथली माणसं आपली माणसं. त्यांच्याकरिता काम करता-करता ग्रामपंचायतीत निवडून आलो. तू जन्माला पण आला नव्हतास तेव्हा.

''तुझा पायगुण म्हण अगर काहीही म्हण. तुझं बारसं केलं आणि मी नगरसेवक झालो. तू सातवीत गेलास आणि मी नगराध्यक्ष झालो.

''तू अकरावीत गेलास आणि मला मुंबईला बोलावून घेतले. श्रेष्ठी म्हणाले 'तुमचे जुन्नरला तालुक्यातले काम आम्ही पाहत आहोत. तुम्ही नगराध्यक्ष असताना केलेला जुन्नर शहराचा कायापालट दिसतो आहे. असेच काम चालू ठेवा. पुढील खेपेला आमदारकीच्या तिकिटासाठी तुमचे नाव आमच्या डोळ्यापुढे आहे.''

जुन्नरचे शिवाजी हायस्कूल बारावीपर्यंतच होते. शाळा फार लांब नव्हती. मी जात्याच हुशार होतो. कष्टाळू होतो. अभ्यास झाल्याशिवाय मी सहसा खेळायला बाहेर पडत नसे. आबांना माझे फार कौतुक असे. माझ्या दोन्ही ताया फारशा शिकल्या नाहीत. आबांनी त्या विशीच्या असतानांच त्यांची लग्ने लावून दिली. एक ताई होती नगरला, दुसरी होती नाशिकला. बारावीला असल्याने शाळेत आम्हाला दिवाळी अगर नाताळची सुट्टी नसे. उलट जादा तास असत. एकदा आमच्या घरातला वासू गडी शाळेत मला बोलावायला आला. म्हणाला, ''छोटेसाब चला बिगी बिगी. घरी बोलावलंय.'' म्हटलं, ''अरे काय झालंय? इतकं घाईघाईत शाळेतून न्यायला आलास?''

''अहो, चला लवकर वाड्यावर. आज आबासाहेबांना आमदारकीचं तिकीट मिळालंय. लई माणसं आबासाहेबांना भेटायला येत्यात. आबांनी पेढ्यांची भली मोठी ऑर्डर दिलीय्. पेढे बी येऊन पडल्यात. पण आबा म्हणतात, पहिला पेढा प्रकाश बाबूंना, मग इतरांना वाटा. सगळे वाट पाहत्यात तुमची.''

मला काहीतरी विशेष आहे एवढं कळलं.

घरी आलो. आईनं भराभरा हातपाय तोंड धुऊन, चांगले कपडे, घालून बाहेर झोपाळ्यावर यायला सांगितलं. आबा झोपाळ्यावर माझ्या शेजारीच बसले. समोर २५-३० लोक बसले होते. काही ओळखीचे होते, काही अनोळखी.

आबा म्हणाले, "शेतकरी बंधूंनो आणि गावकरी मित्रांनो, माझ्या प्रेमाखातर आपण मला भेटायला आलात, खूप आनंद झाला.

"मित्रांनो, गेल्या पाच-सहा वर्षांतलं माझं काम तुम्ही पाहिलेलं आहेच. अनुभवलेलं आहे. आज जुन्नरतालुक्यातून शेकडो टन द्राक्षे मुंबईला पाठवतो. आधुनिक हरितगृहातून आपण आधुनिक फुलशेती करतो. टॉमेटोपासून सॉस करण्याचा गृहोद्योग आपण हजारो घरातून चालवतो. आज एकही शेतकरी घरात बसून नाही. याचं सगळं श्रेय तुम्हाला आहे. मी निमित्तमात्र आहे.

"आमच्या शिवनेरीच्या 'शिवाई'ची कृपा, लेण्याद्रीच्या गिरिजात्मकाची कृपा म्हणून हे आमदारकीचं तिकीट मुंबईहून न मागता जुन्नरपर्यंत येऊन पोहोचलं.

"मित्रांनो, निवडणुका चार महिन्यांवर आल्या. मी मुंबईला नक्की जाणार. चला, सगळ्यांनी तोंड गोड करा."

वासूने सगळ्यांना पेढे वाटले. "आबासाहेब पेढ्याने भागणार नाही बरं का, पार्टी पाहिजे." "अरे देऊ देऊ." आबासाहेब खुशीत होतो.

दुसऱ्या दिवशीपासून घरात लोकांची वर्दळ वाढली. शेगडीवर दिवसभर चहा उकळायला लागला.

आमची जीप होतीच, पण आबांनी पुण्याहून ४-५ जीप भाड्याने मागवल्या. सात-आठ दिवसांनी आबा म्हणाले, "काय प्रकाशराव यायचं का जीपमधून हिंडायला." मी तर एका पायावर तयार. आई तक्रारीच्या सुरात म्हणाली, "अहो, त्याची बोर्डाची परीक्षा जवळ आलीय. त्याला अभ्यास करू दे. तुमचं राजकारण राहू दे तुमच्याबरोबर."

"अहो, लक्ष्मीबाई, कशाला काळजी करता? तुमचा पोर लई हुशार आहे. तो चांगला पास होणारच. पण त्याला आत्तापासून तालुक्यात हिंडवणार आहे. आमचे शेतकरी मजूर, आदिवासी- त्यांच्या वस्त्या सारे सारे याला पाहू दे. मोठा होणार आहे तो. आणि बरं का लक्ष्मीबाई, माझ्यासारखा चार बुकं शिकणारा नाही होणार तो. त्याला लई शिकविणार आहे मी. पुण्यात पाठवणार, चांगला इंग्लिशमधून भाषण करणारा होणार आमचा पक्या. नव्हे नव्हे, प्रकाशराव."

"आणि बरं का, माझ्यानंतर पक्याराव इथला आमदार होणार."

"पुरे, पुरे मी नुसतं त्याच्या अभ्यासाबद्दल बोलले तर इतकं भाषण ऐकावं लागलं. जा त्याला घेऊन जा. मला आनंदच होईल पक्या मोठा झाला तर."

आबांनी त्यातून छान मार्ग काढला. आठवडाभर मी खच्चून अभ्यास करायचा आणि दर रविवारी आबांबरोबर जीपमधून तालुक्याचा दौरा करायचा.

आम्ही जाऊ तिथं आबांच स्वागत व्हायचं. लोक आबांसाठी हार घेऊन यायचे. आबा तोच हार गर्दीतल्या एखाद्या वृद्धाला घालायचे. पाया पडायचे, आशीर्वाद मागायचे. ठिकठिकाणी थांबलो की माझी चंगळ असायची.

आबा फार भाषणबाजी करत नसत. पण छोट्या छोट्या घोळक्यात गप्पा मारत आपले विचार पटवायचे कसब आबांकडे होतं. लेण्याद्री पलीकडच्या डोंगरात, नाणे घाटाच्या जंगलात आदिवासी, कातकरी राहात असत. त्यांची परिस्थिती पाहून आबांना वाईट वाटे. आबा त्यांना धीर देत असत. म्हणायचे, "मी आमदार होईन, न होईन पण तुमचा भल्याकरता काहीतरी करीन."

हळूहळू निवडणुकीचे वातावरण तापू लागले. आबा सकाळी थोडाफार नाश्ता करून बाहेर पडत. चार-पाच जीप, त्यावर लावलेले मोठे बॅनर, पत्रके वाटणारे कार्यकर्ते, लाऊडस्पीकर एका जीपवर, असा सगळा ताफा बाहरे निघे.

दिवसभर घरात शांतता असे. त्यामुळे भरपूर अभ्यास होई. आबांना घरी परतायला रात्र होई. आबांना भेटायला म्हणून मी जागा राही. पण बराच वेळा आबा परत यायच्या आधीच मला झोप लागे.

मग आबांची भेट सकाळी चहा पितानाच पडे.

चहा पिता पिता एक दिवशी आबांनी अचानक विचारलं.

"का प्रकाशराव, परीक्षा कधी आहे? अभ्यास काय म्हणतोय? तालुक्यात पहिला यायलाच पाहिजे तू. नाहीतर आई म्हणेल, आबांची इलेक्शन झाली, आणि पोराचं अभ्यासात दुर्लक्ष झालं."

सगळ्या धामधुमीत आबांनी माझी अभ्यासाची, परीक्षेची चौकशी केली की मला खूप बरं वाटायचं. मग मी दुप्पट जोमाने अभ्यास करी.

आबांना तालुक्यात विरोध असा नव्हताच. आबांचे सगळ्यांच्या बरोबर चांगले संबंध होते. उगाच विरोधाला विरोध म्हणून दोन तीन अपक्ष उभे होते.

निवडणुकीचा दिवस जवळ येत चालला. आबा शांत होते. त्यांना खात्री होती निवडून येण्याची.

मतदानाच्या दोन दिवस आधी पाच-सहा कार्यकर्ते घेतले. मलाही बरोबर घेतले आणि आमच्या जीप पळू लागल्या आदिवासी-कातकरी पाड्यांवर. कार्यकर्ते आसपाच्या वस्तीत पांगले. २५-३० मिनिटांत बहुतेक मंडळी जमली.

आदिवासी, कातकरी मंडळींना मध गोळा करणं, हिरडा, बेहडा गोळा करणं आणि अधून मधून येणाऱ्या शेटजींना देणं, आणि तो देईल तेवढे पैसे मुकाट्याने घेणे या पलीकडे व्यवहार माहीत नव्हता.

कसली निवडणूक, कसली लोकशाही– काही काही माहीत नव्हतं. शिक्षणाचं वारंसुद्धा या भागात फिरकलं नव्हतं.

आबा बोलू लागले, बंधूनो अरे आपल्या देशाला स्वातंत्र्य मिळून ६० वर्षे होऊन गेली. सगळीकडे शिक्षणप्रसार होऊ लागला. शहरातल्या मुली तर चांगल्या शिकून नोकऱ्या करू लागल्या. पण दुर्दैवाने तुमच्यापर्यंत कोणत्याच सुधारणा पोहोचल्या नाहीत. ना चांगले रस्ते, ना शाळा, ना चांगली घरं, ना दवाखाना.

''अरे, तुम्ही अशिक्षित राहिलात, म्हणून पुण्या मुंबईचे व्यापारी येतात. तुम्हाला फसवितात आणि तुमचा माल स्वस्तात घेऊन जातात आणि शंभरपट नफा कमवितात. आणि अरे, तुम्हाला धड दोन वेळचं जेवण नीट मिळत नाही. अंगावर धड कापडं नाहीत. बंधूंनो, हे सारं काही बदलायला हवं आणि हा बदल मी करणार आहे. तुम्ही माझे बांधव आहात. मात्र त्यासाठी परवा दिवशी घरी बसू नका. सकाळी उठून सगळेजण जवळच्या मोठ्या वाडीवर जा. तेथे छोटेसे मशीन असेल. त्यातील पंजाच्या चित्राच्या पुढील बटण दाबायचं.''

बरोबरच्या कार्यकर्त्यांनी आरोळी दिली, ''आबासाहेबांचा विजय असो.'' सगळेजण एक सुरात बोलले, ''विजय असो.''

तेवढ्यात एका हुशार तरुण आदिवासीने शंका काढली. 'आबा, शिक्का मारून आमची परिस्थिती कशी सुधारणार आहे?'' ''अरे, अनेकांनी शिक्के मारून किंवा मशीनमधले बटण दाबून मला मत दिले की मी निवडून येईन. मला मुंबईला तालुक्याचा आमदार म्हणून जाता येईल. तुमची दुःखे, अडचणी मी सरकारपुढे मांडीन. तुमची स्थिती सुधारण्यासाठी मी मदत आणीन. या भागाचा विकास करण्याची जबाबदारी माझी.''

''आबा, आता आमच्याबरोबर भाकरी खाऊनच निघायचं. परवाच्याला आम्ही विलेक्शनला येणार म्हणजे येणारच. त्या दिवशी घरात कोणी थांबणार नाही.''

आबांच्या चेहऱ्यावर समाधान पसरले. दुपारी आमच्या जीप आणखी काही आदिवासी पाड्यांना भेट देऊन आल्या. सगळ्यांचा आबांच्या बोलण्यावर विश्वास होता. आबा हृदयातून बोलतात हे सामान्य माणसालाही समजत होते.

संध्याकाळी सगळे परतलो, सगळ्यांना चहा-पोहे झाले. आई बाहेर आली. म्हणाली, "कार्यकर्त्यांनो, गेले महिनाभर तुम्ही रात्रंदिवस राबलात, कष्ट केलेत. आता आज आराम करा. मात्र उद्या घरात चुली पेटवायच्या नाहीत. उद्या सगळ्या कार्यकर्त्यांनी वाड्यावर श्रमपरिहाराला यायचं. अन् घरच्या लक्ष्मीलाही घेऊन यायचं."

सारे कार्यकर्ते पांगले. झोपाळ्यावर तक्क्याला टेकून आबा शांतपणे बसले होते. त्यांच्या चर्येवरून त्यांच्या डोक्यात विचारचक्र चालू असावं. त्यांनी मला जवळ बोलावलं आणि एकदम म्हणाले, "अरे, आपण किती सुखी आहोत. मात्र आज आदिवासी, वनवासी कातकरी मंडळीची स्थिती जवळून पाहिली, अन् मन बेचैन झाले. त्यांच्याकरता खूप काम करायला हवे रे. हे काम चार-दोन वर्षात होणार नाही; माझ्यानंतर तू या कामात लक्ष घाल."

गेले महिनाभर आबांबरोबर हिंडल्यामुळे मलाही थोडं थोडं समजू लागलं होतं. मी म्हटलं, "आबा, मी खूप शिकेन. तुमच्यासारखा आमदार होईन. आणि तुमचं स्वप्न पूर्ण करीन."

दिवाळीनंतर निवडणुकीचा दिवस उजाडला. सकाळी चहा, नाश्ता उरकून आबांच्या आधीच जीपमध्ये जाऊन बसलो. आबांच्या ड्रायव्हरने विचारले "आबा ऽऽ निघायचे का?"

शिवनेरीकडे नजर करून आबांनी नमस्कार केला. म्हणाले, "आई शिवाई, आशीर्वाद दे." जवळच्या बूथवर आबांनी मतदान केले आणि गाडी वेगाने रत्स्याला लागली.

दुपारपर्यंत बराचसा तालुका पालथा घातला, ठिकठिकाणी आबांना गावकरी भेटत होते. "आबा, काळजी करू नका. तुम्हाला निवडून आणणार म्हणजे आणणार."

पंधरा दिवसांनी निकाल होता. जुन्नरच्या तहसीलदाराच्या कचेरीबाहेर मोठा मांडव घातला होता. सकाळी ९ वाजता मतमोजणी सुरू झाली. आबांच्या बरोबर मला आत जायला मिळाले. मला खूप मोठी उत्सुकता होती.

एकेक व्होटिंग मशीन पुढे येत होते. अधिकारी त्याचे सील काढत होते.

काही बटण दाबत होते व अधिकारी प्रत्येकाच्या नावापुढचा आकडा

वाचत होते. आबांच्या पंसतीचा आकडा फुगतच होता. संध्याकाळी पाच वाजता मोजणी संपली.

आबा नजीकच्या प्रतिस्पर्ध्यापेक्षा नव्वद हजाराहून जास्त मताने निवडून आले होते. कार्यकर्त्यांनी एकच जल्लोष केला. आबांना गुलालाने माखून टाकले. अन् मलाही. मला मोठी मजा वाटत होती.

आबांची ढोल ताशांच्या गजरात उघड्या जीपमधून मिरवणूकच निघाली चौकाचौकांत आबांच्या गळ्यात हार पडत होते. ग्रामदेवतेला नमस्कार करून आबांची जीप घराकडे वळली. वाड्याच्या दारात आईने आबांना आणि मला ओवाळले.

आबांनी लाडवाची भली मोठी ऑर्डर दिली होती. जमलेल्या शेकडो कार्यकर्त्यांना द्रोण भरून लाडू वाटण्यात आले. यथावकाश कार्यकर्ते पांगले.

माझे आबा खरोखरच आदर्श नेते होते. एवढे जिंकले, पण कुठेही ताठपणा नाही, मग्रूरी नाही. उलट रात्री प्रतिस्पर्ध्यांशी फोनवर बोलले, "मित्रा निवडणूक संपली. स्पर्धा संपली, वैर संपले. जनतेच्या अडचणी त्या माझ्या अडचणी. अरे, सत्ता काय आज आहे, उद्या नाही. पण गावकरी कायम आपलेच असणार आहेत, त्यांना विसरून कसे चालेल?"

आबांना मुंबईला जायचा दिवस आला. शेकडो गावकरी आबांना निरोप द्यायला जमा झाले होते.

"आबा, मंत्रीपद घेऊन या ऽऽ. आबा ऽऽ जुन्नरचा आवाज विधानसभेत घुमायला हवा, आबा यशस्वी होऊन या," लोकांच्या आरोळ्या चालू होत्या.

आबा, मी व आई सारेजण मुंबईला शपथविधीसाठी आलो. ताई आणि दाजी पण नगरहून आले. मोठी ताई नाशिकहून आली.

अरे बापरे, केव्हढी ही मुंबई, मी तर मुंबईत प्रथम पाऊल टाकलेले, सगळीकडे गर्दीच गर्दी, मोटारीच मोटारी, प्रत्येकजण धावतोय, कुणाशी कुणाला बोलायला वेळ नाही.

जुन्नरहून चेंबूरला पोहोचलो चार तासात. पण चेंबूरहून मंत्रालयात पोहोचायला लागला तास दीड तास. आमची राहण्याची सोय आमदार निवासात केली होती.

जुन्नरला परतल्याबरोबर कॉलेजात गेलो. दोन दिवसांनी कॉलेजच्या इंटर्नल परीक्षेचा प्रिलिमचा रिझल्ट लागायचा होता. उत्कंठा होतीच. पण खात्रीही होती चांगले मार्क मिळण्याची.

कॉलेजात सगळे विद्यार्थी जमलेले. प्रत्येकजण टेन्शनमध्ये. गुरुजींनी

नाव वाचले. 'प्रकाश जुन्नरकर, मार्क्स नव्वद टक्के' गुरुजी म्हणाले "शाब्बास, शाळेत पहिला आलायस. वडिलांप्रमाणेच कॉलेजचे आणि जुन्नरचे नाव मोठे कर. आणि बोर्डाच्या परीक्षेत तालुक्यात पहिला ये." घरी आल्या आल्या आबांना मुंबईला फोन लावला आणि बातमी दिली. त्यांना खूप आनंद झाला. म्हणाले, "प्रकाशराव आता बरे झाले निवडणुका संपल्या. बोर्डाच्या परीक्षेत चमका. आमदाराचा पोरगा आपल्या गुणांनी नंबरात आला पाहिजे, वशिल्याने नाही."

वर्गात एक नवीनच मुलगा दिसला, स्मार्ट वाटला. तब्येतही छान होती. शर्टाच्या आखूड बाह्याबाहेर पीळदार दंड शोभून दिसत होते. मला पाहता क्षणीच आवडला.

पहिल्याच तासाला सर हजेरी घेत होते.

"प्रकाश जुन्नरकर" ऽऽ माझं लक्षच नव्हतं. मी नवीन आलेल्या मुलाकडे पाहात होतो.

वर्गातली सारी पोरे एक सुरात ओरडली. ओरडली "अहो ऽ आमदार, सर नाव पुकारतायत्, लक्ष कुठाय?"

मी ओशाळलो. "सॉरी सर, यस सर, हजर सर."

"संदीप पाटणकर" सरांनी नाव पुकारले.

"यस् सर" सणसणीत आवाज आला.

सर क्षणभर थांबले, म्हणाले, "संदीप, पुढे ये."

"मुलांनो, हा संदीप पाटणकर, आपल्या कॉलेजात नव्याने प्रवेश घेतलाय. संदीप पुढे ये आणि दोन शब्द बोल. सगळ्यांना ओळख होईल तुझी."

"मी संदीप पाटणकर. लहानपणापासूनचे शिक्षण पुण्यातच नू.म.वि.त झाले. मात्र ११ वी ची परीक्षा वाईहून पास झालो.

माझे बाबा फॉरेस्ट ऑफिसर आहेत. त्यांची वाईहून जुन्नरला बदली झाली. आम्ही १०-१५ दिवसांपूर्वीच येथे राहायला आलो.

शिवजन्मामुळे पवित्र झालेल्या शिवनेरीच्या सानिध्यात राहायला मला आवडेल."

साऱ्या विद्यार्थ्यांनी टाळ्या वाजवल्या. मी म्हटलं, "वेलकम टू जुन्नर, डियर फ्रेंड."

सरांनी संदीपच्या पाठीवर शाबासकी दिली. मी तर दिग्मूढच झालो. मनात म्हटलं, च्यायला, शहरातली पोरं स्मार्टच. पहिल्याच दिवशीच काय खणखणीत बोलला. अन् नाव पण छान 'संदीप'

कॉलेज लवकर सुटलं. लगेच मी संदीपला गाठलं. म्हटलं, "संदीप, खूप आनंद झाला तुला भेटून, मी प्रकाश जुन्नरकर, आडनावाप्रमाणे मी जुन्नरचाच,

चल, बोलत बोलत जाऊ.'' वाटेत आमचा वाडा आला, ''मी म्हटलं, संदीप चल घरी.'' तो म्हणाला, ''कुठे आहे घर?'' ''अरे, हा दिंडी दरवाजा असलेला वाडा आमचाच.'' बापरे ऽ सहजगत्या संदीपच्या मुखातून उद्‌गार बाहेर पडले.

''नको, नको आज नको. पुन्हा केव्हातरी येईन.'' मी वाड्यात शिरणार तेवढ्यात परत फिरलो. ''अरे, तू कुठे राहतोस.'' ''अरे, वाड्याचं नाव लक्षात नाही. पण बाजारपेठेच्या शेवटी, बहुतेक भोसल्यांचा वाडा असावा, तिथे भाड्याच्या घरात राहतो. नुकतेच राहायला आलो, चल, निघतो मी.'' म्हणून संदीप सटकला देखील.

रात्री जेवता जेवता नव्या मित्राचाच विचार चालू होता. फार गप्पा न मारता लगेच गेला. का बरं? अरे, आजच ओळख झाली म्हणून असेल, मीच माझ्या मनाची समजूत घातली.

दुसऱ्या दिवशी निघताना आईला म्हटलं. ''आई, डबा थोडा जास्त देत जा. आजपासूनच जादा तास घेणारेत. परीक्षा जवळ आलीय. यायला उशीर होईल.''

मधल्या सुटीत मी त्याला पडकलाच. म्हटलं, ''संदीप, चल डबा खायला''

''नको रे नको. मला भूक नाही.''

''शहाणा आहेस म्हणे भूक नाही!''

''अरे तब्येत येवढी छान आहे. भूक मारू नकोस. चल, तू नाही आलास तर मी डबा खाणार नाही.''

माझ्या नेहमीच्या झाडाखाली बसलो डबा खायला. आज मित्र संदीप होता. ''संदीप, हे बघ आजपासून हक्काने माझेबरोबर रोज डबा खायचा. आणि हो. उद्यापासून माझ्या बाकावर बसायला ये.''

एक दिवस कॉलेज सुटल्यावर मी आग्रह करून वाड्यावर घेऊन आलो.

''आई ग, हा माझा खास वर्गमित्र संदीप पाटणकर.''

''अगं, खूप हुशार आहे. आता आम्हाला दोघांना मस्तपैकी खायला कर. तोपर्यंत मी त्याला वाडा दाखवून आणतो.''

''प्रकाश, तू भाग्यवान आहेस रे!' केवढा हा वाडा आणि तुला अभ्यासाला, झोपायला, स्वतंत्र खोली.''

आईची हाक ऐकू आली. ''अरे, यारे खायला,'' आईने मस्त शिरा केला होता. पापडही तळले होते.

''ये बाळ, संदीप, अरे लाजू नकोस. आपलंच घर समज.'' आई प्रेमळ स्वरात बोलली.

खाता खाता म्हणाली, ''काय रे, घरी कोण कोण असतं? आईला घेऊन

ये एकदा.''

संदीप क्षणभर गप्प झाला. म्हणाला, ''आई गेली माझी, गेल्या वर्षी आम्ही वाईला असताना. बाजारपेठेत आम्ही दोन खोल्या भाड्याने घेतल्यात. तिथे मी व बाबा राहतो. बाबा फॉरेस्ट ऑफिसर म्हणजे वनपाल आहेत. कामासाठी त्यांना जुन्नर आंबेगाव तालुक्यात फिरावं लागतं.'' आईने प्रेमाने संदीपच्या पाठीवरून हात फिरवला.

''अरे, जेवाय-खायचे काय करता? आणि बाबा फिरतीवर गेल्यावर तू एकटा काय करतोस?''

''आई, अहो आमच्या वाड्यातच एक बाई डबा देते. छान असतो. बाबा फिरतीवर गेले की थोडा कमी भरायला सांगतो.''

''ते काही नाही! हे बघ, यापुढे बाबा फिरतीवर गेले की आमच्याकडे जेवायला यायचे. प्रकाश, लक्षात ठेव रे. तुझा मित्र फार संकोची आहे.'' संध्याकाळी संदीप आनंदात घरी गेला. दुसऱ्या दिवशी म्हणाला, ''तुझी आई खूप चांगली आहे रे. मी येईन, खरचं येईन, तुझ्या नव्हे, माझ्या आईच्या हातचं खायला.''

एक दिवस बोलता बोलता संदीप म्हणाला, ''अरे, बाबा खूप बेचैन आहेत. गेले महिनाभर सगळीकडे हिंडून आले. म्हणाले, आम्ही फक्त वने, जंगले वाढीकडे लक्ष देतो. पण तेथे राहणाऱ्या आदिवासींचे काय? हे वनवासी कातकरी अजून कितीतरी मागासलेले आहेत. दोन वेळचा घास तरी पोटात जातो का नाही? स्वातंत्र्य मिळून साठ वर्षं झाली. पण यांच्याकडे पाहायला कोणाला वेळ नाही. असं वाटतं, नोकरी सोडावी आणि या लोकांसाठी काय करावं याचा सखोल अभ्यास करावा.''

बाबांनी मला हे सगळं सांगितलं तेव्हा मी म्हटलं,

''बाबा अगदी माझ्या मनातला बोललात. कधी कधी मी तुमच्याबरोबर जंगलात येत असे. तेव्हा असेच विचार मनात घोळत असत.''

''बाबा माझी काळजी करू नका. तुम्ही वरिष्ठांशी बोला. तुमच्या आवडीचे काम करा.''

आबा मुंबईहून निघाल्याचा फोन आला. आम्ही सारे त्यांच्या आगमनाची उत्सुकतेने वाट पाहत होतो. मंत्रीमंडळ जाहीर झाले पण आबांचे नाव नव्हते. मात्र सकाळी टी.व्ही. च्या बातमीने सगळीकडे आनंदी आनंद झाला.

आबा दुपारी ४-४॥ ला आले. कार्यकर्त्यांना आबांच्या आगमनाची वार्ता आधीच कळली होती. वाड्याबाहेर आबांच्या नावाचा जयजयकार चालू होता. ''आदिवासी-वनवासी विकास मंडळ'' नव्याने स्थापन करून आबांना मंडळाचे

अध्यक्षपद बहाल करण्यात आले होते. समाजकल्याण खात्यातून हा विभाग वेगळा काढण्यात येऊन आबांना स्वतंत्र खाते दिले होते व मंत्र्यांचा दर्जा दिला होता.

दारातच छोटी सभा झाली. आबांच्या चेहऱ्यावर समाधान दिसत होते. आबा म्हणाले, ''गावकरी बंधूंनो, श्रेष्ठींनी ज्या विश्वासाने आपल्यावर या नव्याने निर्माण केलेल्या मंडळाची जबाबदारी टाकली त्याला मी निश्चितच न्याय देईन. गेली अनेक वर्षे मी आदिवासी भागात जात होतो, पण हळहळ वाटण्यापलीकडे काही करू शकलो नाही.

''मात्र आता अधिकार हातात आले आहेत त्यामुळे मी आता निश्चितपणे. या लोकांसाठी, पर्यायाने आपल्या सर्वांसाठी चांगले काहीतरी करू शकेन याची खात्री बाळगा.''

सर्व गावकऱ्यांनी टाळ्या वाजवून दाद दिली.

मी, संदीप व वासूने पेढे वाटले. लोक पांगले.

रात्री जेवताना आबांचे लक्ष संदीपकडे गेले. ''अरे, हा कोण? तुझा दोस्त दिसतोय.''

''होय बाबा, अगदी परममित्रच म्हणा ना. हा आहे संदीप पाटणकर आणि आबा, संदीप खूप हुशार आहे.''

''काय रे संदीप, बाबा काय करतात तुझे?''

''ते वनपाल आहेत. आधी आम्ही वाई-महाबळेश्वरला होतो. आता जानेवारीमध्ये बाबांची येथे बदली झाली.''

''अरे वा! ये ना एकदा त्यांना घेऊन. त्यांची ओळखही होईल.'' एका शुक्रवारी मी संदीपला म्हटलं, ''अरे उद्या शनिवार आपले कॉलेज लवकर सुटणार. मग बाबांना घेऊन उद्या दुपारीच ये ना. मी आबांना सांगतो.''

ठरल्याप्रमाणे शनिवारी ४ वाजता संदीप आणि बाबा आले. आबांनी जातीने स्वागत केले, ''या या पाटणकरसाहेब, या.''

''अहो लाजवू नका आम्हाला साहेब म्हणून. आपण मंत्री आहात.'' अहो. मंत्री अध्यक्ष वगैरे बाहेर. इथे मी फक्त आबासाहेब आणि तुम्ही आमचे पाव्हणे.''

क्षणार्धात सारे वातावरण खुले झाले. आबांना लोकांना आपलसं करायची कला अवगत होती.

संदीपच्या बाबांनी आबाचं अभिनंदन केलं. म्हणाले ''खरं सांगू का? आबासाहेब, गेले काही दिवस मी अस्वस्थ आहे. अहो, सारा जुन्नर आंबेगाव, भीमाशंकर परिसर पालथा घातला. या आदिवासींसाठी काहीतरी करायला पाहिजे. मला नोकरी सोडून यांच्यावर संशोधन प्रकल्प करावा असे सारखे वाटते आहे.

तुम्हीच मार्गदर्शन करा आबासाहेब.''

आबा म्हणाले, ''काय योगायोग पहा, मुंबईला माझ्यावरची जबाबदारी जाहीर झाली, तेव्हापासून डोक्यात हाच विषय घोळत होता. बाबासाहेब अगदी माझ्या मनातलं बोललात. थोडं निवांतपणे या विषयावर बोलू, मी अजून आठवडाभर जुन्नरात आहे. दोन चार दिवसात पुन्हा भेटू.''

आबांनी मंगळवारी दुपारी चार वाजता बाबांना भेटायला बोलावले. संदीप बाबांना घेऊन आला. बाबांच्या खोलीत गप्पा रंगल्या. पण मुख्य विषय होता आदिवासी विकास.

''हे बघा बाबासाहेब तुमच्या संशोधन प्रकल्पाची कल्पना मला फार आवडली. मात्र त्याकरिता तुम्ही नोकरी सोडायची आवश्यकता नाही.'' आबा बोलले.

''अहो, हे पूर्णवेळ झोकून देण्याचं काम आहे. नोकरी करून कसं काय जमणार?'' बाबांनी शंका काढली.

''हे बघा बाबासाहेब, तुमची फॉरेस्ट डिपार्टमेंटला किती वर्षे नोकरी झाली?''

''साधारण २०-२१ वर्षे तरी झाली.'' बाबा म्हणाले.

''बाबा तुम्ही वनमंत्र्यांकडे तुमच्या संशोधन प्रकल्पाची कल्पना मांडा. त्याची एक प्रत माझ्याकडे द्या. मी समक्ष वनमंत्र्यांकडे तुमच्याकरिता शब्द टाकेन.''

''आबासाहेब तुमच्या शब्दांनी माझा उत्साह द्विगुणित झाला. चार-आठ दिवसांत मी प्रकल्पाचं टाचण तयार करतो.''

आईने पोहे-चहा आणला. गप्पा टप्पा झाल्या, संध्याकाळी संदीप व बाबा गेले.

सात-आठ दिवसातच संदीपच्या बाबांनी त्यांच्या संशोधनाबद्दलचं टिपण ऑफिसमार्फत मुंबईला पाठविलं, महिनाभरातच संदीपच्या बाबांना ऑन ड्युटी संशोधन करायला परवानगी मिळाली. संदीपचा आनंद तर गगनात मावेना. दुसऱ्याच दिवशी भेटल्या भेटल्याच संदीपने ही बातमी मला सांगितली.

आबा मुंबईला गेले होते. चारच दिवसांनी परत आले. बाबा आबांना भेटायला आले. त्यांना काय बोलावे हे सुचेना. म्हणाले, ''मला माहीत आहे. या सगळ्यामागे तुमचे प्रयत्न आहेत. तुमच्या शब्दाला मुंबईत किती मान आहे हे आज कळलं.''

आबा हसत हसत म्हणाले, ''अहो मी काही विशेष केलं नाही. शेवटी त्यात माझा स्वार्थ होताच. अहो, मुख्यमंत्र्यांनी मला आदिवासी-वनवासी विकास मंडळाचे अध्यक्ष केलंय्. मी अधूनमधून आदिवासी भागात जात असतो. पण उडत उडत. त्यांच्या खऱ्या समस्या जर कळल्या तर माझं कामही सोपं होईल आणि

तुम्ही तर हा संशोधनाचा विषय घेतलाच आहे. बाबासाहेब, आता कोणतीही काळजी करू नका, आजपासून तुम्ही आमचे उजवे हात. तुमच्या संशोधनासाठी काय लागेल ती मदत आम्ही करू. तुम्हाला जुन्नर, घोडेगाव, भीमाशंकर, डिंभे धरण– सारा परिसर पालथा घालावा लागेल. कित्येकवेळा पाड्यावर, वस्तीवर रहावे लागेल. ही आदिवासी मंडळी लोकवस्तीपासून लांब राहातात. त्यांच्यामध्ये एक प्रकारचा न्यूनगंड असतो. त्यांना बोलते करावे लागेल. त्यांचे विचार समजून घ्यावे लागतील. त्यांच्या जमिनींचा प्रश्न असेल, राहत्या झोपड्यांचा प्रश्न असेल; त्यांच्या कमाईचा प्रश्न असेल, त्यांच्यातही काही गुंड मंडळी असतील. सुरवातीला ती तुम्हाला नीट काम करू देणार नाहीत. बाबासाहेब, हे संशोधन वाटते तितके सोपे नाही. पण हे शिवधनुष्य तुम्ही नक्की पेलाल याची मला पूर्ण खात्री आहे. "तुमची बुद्धी माझी शक्ती, एकत्र येईल आणि या भागाचा कायापालट होईल."

आबासाहेब तळमळीने बोलत होते. बाबा पाटणकरांनी कृतज्ञतेने आबांना नमस्कार केला. म्हणाले, "पुढील आठवड्यात चतुर्थी आहे. गिरीजात्मकाला नमस्कार करून कामाला सुरुवात करावी म्हणतो."

"आणि हे बघा, पुढील आठवड्यात जीप आणि ड्रायव्हरची व्यवस्था करतो. प्रकल्पाचा सगळा खर्च माझ्या खात्यातून होईल. महत्वाचे म्हणजे बाबासाहेब, ती भाड्याची जागा सोडा आणि वाड्यावर राहायला या."

बाबा संकोचले. म्हणाले, "आबा, आधीच मी तुमच्या उपकाराच्या ओझ्याने दबून गेलोय. आता पुरे. मी आहे तिथंच ठीक आहे. अहो, मी रात्री अपरात्री येणार उगाच वाड्यातल्या लोकांना त्रास. जेवायखायचा त्रास. आबासाहेब, माझी विनंती आहे. माझे अभ्यास दौरे असेपर्यंत मी आहे तेथेच राहीन. नंतर प्रत्यक्ष संशोधन प्रबंध लिहिण्यासाठी तुमचा वाड्यावर अवश्य राहायला येईन."

आबा म्हणाले, "बाबासाहेब, तुम्हाला योग्य वाटेल तेथे राहा. मात्र माझी एक विनंती म्हणा, आज्ञा म्हणा, तुम्हाला ऐकावीच लागेल!"

"बोला!"

"उद्यापासून संदीप आमच्या वाड्यावर राह्यला येईल." प्रकाशचा तो अत्यंत आवडता मित्र आहे. आता भाऊ म्हणून राहील. जणू राम-लक्ष्मणाची जोडी."

"ठीक आहे. आबासाहेब, मी तुमच्या शब्दाबाहेर नाही." बाबांनी निरोप घेतला.

संदीप घरी राहायला येणार म्हणून माझ्याप्रमाणे आई-आबांनाही खूप आनंद झाला. एवढा मोठा वाडा, पण वाड्यात नोकर चाकर सोडले तर आई, आबा आणि मी. आबा निवडून आले, आणि त्यांचे मुंबईत राहणे वाढले. त्यामुळे एवढ्या

मोठ्या वाड्यात उरलो आम्ही दोघेच. बऱ्याच खोल्या कुलूप लावून ठेवलेल्या असत. त्यामुळे माझ्या सोबतीला संदीप येणार म्हणून मी खूश झालो. अभ्यासही एकत्र करता येईल.

चतुर्थीला ठरल्याप्रमाणे आमच्या घरी येऊन बाबांनी आबांचा आशीर्वाद घेतला. रात्री चतुर्थीचा उपवास आमच्या घरी सोडायचा आग्रह आम्ही केलाच होता. रात्री छान मोदकांचा बेत होता.

संदीपही येताना कपडे, पुस्तके नोटस् सगळ्यांची बॅग भरून आला. आजपासून आम्ही त्याला आमचा फॅमिली मेंबर करून टाकलं.

रात्री जेवणं आटोपली. दिवाणखान्यात निवांत बसलो होतो; बाबांनी आणि आबांनी आमच्या दोघांची चौकशी केली. "काय रे, झालं ना मनासारखं? प्रकाश, संदीप इथ राहायला आला म्हणून खुशीत आहेस ना? परीक्षेला जेमतेम ३।। महिने राहिलेत. आता दोघांनी जोरदार अभ्यास करा. तालुक्यांत दोघांचे फोटो झळकायला हवेत आणि दोघांनी पुढे काय करायचं ठरवलंय? का काहीच डोक्यात नाही?" मी म्हटलं, 'आबा, मी पुण्याला सिंबॉयसिसच्या नव्या कॉलेजला जायचं म्हणतोय, आणि विशेष म्हणजे राजकारणाचा पद्धतशीर अभ्यास या कोर्समध्ये आहे. स्कूल ऑफ गव्हर्नमेंट असं नव्या कॉलेजचं नाव आहे. आणि आबा, माझ्या मेरिटवर मी या कॉलेजात ॲडमिशन घेऊन दाखविणार आहे."

आबा म्हणाले, "बघा बाबासाहेब, नवीन पिढी. किती स्पष्ट विचार आहेत यांचे. नाहीतर आमचं लहानपण, अहो धड मॅट्रीकपर्यंत शिकता आलं नाही. पिढीजात शेती होती. मला त्यावेळी वाटायचं पुण्याच्या ॲग्रिकल्चर कॉलेजात जावं. पण माझ्या वडिलांनी आम्हाला बजावलं, आपल्या शेतावर या. नांगर धरा. हेच तुमचं कॉलेज."

"शाबास प्रकाश. माझा तुला आशीर्वाद आहे. तू पुण्याला जा अवश्य पण संदीप तुझ्याबरोबर असायलाच हवा. त्याचा काय विचार आहे?"

संदीप म्हणाला, "आबा, प्रकाश जसा तुमच्या पावलावर पाऊल टाकून पुढे जाणार आहे. तशी माझीही माझ्या बाबांच्या मार्गावर मार्गक्रमण करायची इच्छा आहे. पुण्याच्या मॉडर्न कॉलेजात बॅचलर ऑफ सोशल वर्क कम्युनिटी डेव्हलपमेंट कोर्स आहे. पुण्यात राहायची सोय झाली तर हा कोर्स करायचा विचार आहे."

संदीपचे विचार ऐकून बाबांना खूप बरं वाटलं. म्हणाले, "अरे, आपण जुन्या वाड्यातली जागा उगाच सोडली. आज तुला उपयोग झाला असता."

आबा एकदम हसायला लागले. म्हणाले, "बाबासाहेब, आजपासून संदीप आमचा दुसरा मुलगा. अहो, त्याची काळजी आम्ही घेणार."

"संदीप, प्रकाश- उद्यापासून दणक्यात अभ्यास चालू दे. आता वाड्यात भरपूर शांतता आहे. मी चाललो मुंबईला आणि बाबासाहेब संशोधन प्रकल्पाच्या कामाला जुंपून घेणार."

दिवसभर अभ्यास, संध्याकाळी तासभर मोकळ्या हवेत पाय मोकळे करणं, पण हिंडता हिंडता देखील एखाद्या विषयावर चर्चा. संदीप एखादा विषय इतका छान समजावून सांगे, की ऐकत राहावे.

म्हणता म्हणता परीक्षा जवळ येऊन ठेपली. अर्थात आमचा दोघांचा अभ्यास चांगला तयार होता. पण परीक्षा म्हटलं की थोडं टेन्शन असायचंच. दहा दिवसात आम्ही दोघे मोकळे झालो. डोक्यावरचं ओझं उतरलं.

सुट्टीत काय करायचे याचे बेत सुरू झाले. संदीपने शिवनेरी पाहिला नव्हता. पुढील शिक्षणासाठी पुण्याला जायच्या आधी शिवनेरीवर स्वारी करायचे ठरले.

सकाळी भरपूर न्याहारी केली. जीप काढली. आईला म्हटलं, "आई संध्याकाळपर्यंत येतो गं." १०-११ वाजता गड चढायला सुरुवात केली. थोडं पुढे पाच-सहा कन्यका हसत खिदळत चालल्या होत्या. दहा पाच मीटर चढण झाली की थांबायच्या. बहुधा शहरातल्या असाव्यात.

जुन्नरच्या बहुतेक मुली मला माहीत होत्या. आम्ही त्यांच्याकडे दुर्लक्ष करून पुढे सटकलो.

बहुधा आमच्यावरून त्यांनी काहीतरी कॉमेंट केल्या असाव्यात. वर पोहोचलो. एका खडकावर बसून येणाऱ्या चिमण्यांची मजा पाहत होतो. त्यांच्यातली एकजण जरा थोराड आणि स्मार्ट वाटत होती.

म्हटलं "या या शिवनेरीवर स्वागत असो." "थँक्स," त्यांच्यातली स्मार्ट बोलली.

"मुलींनो, गडावर एकट्या हिंडू नका. आम्हाला गाईड म्हणून घ्या."

खरं सांगायचं तर मुलींशी इतक्या जवळून आणि जवळीकीने बोलायची आमच्या दोघांची पहिलीच वेळ.

पण थोड्याच वेळात आम्ही सगळे जुने मित्र असल्यासारखे गडावर हिंडायला लागलो. नंतर ओळखपरेड झाली. तेव्हा लक्ष वेधणारी छाया आहे असं समजलं. खूप बडबडी होती. आपणहून गडावर आलेल्या मुलांना इतकी छान गोष्ट सांगितली तिनं. तेव्हाच ठरवून टाकलं, आपल्याला फारसं बोलता येत नाही. न जाणो उद्या आपल्याला पुढील वाटचालीत उपयोग झाला तर.

परतताना पोरींच्या जरा फिरक्या घेतल्या. टरकल्या होत्या, घरी कसं जायचं या काळजीनं.

शेवटी आमच्या जीपनं त्यांना आमच्या वाड्यावर आणलं. आमचा वाडा पाहून त्या थक्कच झाल्या.

संध्याकाळी सगळ्याजणींना नारायणगावपर्यंत आम्ही दोघांनी सोडलं. निघताना छायाचा पत्ता आठवणीनं लिहून घेतला.

पुण्याला आता शिकायला जायचंय. कोणाची तरी ओळख असलेली बरी. पुढेही उपयोगी पडेल.

यथावकाश रिझल्ट लागला. जुन्नर तालुक्यातील सर्व कॉलेजमधून आम्ही दोघे पहिले-दुसरे आलो.

गावकऱ्यांनी आमच्या सत्काराचा घाट घातला. पण आम्ही दोघांनी साफ नकार दिला. अरे, मंडळींनो ही तर छोटी परीक्षा आहे. अजून खूप मोठ्या परीक्षा द्यायच्यात. पुण्यात शिकायला जायचंय् पण आम्ही जुन्नरला विसरणार नाही.

पुण्याला आबांनी छोटासा फ्लॅट पत्रकारनगरसमोर घेऊन ठेवला होता. दहावीचा रिझल्ट जवळ आला होता. संदीपला म्हटलं, "अरे, त्या छायाला पत्र टाकून भेटायला बोलावू या." संदीपच्या फारसं काही मनात नव्हतं. पण संदीपला म्हटलं, "अरे पुढे उपयोग होईल. पत्र टाकून बघू या. आली तर आली, नाही तर नाही."

पुण्यातल्या फ्लॅटवर पोहोचलो. संदीपही बरोबर होता. फ्लॅटमध्ये आबांनी सगळी व्यवस्था करून ठेवली होती. पलंग होता, दोन-चार गाद्या, स्वयंपाकांची भांडीकुंडी, फ्रीज सारं काही होतं. आंघोळीला गरम पाण्याचा गिझर होता.

जुन्नर सोडताना जरा जड गेलं. मुख्यत: आई-आबांना सोडून कधी गेलो नव्हतो. पण बरोबर भावासारखा पाठीराखा संदीप होता. त्यामुळे आईलाही हायसे वाटले.

पुण्याला पोहोचल्यावर प्रथम दोघांनी कॉलेजचे फॉर्म्स भरले.

□□

: छाया :

अचानक, निकालाआधी चार दिवस घरी पाकिट आलं माझ्या नावानं. बाई ग! 'नापास झाले की काय?'

पूर्वी नापासांना पोस्टाने घरी कळवायचे. बोर्डाने पण पाकिटे पाठवायला सुरुवात केलेली दिसते!

पाकिट उघडताना छाती धडधडत होती. नशिबाने घरी कोणी नव्हतं. पाकिट उघडलं आणि काय आनंद झाला म्हणून सांगू?

मी परत परत वाचतच राहिले.

'छाया, निकालाच्या दुसऱ्या दिवशी दुपारी चार वाजता वैशालीच्या दारात भेट.' संदीप, प्रकाश.

मनमोर थुई थुई नाचू लागला. मी आईला म्हटलंच होतं ती पोरं तशी नाहीत. चांगल्या घराण्यातली, चांगल्या संस्कारात वाढलेली आहेत.

मुलांकडून आलेलं पहिलंच पत्र, अक्षरशः दोनच ओळीचं होतं. पण पर्समध्ये जपून ठेवलं.

दहावीच्या निकालाची उत्कंठा वाढतच चालली.

सकाळी सगळ्या मैत्रिणी जमल्या. शाळेतच निकाल मिळायचा होता. ११॥ वाजले. वर्गात सगळेजण चिडीचूप. सर आले. निकालाच्या प्रतींचा गठ्ठा घेऊन. आम्हा सगळ्यांना टेन्शन.

सर एकेक नाव वाचू लागले. सुमन ६६ टक्के. माया ६७ टक्के, मोगरी ५२ टक्के. माझी छाती धडधडायला लागली. पण माझे नावच येईना. सरांच्या हातातला गठ्ठा संपत आला. नव्हे संपला.

"सर, माझं नाव नाही पुकारलं. माझा निकाल नाही आला,

का मी नापास झाले?'' माझा स्वर रडवेला झाला होता.

''अरेच्या, छायाबाई राहिल्या वाटतं!'' सरांना चेष्टा करायची लहर आली. सरांनी वरच्या खिशातून कागद काढला. ''अरे, या तर छायाबाई, ८९ टक्के मार्कस्. आपल्या शाळेत पहिली आली म्हणून तर निकाल सर्वांत शेवटी दिला. शाब्बास छाया! मला तुझा अभिमान वाटतो.'' मला हुंदका आवरेना. कसेतरी उठून सरांकडून निकालपत्र हाती घेतले. सगळी मित्रमंडळी सभोवताली गोळा झाली. छाया छाया छाया सगळ्यांनी एकसुरात जयघोष करायला सुरुवात केली. ''छाया पेढे पाहिजेत.''

''छाया पार्टी, छाया वडापाव,'' सगळीकडून कल्ला चालला होता. मी आपली शांत बसलेली.

आमचा ग्रुप शिल्लक राहिला. बाकीचा वर्ग रिकामा झाला. सुमन, माया मोगरी, प्रीतम यांनी मला गराडा घातला. सगळ्यांना माझ्या घरची स्थिती माहीत होती.

''हे बघ छाया, अगं चेष्टा केली तुझी. पण आम्ही सगळ्या जणी तुझ्या घरी येणार चहा घ्यायला उद्या दुपारी. तू चहा करायचास, आईला त्रास द्यायचा नाही,'' मी हो ऽऽ कबूल म्हणणार तेवढ्यात पर्समधलं पत्र डोळ्यापुढे आलं.

मी एकदम आनंदाने म्हटलं, ''तुम्ही माझ्या लाडक्या नं? मग चहा उद्यावर कशाला? आजच या ना माझ्या घरी दुपारी ४-४।। ला मी वाट पहाते तुमची.''

दुपारी ३-३।। ला गॅसपुढे उभी राहिले. आमच्या कंपूला बटाटेवडे आवडायचे, खास तयारी करून बटाट्याचे सारण, पीठ सारं काही तयार करून ठेवलं. चहाचं आधण टाकलं आई कुठेतरी पापड लाटायला गेलेली. बंधुराज कॉलेजात, बाबा कामावर, माझ्या निकालाची उत्कंठा फक्त मलाच होती.

चार वाजले. सगळा कंपू बरोबर वेळेत हजर. गप्पाटप्पांना ऊत आला. एका बाजूला माझे वडे तळणं सुरू झालेले. खमंग वासाने सगळ्यांना राहवते कुठे. ''ए छाया, भरपूर वडे हवेत हं, लवकर लवकर आटप.''

''अगं खा ग, हवे तेवढे. बघूया मी हारते का तुम्ही हारता?''

५।। वाजले. दारावर बेल वाजली. बघते तो दारात आई-बाबा उभे. हातात पेढ्याचा बॉक्स घेऊन, आई, बाबा हे काय? माझा कंठ दाटून आला. ''अरे, आमचा छायाबाबा दणक्यात पास झाला. मग पेढे नकोत का वाटायला?'' मला खूप आनंद झाला. खाली वाकून मी दोघांना नमस्कार केला. सगळ्या मैत्रिणींच्या तोंडात पेढे भरवले.

माया म्हणाली, ''छाये, पुढे काय? अगं आम्हा सगळ्यांना खूपच कमी

मार्क आहेत. त्यामुळे डोळ्यापुढे सगळा अंधारच आहे. पण छाये, तुला मार्क चांगले आहेत, तू पुढे शीक, छान बोलतेस, आमची मैत्रीण मोठी झालेली पहायला आम्हाला आवडेल.''

''अगं आज तर निकाल लागलाय. बघू या, भविष्यात काय घडतंय.'' सहाच्या सुमारास साऱ्याजणी आनंदाने परतल्या. रात्री जेवताना बाबांनी विषय काढला. ''छाया, पुढे काय करायचा विचार आहे?''

''बाबा खरं सांगू का? मार्क कमी पडले असते तर बरे झाले असते. सरळ मिळेल ती नोकरी केली असती. पण बाबा ८९ टक्के मार्क पडले. असं वाटतं, की पुढे शिकावं काहीतरी, पण तुमच्यावर आर्थिक भार नाही टाकणार. कुठेतरी पार्टटाईम नोकरी करीन. काहीतरी करीन पण पुढे शिकेन.''

बाबा म्हणाले, ''तू विचारी आहेस, काय योग्य वाटेल ते कर.'' निकालाचा दुसरा दिवस उजाडला. सकाळपासून सारखे घड्याळाकडे लक्ष जात होते. कधी चार वाजतायत् अन् मी वैशालीत पोहोचतेय असं झालं होतं.

कशाला बोलावलं असेल बरं त्यांनी मला? अशा प्रकारे मुलांना भेटायला जायचा पहिलाच प्रसंग. मात्र जाताना न विसरता घरातलेच ५-६ पेढे घेऊन गेले.

घरापासून चालत जाण्यासारखे अंतर होते. पाच मिनिटे आधीच पोहोचले. पण माझ्या आधीच संदीप-प्रकाश हजर.

''वा, छायाबाई अगदी वेळेवर आलात. चला, वैशालीत मागच्या बाजूला कोपऱ्यात शांत जागी टेबलं राखून ठेवलंय.'' मला खूप संकोच वाटत होता. त्यांच्यामागे हळू हळू पावलं पडत होती. नशीबाने फार गर्दी नव्हती. कोपऱ्यातल्या टेबलाची निवड अचूक होती. वरून वेलींनी छान मंडप धरला होता. त्यामुळे आल्हाददायक वातावरण होते.

स्थानापन्न झालो. मी एकदम म्हटलं, 'मित्रांनो, एक विनंती आहे, अरे मला छायाबाई, छायाबाई काय लावलंय. मी काय मोठी बाई आहे? तुमच्यापेक्षा लहानच आहे. मला नुसतं छाया म्हटलं तर मला आवडेल. प्रथम हे पेढे घ्या. अस्मादिक ८९ टक्के मार्क मिळवून दहावीत पास झाल्या.'' दोघांनी शेकहँड करून अभिनंदन छाया, म्हटलं. संदीप प्रकाशने दोन दोन पेढे तोंडात टाकले.

अचानक प्रकाशने उरलेले दोन पेढे चक्क माझ्या तोंडात सारले. कोंबले. मला इतकं लाजल्यासारखं झालं पण त्याचा स्पर्श हवाहवासा वाटला. खूप बरं वाटलं. आम्ही सगळेच रिलॅक्स मूडमध्ये आलो.

दुरावा केव्हाच संपला.

''बरं, काय मागवायचं छायाबाई... नव्हे नव्हे... छाया, काय आवडतं

तुला?''

"खरं सांगू! वैशालीत आज प्रथमच पाऊल टाकलं. तुम्हाला आवडेल ते मला आवडेल.''

संदीप म्हणाला, "आपण इडली वडा सांबर मागवू. इथल्या सांबाराची चव काही वेगळीच असते. मी तर ऐकलंय की इथल्या सांबार तयार करणाऱ्या आचाऱ्याला सर्वांत जास्त पगार आहे.''

इडली वडा सांबार तर माझी आवडती डिश. खात खात गप्पा सुरू झाल्या. "अरे, संदीप-प्रकाश तुम्ही दोघे काय करता, काहीच पत्ता नाही.'' "अरेच्या आपण हिला काहीच सांगितले नाही का? "बरं हे बघ, हा प्रकाश आमच्या जुन्नरच्या ज्युनियर कॉलेजात बारावीच्या परीक्षेला बसलाय. एकदम स्कॉलर आहे.''

"पण महाशय, आपण?'' मी म्हटलं.

प्रकाश म्हणाला, "अग हा संदीप काही कमी हुशार नाही. माझ्याच वर्गात आहे. थोडा आदर्शवादी आहे.''

"छाया, अगं तुझा काय विचार आहे पुढे?''

"माझं राहू दे बाजूला. आधी तुम्ही काय करणार कुठे जाणार बारावीनंतर?''

संदीप म्हणाला, "अगं सिंबॉयोसिस संस्थेने नवीन कोर्स सुरू केलाय गेल्या वर्षीपासून पोलिटिकल सायन्सबद्दल. स्कूल ऑफ गर्व्हनमेंट असं काही तरी नाव दिलंय कॉलेजला आणि आमचे हे भावी आमदार, प्रकाश तिथे ॲडमिशन घेणार आहेत-''

आणि बरं का ग, हा आमचा विनोबा मॉडर्न कॉलेजला सोशल सायन्स घेऊन डिग्री घ्यायची म्हणतोय. त्याला समाजशिक्षण, आश्रम शाळा, आदिवासी विकास अशा कामात फार रस आहे.''

"अरे, तुम्ही दोघं ग्रेटच आहात! कधी आहे बारावीचा निकाल? मला मोठी पार्टी द्यावी लागेल.''

"पार्टी देऊ ग! पण तुझा काय विचार? काहीच बोलली नाहीस?''

मी थोडी गप झाले. काय सांगणार? माझी घरची परिस्थिती बेताची आहे म्हणून?

पटकन् म्हटलं, "नोकरी शोधावी म्हणतेय मी. मिळेल ती.''

दोघांच्या लक्षात आला असावा माझा निराशेचा सूर.

संदीप म्हणाला, "छाया! तू हुशार आहेस, तुझं बोलणं ऐकलंय आम्ही शिवनेरीवर. मार्कही छान पडलेत दहावीला अगं, तुला सांगतो. कर्वेनगरच्या महर्षी कर्वे इन्स्टीट्यूटने समाजशास्त्राचा दोन वर्षाचा डिप्लोमा सुरू केलाय. तुला आवडेल

तो कोर्स.''

''आवडेल रे! पण याच विषयावरची डिग्री घेणार तू मॉडर्न कॉलेजमध्ये माझ्या घराजवळ आणि मला टाकणार लांब कर्वेनगरला. तुझ्याजवळ असते तर किती बरं वाटलं असतं. बरं ती मनोराज्य जाऊ देत. मला ॲडमिशन कोण देणार कर्वे इन्स्टिट्यूटला? सगळा पैशाचा प्रश्न आहे.''

''हे बघ! तुला शिकायची इच्छा आहे. थोडफार डोकंही आहे. वेगळ्या वाटेवरचा कोर्स आहे. मग उशीर कशाला? उद्या कर्वेनगरला जा. आणि फॉर्म घेऊन ये आणि फीचं बघू काय करायचं ते....'' प्रकाशने ऑर्डरच फर्माविली.

माझा आवाजच बंद झाला.

तेवढ्यात समोर छान फिल्टर कॉफी आली. घुटके घेत घेत तिघेही एकमेकांच्या चेहऱ्यावरचे भाव निरखीत होतो. तेवढ्यात प्रकाश एकदम म्हणाला, ''छाया तू नेहमी साडीच नेसत जा. छान दिसतेस तू साडीत.''

गप्पा मारता सहा वाजले कळलेदेखील नाही. वैशालीत संध्याकाळची गर्दी वाढू लागली. लोक जागा कधी मिळेल म्हणून उभे राहताना दिसू लागले.

आम्ही खुर्च्या रिकाम्या केल्या, उठता उठता प्रकाश म्हणाला, ''छाया, लक्षात आहे न फॉर्म आणायचा.''

''अरे पण फी...?'' ''गप्प बस. बघू या काय करायचं ते.'' फर्ग्युसन रोडने संध्याकाळी चालत जायला काय मजा येते नाही! मी शाळेत असताना या रस्त्याला फारशी कधीच आले नव्हते. या रस्त्यावर तरुणाईला अगदी उधाण आलेले असते.

आज माझ्या साथीला दोन्ही बाजूला संदीप आणि प्रकाश.

मी चक्क दोघांचे हात हातात घेतले आणि हवेतच उडत चालले, ''हे बघा थोडे पुढे जाऊन उजव्या बाजूला घोले रोडला वळू. दोन चार आडव्या गल्ल्या ओलांडल्या की माझं घर येईल. आज तुम्हाला घरी यावेच लागेल. मी आईला शिवनेरी प्रकरण त्या दिवशीच सांगितलंय.''

''हे बघ छाया, परत केव्हातरी येऊ. आज अचानक नको.''

''मग असं करू या का? मी उद्या फॉर्म आणते. फॉर्म भरायला परवा संध्याकाळी तुम्ही दोघे माझे घरी या. आज तुम्हाला बाहेरून घर दाखवते.''

चालेल. असं म्हणून घराकडे एक नजर टाकून जोडगोळी कटलीदेखील.

दुसऱ्या दिवशी बाबांकडून शंभर दीडशे रुपये घेतले. कॉलेजातून फॉर्म आणायचा असे सांगितल्यावर त्यांचा चेहरा थोडा काळजीत पडलेला मला जाणवला. ''बाबा, काळजी करू नका. फॉर्म आणला म्हणजे ॲडमिशन मिळाली असं थोडच आहे? आणि समजा मिळालीच तर फी ची मी काहीतरी व्यवस्था करीन.''

जिमखान्यापर्यंत चालत गेले. तिथे कर्वेनगरची बस लगेचच मिळाली. महिलाश्रमाचे आवार कितीतरी मोठे होते. खूप नव्या जुन्या इमारती दिसत होत्या. मी इकडे कधीच आले नव्हते. ऑफिसजवळच महर्षी कर्वे राहत होते ती खोली दिसली. मी क्षणभर थांबले, मनोमन महर्षींना वंदन केले. काय दूरदृष्टी असेल या महर्षीची. शंभर सव्वाशे वर्षांपूर्वी अक्षरश: एकेक रुपया गोळा करून आश्रम उभा केला. स्त्री शिक्षणाचा ध्यास घेतला. परित्यक्ता विधवांना आश्रय दिला. त्यांचे भवितव्य प्रकाशमान केले.

आश्रमासाठी महर्षींनी केवढी मोठी जागा घेऊन ठेवली. त्या काळात पुणेकरांनी त्यांना वेड्यात काढले असेल, कुठे दूर जंगलात आश्रम काढला म्हणून. शेवटी नावे ठेवणारे वेडे ठरले आणि ध्येयासक्त कर्वे, महर्षी कर्वे झाले.

समोरच ऑफिस होते. पन्नास रुपये देऊन फॉर्म, माहितीपत्रक वेगैरे घेतले. आठ दिवसांत फॉर्म भरून द्यायचा होता.

खूप आनंदात घरी आले. दुसऱ्या दिवशीची संध्याकाळ- अजून २५-३० तास दूर. एक एक तास युगासारखा वाटू लागला.

रात्री पडल्या पडल्या विचार करू लागले असं का होतय? काही दिवसांपूर्वीचीच ओळख, पण एवढी ओढ का वाटायला लागलीय? हे चांगलं का वाईट? आई काय म्हणेल? भाऊ काय म्हणेल?

विचार करता करता निद्रादेवीच्या आधीन कधी झाले कळले देखील नाही.

जोडगोळी प्रथमच आपल्या घरी येणार, घर छान दिसले पाहिजे, सकाळपासूनच आवराआवर सुरू केली. "अग छाया! आज काय अंगात गाडगेबाबा शिरलेत काय? एकदम स्वच्छता मोहीम?"

"तसं काही नाही ग, सहजच, अग आता समज मी नोकरीला लागले, चुकून कॉलेजात गेले तर माझा हातभार लागणार आहे का घरकामाला?"

"छाया, मला थापा मारू नकोस. नक्की कोणीतरी भेटायला येणार आहे आपल्या घरी. अगं, रात्री तुला झोप येत नव्हती. सारखी या कुशीवरून त्या कुशीवर चाललं होत. तेव्हाच मी ताडलं की तुझ्या डोक्यात काहीतरी विचारचक्र चालू आहे."

"आई! अग तुला मागे म्हटलं नाही का, जुन्नरला आम्हाला दोन मित्र भेटले. अगदी जुळेभाऊ असल्यासारखे एकमेकांना सोडत नाहीत. ते दोघेही येणारेत संध्याकाळी. त्यांच्या आग्रहास्तवच मी फॉर्म भरतीय कॉलेजचा आणि फॉर्म भरायला मदत करायला येणारेत दोघे जण.."

संध्याकाळी खायला काय करावं काही सुचत नव्हतं. शेवटी ते आल्यावर

गरम गरम भजी करायचं ठरवलं. पीठ भिजवून ठेवलं. कांदे-बटाटे, घोसावळी चिरून ठेवली.

नशीबाने दादा क्लासला गेला होता. बाबांना ओव्हरटाईम होता आणि आई जवळच कोठे तरी गेली होती.

बरोबर सहाच्या ठोक्याला दारावर टक टक झाली. मी धावतच जाऊन दार उघडलं.

समोरच माझे ड्रीम बॉय सलमान आणि आमीर हजर. "आज गरीबाच्या झोपडीला देवदूतांचे पाय लागले. धन्य झाले." मी नकळत बोलून गेले.

"पुरे पुरे, नाटकातील वाक्ये इथे नकोत. आत तरी बोलावशील का दारातच उभे करणार आहेस?"

"अगं, घरी कोणी दिसत नाही? का व्यवस्थित प्लॅनिंग केलय, सगळ्यांना कटविण्याचं."

"तसं काही नाही. बाबांना फॅक्टरीत ओव्हरटाईम आहे. बंधूराज कॉमर्सच्या क्लासला गेलेत. आई शेजारीच गेलीय. येईलच थोड्या वेळात."

गरम गरम भज्यांची डिश पाहिल्यावर दोघे जण तुटूनच पडले. "छाया, अहा ऽऽ हा किती दिवसांनी अशा खमंग भज्यांचा आस्वाद घेतोय. जुन्नर तर सुटलचं, तिथे बस स्टँडवर भजी खायचा आमचा दर आठवड्याला प्रोग्रॅम असायचा."

"तुझ्या पुण्यात खमंग भज्यांचा पत्ता सापडत नव्हता. आज पत्ता सापडला. छायाबाईचं घर. आता आम्ही परत परत त्रास द्यायला येणार इथं. बघू कोण हरतंय ते?" मी आनंदानं म्हटलं, "मी करत राहीन, तुम्ही खात राहा."

"ठीक आहे. पण आज मात्र पुरेत. आता गरम गरम चहा हवाच. चहा आण आणि लगेच फॉर्म भरायला घे."

"फॉर्म मी दुपारीच वाचून ठेवलाय. नाव पत्ता वय. दहावीचे मार्क्स वगैरे रूटीन माहिती मी भरलीय. पण शेवटचा कॉलम आहे. एखाद्या प्रतिष्ठित व्यक्तीचे नाव- जी तुम्हाला ओळखत असेल. मित्रांनो, या ओळीवरच सगळं अडलंय,"

"आण तो फॉर्म इकडे" प्रकाशने फॉर्म ओढूनच घेतला. बरोबर आणलेल्या छोट्या हँड बॅगेतून शिक्का काढला. फॉर्मवर उमटवला. Abasaheb Junnarkar, M.L.A. (Junnar Taluka)

"अरे, प्रकाश हे काय करतोयस्. मी तर आबासाहेबांना पाह्यलंदेखील नाही."

"अग पण आबासाहेबांना तुझ्याबद्दलची सगळी माहीती आहे. त्यांनीच तर सांगितलं तिला कर्वे इन्स्टिट्यूटला पाठवा म्हणून."

"अरे, कमाल आहे आबासाहेबांची."

"हे बघ छाया, उद्या तू हा फॉर्म ऑफिसमध्ये दे"

"अरे पण फी?"

तू ऑफिसमध्ये फॉर्म दे म्हणजे झालं. बाकीचं नंतर. चल, आम्ही निघतो."

"अरे मित्रांनो, पुण्यात तुम्हाला कुठे शोधू? कुठल्या धर्मशाळेत शोधायचं जुन्नरच्या यात्रेकरूंना?"

"सिंबायोसिस खिंडीपुढे डावीकडे पत्रकारनगरासमोर छोटा फ्लॅटच आबासाहेबांनी पूर्वीच घेऊन ठेवला होता, स्टार अपार्टमेंटमध्ये. तिथेच या दुक्कलीचा मुक्काम असतो छायाबाई."

मी दुसऱ्या दिवशी अकरा वाजताच कॉलेजच्या ऑफिसात हजर झाले. बाहेर बोर्ड होता. विद्यार्थिनींनी फॉर्म घेऊन प्रथम सुपरव्हायजर श्री सावंत यांना भेटावे. माझा नंबर आला. सुपरव्हायझरांनी फॉर्म तपासला. माझ्याकडे न्याहाळून पाहिले (कदाचित माझ्या फॉर्मवरही त्यांची नजर गेली असेल)

"आपण छाया... का?"

"हो!"

"या कोर्सला का यावेसे वाटते?"

"सर, मला बोलायची खूप आवड आहे. मी बोललेले लोकांना पटते असे वाटते. मला सोशल सर्व्हीस करायला, लोकांच्यात मिसळायला खूप आवडते. या कोर्समुळे मी अधिकारवाणीने समाजाच्या भल्यासाठी काही चांगले काम करू शकेन असे वाटते."

"ठीक आहे. थोडे थांबावे लागेल. जरा त्या खुर्चीवर बसा" त्यांनी फॉर्मवर काही बाही लिहिलं. सही केली आणि फॉर्म प्रिन्सिपॉलांच्याकडे पाठवून दिला.

"यथावकाश प्रिन्सिपॉल तुम्हाला बोलावतील."

खुर्चीवर बसून राहिले. माझ्या छातीत धडधडू लागले. ॲडमिशन मिळतीय का नाही? बाकीच्या मुली प्रिन्सिपॉलांच्या केबिनमध्ये जाऊन दोन-चार मिनिटात परत आल्या. बहुतेक सगळ्या जणींना प्रवेश मिळाला असावा. ऑफिसमध्ये आता कोणीच मुली नव्हत्या. मग मलाच इथं का बसवून ठेवलंय? माझ्या मनात नाही, नाही त्या शंका.

अखेर शिपायाने आवाज दिला, "छाया... तुम्हाला हेडसरांनी बोलावलंय" मी केबीनमध्ये प्रवेशले. थबकले. "या आत या मी अवघडून उभीच," "अहो बसा. अजिबात दडपण घेऊ नका." मी समोरच्या खुर्चीवर बसले.

"तुम्हाला हा कोर्स का करावासा वाटतो हे तुम्हाला नक्की माहीत आहे?"

"हो ऽ हो. सर." मी थोडी चाचरत बोलले.

"तुमची आर्थिक परिस्थिती?"

अरे बापरे, बहुधा मोठी देणगी मागायचा विचार असावा.

मी खाली मान घातली. गप्प बसले.

मी थोडी स्वाभिमानी होते. आपल्या परिस्थितीबद्दल कोणी कीव करू नये, सहानुभूती दाखवू नये असे वाटे.

"हे बघा, संबंध वर्षांची फी किती आहे तुम्हाला माहीत आहे?"

"साधारणत: तीस हजारच्या आसपास आहे सर, सर! मी काकुळतीने बोलले. सर. मला थोडी सवलत द्या. मी थोडी थोडी भरत राहीन."

"मग असं करा. उद्या किंवा परवा येताना एक हजार रुपये प्रवेश फीसाठी घेऊन या आणि ७ जून पासून सरळ कॉलेजात हजर व्हा."

"सर सर... पण बाकीची मोठी फी मी केव्हा..." माझ्या तोंडून शब्द फुटेना.

"हे बघ छाया," सर प्रेमळ स्वरात बोलले.

मला जरा धीर आला. "हे बघ तू फक्त हजार रुपये भरलेस की पुरे, सबंध कोर्ससाठी तुला काही एक भरावे लागणार नाहीत."

माझा माझ्या कानांवर विश्वास बसेना. "सर कसं शक्य आहे हे?"

"अगं, तू लकी आहेस. आमदार आबासाहेब जुन्नरकरांनी तुला स्पॉन्सर केलंय. तसं पत्र मला आलय. सोबत चेकही आलाय. म्हणून तर तुला शेवटी बोलावलं."

फॉर्मवर प्रकाशने आबासाहेबांचा शिक्का मारला तेव्हा मला थोडी शंका आली होती. पण सरांनी तर बॉम्बच टाकला. मला काय बोलावे ते सुचेना.

"सर, मी आबासाहेबांची खूप ऋणी आहे. त्यांनी माझ्यावर जो विश्वास टाकला त्याला मी पात्र ठरायचा आटोकाट प्रयत्न करीन."

"आता या फॉर्मवर माझी सही झाली आहे. दोन-तीन दिवसांत फक्त एक हजार भर आणि प्रवेश घेऊन टाक."

मी अक्षरश: हवेतून उडत घरी आले. आईबाबांना माझ्या कॉलेज प्रवेशाची बातमी ऐकून खूप आनंद झाला.

आई म्हणाली, "चला सगळी काळजी मिटली. आता लग्नाची देखील चिंता नाही."

"आई, अगं आता कुठे मला सोळावं संपून सतरावं लागतंय आणि मला आत्ताच घालवायला बसलीस का?"

"तसं नव्हे ग. आजकाल मुलांना शिकलेली बायको लागते, नोकरी करणारी लागते. आता तुझे कॉलेज संपले की तू कुठेही काम मिळवशील. अन मला खात्री आहे तुला एखादा राजपुत्र माळ घालेल."

"आई! मनोराज्ये पुरेत. आधी मल काहीतरी खायला दे. आमच्या मित्रांना संध्याकाळी बातमी द्यायची मला ॲडमिशन मिळाल्याची. अगं त्यांच्या आग्रहास्तव मी फॉर्म भरला. आई, काल तो प्रकाश आला होता ना. पठ्ठ्या काल काहीच बोलला नाही. अग प्रकाशचे बाबा आबासाहेब जुन्नरकर आमदार आहेत आणि माझ्या कोर्सची सगळी फी ते भरणार आहेत. आई, प्रकाशनेच हे सारं घडवून आणलं असणार!" संध्याकाळचे सहा वाजले होते. कधी रिक्षात न बसणारी मी, चौकात रिक्षा पकडली आणि रिक्षा सिंबॉयसिस खिंडीकडे पळवली. डावीकडे वळून पत्रकारनगर जवळ उतरले. इकडे तिकडे बघत होते. तो समोरच स्टार अपार्टमेंट दिसले. माझे स्टार या इमारतीतच असणार! खाली नावे वाचत होते. चार नंबरचा फ्लॅट आबासाहेबांच्या नावावर होता. माझा लकी नंबर चारच. धावतच वर गेले. जोरजोरात बेल दाबली. "किती वेळ दार उघडायला? झोपलात का काय?"

डोळे चोळतच प्रकाशने दार उघडलं. "अरे, काय हे? संध्याकाळचे सहा वाजून गेले तरी तुम्ही झोपलेलेच."

"अरेच्या, मी जागा आहे का स्वप्नात. अगं छाया! तू इकडे कुठे? ब्रह्मचाऱ्यांच्या मठीत."

"महाशय, आधी आत तर बोलवाल की नाही? का दारातच उभी कराल?"

"ये, आत ये! पण डोळे मिटून उभी रहा. एकतर ब्रह्मचाऱ्याची मठी उघड्या डोळ्यांनी बघू नये. आणि दुसरं हा सद्या नुसत्या चड्डीवर झोपलाय उघड्या अंगानं. उकडतय् म्हणून... उठा ऽ. बघा कोण आलंय ते." आळोखे पिळोखे देत संदीप पलंगावर बसलेला. डोळे मिटायचं सोंग घेऊन, मी तृप्त नजरेने संदीपला पाहून घेतलं. काय त्याची भरदार छाती! बसऽ अचानक आल्याचं चीज झालं!

मला पाहताच संदीपनं टॉवेल खांद्यावर टाकून बाथरूमकडे धूम ठोकली.

आतल्या बाजूला छोटेसे स्वयंपाक घर होते. पण ओट्यावर स्वयंपाक होत नसावा. गॅस चहा करण्यापुरताच वापरला जात असावा. मी किचन ओट्यापाशी गेले. तिथून बाहेरच्या खोलीकडे बघते तो काय? दुकलीची धावपळ चालू होती. भराभरा गाद्या गुंडाळल्या. पलंगपोस नीट केला. इतस्तत: पडलेले कपडे कपाटात कोंबत होते. पँटी अंगावर चढवल्या.

म्हटलं, "बास, बास झाली आवराआवर. आता चहा घ्यायला तयार व्हा. मी आपल्या तिघांसाठी चहा करते," फ्रीजमध्ये नशीबाने दुधाची पिशवी होती.

चहा पिता पिता संदीप म्हणाला, "छाया आज फार खुशीत दिसतेस? काय विशेष?"

'वा रे शहाण्यांनो! जसं काही माहितच नाही. मला फॉर्म भरण्यासाठी फोर्स कुणी केला? अरे मित्रांनो! इन्स्टीट्यूटमध्ये मला प्रवेश मिळाला. आई-बाबांना तर फार आनंद झाला. पोरगी कधी काळी कॉलेजात जाईल असं स्वप्नात देखील वाटलं नव्हतं. परिस्थितीच तशी होती."

"छाया, मग हा इव्हेंट सेलिब्रेट व्हायला पाहिजे. अगं काय चहावरच भागवणार आहेस का? आणि तोही आमचाच! आम्हाला सॉलिड भूक लागलीय."

मी म्हटलं, "चला रडू नका. आज माझी पार्टी, पण माझ्या अटींवर."
'कसल्या अटी घालते? आम्हाला भूक आवरत नाहीये." दोघेही ओरडलेच.

मी म्हटलं, "चला, मठीतून बाहेर पडायचं. सिंबॉयोसिस खिंडीतून वर टेकडीवर चढायचं, तेथून सरळ हनुमान टेकडी, सरळ सरळ जाऊन फर्ग्युसन टेकडीवरून फर्ग्युसन कॉलेजात उतरायचे. आहे की नाही मज्जा?"

"मज्जा? मज्जा कसली सजा आहे ही."

काय करतात बिच्चारे! माझ्याकडून पार्टी हवी ना? मग माझं ऐकायलाच पाहिजे.

दोघं भराभरा टेकडी चढायला लागले, तासाभरात आम्ही 'वाडेश्वरात' पोहोचलोदेखील.

दोघेही पट्टीचे खवय्ये होते. त्यातल्या त्यात संदीप. मस्त कमावलेलं शरीर, त्याचा आहारदेखील चांगला होता.

मी मुद्दामच त्याच्यासमोर बसले होते. त्याचे पीळदार शरीर निरखीत. प्रकाश माझ्या शेजारी बसला.

गप्पा आणि वाडेश्वरच्या एकापेक्षा एक डिशेस. अप्पे संपले. कोकोनट कचोरी झाली. मटार पॅटीस झाले. शेवटी मस्त फिल्टर कॉफी. नऊ कधी वाजले कळलेच नाही. पटकन् बिल दिलं.

"मित्रांनो, माफ करा मला निघायलाच हवं. '९च्या आत घरात' असा अलिखित नियम आहे आमच्याकडे. आई काळजी करत बसेल. दादा आला असेल तोही ओरडेल."

"काळजी करू नको. आपण रिक्षा करू. पाच मिनिटात तुला घरापाशी सोडतो. आमची चालायची एनर्जी संपली आहे. त्याच रिक्षाने आम्ही आमच्या मठीत."

❏❏

: संदीप :

म्हणता म्हणता कॉलेजची दोन वर्ष भुर्रकन उडून गेली. तिसरं शेवटचं वर्ष सुरू झालं. आता मात्र खच्चून अभ्यास करायला हवा.

दुपारीच प्रकाश जुन्नरला गेला. कॉलेजात तासही फार नव्हते. रूमवर येऊन आराम केला. संध्याकाळी थोडी भटकंती करावी, थोडं खावं आणि रात्री १॥-२ पर्यंत अभ्यास करावा असा विचार चालू होता. दारावर एकदम् टक टक झाली. कळेना, ऐन दुपारी कोण आलंय? दार उघडलं तर समोर छाया. "अगं, चार वाजताच उन्हाची कुठं बाहेर पडलीस?"

छाया आत आली ती सरळ स्वयंपाक कट्ट्यापाशी. "अरे ब्रह्मचाऱ्या, मस्तपैकी चहा करते. तुझी झोपही जाईल."

छाया गरम चहाचे दोन मग घेऊन आली. मला कळेना, छाया आता कशी काय आली?

"संदीप, अरे घरी बोअर झाले. परीक्षा संपली. निकालाला अजून दोन महिने आहेत. आईला म्हटलं, आई मैत्रिणीकडे जातेय, घरी यायला थोडा उशीर होईल. आणि जेवायची वाट पाहू नकोस."

"छान! सगळं ठरवूनच आलीयस्! अग आज रात्री जागून अभ्यास करायचा ठरवलंय."

"मग कर की अभ्यास रात्री. संध्याकाळ तरी आपली असेल ना, हे बघ फ्रेश हो. सिनेमाला जाऊ. श्रेयसमध्ये जेवण घेऊ." मग मी माझ्या घरी. तू तुझ्या मठीत जा आणि लाग अभ्यासाला."

"अग माझे बये!! हे सगळं माझ्या तंत्रात बसणं कसं शक्य आहे? पुस्तक समोर उघडलं की सिनेमातली प्रियांका डोळ्यापुढे नाचणार."

''जाऊ दे संदीप! चुकलं माझं, मी आपली जाते कशी, संध्याकाळ काढते कुठेतरी. आईला सांगते झालं माझं जेवण, अन् पडेन गादीवर उपाशी पोटी तळमळत, तुझी आठवण काढत.''

''बरं बाई. हरलो मी. होऊ दे तुझ्या मनासारखं.'' मी जरा त्रासिकपणेच उद्‌गारलो.

''हे बघ, तू तयार हो. तोपर्यंत मी तुमची रूम जरा आवरते, काय पसारा पडलाय रे.''

पाच सव्वा पाचला दोघे बाहेर पडलो. रिक्षा केली आणि थेट सिटी प्राईड गाठलं. तिकीटं काढली. छाया म्हणाली, ''संदीप, पिक्चर सुरू व्हायला अजून अर्धापाऊण तास बाकी आहे. चल, थोडा वॉक करू.''

बाजूला रस्ता थोडा निर्मनुष्य होता. छाया अगदी चिकटून चिकटून चालत होती. चालता चालता छायाने माझा हात हातात घेतला. माझ्या अंगात एकदम गरम शिरशिरी आली.

''छाया, अगं हे काय!''

मी हात सोडवायचा प्रयत्न केला. थिएटरमध्ये फारशी गर्दी नव्हती. सिनेमा यथातथाच होता. मी आपला समोर पडद्याकडे बघत होतो.

कळत नकळत छायाने माझा हात धरून ठेवला होता. मी हात सोडवायचा निष्फळ प्रयत्न करीत होतो. तिच्या हाताची पकड मजबूत होती. तिनं माझा हात पकडून तिच्या छातीवर दाबून धरला होता.

तिची मान माझ्या खांद्यावर कलली होती. मी काहीही करू शकत नव्हतो. निमूटपणे सिनेमा संपायची वाट पाहत बसलो.

एकदाचा सिनेमा संपला. छाया आपल्याच खुशीत होती. मी गप्पच होतो.

श्रेयसला भोजन करता करता छाया एकदम म्हणाली, ''तुला आवडलं नाही का रे माझं वागणं?'' मी गप्प गप्पच.

बिल देऊन बाहेर पडलो. आपटे रोडवर आलो. उजवीकडे वळून छायाने तिचा घरचा रस्ता धरला. मी डावीकडे वळून जिमखान्याकडे निघालो.

अचानक छाया मागे वळली. जवळ आली. म्हणाली, ''पुन्हा केव्हा भेटणार आहेस?''

मी काहीच बोललो नाही.

''का रे? बोलायचं नाही?''

''पाहू'', मी दोनच शब्द बोललो.

रात्री रूमवर पोहोचायला साडेदहा वाजले. पुस्तक समोर धरले. पण अभ्यासात

लक्ष लागेना.

सिनेमातल्या नटीत सारखा छायाचा भास होत होता आणि डोळ्यापुढे सिनेमा दिसत होता.

झालं ते झालं! आता पुन्हा तो विचार नको. आईचं स्मरण केलं आणि अभ्यासाला लागलो.

गेली दोन वर्ष छाया अधूनमधून भेटत होती. प्रकाश दुपारी नसतो हे पाहून मुद्दाम दुपारी येत होती. सहज आल्यासारखी. खरं तर ती आल्यावर बरं वाटायचं. तिच्या सहवासात तिच्याबद्दल ओढ वाटायची. पण दुसरं मन म्हणायचं, 'संदीप, आवर घाल मनाला. नको गुंतूस असा प्रेमाच्या जाळ्यात. आयुष्य दीनदु:खितांसाठी घालवायचं ही शपथ एवढ्यात विसरलास?' पण तरी तरुण मन तिच्या स्पर्शानं फुलारून यायचं. पटकन तिला मिठीत घ्यावंसं वाटायचं. काय बरोबर काय चूक- मनाचा नुसता गोंधळ उडायचा. एका बाजूला तिच्याबद्दल प्रचंड ओढ आणि दुसऱ्या बाजूला माझं ध्येय. काय निष्पन्न होणार होतं यातून?

माझ्याकडे मोबाईल नव्हता हे किती चांगलं झालं. नाहीतर या छायाने सारखे फोन करून भंडावून सोडलं असतं.

आठ-दहा दिवसांनी छाया रूमवर येऊन गेली. कुलूप होते. चिठ्ठी ठेवून गेली. एकटीला रहायचा कंटाळा आलाय. कधी तरी हिंडायला जाऊ या असं काहीतरी चिठ्ठीत लिहिलं होते.

एके दिवशी मी अन् प्रकाश संध्याकाळी पाय मोकळे करायला बाहेर पडलो होतो.

बहुधा छायाचा फोन असावा. प्रकाश तिला समजावीत होता. ती चिडून बोलत असावी.

"छाये, अगं तुला समजत कसं नाही? तुझा कोर्स संपलाय तू मोकळी आहेस. पण आम्हा दोघांचे हे शेवटचे महत्त्वाचे वर्ष आहे, तू सारखा सारखा फोन करत जाऊ नकोस."

बहुधा छायाने चिडून फोन बंद केला असावा.

"संदीप, अरे या छायाला काहीतरी उद्योगाला लावायला पाहिजे रे. नाहीतर आपल्याला ही काही नीट अभ्यास करू देणार नाही. तिला एकटीनं राहायची सवयच नाही. सारखं बरोबर कोणीतरी पाहिजे. दर आठवड्याला नाटक, सिनेमा, ऑर्केस्ट्रा काहीतरी पाहिजेच." प्रकाश वैतागला होता.

"अरे, अजून सात-आठ महिने जायचेत. कसा व्हायचा अभ्यास?" कॉर्नरच्या टपरीवर चहा पीत कडेच्या कट्ट्यावर बसलो होतो आणि एकदम डोक्यात कल्पना

आली.

"अरे प्रकाश, माझ्या बाबांचं संशोधन पूर्ण होत आलयू, संपूर्ण संशोधनावर प्रबंध लिहायला अजून सहा-सात महिने सहज लागतील. मध्ये मी जुन्नरला जाऊन आलो. मोठ्या आनंदात होते. संशोधन तुझ्या आबांमुळे मनासारखे पार पडले. म्हणत होते.

"मात्र अलीकडे बाबांच्या हाताला कंप येतोय. अखंड लिहिता येत नाही. लेखन कसं पूर्ण होणार अशा काळजीत होते.

"पक्या, अरे छायाचं अक्षर छान आहे, शिवाय ती रिकामी आहे. तुझ्या घरी राहायला आवडेल तिला. बाबांच्या डोक्यावरचं ओझं उतरेल आणि आपलाही अभ्यास शांतपणे होईल."

"संध्या, अरे ग्रेट, ग्रेट आयडिया. च्यायला, पण ती छाया तयार व्हायला पाहिजे ना जुन्नरला राहायला!" पक्या जवळजवळ एक्साईट होऊन ओरडलाच.

"हे बघ पक्या, हे काम तूच करायचं. तुझं ऐकेल ती. शिवाय आबासाहेबांनी तिचं शिक्षण केलंय. तूही तिला मोबाईल घेऊन दिलायस. तिला नाही म्हणताच येणार नाही."

❑❑

: छाया :

माझ्या मोबाईलवर एस. एम. एस. आला.

'उद्या दुपारी चार वाजता वैशालीत -' प्रकाश

मला काहीच कळेना. परीक्षा संपली होती. निकालाला महिनाभर अवकाश होता. रिकामटेकडीच होते. प्रकाशचं काहीतरी काम असणार? त्याशिवाय एस.एम.एस. नाही येणार.

प्रकाश, फार बोलत नाही, मला मोबाईल घेऊन दिला, मला इतका आनंद झाला होता की बस्स, आता खूप गप्पा टप्पा मारता येतील प्रकाश बरोबर. (मला तो आवडतो का? मग गप्पा का माराव्याशा वाटतात?)

पण मोबाईल केला की लगेच फोन थांबवतो, म्हणतो कसा, "छायाबाई, गप्पा-टप्पा नकोत. कामाचं बोला."

कधी वाटतं संदीपच आवडतो! का त्याचं शरीर आवडतं?

त्याच्याशी बोलावं तर लेकाचा मोबाईलदेखील वापरत नाही. समक्ष भेटावं तर गप्प-गप्पच. सगळा पुढाकार मीच घेते, हा आपला शांत. त्याचं वागणं काही कळत नाही.

दुसऱ्या दिवशी चारला वैशालीत हजर झाले. आता आमची ठरलेली जागा वेटरला सुद्धा माहीत होती. त्याने मला बरोबर टेबलापाशी आणून सोडले.

पाच-दहा मिनिटातच दुक्कल आली.

"अरे वा! मॅडम आमचे आधी!"

"काय करता, प्रकाश साहेबांचे वॉरंट होते. म्हटलं उशीर नको." वेटर आला.

"काय साहेब, नेहमीप्रमाणे तीन इडली वडा सांबार का?"

मी म्हटलं, "मला नको इडली वडा. माझा मूड आहे एस.पी.डी.पी.चा"
तेवढ्यात संदीप म्हणाला. "अरे प्रकाश, मॅडमचा मूड बिघडवू नकोस. खाऊ दे.
तिला हवं ते खाऊ दे. आपल्याला आपला इडली-वडा बरा."

अरेच्या! मी मनात म्हटलं. काहीतरी स्पेशल काम दिसतंय. माझ्या मूडची
काळजी चाललीय!

वेटरने डिशेस आणल्या. खाता-खाता प्रकाशने चौकशी केली, "काय?
सुट्टीचा काय उद्योग?"

"अरे, अगदी कंटाळा आलाय बघ. रिझल्ट लागणारे ऑगस्टमध्ये. पास
व्हायची काळजी नाही रे, पण पुढे काय? काही सुचत नाही. घरी बंधूराज टोमणे
मारत असतात. कुठला कोर्स घेतलाय? नोकरी कोण देणार?"

प्रकाश म्हणाला, "हा संदीप"

"असं होय? मला माहीतच नाही? (मी मनात जरा चिडूनच होते संदीपवर,
रिस्पॉन्सच देत नाही. थंडच) कुठेतरी पाहिल्यासारखा वाटतोय."

"संदीप! ही छाया," प्रकाश म्हणाला.

"चांगलीच माहीत आहे." संदीपने 'च' व जरा जास्तच जोर दिलेला
जाणवला.

"हे बघ छाया. या संदीपचं तुझ्याकडे महत्त्वाचे काम आहे, म्हणून तर आज
भेटतोय आपण."

"छायाबाई!" संदीप म्हणाला.

मीही घुश्यातच म्हटलं, "अरे, हा काय परकेपणा - छायाबाई छायाबाई.
छाया! छाया म्हणणार असशील तर संदीप तुझं काम करीन."

"ठीक आहे. छाया - माझ्या बाबांचं आदिवासी-वनवासी संशोधन पुरं होत
आलंय. त्यांना प्रबंध लिहिण्यासाठी छान अक्षराची, छान असिस्टंट हवी आहे.
तुझ्या डिप्लोमाचा अभ्यास त्यांच्या संशोधनाला पूरक आहे. माझ्या डोळ्यापुढे
भविष्यात काही योजना आहेत. त्याच्यात तुझा सहभाग सोपा होईल. तुलाही तुझ्या
शिक्षणात मिळालेल्या ज्ञानाचा उपयोग करून घेता येईल." संदीप उत्साहाने बोलत
होता. बाबांना मदत करण्याची त्याची तळमळ शब्दाशब्दांत दिसून येत होती.

मी गप्प गप्पच होते. हे सगळे अनपेक्षित होतं. "तुला पसंत नाही का?"
प्रकाश एकदम बोलला.

मी त्याला नकार देणं शक्यच नव्हतं. पण पटकन् 'हो' म्हणता येईना.

"मित्रांनो, या महत्त्वाच्या कामासाठी माझी निवड केलीत. मी शतशः
आभारी आहे. परकेपणाने आभार नाही रे. अगदी मनापासून बोलतेय. पण मला

विचार करायला थोडा वेळ द्या. आई-बाबांशी बोलावे लागेल. घर सोडून जुन्नरला राहावे लागेल.''

''हं आणखी महत्त्वाचं! छाया, ही नोकरी नाही. घरचंच काम समजायचं, दोन वेळ जेवायला खायला मिळेल.'' संदीप मला चिडविण्याकरिता बोलला.

कॉफी संपवली. आम्ही निघालो. रात्री जेवताना मी गप्पच होते. डोक्यात विचारचक्र चालू होते. काय करावे? नाही म्हणावं तरी पंचाईत. मित्रांची नाराजी ओढवणार.

हो म्हणावं तर पुणं सोडून खेडेगावात जावं लागणार, मैत्रिणींचा सहवास दुरावणार आणि या दोन मित्रांचाही.

रात्र तळमळत काढली. सकाळी बाबा कामाला गेले. बंधुराज नोकरी शोधायला बाहेर पडले. आई एकटीच घरात होती.

''आई, जरा तुझ्याशी बोलायचंय. जरा पंधरा-वीस मिनिटं वेळ काढून समोर बस.''

''अगं, सकाळची वेळ कामं किती पडलीयत. धुणं व्हायचं. चहाची भांडी आवरायचीत.''

''असू दे. आई, जरा महत्त्वाचं बोलायचं.''

आई गोंधळली तिला समजेना, आज मी काय एवढं महत्त्वाचं काम काढलंय? मी कालची सगळी हकीगत तिला सांगितली. आई गप्पच. मी म्हटलं-आई तुला पसंत नाही का माझं जाणं?

''तसं नव्हे गं! तुला नोकरी मिळाली असती तर चार पैसे घरात आले असते. तुझ्यासाठी स्थळ शोधायला सोपं गेलं असतं. आजकाल मुलांना नोकरी करणारी बायको हवी असते.'' आई तळमळीने बोलत होती. तिची अगतिकता शब्दाशब्दातून जाणवत होती.

''आई, पुरे हं. उठसूठ माझ्या लग्नाची काळजी. एवढी का मी मोठी आहे? नुकतंच कुठं अठरावं संपलं. बरं, ते जाऊ दे. मी जुन्नरला जाऊ का नको? मी गेले तर तू मागं एकटी पडणार.''

आई प्रेमाने म्हणाली, ''माझी काळजी करू नकोस. तुला योग्य वाटेल ते कर.''

''आई, अगं संदीपच्या बाबांचा विषय माझा आवडता विषय आहे. माझ्या कॉलेजच्या ज्ञानाचा थोडाफार उपयोग होईल. शिवाय अगं मी तर प्रकाशच्या वाड्यावरच राहणार आहे. त्यामुळे पोरीचं खेडेगावात कसं होईल याची काळजी नको. माझ्या मनात आहे की आई आलेली संधी सोडू नये.''

“ठीक आहे. छाया, परवानगी आहे; मी सांगेन बाबांना समजावून” दोन-तीन दिवसांनी प्रकाशला मोबाईल केला. म्हटलं मी समक्षच येतीय होकार सांगायला. रूमवर पोहोचले. दोघांनी माझी आवडती भेळ केली होती. चहाचीही तयारी करून ठेवली होती.

माझ्या येण्यामुळे दोघेही खुशीत होते; (*का मी जायचं ठरवलं म्हणूनही?*) माझ्या होकारामुळे संदीपला विशेष आनंद झाला होता.

त्याने अचानक माझा हात हातात घेतला. हात हलवत म्हणाला, “छाया, मी तुझा अत्यंत आभारी आहे.” माझं त्याच्या बोलण्याकडे कुठे लक्ष होतं. त्याने माझा हात आपणहून हातात घेतला त्या खुशीत मी होते.

प्रकाशच्या घरी मी राहणार म्हणून प्रकाशलाही आनंद झाला. समोरच्या भेळेचा फडशा पाडता पाडता मी एकदम म्हटलं, “मित्रांनो, तुम्ही तर मला कटवायला निघालात. मी तुम्हाला नकोशी झाले का रे? तुमच्या दोघाशिवाय कशी राहू मी?”

जुन्नरला जावेच लागणार असेल तर माझ्या काही अटी आहेत.

अट पहिली मला सेंडॉफ द्यायचा नाही. कारण मी काही कायमची जुन्नरला जाणार नाही.

अट दुसरी - जायच्या आधी आपण तिघं कुठेतरी छोट्या ट्रीपला जाऊ या.

अट तिसरी - मी जुन्नरला एकटी जाणार नाही. तुम्ही दोघांनी मला सोडायला यायचं.

अट चौथी - तुम्ही दोघांनी अधूनमधून मला भेटायला यायचं.

“छाया - सगळ्या अटी कबूल. अग जुन्नर गाव आमचंच, आम्ही कसे विसरू?”

आज चहा संदीपने केला. त्याच्यासारखाच स्ट्रॉंग.

मी एकदम म्हटलं, “असा तुझ्यासारखा स्ट्रॉंग चहा पुन्हा कधी प्यायला मिळणार?” मी निघाले. म्हटलं - “अरे, जाण्याआधी कुणीतरी घरी येऊन आईबाबांना भेटावं असं वाटतं. अच्छा, जाते मी. हं आणि ट्रीपचं लक्षात आहे ना? नाहीतर माराल टांग.”

दोन चार दिवसांनी प्रकाशचा जुन्नरहून फोन आला. तो तिथे थांबणार होता व एक-दोन दिवसात संदीप आईबाबांना भेटायला येणार होता.

पुण्यात रूमवर संदीप एकटाच!

कल्पनेनेच डोळ्यापुढे रोमॅंटिक दृश्ये तरळू लागली.

संध्याकाळी अचानक रूमवर धडकले. बेल वाजवत राहिले. “अरे, हो हो”

करत संदीपने दार उघडले.

म्हणाला, "बरं झालं तू आलीस, प्रकाश म्हणाला होता एकदा तुझ्या आईबाबांना भेटून येऊ- केव्हा जायचं?"

त्याला असा गंजीफ्राक अंडरपँटमध्ये पाहून माझ्या मनावरचा ताबाच सुटला. मी पुटपुटले - "भेटशील रे आईबाबांना." आधी तुला कडकडून भेटते, अन्, मी संदीपवर अक्षरश: झडप घातली. त्याचे मुख दोन्ही हातात धरून चुंबनांचा वर्षाव सुरू केला.

संदीप आता असा खूप महिने भेटणार नव्हता. त्यामुळे आजची भेट माझ्या दृष्टीने अविस्मरणीयच व्हायला हवी.

माझ्या हाताची पकड त्याच्या कंबरेवर पडली. त्याला प्रतिकार करता येईना.

माझ्या स्पर्शाने, चुंबन वर्षावाने तोही बेभान झाला. त्याची रुंद छाती, माझी पुष्ट छाती चिरडून टाकीत होती. मी स्वर्गसुख अनुभवत होते.

आणि काय झालं कुणास ठाऊक, वीज कडकडावी तसे कुठूनतरी शब्द आले. "दूर हो, दूर हो, दुष्टे", तो चिडला, ओरडला, मला दूर लोटू लागला.

मला पलंगावर ढकलून तो बाथरूमकडे पळाला.

माझ्या प्रेमभावनेचा त्याने अपमान केला होता.

मी अंतर्बाह्य धुमसत होते.

मी पलंगावर हुंदके देत तशीच पडून राहिले.

मला कधी डुलकी लागली कळले देखील नाही. जागी झाले, डोकं दुखत होतं. मला चहा हवा होता.

संदीप खुर्चीवर शांतपणे वाचत बसला होता. एवढ्या वादळानंतर हा मनुष्य इतका शांत कसा राहू शकतो? मला त्याच्या शांतपणाचाही राग आला..

मी चिडून दरवाजाकडे निघाले.

संदीप शांतपणे म्हणाला, 'थांब', त्यांच्या शांतपणे बोलण्यातही एक प्रकारची जरब होती.

"चहा घेऊन जा, तुझ्या बरोबर घ्यायचा म्हणून थांबलो."

चहा घेतल्यामुळे जरा बरे वाटले. पण मनात राग होताच.

"उद्या संध्याकाळी घरी जेवायला ये, आईचा निरोप आहे." जरा तुटकपणानेच बोलले अन् निघून गेले.

दुसऱ्या दिवशी संदीप जेवायला येईपर्यंत माझा 'कामराग' निवळला होता. अन् त्याची जागा प्रेमरागाने घेतली होती.

त्याच्या आवडीची खिचडी-कढी होती. जेवताना खूप उत्साहात बोलत

होता. आईबाबांपुढे माझ्याबद्दल भरभरून बोलत होता. माझ्या हुशारीचं, अक्षराचं, बोलण्याचं कौतुक चाललं होतं.

"अशी ही तुमची बहुगुणी छाया माझ्या बाबांचा प्रकल्पाच्या लेखनासाठी मिळतीय हे आमचं भाग्य."

"आईसाहेब. आता तुम्ही निश्‍चित रहा. खुल्या मनाने तिला परवानगी द्या."

"अहो, तुम्ही सगळे किती चांगले लोक आहात हे छायाने आम्हाला केव्हाच सांगितलं. नेहमी तुम्हांबद्दल बोलत असते, पण सहा महिने घरापासून दूर राहायचं, मैत्रिणींपासून दूर जायचं तिला जड वाटतं. तसं पाहिलं तर छाया कधी घर सोडून दूर गेलीच नाही. हे बघा संदीपराव तुम्हाला एक विनंती आहे."

"अहो आईसाहेब, मी तुम्हाला मुलासारखा आहे, अहो, जाहो आणि संदीपराव म्हणजे फारच झालं. तुम्ही आपलं मला संदीप म्हणलेलं मला आवडेल आणि आई, अहो विनंती कसली करता? आज्ञा करा."

"हे बघ संदीप" आई प्रेमळपणे म्हणाली, "अरे, छायाला महिन्यातून एक-दोन दिवस पुण्याला पाठवा. तेवढंच आम्हालाही बरे वाटेल."

"आई काळजी करू नका, तुम्ही सांगाल तसं होईल. अहो, आम्ही पण पुण्यात असणार अभ्यासात. आम्हालाही छाया भेटली तर अभ्यासाला एनर्जी मिळेल."

"पुरे, पुरे. संदीप. नको मला हरभऱ्याच्या झाडावर चढवू." मी कृतककोपाने म्हटले. *(या ब्रह्मचारी बाबाला मनातून माझ्याविषयी काही वाटतंय- नशीब माझं !)*

संदीप जेवून उठला. आईचा निरोप घेतला. त्याला सोडायला कोपऱ्यापर्यंत गेले. खरं म्हणजे त्याला सोडूच नये असंच वाटत होतं; मी एकदम म्हटलं, "संदीप, मला फार कठीण जाणारे हे सगळं. मला रोज रात्री जुन्नरला फोन कर. तुझा आवाज ऐकल्याशिवाय चैन पडणार नाही रे!"

"वेडी का, काय तू? अग रोज फोन? असं कुठं असतं का? अभ्यासात लक्ष लागावं. चांगला अभ्यास करून क्लास मिळवायचाय मला. माझ्या डोळ्यापुढे काही स्पष्ट ध्येय आहे आणि त्यासाठी मी अविरत प्रयत्न करत राहणार. लक्ष विचलित होऊ नये. फालतू वेळ जाऊ नये, म्हणून मी मोबाईलसुद्धा घेतला नाही. पक्या देत होता. पण नंतर पक्याला माझं म्हणणं पटलं, त्याने नंतर आग्रह केला नाही."

"ठीक आहे बाबा, तुम्ही असामान्य, आम्ही आपले सामान्य." मी जरा घुश्यातच बोलले.

“माझं जाऊ दे. निदान बाबांना ख्याली खुशाली विचारण्यासाठी तरी फोन करशील? बघते तेव्हा, चार शब्द कानांवर पडले तर!”

“छाया, आता हा विषय पुरे. शांतपणे घरी जा. बॅग भर जुन्नरची आणि छोटी सॅक रेडी ठेव ट्रीपसाठी.”

ट्रीपचे नाव निघाल्यावर मी खुलले. दुसरा दिवस मैत्रिणींना भेटण्यात गेला. निरोपानिरोपी झाली. काहींना वाईट वाटलं, काहींना वैषम्यही वाटलं असेल!

तिसऱ्या दिवशी सकाळी ८॥ वाजताच दारात प्रकाशची इंडिका येऊन उभी. संदीप आत आला, म्हणाला “चला बाईसाहेब, सहलीला निघायचंय. छोटी सॅक घ्या. डबा वगैरे नको. रात्रीपर्यंत परत येऊ. रात्री आराम करा. उद्या सकाळी जुन्नरकडे प्रयाण,”

प्रकाश म्हणाला “या छायाबाई, बसायला पुढे या,”

मी खूप आनंदात होते. इंडिका सुसाट वेगाने हाय-वेवरून निघाली. कात्रजचा बोगदा पार केला. खेड शिवापूर, खंबाटकी घाट ओलांडून वाईकडे कधी वळली कळलेच नाही. प्रकाश अतिशय सफाईने गाडी चालवत होता.

वाईला मी प्रथमच येत होते. “मित्रांनो, अरे वाईच्या ढोल्या गणपतीचं नाव ऐकून होते. दर्शन घेऊ या ना.”

संदीपला वाईची गल्ली न गल्ली माहीत होती. पाच मिनिटातच घाटावर देवळापाशी पोहोचलो.

गाडी कडेला उभी करून दर्शनाला आलो. संदीप अबोल झाला होता. मग लक्षात आले, अरे उगीचच येथे आलो. संदीपच्या आईचं निधन वाईतच झालं होत. त्याला आईची आठवण येत असणार.

गणपतीचं दर्शन घेऊन बाहेर आलो. हवा पावसाळी होती. महाबळेश्वरला बरा पाऊस झाल्याने कृष्णेला भरपूर पाणी आले होते. घाटावरच्या पाच-सहा पायऱ्या पाण्यात बुडाल्या होत्या.

संदीपचा मूड बदलण्यासाठी मी म्हटलं.

“अरे, हा वाईचा घाट किती सुंदर आहे. असं वाटत की रोज संध्याकाळी इथे यावं. पायऱ्यावर पाण्यात पाय घालून बसावं. चला घाटावर बसू सगळे जण, गप्पा मारत.”

बसल्या बसल्या मी एकेक दगड घेऊन नदीपात्रात भिरकावयाला लागले. म्हटलं, बघू कोणाचा दगड लांब जातो ते, दोघांनाही मग उत्साह आला. दगड फेक सुरू झाली. पण कोणाचा दगड दुसऱ्या तीरापर्यंत जाईना.

मी म्हटलं. “अगं बाई ग, केव्हढं हे कृष्णेचं पात्र, नाहीतर आमची मुळा,

मुठा. संदीप अरे, ऐकलय की तुमच्या वाईत अगदी भर पुरात या कृष्णेत पोहून पलीकडेच्या तीरावर जाणारी अट्टल मंडळी आहेत. खरोखर, मजा येईल ना पाहायला.''

संदीपचा मूड खुलला. ''अग छाया, या घाटावर तर मी रोज पोहायला येत होतो, वाईला आलो त्यावेळेस काडी पैलवान होतो. पण मला पवार नावाचा गुरू भेटला अन् कायापालट झाला. अग, रोज कृष्णेत तासभर पोहणे, नंतर घाटावर जोर-बैठका, सूर्य नमस्कार, चांगला दोन-तीन तास पिदवायचा मला. काय मजा यायची कृष्णेत पोहायला.'' संदीप भूतकाळात रंगून गेला.

''अरे, पण कधी पहायला मिळेल आम्हाला तुझं स्विमिंग? होय की नाही रे प्रकाश?''

''अरे संदीप, तुझं ऐकून मलाही स्फूर्ती व्हायला लागलीय, पाण्यात उतरायची,'' प्रकाशने री ओढली, ''संदीप चल, उतरायचं का पाण्यात?''

दोघांनीही कपडे उतरवले, छाया, हे आमचे कपडे, घड्याळ, पाकिटे नीट संभाळ. अन् बस शांतपणे. आम्ही जरा कृष्णामाईत पावन होऊन येतो. मी तर विस्फारल्या नजरेने दोघांच्या अनावृत्त शरीराकडे पाहातच राहिले.

प्रकाश नाजूक होता. गोरापान होता. गंजीफ्रॉकच्या आतलं शरीर अधिकच गोरं दिसत होत. अंडरपँटवर त्याला मी प्रथमच पाहत होते. जरा लाजत होता. माझ्यापासून थोडा लांब पाठ करून टॉवेल खांद्यावर टाकून उभा होता.

संदीप, कसा भरदार छाती, पीळदार दंड असलेला, मर्दानी सौंदर्य पाहत राहावं असा, माझी तर नजर हटेना. वा: सहज शब्द बाहेर पडले.

संदीप म्हणाला, ''हे बघ प्रकाश, तुला पोहायची सवय आहे का?''

''अरे, मी जुन्नरला अनेक वेळा विहीरीत पोहलोय.''

''अरे, पण ही नदी आहे. पाणी वाहतं असते, थोडी काळजी घे. काठाकाठाने पोहत रहा. फार मधे जाऊ नकोस. मी पलीकडल्या तीरापर्यंत जाऊन परत येतो.'' संदीप सांगत होता प्रकाशला.

दोघांनी पाण्यात उड्या मारल्या. माझं सारं लक्ष संदीपकडे होतं. काय सपसप हात मारत होता संदीप. सफाईदारपणे पलीकडे पोहोचला देखील. छाया ऽऽ पलीकड्या तीरावरून हात वर करून संदीप हाका मारत होता. मी उभी राहून टाळ्या वाजवून त्याच्याकडे हात वर करत शाब्बास संदीपचा घोष करत होते.

संदीप पलीकडे काठावर उभा होता. ढगातून उन्हाची तिरीप त्याच्या अंगावर पडली होती. त्यांची चंदेरी कांती चमचम करीत होती, मी अनिमिष नजरेने डोळे भरभरून त्याचे रूप साठवीत होते.

संदीपने परतीसाठी पाण्यात सूर मारला अन् दोन-तीन मिनिटात काठावर येऊन पोहोचला देखील.

संदीप अंग पुसता पुसता नदीपात्राकडे बघत होता, अन् टॉवेल टाकून एकदम ओरडला. "अगं, प्रकाश कुठे दिसत नाही ते?" माझं तर सारं लक्ष संदीपवर खिळलेले. मी प्रकाशकडे पाहिलं देखील नव्हते.

संदीप काठाकाठाने पळत सुटला. मीही त्याच्यामागे धावत सुटले. प्रकाश पाण्याच्या ओढीने बराच पुढे गेला होता. अन् एकदम किंचाळी ऐकू आली. "संदीप ऽ संदीप ऽ वाचव वाचव. मी बुडतोय, पाणी मला ओढतंय" प्रकाश वेडेवाकडे हात मारून तरंगण्याचा प्रयत्न करत होता.

पाण्याच्या ओढीने प्रकाश नदीच्या मध्यावर कधी गेला त्याला कळलंच नाही. माझा तर थरकाप झाला. कशाला मी पोहोण्याचा विषय काढला? घाटावर फारसे लोकही नव्हते. मात्र क्षणाचाही विलंब न लावता संदीपने पाण्यात सूर मारला. तो थेट प्रकाशपाशी.

प्रकाश गटांगळ्या खात होता. "प्रकाश धीर धर. मी आलोय." संदीप ओरडत होता, "माझा हात पकड. मिठी मारू नको. हात सोडू नको."

मोठ्या शिताफीने संदीपने त्याला धरले. आणि दोन मिनिटाच्या अवधीत संदीप प्रकाशला घेऊन काठावर पोहोचला देखील.

प्रकाश पुरता घाबरला होता. ती दोन मिनिटं मी श्वास रोखून उभी होते. माझ्या मूर्खपणामुळे प्रकाश डोळ्यादेखत नाहीसा झाला असता. पण माझ्या संदीपने त्याला वाचवले.

प्रकाश तर पुरता भांबावला होता. संदीपने घाटावरच्या फरशीवरच प्रकाशला उताणे झोपवले. त्याच्या छातीवर दाब देऊन पोटातले पाणी काढले. तेव्हा कुठे प्रकाश बोलण्याच्या स्थितीत आला.

"अरे, खरंच रे. विहिरीत पोहोणं वेगळं आणि नदीत पोहणं वेगळं. मला वाटत होतं मी काठाकाठानं पोहतोय. अन् वाहत वाहत मधल्या धारेत कधी ओढला गेलो कळले देखील नाही. संदीप, अरे आज तू होतास म्हणून मी वाचलो रे, माझा पुनर्जन्म झाला आज." अन् प्रकाशने संदीपला कडकडून मिठी मारली. या सुंदर क्षणाची मी साक्षीदार झाले. अन् माझे नेत्र पाणावले.

"प्रकाश, चल कपडे कर. थोडे पाय मोकळे करू" संदीपने प्रकाशला धीर दिला. "जवळच गुरू कदमचं दुकान आहे. पेढे-बर्फीचं, त्याला भेटून येऊ. थोड्या गप्पा मारू. तुझा मूडही येईल. गाडी नीट चालवशील का? का अजून घाबरलायस्?"

❑❑

: संदीप :

माझ्या अंगात एकाएकी एवढी शक्ती, बळ, कसे आले कुणास ठाऊक, प्रकाश बुडतोय, असं पाहिल्यावर क्षणाचाही विलंब न लावता मी सूर मारून त्याला खेचून आणले. कोणत्यातरी अज्ञात शक्तीनंच माझ्याकडून हे काम करून घेतलं असावं!

प्रकाश तर पुरता घाबरला होता; छायाच्या तोंडून तर शब्द फुटत नव्हता.

सगळ्यांना मूडमध्ये आणणे जरूर होते. एकदम लक्षात आलं, की माझा जुना दोस्त, गुरू कदम इथे जवळच राहतो. म्हटलं चला, वाईला आलो तर भेटून येऊ.

पाचच मिनिटात कदमच्या दुकानावर पोहोचलो. पहातो तर कदमचा कदमशेठ झाला होता. अचानक मला आलेला पाहून कदम आश्चर्यचकीतच झाला. म्हणाला, "अरे, संद्या अचानक वाईत? काही विशेष? (बहुधा त्याची नजर छायाकडे असावी.) खूप आनंद झाला रे तुला पाहून, ये नं, आत ये."

दुकानाच्या मागेच कदमच घर होतं. घरी गेलो. हसतमुखात स्वागत झालं. म्हटलं, "ह्या कोण?, "अरे या सौ. कदम, ओळख करून द्यायचीच" विसरलो आणि हा माझा आवडता हुशार दोस्त संदीप-संदीप पाटणकर."

कदमची शाळा तर दहावीनंतर सुटलीच होती, तशी आवश्यकताही नव्हती. घरचा धंदा होता आणि गल्ल्यावर बसायला दहावीचं क्वॉलिफिकेशन खूप होतं.

"संद्या, लेका असतोस कुठे? गेल्या ४ वर्षात गाठभेट नाही? बाबा कुठेत? तू काय करतोयस? अन् ही कोण? मैत्रीण? की आणखी कोण?"

"पुरे पुरे, अरे किती प्रश्न विचारशील. जरा दमाने घे. तुझी उत्कंठा समजू शकतो मी.

"हा प्रकाश, जुन्नरच्या आमदार आबासाहेब जुन्नरकरांचा सुपुत्र आणि माझा जीवश्च कंठश्च मित्र. पुण्याला पोलिटिकल सायन्सच्या शेवटच्या वर्षाला आहे.

अन् मी सोशल सर्व्हिस डिग्रीच्या शेवटच्या वर्षात मॉडर्न कॉलेजमध्ये. ही छाया, आमच्या दोघांची मैत्रीण. हुशार आहे. तिचाही सोशल सर्व्हीस डिप्लोमा झालाय. अक्षर अतिशय छान आणि बाबा जुन्नरला राहतात. नोकरीवर राहून त्यांना आदिवासी-वनवासी संशोधन करण्याची परवानगी मिळाली. त्यांचं संशोधन पूर्ण होत आलंय, प्रकल्पाचं लिखाण सुरू करायचंय. त्यासाठी मदतनीस म्हणून छायाबाई येणारेत जुन्नरला. छायाबाईंचा आग्रह पडला, जुन्नरला जायच्या आधी छोटी ट्रीप करायची, फ्रेश व्हायचं. अन मग जुन्नरला जायचं"

प्रकाश, छाया, -हा मारुती पवार, माझा गुरु हनुमान, याच्यामुळेच तर व्यायामाची गोडी लागली. पोहायला लागलो आणि तू वाचलास." मी पटकन् बोलून गेलो.

मारुती एकदम म्हणाला, "अरे काय झालं? वाचला वगैरे काय प्रकार आहे?" मला घाटावरचा सकाळचा सगळा प्रकार सांगावा लागला. प्रकाशही भरभरून बोलला.

"पवार तुम्ही आमच्या दोस्ताला तयार केलंत म्हणून मी वाचलो.

आता एक करा, चांगले किलोभर पेढे द्या, तुमच्या घाटावरच्या ढोल्या गणपतीला ठेवायचेत."

पवार म्हणाला, "पेढे देईनच, पण पैसे नाही घेणार."

"नाही नाही. असं नाही चालणार पवार, पैसे घ्याच. अहो त्याशिवाय मला गणपतीचा आशीर्वाद नाही मिळणार."

'हे. बघ संदीप, तुझा हा प्रकाश काही ऐकायला तयार नाही. आता आपणच यातून काहीतरी मार्ग काढू. चला प्रकाशराव, तुम्ही पेढ्याचे पैसे द्या. पण माझी एक अट आहे. तुम्हा तिघांना आज माझ्या घरी जेवल्याशिवाय सोडणार नाही. अहो, माझ्या बायकोच्या हातचं खाल्लंत तर परत परत जेवायला याल."

पवारचा आग्रह मोडवेना. प्रकाशलाही थोडी विश्रांतीची आवश्यकता होती.

एवढ्या वेळपर्यंत छायाबाईंनी सौ. पवारांशी गप्पा सुरू केल्या होत्या. अहो, "तो पोळपाट द्या इकडे. मला थोडी मदत करू दे. एवढ्या सगळ्यांचा स्वयंपाक काय तुम्ही एकट्या करणार?" पोहल्यामुळे भूकही भरपूर लागली होती. छान जेवण झालं. खूप दिवसांनी वाईला आलो होतो. आईची आठवण मात्र तीव्रतेने येत

होती.

जेवणं झाली. थोडा आराम झाला. थोड्या गप्पा झाल्या. चार वाजता पुन्हा चहा झाला आणि मित्राचा प्रेमळ निरोप घेऊन आम्ही निघालो. प्रकाशही ताजातवाना झाला होता.

"चला प्रकाशराव, तासाभरात महाबळेश्वर गाठू," म्हणाला. म्हणता म्हणता टोलनाक्यापाशी आलो. छाया खुशीत होती.

"हे बघा प्रकाश, छाया प्रथम आपण केटस् नीडल पाँईटला जाऊ. तेथून मग वेण्णा लेकच्या कडेकडेने बॉम्बे पाँईटकडे जाऊ."

"हे बघ संदीप, तू आमचा गाईड, मी तर आज प्रथमच महाबळेश्वरला पाऊल टाकतेय. तू नेशील तेथे मी येईन." *(अहाहा, प्रत्यक्षात असं घडलं तर? संदीप्या- तू नेशील तेथे मी येईन रे आनंदाने आयुष्यभर)*

□□

: छाया :

संदीपच्या मार्गदर्शनाखाली केटस् नीडल पॉइंटवर पोहोचलो. समोरचा तो निसर्गाचा चमत्कार पाहून अंचबितच झाले. एक प्रचंड दगड, दोन उभ्या खडकांवर तोलून राहिलेला, खाली मनुष्य जाईल एवढा मोठा पण सुईच्या भोकासारखा आकार.

"केटस् नावाच्या ब्रिटिशाने शोधून काढला म्हणून केटस् नीडल पॉईंट. तसं पाहिलं तर सारे महाबळेश्वर ब्रिटिशांनी वसवलेले. त्यामुळे अनेक पॉईंट्सना ब्रिटिश नावे आहेत. आर्थर सीट, लुडविक पॉईंट'' संदीपने माहिती पुरवली.

संदीप निघायची घाई करू लागला. हवा ढगाळ होती. पण पश्चिमेला ढग विरळ होत होते. बॉम्बे पॉईंटवर सूर्यास्त व्हायच्या आत पोहोचणे जरूर होते. आम्ही वेळेवर पोहोचलो.

ढगांच्या पडद्याआड सूर्यराज अस्ताला जात असतानाचे दृश्य मूकपणे बघत उभे होतो. सूर्य झपाट्याने खाली गेला. डोंगराआड नाहीसा झाला. आम्ही भानावर आलो. अनेक मोटारींची परतीसाठी गडबड-घाई सुरू झाली.

प्रकाश म्हणाला, "चला निघू या पुण्याकडे, उद्या आपल्याला जुन्नरला जायचंय्'' छे! असा कसा हा नीरस माणूस. मग मीच आयडिया केली. म्हटलं "अरे प्रकाश, रात्रीच्या वेळी कशाला ड्रायव्हिंग सगळ्या घाटातून. शिवाय मला उद्या सकाळचा सूर्योदय महाबळेश्वरातच बघायचाय, आपण आता सगळे जाऊ या बाजारपेठेत, चपला, चिक्की आणि खास महाबळेश्वरी फुटाणे यांची खरेदी तर व्हायलाच पाहिजे आणि मला आता भूक लागलीय.''

मला कोणी विरोध करणार नाही, माझी मर्जी राखायला पाहिजे ना! हे मला माहीत होतं.

बऱ्यापैकी हॉटेलात गेलो. पोटपूजा झाली. बाजारपेठेत भटकंती-खरेदी झाली. तेवढ्यात पावसाची भुरभूर सुरू झाली, बाजारपेठेत दुसऱ्या टोकाला आराम लॉज होतं, प्रकाशने गाडी तिकडे वळवली. रात्रीच्या मुक्कामासाठी एक मोठी रूम मिळाली. रूम नीटनेटकी आणि स्वच्छ होती. अॅटॅच्ड टॉयलेट-बाथ होता. गरम पाण्याने हातपाय तोडं धुवून फ्रेश झालो. अन् मग गप्पा मारत बसलो. विषय तसा काहीच नव्हता. मग मीच विषय काढला.

"अरे, मी जुन्नरला किती दिवस रहायचं? अन् मग पुढे काय? का मला वाऱ्यावर सोडणार?"

"हे बघ छाया, सध्यातरी ६-७ महिन्याकरिता तुला जुन्नरला रहावे लागेल. बाबांचं प्रबंधाच काम तोपर्यंत पुरं व्हावं. आणि हे बघ, तुला कंटाळा येईल तेव्हा तू पुण्याला जाऊ शकतेस. तुझ्या खुशीने रहा. सक्ती नाही." संदीप बोलला. "पुढं काय करायचं ते नंतर ठरवू. आता त्याची काळजी कशाला?"

"डिग्री घेतल्यावर तुमचा काय बेत आहे?" मी. 'प्रकाश तू काय बाबा आमदार होणार असशील. गवयाचा पोर गवई तसा आमदाराचा पोरगा आमदार."

प्रकाशला कदाचित माझ्या बोलण्याचा राग आला असावा. "हे बघ छाया, मी माझ्या हुशारीने आणि हिंमतीने राजकारणात उतरणार, आबांच्या कृपेने नाही."

"अरे प्रकाश, मी आपली गंमत केली. मला खात्री आहे तू आमदार होशील याची. किंबहुना तू मंत्री व्हावास अशी माझी इच्छा आहे, बाप से बेटा सवाई व्हावा आणि महाराज संदीप आपला काय विचार आहे?" मी. संदीपच्या कल्पना स्पष्ट होत्या, जुन्नर आंबेगाव भागात आदिवासींसाठी त्यांच्या उन्नतीसाठी एक मोठी संस्था उभी करायचा त्याचा विचार पक्का होता. त्याच्या बाबांनी केलेल्या संशोधनाचा त्याला निश्चितच उपयोग होणार होता.

म्हणजे संदीप जुन्नर भागातच स्थायिक होणार होता, मनातून खूप बरे वाटले. "संदीप, अरे तुला मदत करायला मला खूप आवडेल." मी उत्साहात म्हटलं.

"रात्र बरीच झाली, चला गप्पा पुरेत, आता झोपा लवकर, सकाळी सूर्योदयाला निघायचंय" प्रकाशने फर्मान सोडले आणि लाईटस ऑफ केले. अंधार गुडूप झाला.

दिवसभराच्या ड्रायव्हिंगमुळे आणि वाईत कृष्णापात्रात घडलेल्या जीवघेण्या प्रसंगामुळे प्रकाश थकला होता. पंधरा-वीस मिनिटातच प्रकाश घोरू लागला.

संदीपही रग ओढून कुशीवर पडून राहिला असावा.

मला मात्र झोप येईना. बाहेर हलक्या सरी पडत होत्या. हवेत गारवा होता

आणि अशावेळी एकटीनं तगमगत पडायचं?

मनाची तगमग होत होती. मन बंड करून उठत होत. डिवचत होत. उठ, छाया, आज शेवटचा चान्स आहे. पुन्हा संदीपच्या शरीराची उब कधी मिळणार? महाबळेश्वरसारखं हनीमूनचं गाव, गडद अंधार, नीरव शांतता बाजाराच्या कोपऱ्यातल्या टॉवरवरच्या घड्याळात बाराचे ठोके, नीरव शांततेत स्पष्ट ऐकू येत होते. घड्याळाच्या ठोक्याबरोबर माझ्या छातीतले ठोके वाढत होते.

अखेर मनाने शरीराचा ताबा घेतला. प्रकाश गाढ झोपला होता याची खात्री केली. उठले, अगदी आवाज न करता. शेजारच्या कॉटवर संदीप भिंतीकडे तोंड करून कुशीवर झोपला होता. काही कळायच्या आतच मी बेभानपणे त्यांच्या पांघरुणात शिरले. त्याला मागून घट्ट मिठी मारली.

अचानक झालेल्या हल्ल्याने संदीप जागा झाला, तरी तो ओरडणार नाही याची मला खात्री होती. नाहीतर प्रकाशपुढे सारा गोंधळ झाला असता आणि संदीपलाही तो आवडला नसता.

संदीपने मूकपणाने माझा प्रतिकार करायचा प्रयत्न केला. माझ्या हाताची मिठी सोडवण्याचा केविलवाणा प्रयत्न करीत होता तसतशी माझी मिठी अधिकाधिक घट्ट होत होती. खरं म्हणजे संदीप एवढा ताकदवान पण मला कुठून बळ संचारले कोणास ठाऊक.

अखेर संदीप निपचित पडून राहिला. मीही तशीच पडून राहिले. त्याला मागून मिठी मारल्यावर माझी कबुतरे त्याच्या पाठीवर विसावली. हळूहळू माझे तापलेले शरीर शांत झाले. माझे मन तृप्त झाले होते. मागे पुण्याला रूममध्ये आरडाओरडा करून मला झिडकारून उठून गेला होता. आज माझा विजय झाला होता. कसा पेचात पकडला आज त्याला.

संदीपला झोप लागली असावी, मलाही पेंग येत होती. पण तिथून उठावेसे वाटेना. तशीच त्याच्या गळ्याभोवती हात टाकून पडून राहिले. पहाटे ४-४॥ ला थोडी जाग आली. त्याच्याभोवतीचा विळखा हळूच सोडला आणि माझ्या बेडवर अंग टाकलं आणि क्षणार्धात निद्रादेवीच्या अधीन झाले.

प्रकाशच्या हाकांनी जाग आली. संदीपही अजून उठतच होता. सात वाजून गेले होते. प्रकाशने फोन करून रूमवरच चहा मागवला. "अरे, संदीप, छाया, आटपा लवकर. पुण्याकडे लवकरात लवकर निघायला हवे. पुण्यात कुठेतरी जेवण करून तडक जुन्नरकडे प्रयाण करायला हवे बाईसाहेबांना घेऊन.''

संदीप मूकपणे आन्हिक उरकत होता. अगदी गप्पगप्प होता. माझ्या नजरेला नजर देत नव्हता. बहुधा रात्रीच्या प्रकाराचा निषेध मूकपणे व्यक्त करत होता.

पुण्याला पोहोचायला ११-११॥ वाजले. गाडी माझ्या घराच्या दाराशी आली. मी दोघांना जेवायला आत यायचा आग्रह केला नाही. आईला ऐनवेळी त्रास देणं बरोबर नव्हतं. आई-बाबांचा निरोप घेताना मला गर्दी नको होती.

घरापाशी सोडताना प्रकाश म्हणाला, ''छाया आम्ही श्रेयसला जेवण आटपून येतो. तू दोन वाजता तयार रहा. आम्ही न्यायला येतो. उशीर करू नको.''

बॅग आदल्या दिवशीच भरून ठेवली होती. आईच्या हातचं जेवण पुन्हा निदान ६-७ महिने तरी मिळणार नव्हतं. आईला म्हटलं, ''मला आज तुझ्या हाताने वाढ. लहान असते तर मला भरव म्हणून हट्ट केला असता.''

''छाया, मग मला तू लहानच आहेस. अगं त्या दिवशी संदीपला म्हटलं खरं की 'जा आमच्या छायेला घेऊन.' पण आज तू खरंच निघालीस. उद्या तू घरात नाहीस ही कल्पनाच सहन होत नाही. डोळ्यात पाणी आणायचं नाही असं ठरवलं तरी ते येतचं. जणू काही माझी छाया आज सासरी निघाली आहे.''

''मी काही बाही कारण काढून अधून मधून तुला भेटायला येत राहीनच. संदीपच्या बाबांचं काम संपलं की येईनच परत. अगं, जुन्नर काय कायम रहायचं गाव आहे?'' संदीपनं आग्रह केला म्हणून हो म्हटलं आणि आजकाल नोकरी तरी कुठं लगेच मिळायला?''

जेवण संपता संपता बाबा आले. मला खूप आनंद झाला. मी जाणार म्हणून मला भेटायला हाफ-डे रजा टाकून आले होते. मात्र बंधुराज काही भेटले नाहीत. बहुधा माझं जाणं त्याला पसंत नसावं.

बरोबर दोन वाजता दारात इंडिका थांबली. प्रकाशने, बाहेर हॉर्नचा आवाज दिला. मी बॅग घेऊन बाहेर आले. पण पावलं जड झाली. घर सोडून राहायची सवय नव्हती. मागे वळून पाह्यलं असतं तर रडूच कोसळलं असतं.

संदीपनं बॅग उचलून डिकीत टाकली. तेवढ्यात डोळ्याला पदर लावत आई पुढं आली, ''संदीप माझ्या पोरीला तुमच्या ताब्यात देते आहे. तुम्ही चांगली मुलं आहात म्हणून काळजी नाही. पण पोर कधी एकटी राहायली नाही मला सोडून.''

''आई, अहो काळजी नको. आमच्या घरात आमच्या आईसाहेब आहेत. तिला आईची उणीव नाही भासणार,'' प्रकाश गाडी स्टार्ट करत आईशी बोलत होता. मी मागच्या सीटवर बसले आणि गाडी निघाली. कितीतरी वेळ मी बाहेर हात काढून टा ऽ टा करीत होते.

संदीप पुढे बसला होता. मागं मी एकटीच होते *(लेकाच्याला मागं बसायला काय होतं? मी जरा चिकटून तरी बसले असते.)*

नाशिक रोडला गाडी वळली. पण संदीप गप्पच. मग मीच म्हटलं "प्रकाश! मी येणार म्हणून तुझ्या मित्राला बरीच काळजी पडलेली दिसते. सकाळपासून मूड दिसत नाहीय साहेबांचा?" *(प्रकाशला काय माहीत मित्राचा मूड का गेलाय?)*

चाकण गेल्यावर भामा रिव्हर टी-हाऊसपाशी थांबलो. मस्त भजी आणि चहाची ऑर्डर झाली. चहा पोटात गेला तेव्हा कुठे साहेब बोलायला लागले. जुन्नरला वाड्यावर पोहोचेपर्यंत सात वाजले. प्रकाशने फोन करून घरी कळवले होतेच. गाडी दारात थांबली. सेवक मंडळी धावतच आली. पटापटा बॅग उचलून आत गेली देखील. मला हे सगळच नवखं होतं.

आईसाहेब चौकात स्वागताला आल्या. "ये छाया, ये." त्यांच्या प्रेमळ आवाजाने जरा धीर आला. वाड्यातील आपले वास्तव्य आनंदात जाईल याची खात्री पटली.

❏❏

: प्रकाश :

जुन्नरला वाड्यावर पोहोचायला संध्याकाळ झाली. खायला नको असं मी फोनवर सांगितलं होतं. पण चहा मात्र हवाच होता.

आबा वाड्यावरच होते. संदीपच्या बाबांनी संशोधन पूर्ण झाल्यावर वाड्यावर राहायला यायचं कबूल केलं होतं त्याप्रमाणे दोन-चार दिवसापूर्वीच ते राहायला आले होते. आम्ही तिघे, आई, आबा, बाबा सगळ्यांच्या चहा पिता पिता गप्पा सुरू झाल्या.

"आबा, आज मी तुमच्यापुढे बसलो आहे ते केवळ संदीपमुळे"

"म्हणजे काय?" आबांचा प्रश्न आला.

"सांगतो, सांगतो सगळं. अहो छायाने अट घातली जुन्नरला येण्यापूर्वी एखादी ट्रीप करू या. म्हणून आपली इंडिका घेऊन महाबळेश्वरला निघालो. वाटेत वाई लागली. संदीप पूर्वी वाईतच होता. शिवाय छायाला गणपतीच्या दर्शनाची इच्छा झाली. गेलो कृष्णेच्या घाटावर, अन् मग नदीत पोहायची लहर आली. आबा काल सकाळी वाईच्या कृष्णेत मी जवळजवळ बुडालोच होतो. माझा परममित्र संदीप देवासारखा धावून आला आणि मला बखोटीला धरून काठावर आणलं. मी तर अर्धमेलाच झालो होतो. संदीपनं मला शुद्धीवर आणलं म्हणून तर आज मी तुम्हाला इथं दिसतोय. आबा वाईच्या घाटावरच्या ढोल्या गणपतीला मी पेढे ठेवले आणि प्रार्थना केली की माझ्या संदीपला उदंड आयुष्य दे आणि संदीपची माझी ताटातूट करू नकोस."

मी सगळ्यांना पेढे वाटले. सगळं ऐकून आईच्या डोळ्यात पाणी आलं.

आबा गहिवरले. म्हणाले, "सारी शिवाईदेवीची कृपा. अरे तिला नवस केला आणि या घरात तू आलास."

“बेटा संदीप तुझे उपकार कसे फेडू मी? बेटा आजपासून तू या घरचाच झालास. यापुढे संदीप, तुझे सगळे हट्ट, इच्छा मी पुऱ्या करणार. बाबासाहेब, तुम्ही धन्य आहात की तुमच्यापोटी असा पुत्र जन्माला आला.”

“अहो, मी काय केलंय, माझी तर सारी फिरतीची नोकरी. सगळे संस्कार त्याच्या आईने केले. आज हे सगळं पाहायला ती हवी होती.” बाबांचा आवाज कातर झाला. वातावरण जरा गंभीर झालं होतं.

मी जरा विषय बदलला.

म्हटलं, “आई अग ही छाया, काय घाबरली होती. जोरजोरात ओरडायला लागली. धावा धावा– अगं तिच्या ओरडण्यामुळे तर बुडायचा थांबलो.”

“पुरे पुरे प्रकाश, चावटपणा पुरे हं.” दे अजून दोन पेढे, म्हणून छायाने हात पुढे केला.

तेवढ्यात संदीप म्हणाला, “अरे मी तुला वाचवलं तर मला चार पेढे हवेत.”

सगळेच हसायला लागले आणि वातावरण मोकळे झाले.

‘आबा, बाबा- ही छाया, म्हटलं तर मैत्रीण, म्हटलं तर सहकारी. बाबासाहेब, या छायाचा ‘कर्वे इन्स्टीट्यूटचा सोशल सर्व्हीस डिप्लोमा’ झालाय. हुशार आहे. अक्षरही चांगलं आहे आणि बडबडी पण खूप आहे. तुमच्या प्रकल्पाच्या कामासाठी एकदम फिट्ट.”

“बाबासाहेब आबासाहेब, प्रकाशने तर मला हरभऱ्याच्या झाडावरच बसवलंय. पण माझे पाय जमिनीवरच आहेत. तुमच्या प्रचंड कामापुढे मी तर एक मिणमिणती पणती. पण तुमच्याबरोबर काम करायला मिळालय याचा खूप आनंद होतोय. आबासाहेब, बाबासाहेब पाया पडते हं,” असे म्हणून छायाने आईसह तिघांना नमस्कार केला.

छायाने पहिल्या भेटीतच सगळ्यांना जिंकून घेतलं. बाबा म्हणाले, “आज प्रवासाने सारे दमले आहात. आज आराम करा. एक-दोन दिवसांत कामाला सुरुवात करू.”

“आणि हे बघ छाया,” आबा म्हणाले, “अजिबात टेन्शन घ्यायचे नाही” आजपासून तू पाव्हणी नाहीस. या घरचीच झालीस.”

थोडी विश्रांती घेऊन रात्री सगळेजण एकत्रच जेवायला बसलो. आईने खास माझ्यासाठी माझ्या आवडीचा पिठलं-भाकरीचा बेत केला होता. आता आम्ही गणपतीपर्यंत जुन्नरला येणार नव्हतो. शेवटचं वर्ष होतं. अभ्यास खच्चून करायला हवा होता.

"बाबा, मला खूप बरं वाटलं, छायाने आमची विनंती मान्य केल्याबद्दल. तुम्ही आता निवांतपणे प्रबंध पुरा करा, "संदीप भरभरून बोलत होता." बाबा तुमच्या संशोधनाचा जास्तीत जास्त उपयोग मीच करणार."

आईलाही खूप दिवसांनी घरात दुसरी एक बाई आल्यामुळे बरं वाटलं. नाहीतर आबा मुंबईत. दोघी बहिणी सासरी, मी व संदीप शिकायला पुण्यात. एवढ्या मोठ्या वाड्यात कित्येकवेळा ती एकटी असायची, घर खायला उठायचं. आता तिच्या सोबतीला छाया आल्याने मलाही बरं वाटलं, रात्री त्या समाधानातच झोप लागली.

दुसऱ्या दिवशी सकाळीच पुण्याला निघायचं होतं. पण आईच्या हातच्या जेवणाचा मोह आवरेना. त्यामुळे जेवण करून दुपारी निघायचं ठरले. स्वयंपाकघरात डोकावलो तर संवाद चालू होता. छायाने आईचा आणि स्वयंपाकघराचाही ताबा घेतला होता."

"आई, तुम्ही खिचडी टाका. मी वांग्याची भाजी करते. आणि मला भाकऱ्यासुद्धा करता येतात आई!"

"आई, अगं मला तुझ्या हातचं जेवण हवंय्.' तुझ्या शब्दावर अधिकच, जोर देत मी म्हटलं.

"हे बघ प्रकाश, तुझी छाया काही ऐकायला तयार नाही. अरे भाकऱ्या तर मीच करणार आणि थोडा तिचा हातभार लागला तर काही बिघडत नाही. उलट त्यामुळे थोडी जास्तच चव येईल."

आईवर छायाने काय इंप्रेशन मारलं होतं एका दिवसात, काही कळत नाही.

"अरे प्रकाश, संदीपला काय आवडतं ते कळलच नाही." पुढील खेपेस संदीपच्या आवडीचं करीन. बाबांना भेटायला महिन्यातून एकदा यायचं कबूल केलंय् त्याने."

छायाच्या उद्गारावर संदीप नुसताच हसला.

जेवणं झाली. आमची निघायची वेळ झाली. संदीप बाबांजवळ बसला होता.

बाबा म्हणत होते. "छाया आली. माझ्यावरचा भार खूप उतरला. आता मला शांतपणे प्रबंधाच काम उरकता येईल. संदीप, तू हे छान काम केलंस. आता दोन चार महिने चांगला अभ्यास कर. डिग्री पदरात पाड."

"बाबा, तुमचा पुढं काय विचार आहे?" संदीप बाबांना विचारत होता. "बघू या रे," तसं अजून काहीच ठरवलं नाही. मात्र एक नक्की, या भागातच रहायचा विचार आहे." तू पास होईपर्यंत, माझा प्रबंधही पुरा होईल. मुंबईला समक्ष

नेऊन द्यायचाय. पण ते जाऊ दे. पुढंच पुढे. आता या घडीला अभ्यासात लक्ष केंद्रीत कर. मी माझ्या कामाकडे.''

संदीपने वाकून आबा, बाबांना नमस्कार केला. मीही नमस्कार केला. निघताना आबांनी पाठीवर हात फिरवला.

छाया आल्यामुळे आबांनाही बरे वाटलेले दिसले. ''प्रकाश, अरे छाया या घरात आल्याने घराला जान आली बघ. सौं चा उत्साह वाढला. नाहीतर कंटाळून जायची एकटी.''

सगळ्यांचा निरोप घेऊन निघालो. सेवक बॅगा घेऊन स्टँडवर आला. तीन वाजता पुण्याची बस मिळाली. बस सुटली. अन् संदीपची कळी खुलली.

मी म्हटलं, ''काय रे कालपासून गप्प गप्प होतास. आमचं जुन्नर नकोस वाटायला लागलं का रे?''

''नाही रे प्रकाश, अरे, तुमच्या वाड्यानं आम्हा दोघांना आसरा दिला, तू तर माझा परममित्र, भाऊच आहेस. तुझ्या आईनं माझ्या आईची उणीव भरून काढली.''

''मग काय झालं सांग तरी. माझ्यापासून कधी काही लपविलयस का तू?''

''सांगू प्रकाश? हसशील तू मला. पण अगदी मनातलं सांगतो. अरे, मला छायाची भीती वाटते. तिच्या नजरेला नजर भिडवत नाही. तिचं पाहणं असं खोलवर रुततं. आता आपण दूर आलो. सगळं टेन्शन कमी झालं बघ. आता अभ्यासात चांगलं लक्ष लागेल.''

मी हे सगळं हसण्यावारी नेलं. म्हटलं, ''अरे छाया चांगली मुलगी आहे. बघ ना! एका दिवसात सगळ्यांना आपलंस करून टाकलं तिनं. अरे तरुणपणात प्रत्येक मुलीकडे बघताना असंच होतं. तू नको तिचं बघणं मनावर घेऊ.''

गप्पांच्या नादात शिवाजीनगर आलं देखील. वाटेत पांचालीमध्ये थोडी पोटपूजा केली आणि रिक्षाने तडक रूमवर. तरी रूमवर पोहोचायला रात्रीचे दहा वाजले.

जुन्नरला मोबाईल लावला, थोडा वेळ रिंग वाजत राहिली. आई आबा बहुतेक झोपले असावेत. अचानक तिकडून छायाचा आवाज आला.

''अरे! प्रकाश! पोहोचलात कधी? काही खाल्लप्यालात की नाही?''

''हे बघ छाया, गाडी वेळेवर आली. पांचालीला पोटपूजा केली आणि आत्ताच रूमवर आलो.''

''अरे, आई, आबा नुकतेच त्यांच्या खोलीत गेलेत. बाबाही लवकर झोपले. मला मात्र झोप येईना रे. वाड्यावरचा पहिलाच दिवस. म्हणजे वाड्यावर एकटीने

राहण्याची पहिलीच रात्र, काल तुमची कंपनी होती. आज कोणीच नाही आणि प्रकाश, तो संदीप आला की नाही मूडमध्ये? का मूड गेल्यासारखा जुन्नरला वागत होता काही कळत नाही. त्याला पण गुडनाईट सांग.''

''अच्छा छाया, तुलाही गुडनाईट, झोप आता आणि आईबाबांना उद्या सांग माझा फोन येऊन गेला म्हणून.''

संदीप अजूनही छायाबद्दल काही तरी अढी ठेवून होता. नाहीतर माझ्या मोबाईलवरून छायाशी बोलला असता! जाऊ दे, आज आता अभ्यासाला बुट्टी. लवकर झोपावे अन् उद्या पहाटेपासून अभ्यासाला लागावे.

□□

: छाया :

आज थोडीशी लवकरच उठले. स्वयंपाकघरात जाऊन सगळ्यांसाठी चहा टाकला. ६॥ पर्यंत आबा आणि आईसाहेब व बाबा स्वयंपाकघरात आले.

मी चहा टाकलेला पाहून आईंना विशेष आनंद झाला. म्हणाल्या ''चला, आज आयता चहा मिळणार.''

आबा आणि बाबाही गरम गरम चहाचे घुटके घेत खुशीत बोलत होते ''व्वा! चहा एकदम फक्कड बरं का! छायाबाई. आजपासून सकाळचा चहा तुझ्या हातचा.''

साडेसात वाजता दोघेही मॉर्निंग वॉकला बाहेर पडले. आबा जुन्नरात असले की सकाळची फेरी होणारच. प्रकाशकडून हे सगळं मला आधीच कळलं होतं.

बाहेर निघताना बाबा म्हणाले, ''छायाबाई, आज दुपारपासून लेखनाला सुरुवात करायची बरं का! जेवणं झाली की माझ्या खोलीवर ये. दुपारी झोप-बिप काही नाही.''

''बाबा, अहो तुमच्या प्रबंधासाठी तर आले. तुम्ही सांगाल त्या वेळेस मी हजर राहीन. तुम्ही पुरे म्हणेपर्यंत माझी लेखणी चालू राहील.''

आईसाहेब म्हणाल्या, ''छाया हे बघ, सकाळच्या स्वयंपाकाला बाई आहे. तू उगाच दमू नकोस. तुला बाबांना मदत करायची आहे. तीन-तीन, चार-चार तास बसावे लागेल लिहीत.''

''अहो, आई मला खूप आवडतं स्वयंपाक करायला. पण तुम्ही म्हणता तेही बरोबर. मग असं करू या का? बाबांचे लेखन काम आटपले की दुपारचं खाणं मी करीन. नवनवीन पदार्थ करून बघायला आवडतं मला.''

जेवणं झाली. दुपारी एक वाजता बाबांच्या खोलीवर हजर झाले. बाबांचं टेबल जुन्या काळातलं काळ्या शिसवीचं भलं मोठं होतं. अर्थात बाबांच्या कामाच्या पसाऱ्यासाठी योग्यही होतं. वेळोवेळी काढलेल्या नोटस्, सुटे कागद, टाचणं, फाईल्स, वेळोवेळी काढलेले फोटो, मुलाखती- एक ना दोन. सारे टेबल भरलेले.

बाबांना वाकून नमस्कार केला आणि स्थानापन्न झाले "हं, चला छायाबाई, मी सांगत जाईन. तू लिहित जा. काही समजलं नाही तर पुन्हा विचार, शक्यतो मी हळू सांगत जाईन."

बाबा सांगू लागले...

"जुन्नर, आंबेगाव तालुक्यात वनवासी आदिवासींच्या वाड्या, वस्त्यांची संख्या सुमारे चार हजार भरेल. काही वस्तीत चार-पाच कुटुंबं तर काही ठिकाणी २५-३० कुंटुंबे राहतात. सर्व ठिकाणी महत्त्वाची गोष्ट म्हणजे बहुसंख्य जण अशिक्षित आहेत. गरीब आहेत."

लिखाण सुरू झाले. तसतशी मलाही या सगळ्यात रुची येऊ लागली.

रोज नियमाने एक वाजता बैठक बसायची आणि दुपारी चारला चहा घेऊन लिखाण थांबायचे.

माझं एकटाकी सुवाच्य अक्षर पाहून बाबा तर हरखून गेले. म्हणाले, "अग पुस्तकाच्या आकाराच्या कागदावर लिहीलस तर छापील पुस्तकच वाटेल,"

रविवारी मात्र पूर्ण सुट्टी असायची. बाबा म्हणायचे, "आज आराम, आज हवी तशी सुट्टी घालव. पुढल्या आठवड्याकरिता एनर्जी हवी."

एक दोन रविवार आराम केला. पण एकटीनं रविवार जुन्नरमध्ये काढायचा. मोठं कठीण काम! जोडगोळींची आठवण व्हायची. फोनवर तरी किती बोलणार?

आबा मुंबईला गेले की पंधरा-वीस दिवस तिकडेच असत. एकदा आबा मुंबईहून येताना भले मोठे पार्सल घेऊन आले. दुपारी चहा घेता घेता मला हाका मारल्या. म्हणाले, "अशी आईसाहेबांसमोर उभी राहा." मला कळेना. "आईसाहेब अहो, छायाला ते मुंबईच पार्सल तुमच्या हाताने द्या."

"अहो आईसाहेब हे काय, मला नको काही."

"उघड, उघड ती बॉक्स. अगं मोठ्या माणसाने हातात काही दिलं की नाही नाही म्हणायचे नाही."

उघडते तो काय! आत दोन सुरेख साड्या. "आबासाहेब, अहो मला कशाकरिता? आईंना आणायच्या."

"अगं, आईंना पूर्वी साड्या आणतच होतो. पण आईसाहेबांची आज्ञा आता पाळायला नको का?"

रोजच्या लिखाणाच्या बैठकी नियमितपणे सुरू झाल्या. कधी कधी वाटे, खरंच आम्ही किती सुखी आहोत.

या आदिवासी मंडळींचा बाबांनी किती बारकाईने अभ्यास केला होता. कधीतरी मी बाबांना म्हणे, ''बाबा मला केव्हातरी घेऊन चला नं एखाद्या पाड्यावर.''

तो योग लवकरच आला. मुंबईच्या अधिवेशनाच्या दरम्यान दोन-चार दिवसांची सुट्टी मिळाली म्हणून आबासाहेब जुन्नरला आले होते.

मी सहजच आदिवासींच्या पाड्यावर भेट द्यायचा विषय काढला. आबांनाही कल्पना आवडली. म्हणाले, ''बाबासाहेब, हा तर आमचा जिव्हाळ्याचा विषय. मग उशीर कशाला. चला उद्या सकाळीच न्याहरी करून निघू या.'' बाबांनी ड्रायव्हरला जीप तयार ठेवायला सांगितली.

दुसऱ्या दिवशी न्याहारी आटोपून आम्ही तिघे निघालो. तासाभरातच एका वस्तीवर पोहोचलो. बाबा आता तिथल्या परिचयातले झाले होते. मंडळींनी बाबांचं स्वागत केले. शिवाय आबासाहेब आलेले पाहून सगळ्यांना खूप आनंद झाला.

आमच्या भोवतीने बरेचजण गोळा झाले. बाबा म्हणाले, ''अरे, सगळ्यांना बोलवा पारावर.'' लहान, थोर, तरुण मंडळी बायका मुली- दहा-पंधरा मिनिटांत साठ-सत्तरजण जमा झाले.

बाबा बोलायला उभे राहिले. ''मित्रांनो, गेल्या वर्षभरात तुमच्याकडे अनेक वेळा येऊन गेलो. तुम्हाला अनेक प्रश्न विचारून भंडावून सोडले. पण तुम्ही न कंटाळता, न रागावता मला खूप सहकार्य केलंत.

''आता हे सगळं मी लिहून आपल्या आबासाहेबांमार्फत सरकारकडे पाठविणार आहे. मात्र आज मी एका वेगळ्या कामासाठी आलो आहे.'' ''बाबा तुम्ही सांगायचा अवकाश, काम झालंच म्हणून समजा.'' बाबा हसत म्हणाले, ''अरे मित्रांनो, काम तुम्ही नाही, मी करणार आहे. आज एका नवीन व्यक्तीची ओळख करून देणार आहे. हेच ते काम,'' मी पारावर बसले होते, मला बाबांनी उभं केलं. म्हणाले, ''मित्रांनो, ही नवी पाव्हणी आहे छाया. अरे मी तुमच्याबद्दल जे काही लिहिणार आहे त्याचे सर्व लेखन ही करते आहे. लिहिता-लिहिता तिला वाटायला लागलं की तुम्हा मंडळींना भेटावं, गप्पा माराव्यात आणि आज अनायसे आबासाहेब सापडले. तेव्हा दोघांना घेऊन आलो तुमच्याकडे.''

''छाया बेटा, बोल काहीतरी या मित्रांशी'' - आबासाहेबांनी सूचना केली.

मी उठले, सगळ्यांना प्रणाम केला.

''सर्व ज्येष्ठ मंडळींना दंडवत. आपणा सर्वांना आणि छोट्या बालमित्रांना भेटून खूप आनंद झाला. मी काही मोठी व्यक्ती नाही, की आपल्यापुढे काही भाषण

करावं.

मात्र छोट्या मित्रांनो, ''गोष्ट ऐकायला आवडेल?' सगळीकडूनच एकच आवाज आला. हो ऽ हो ऽ हो.

'मित्रांनो, महाभारत काळातली गोष्ट आहे ही. त्या काळात मोठमोठे ऋषीमुनी होऊन गेले. अनेक जण निरनिराळ्या विषयात पारंगत होते. सांदीपनी, शुक्राचार्य, द्रोणाचार्य अशा अनेक मुनींच्याकडे विद्यार्थी शिकायला येत असत. द्रोणाचार्य मुनी शस्त्रास्त्र विद्येत अतिशय पारंगत होते. त्यांच्याकडे बरेच राजे आपल्या राजपुत्रांना शस्त्रविद्या शिकायला पाठवित असत. कौरव आणि पांडवही त्यांचेकडे शिकायला होते.

द्रोणाचार्य सगळ्यांना रानात घेऊन जायचे. धनुर्विद्येची माहिती द्यायचे. बाण कसा तयार करायचा, धनुष्याचा आकार कसा असावा, दोरी, वादी कोणती लावायची कशी लावायची- सारं काही शिकवत. नेम कसा धरायचा, बाण कसा सोडायचा- कठोर मेहनत करून सराव करायला लावत.

सारे विद्यार्थी शिकत असत. पण त्या सगळ्यांत अर्जुन अतिशय मन लावून शिके. अर्जुन त्यांचा अत्यंत लाडका विद्यार्थी होता.

द्रोणाचार्यांनी एकदा सगळ्यांची परीक्षा घ्यायची ठरवलं. झाडावर एक कापडाचा पोपट बांधून ठेवला. पोपटाच्या डोळ्याला अचूक बाण मारणारा सर्वश्रेष्ठ धनुर्धर असेल. गुरुजींनी सांगितलं.

पहिला विद्यार्थी पुढे आला. 'घे धनुष्यबाण हातात. बोल तुला काय दिसतय्' तो म्हणाला 'झाड दिसतंय, मागे निळे आकाश दिसतय, फांद्या दिसतायत्. पोपट दिसतोय.'

हे ऐकून द्रोणाचार्य स्मितहास्य करायचे. म्हणायचे 'हो बाजूला' दुसरा आश्रमवासी आला. त्यानेही परिसराचे छान वर्णन केले. आचार्य म्हणाले, 'हो बाजूला.'

सगळ्यांना कळेना, द्रोणाचार्य आपल्याला बाजूला का सारतायत्. शेवटी अर्जुनाची पाळी आली. गुरू द्रोणाचार्यनी अर्जुनाला प्रश्न केला तुला काय दिसतंय?

अर्जुन तत्काळ उद्गारला.

'मला पोपटाचा फक्त डावा डोळाच दिसतो, बाकी काही दिसत नाही.'

द्रोणाचार्य म्हणाले, 'शाब्बास अर्जुना, नेम घर आणि बाण सोड.' मित्रांनो, आणि क्षणार्धात बाणाने पोपटाच्या डोळ्याचा वेध घेतला. असा होता धनुर्धर अर्जुन.

पण मित्रांनो, त्या काळातही आदिवासी मंडळी जंगलात राहात असत.

एकलव्य नावाचा एक आदिवासी मुलगा जंगलात नेहमी शिकारीला जात असे. धनुष्य बाण चालविण्यात तो पटाईत होता. द्रोणाचार्यांची कीर्ती ऐकून त्यांच्याकडे धनुर्विद्येचे पद्धतशीर शिक्षण घ्यावे म्हणून आश्रमाकडे निघाला.

आश्रमाच्या जवळ येताच तिथला कुत्रा त्याच्या अंगावर भुंकायला लागला. एकलव्याने एका पाठोपाठ अशा खुबीने त्याच्या तोंडावर असे बाण मारले की कुत्रा मरणार तर नाही पण त्याचे भुंकणे बंद होईल.

कुत्रा एकदम भुंकायला का लागला हे पाहायला आश्रमवासी व द्रोणाचार्य बाहेर आले, पाहतात तो काय? कुत्र्याच्या तोडांवर बाण मारून त्याचे भुंकणे बंद केलंय. समोरच वल्कलं नसेलला एक तरुण हातात धनुष्य घेऊन उभा.

'कोण तू? आणि इथे का उभा आहेस?'

'मला माफ करा गुरू. मी एकलव्य. जवळच्या जंगलात राहतो. शिकार करून पोट भरतो. मी त्या कुत्र्याचा आवाज बंद केला. मी आपणाला भेटायला आलो होतो. धनुर्विद्येतली आपली किर्ती ऐकून आपला शिष्य व्हावे व धनुर्विद्येचे पद्धतशीर शिक्षण घ्यावे या हेतूने आलो. मला आपला शिष्य म्हणून स्वीकारावे गुरुदेव' म्हणून एकलव्याने खाली वाकून द्रोणाचार्यांचे पाय धरले.

द्रोणाचार्यांनी त्याला हात धरून उठविले. म्हणाले, 'तुला शिष्य म्हणून स्वीकारण्यात मला आनंदच वाटेल.' मनातून द्रोणाचार्यंच्या लक्षात आले की हा एकलव्य जर माझ्याकडे शिकला तर अर्जुनापेक्षा सरस होईल. पण असे होऊन चालणार नाही. पण हे बघ. गुरू गुरुदक्षिणा घेतल्याशिवाय शिकवत नाहीत. हे विद्यार्थी राजपुत्र बघ, मोठमोठ्या राजघराण्यातून आलेत. मला मोठमोठ्या दक्षिणा दिल्यात. ही जागा, हा आश्रम- हे सगळं मला गुरुदक्षिणा म्हणून मिळालंय. तुझ्यासारखा गरीब आदिवासी काय देणार? काय आहे मौल्यवान तुझ्याकडे देण्यासारखं?'

मित्रांनो, एकलव्याने क्षणाचाही विलंब न करता उजव्या हाताचा अंगठा कापून द्रोणाचार्यांच्या पायावर वाहिला. म्हणाला, 'गुरू आता तरी मला शिष्य करून घ्या.

द्रोणाचार्य चकितच झाले. म्हणाले, 'बाळा, अरे हे काय केलस? अरे आता तू धनुष्यबाण कसा चालवणार.'

पण एकलव्य म्हणाला, 'गुरुजी, चार बोटांनी बाण धरायला शिकेन. पण मला शिष्य म्हणून स्वीकारा.'

द्रोणाचार्यांचा डोळ्यातून अश्रू वाहू लागले, असा शिष्य पाहून मी धन्य झालो.

अरे, तुला काही शिकवायची जरूर नाही. तू जन्मताच धनुर्धर आहेस, ही माझी प्रतिमा मी तुला देतो. घरी जा. समोर मूर्ती ठेव आणि तुझा तू शीक. या प्रतिमेतून मी तुला सतत आशीर्वाद देत राहीन.'

द्रोणाचार्यांना प्रणाम करून मूर्ती घेऊन एकलव्य निघाला आणि जंगलात घराकडे निघून गेला.''

सारे आदिवासी बांधव माझ्या कथनाने एवढे भारावून गेले की सगळीकडे नीरव शांतता पसरली. कोणाला टाळ्या वाजवायचे भानच राहिले नाही.

आबा-बाबांनी टाळ्या वाजवल्यावर क्षणभराने सगळेजण टाळ्या वाजवू लागले.

समारोपासाठी आबासाहेब उठले. म्हणाले, ''मित्रांनो, पाहिलीत आमच्या छायाबाईंची करामत. हृदयात भिडली की नाही गोष्ट? मित्रांनो, एकलव्याने अंगठा गमावला, तोही आदिवासी होता. पण आता काळ बदलला आहे. कोणी अंगठा मागणार नाही. पण तुम्ही अंगठेबहाद्दूर राहू नका. मी बाबांना आणि छायाबाईंना विनंती करणार आहे की आमच्या या आदिवासी मित्रांसाठी माझा पैसा आणि तुमची बुद्धि पणाला लावू या आणि तुमच्या भल्यासाठी भविष्यात निश्चित काम करू या.''

दुपारी घरी जेवताना आबा माझं एवढ कौतुक करीत होते की मला दडपून जायला झाले.

''अहो लक्ष्मीबाई, छायाने काय सुरेख गोष्ट सांगितली, तुम्ही ऐकायलाच हवी होती. अहो, तिने गोष्टीतून आदिवासींचे डोळे उघडले. माझं काम सोपं केलं. बाबांच्या वाटचालीची दिशा सहजपणे ठरली गेली.''

रोजच्या लिखाणाच्या व्यापामुळे दिवस कसे भराभर उडून जाऊ लागले.

अचानक आईचा पुण्याहून फोन आला, ''छाया कशी आहेस? तुझी सारखी आठवण येते. तुझ्या मैत्रिणी अधूनमधून चक्कर टाकून आमची मैत्रीण कधी येणार? म्हणून चौकशी करत असतात.

''अगं, गणपती आले दहा-पंधरा दिवसांवर, गणपतीच्या निमित्ताने ये पुण्याला चार-दोन दिवस. का मी आईसाहेबांना सांगू पाठवा म्हणून?''

''आई, अगं नको नको. मीच ठरवते काय ते! येईन हं, तशी, मलाही तुम्हा सगळ्यांना भेटायची खूप इच्छा आहे. पण बाबांचं लिखाणही तितकेच महत्त्वाचे आहे.

''बघते, काय जमेल त्याप्रमाणे तुला कळविते. बाबा कसे आहेत? दादाला नोकरी लागली की नाही?''

"तू आता लवकर ये पाहू. मग गप्पा मारू." फोन बंद झाला. पण आईचा फोन आल्यानं खूप बरं वाटलं.

दुसऱ्या दिवशी आपोआपच गणपतीचा विषय निघाला. आबा सेवकांना सांगत होते, "अरे चौकातली साफसफाई करा. मोठा कोनाडा रंगवायला हवा. गणपती जवळ आले."

मी सहज म्हटलं, "आबा, आपला गणपती किती दिवस?" "अग गौरी गणपती, एकदम जाणार." आई म्हणाल्या. "अन् हे बघ, यावेळंचं गणपतीचे डेकोरेशन तुझ्याकडे. अगं जुन्नरमध्ये आपल्या गणपतीला खूप मान असतो. गेल्या साठ-सत्तर वर्षाची परंपरा आहे. आपल्या गणपतीची विसर्जन मिरवणूक स्वतंत्र असते. आणि गावकरीही भक्तीभावाने भाग घेतात. तुला हे सगळं बघायला मिळेल."

"वा, छान आईसाहेब उत्सवाला प्रकाशराव आणि संदीप येणार असतील ना? मी फोन करू का प्रकाशना?"

"कर. कर अवश्य कर. तुझं ऐकेल तो" संध्याकाळी फोन लावला, नशिबाने भेटला फोनवर, नुकताच कॉलेजातून आला होता.

"नमस्कार प्रकाशराव, महाराजा, गणपती उत्सव आलाय दहा दिवसांवर, काही लक्षात आहे का? आईसाहेबांनी उत्सवाची तयारी सुरू केली देखील, केव्हा येताय? आपल्या दोघांचा सहवास तरी लाभेल, उत्सवाच्या निमित्ताने."

"हे बघ छाया, आईला सांग आम्हा दोघांना अभ्यास सोडून सहा-सात दिवस जुन्नरात राहणं शक्य नाही म्हणून."

"हे बघ प्रकाश, हा निरोप काही मी देणार नाही आईला, तूच घे परवानगी आईची, बोल आईशी." आईसाहेबांनी फोन घेतला.

"अरे प्रकाश हे काय? उत्सवाला तुम्ही येणार नाही?, कसं चालेल हे? अरे, परंपरा मोडायच्या नसतात, असं कर, अभ्यासाची पुस्तक, वह्या सगळं काही घेऊन या जुन्नरला, पूजा, आरती झाल्यावर घ्या दिवसभर कोंडून अभ्यासाला आणि जा विसर्जन झाल्यावर लगेच."

आईंचा मुद्दा सडेतोड होता. शेवटी प्रकाश- संदीप यायला तयार झाले. मला खूप आनंद झाला.

रात्री विचार करत पडले पलंगावर, "आईला काय कळवू? येत नाही म्हणून? ती किती चिडेल, मैत्रिणी किती रागावतील? म्हणतील छाया रमली बरं का जुन्नरात, विसरली आम्हाला."

गणपती उत्सवात शेवटचे दोन-चार दिवस पुण्यात किती धमाल येते.

आमच्या मैत्रिणीचा तांडा बिनधास्त फिरायचा मिरवणुकीत, गुलालाने रंगायचे, नाचायचे गाण्यांच्या तालावर.

पण आता पुण्याला कसं जाणार? आईसाहेबांनी डेकोरेशनची जबाबदारी टाकली माझ्यावर, मी नकळत हो म्हणून बसले.

इकडे तर संदीप-प्रकाशचा सहवास मिळणार म्हणून मन बहरून आलंय तर पुण्याला जायला मिळत नाही म्हणून खट्टू होतंय मन. विचारातच झोप लागली.

सकाळी चहा करता-करता डोक्यात आलं की या पेचाबाबत आईसाहेबांशीच बोलावं. त्या काहीतरी मार्ग काढतील.

जेवताना आईंना म्हटलं, ''अहो पहिल्या दिवशी प्रतिष्ठापनेला घरी नाही गेले तर आई-बाबा खूप नाराज होणार. गेले तर तुम्ही नाराज होणार! काय करावं काही समजत नाही.''

आईसाहेब क्षणभर विचारात पडल्या. पण लगेच म्हणाल्या, ''छाया, अगं काही अडचण नाही येणार.

''अग आपला गणपती बसतो संध्याकाळी. गावकरी गावातून गणेशाला मिरवणुकीतून वाड्यावर आणतात. तू आदल्या दिवशी हरतालिका पूजा झाली की जा पुण्याला, घरच्या गणपतीची प्रतिष्ठापना सकाळी लवकर करायला सांग. जेवण कर आणि दुपारी १२॥-१ पर्यंत नीघ आणि खरंच! येताना प्रकाश-संदीपही असतील, तुझ्याबरोबर. एशियाडने या नारायण गावापर्यंत. मी आबांना जीप पाठवायला सांगते, नारायणगावाला. म्हणजे तुम्ही तिघे जुन्नरला वेळेवर पोहोचाल.''

सगळं ऐकून माझा चेहरा उजळला. ''आईसाहेब, अहो, किती छान मार्ग काढलात तुम्ही! काळजी करू नका आता कुठलीच. वेळेवर येऊ आम्ही सगळे जुन्नरला,'' *(येताना दोघे बरोबर-कल्पनेनेच किती आनंद झाला. म्हणून सांगू?)*

पुण्याला आमच्या घराशेजारच्या फोनवर आईशी संध्याकाळी बोलले.

''आई, अगं इथल्या गणपतीची डेकोरेशनची जबाबदारी प्रकाशच्या आईंनी माझ्यावर टाकलीय. पण आई, गणपती प्रतिष्ठापनेच्या आदल्या दिवशी संध्याकाळपर्यंत पोहोचतेय. गुरुजींना पूजेला लवकर बोलाव, पहिल्याच दिवशी जेवण करून निघायलाच हवं. कारण इथला गणपती संध्याकाळी बसणार आहे.

आई, रागावू नकोस. इथं राहायचं म्हणजे आईसाहेबांची मर्जी राखली पाहिजे.''

''ठीक आहे पोरी, तू इकडे थोडा वेळ का होईना येतेस, बरं वाटलं.'' वाड्यावर गणपतीच्या आगमनाची जोरात तयारी सुरू झाली.

आईसाहेब म्हणाल्या- ''छाया, पैशाची काळजी करू नकोस. हवे ते साहित्य

खरेदी कर. सगळ्या सेवकांना कामाला लाव.''

माझ्या डोक्यातल्या कल्पना हळूहळू मूर्त स्वरूप घेत होत्या. पाच-सहा दिवस राबून लेण्याद्रीच्या गुहेची, प्रतिकृती तयार झाली.

आबा-आईंना हे सगळं पाहून अतिशय आनंद झाला. म्हणाले, ''छाया, अगं तुझं डोक औरच आहे. काय छान प्रतिकृती तयार झाली. असं वाटतं आपण प्रत्यक्ष लेण्याद्रीच्या गुहेतच गेलोय. मी सांगतो, सारं जुन्नर येईल आरास बघायला.''

हरतालिका पूजन अगदी साग्रसंगीत झाले. आसपासच्या बायकाही पूजनाला आल्या होत्या. वाड्यावरचे सगळे धार्मिक कार्यक्रम गुरुजींच्या सूचनेप्रमाणे करण्याचा आईसाहेबांचा कटाक्ष होता. उपासाचं थोडं खाऊन दुपारी एकची बस पकडली. ६-६|| ला घरात पाऊल टाकले ते आरोळ्यांनीच, 'आई ऽ बाबा ऽ मी आले.' आई-बाबांना खूप आनंद झाला. आईनं तर मिठीच मारली मला. मी येणार असल्याची बातमी मैत्रिणींपर्यंत आधीच पोहोचली होती.

तासाभरात सगळा तांडा घरात घुसलाच ''छाया ऽ, अगं विसरलीस काय आम्हाला? आता काय छाया मोठ्या वाड्यात राहतीय. मजा आहे.''

साऱ्या मैत्रिणींना तोंड देता-देता नाकी नऊ आले. मैत्रिणींच्या बरोबर तास दीडतास गप्पा झाल्या. मैत्रिणी गेल्या. आई म्हणाली,

''छाया, थोडा फराळ कर आणि हरतालिका पूजलीस का? अगं, हरतालिकेची पूजा मनापासून केली की चांगला नवरा मिळतो.''

''आई, पुरे ग. तुला आपली मला घालवायची काळजी.'' रात्री आईला म्हटलं, ''आई, अग उद्या गणेश चतुर्थी? प्रकाश आणि संदीप मात्र कुठेतरी हॉटेलात जेवणार. आई, हे काही ठीक नाही. मला वाटतं दोघांना आपल्या घरी जेवायला बोलावू या.''

''अगं, बोलाव की. आता ते का परके आहेत आणि माझी परवानगी कशाला पाहिजे?''

रात्री दहा वाजता प्रकाशला मोबाईल लावला.

''काय रावसाहेब, अभ्यास जोरात चाललेला दिसतोय? जुन्नरला उत्सवाला येणार नव्हतात ना? आईसाहेबांनी झापलं तेव्हा यायला तयार झालात. आता थोड माझं ऐकायचं.''

''बोला बाईसाहेब. आईसाहेबांच्या लाडक्या तुम्ही, ऐकायलाच पाहिजे.''

''हे बघा, उद्या सकाळी ११ वाजता आमच्याकडे दोघांनी जेवायला यायचंच. पहाटे उठून खास तुमच्यासाठी मोदक करणार आहे.''

''हे बघ, जेवायचा घाट घालू नको. परत केव्हातरी येऊ.'' ''मला कोणतीही

कारणे नकोत प्रकाश. तुम्ही जेवायला नाही आलात तर मीही जुन्नरला परत येणार नाही.''

मात्रा बरोबर लागू पडली.

तेवढ्यात फोनवर संदीपचा आवाज आला.

''अगं बये, असं काही करू नकोस! आम्ही येतोय् तुझे मोदक हादडायला. मात्र दुपारी एकची बस पकडायचीय आपल्याला. लक्षात आहे ना?''

''या रे या. किती खाल मोदक? बघू या कोण हरतंय ते,'' दोघांनी यायचं कबूल केलं मी खुशीतच निद्राधीन झाले. पहाटे उठून मोदकाची उकड करायला टाकली. खोबरं, गूळ सारी तयारी केली.

गुरुजी सातला आले. बाबा पूजेला बसले. ''काय लाडके, मित्र येणार म्हणून मोदकांचा बेत दिसतोय आणि भल्या पहाटे उठून तयारी?'' बंधूराजांनी खोचक कॉमेंट टाकलीच.

बरोबर अकरा वाजता जोडी आली.

आई म्हणाली, ''छाया, अग तूही जेवायला बस दोघांच्या बरोबर.''

''नको आई, मी नंतर बसेन.''

''हे बघ, मी आग्रह करून दोघांना वाढीन. तू काळजी करू नकोस आणि अगं, तुला निघायच लगेच, जेवण करून लगेच बस प्रवास नको. ऐक थोडं. तिघे एकदम बसा, थोडी विश्रांती घ्या. मग निघा.''

संदीप, प्रकाश मोठ्या चवीनं जेवले. घरचं ते घरचं जेवण. माझ्या मोदकांची, पर्यायाने माझी स्तुती चालवली होती. ''आई, अहो आमच्या आईसाहेबांवर काय इंप्रेशन मारलंय कुणास ठाऊक सकाळचा चहा आता छायाच्या हातचा. अधूनमधून स्पेशल डिशेस छायाच्या हातच्या.''

आई एकदम म्हणाली, ''आहेच आमची छाया गुणी. ज्याच्या घरी पडेल तो भाग्यवानच.''

प्रकाशनं एकदम चमकून माझ्याकडे पाहिल्याच जाणवलं. ''आई, पुरे, मला हाकलायला बसलीयस् का? अगं बाबांचं लिखाण संपलं की मी आलेच पुण्याला!''

प्रकाश तत्काळ म्हणाला, ''नाही, नाही आईसाहेब. अहो, छायाला आम्ही अजिबात सोडणार नाही. तिच्यासाठी आमच्याकडे कितीतरी प्लॅन्स आहेत. एकदा आमचं ग्रॅज्युएशन होऊ दे.''

जेवणं संपली. थोड्या गप्पा-टप्पा झाल्या. अर्ध्या पाऊण तासात निघायची वेळ झाली.

यावेळेस मात्र थोडं वेगळंच घडलं.

गेल्या वेळेस पहिल्यांदा घर सोडताना डोळ्यात पाणी आलं होतं. पाय जड झाले होते. आईला सोडवत नव्हतं.

मात्र आज जिवाची घालमेल झाली नाही. डोळ्यात पाणी नाही. उलट जुन्नरला जाण्याची मनातून ओढ वाटत होती.

असं का व्हावं?

जुन्नरचा मोठा वाडा, तेथली खानदानी माणसं. खानदानी श्रीमंती, आईसाहेबांचा प्रेमळ स्वभाव आणि संदीप-प्रकाशची ओढ!

खरं काय? काही समजत नव्हतं. पण माझ्यात बदल झाला होता एवढं मात्र नक्की.

रिक्षा करून तिघांनी शिवाजीनगर गाठलं. दुपारी एकची नाशिक एशियाड उभीच होती. नशिबानं पूर्ण बाक रिकामा मिळाला.

मधे मी, डावीकडे संदीप-उजवीकडे प्रकाश.

नुकतीच जेवणं झालेली. दुपारची ढगाळ हवा. तिघेही पेंगत होतो. माझी मान कधी प्रकाशच्या खांद्यावर विसावायची तर कधी संदीपच्या, मात्र संदीप अंग चोरायचा. त्याला माझं मान टाकणं बहुधा आवडत नसावं. *(पण मला आवडत होत ना!)*

बरोबर चार वाजता नारायणगावला उतरलो. ड्रायव्हर जीप घेऊन स्टँडबाहेर उभाच होता.

वाड्यावर पोहोचेपर्यंत मी डेकोरेशनबद्दल काहीच बोलले नव्हते. म्हटलं, एकदम सरप्राईज करू.

वाड्यात शिरलो तो समोर लेण्याद्रीची गुहा.

"अरे बापरे! कुणी बनवलं हे सगळं?" प्रकाश बघतच राहिला.

"काय रे पक्या, आवडलं का डेकोरेशन?"

"आई, अगं फारच सुंदर, अप्रतिम. प्रत्यक्ष लेण्याद्रीच्या गुहेत गेल्यासारखं वाटतंय आणि शिवाय डोंगर चढायचे कष्ट नाहीत. कोणी केली ही सारी किमया?"

"अरे, ही सगळी किमया छायाची."

"आई, कमाल आहे, हं छायाची. पठ्ठी वाड्यावर येईपर्यंत बोलली नाही."

तेवढ्यात आबांची हाक ऐकू आलीच.

"अरे, चला लवकर, मिरवणूक निघेल दहा-पंधरा मिनिटातच, ग्रामदेवतेला नमस्कार करून तासाभरात परत येऊ."

❐❐

: प्रकाश :

आमचा गणपती वाजत गाजत गावातून ग्रामदेवतेचे दर्शन घेऊन येणार ही वाड्याची कित्येक वर्षाची परंपरा. अगदी लहान असताना मी आबांचं बोट धरून गणपतीपुढे चालत असे.

जीप दारात उभी होती. बाप्पांना जीपवरच्या देव्हाऱ्यात ठेवलं, गावकऱ्यांचं ढोल-ताशा पथक तयार होतंच. आबा जीपवर देव्हाऱ्याच्या खालच्या बाजूला उभे होते. अचानक आबांच्या हाका ऐकू आल्या. आम्ही जवळ गेलो. "प्रकाश, संदीप तुम्ही दोघे माझ्या दोन्ही बाजूला उभे राहा. अरे, हळू हळू या सगळ्यात तुमचा पुढाकार असायला हवा." गावकऱ्यांनाही आम्हाला पाहून आनंद झाला. तिघांच्या कपाळावर गुलाल लावून ढोल-ताशा सुरू झाला. गावातल्या मुख्य रस्त्यांवरून मिरवणूक फिरत फिरत ग्रामदेवतेच्या देवळापाशी आली. आबा आणि आम्ही उतरून ग्रामदेवतेच्या समोर नतमस्तक झालो. गावचा उत्सव सुरळीत पार पडू दे, असे विनवून ग्रामदेवतेचा आशीर्वाद घेतला.

तासाभराने वाड्यावर परतलो. गावकऱ्यांनी मूर्ती उचलून वाड्यात आणली. वाड्याच्या चौकात समोर लेण्याद्रीची गुहा पाहून सारे अचंबित झाले. गणपती बाप्पा मोरयाचा गजर सुरू झाला. मूर्ती स्थानापन्न झाली.

"गुरुजी, प्रतिष्ठापनेच्या पूजेला प्रकाश बसेल." "नको नको आबा. अहो प्रतिष्ठापनेच्या पूजेचा मान तुमचा. तुम्ही बसा." मी म्हटलं.

आबा माझ्याजवळ आले. हळूच म्हणाले, "अरे, पब्लिकच्या नजरेसमोर तू आता दिसायला पाहिजेस. बस पूजेला" "आबा, संदीप पण बसेल."

गुरुजी म्हणाले "नाही नाही, परंपरेने जुन्नरकर घराण्यातील व्यक्तीनेच प्रतिष्ठापना केली पाहिजे. उद्या-परवा कोणीही बसला तरी चालेल."

शेवटी मी पूजेला बसलो. संदीप दुसऱ्या दिवशी पूजेला बसावा असे ठरले.

संध्याकाळी ७ वाजता साग्रसंगीत पूजा झाली. प्रसाद वाटप झाले. जमलेली मंडळी डेकोरेशनचे कौतुक करीत होती. पूर्वी आम्ही आपले देव्हाऱ्यात बाप्पाला ठेवून, एखादी माळ लावून, किरकोळ डेकोरेशन करीत असू.

रात्री जेवताना म्हटलं, "छायाबाई, लोक विचारत होते. कुणी केलं हे कल्पक डेकोरेशन, फारच कौतुक चाललंय् बरं तुझं, मला सुद्धा तुझा हेवा वाटायला लागलाय."

संदीपनेही सुरात सूर मिळविला. म्हणाला, "अरे छायाच्या, कामावर आमचे बाबा एकदम खूश आहेत."

तेवढ्यात बाबाच म्हणाले, "अरे पोरांनो, काय सुंदर अक्षर आहे छायाचं. जरा आदर्श घ्या तिचा. परीक्षेत चार मार्क जास्त मिळतील. आणि स्मरणशक्ती तर अशी तीव्र, की लांबच लांब वाक्य एकदा सांगितलं तरी पुन्हा न विचारता लिहून मोकळी. संदीप, तुझी निवड अचूक बरं का!"

"बाबा! एवढं काही माझं कौतुक करायला नको हं." छाया लटक्या रागात बोलली.

पण छायाला कौतुक केलेलं आवडायचं हे माझ्या केव्हाच लक्षात आलं होतं. रात्री थोड्याफार गप्पा झाल्या. तेवढ्यात मी म्हटलं, "संदीपराव, छाया पुराण थोडं बाजूला ठेवावं, अरे, उद्यापासून कुथून अभ्यास करायला हवा."

"छाया पुराण का? छायालाच बाजूला ठेव!" छाया खरोखरीच रागावली.

तेवढ्यात आई आमच्या मदतीला धावली. "अगं छाया, रागावू नकोस. उत्सवाला या पण भरपूर अभ्यास करा- असं आपणच नाही का त्यांना सांगितलं!"

"संदीप महाराज, उद्या पूजा तुम्ही करा." मी म्हटलं.

सकाळी संदीप पूजेला बसला, त्याची भरदार शरीरयष्टी कद-मुकटा नेसल्याने आणखी छान दिसत होती.

काल रात्री पूजेच्या वेळेस थोडी लांब उभी राहून आरती म्हणणारी छाया आज अगदी पुढं येऊन आरती म्हणत होती. आरती म्हणता म्हणता तिचं सारं लक्ष संदीपकडं होतं हेही माझ्या नजरेतून सुटलं नाही.

दोन-तीन दिवसांनी आरती झाल्यावर छायाने आम्हाला गाठलेच, चांगलीच रागावलेली दिसली.

"हे काय रे, गेल्या दोन-चार दिवसात अगदी खोलीच्या बाहेर पडला

नाहीत. मी कितीदा खोलीपर्यंत चकरा टाकल्या. टक टक करणार होते. पण म्हटलं, महाशय रागवायचे. सारखा अभ्यास- अभ्यास. इकडे मी तडफडतीय्, म्हटलं किती दिवसांनी मित्र भेटणार. जरा थोडी फार मजा करू, संध्याकाळी थोडं भटकू, तर कशाचाच पत्ता नाही. बाबासाहेबांनी पण गणपतीत सुटी घेऊन आराम करायचं ठरवलंय. त्यामुळे लिखाण नाही, नाहीतर दुपारचे चार तास कसे भर्रकन उडून जायचे. पण काही न करता बसायचा कंटाळा आलाय मला, ते काही नाही. तुम्ही थोडा अभ्यास कमी करा. आणि मला संध्याकाळी हिंडायला न्या. नाहीतर मी जाते कशी उद्या पुण्याला.''

''छाया, अगं एवढं रागावू नको.'' मी समजूत घातली.

''चलो. संदीप आजपासून अभ्यास चार वाजता बंद. चहा घ्यायचा. जीप काढायची आणि निघायचं. येते दोन-चार दिवस रोज संध्याकाळी बाहेर पडायचं. अख्खा जुन्नर तालुका पालथा घालू. साऱ्या गावातल्या गणपती मंडळांना भेटी देऊ या. तालुक्यातले कार्यकर्तेही खूश होतील आणि आमच्या छायाचा रागही पळून जाईल.''

आमच्या प्लॅनला बाबांनीही तात्काळ मान्यता दिली, ''अरे, छान छान. तालुक्यातला तुझा संपर्क वाढेल. ओळखी होतील. लोकांनाही बरं वाटेल. छोटे सरकार दर्शनाला आले म्हणून. आणि हे बघ भरपूर पैसे घेऊन जा. प्रत्येक मंडळापुढे ५१ रु. ठेव आणि मग नमस्कार कर.''

जीपमध्ये आम्ही तिघेही पुढेच बसलो. छाया मध्ये, पलीकडे संदीप. हिंडायला जायचे म्हणून छाया खूश. संदीपलाही ही कल्पना आवडली. अभ्यासानंतर थोडं रिलॅक्सेशन.

संदीप म्हणाला, ''उगाच इकडे तिकडे भटकण्यापेक्षा शक्यतो आपण छोट्या छोट्या वाड्या-वस्तीतून हिंडू. आदिवासी भागात जाऊ. अरे, बाबांनी गेले वर्षभर राबून हिंडून एवढा प्रबंध करायला घेतलाय, निदान आपण हा दुर्लक्षिलेला भाग तरी डोळ्याखालून घालू. त्यांच्या देवदेवता, चालीरीती, गणपती उत्सव करतात की नाही याचे थोडं ज्ञान होईल.''

रात्री परत आल्यावर जेवणं झाली. आम्ही सर्वजण दिवाणखान्यात गप्पा मारत बसलो. अर्थात, विषय होता आदिवासींचा.

बाबा भरभरून बोलू लागले. ''तुम्ही सगळे आज आदिवासी भागात हिंडून आलात, फार बरं वाटलं. अजून दोन दिवस उरलेल्या भागात जाऊन या. जवळून या लोकांची स्थिती पाहिली म्हणजे हृदय पिळवटून येतं. मंडळी, खरं सांगतो, संदीप-प्रकाशची परीक्षा संपण्याची मी आतुरतेने वाट पाहातोय.

पुढील वर्षी निश्चितपणे काहीतरी कामाला सुरुवात करायचीय्, आपण चौघे तर निश्चित आहोत.''

छाया एकदम म्हणाली, ''हे काय हो बाबा, मी काय फक्त लिखापढी करायला? ते काही नाही, मी पण तुमच्या सगळ्यांबरोबर असणारच. कोणतेही काम सांगा. मी तयार आहे.'' ''अगं, हो हो, जरा सबुरीने घे. पुढील वर्षी काहीतरी करायचं डोक्यात आहे. अजून वेळ आहे.''

आबा हा सगळा संवाद शांतपणे ऐकत होते. ''हे बघा बाबासाहेब, जुन्नरच्या पश्चिमेला २०-२५ मैलावर आदिवासी भागाजवळ माझी ३०-४० एकर जमीन आहे. तशी पडूनच आहे. बघा तुमच्या डोक्यातल्या कल्पना प्रत्यक्षात आणण्याकरीता काही उपयोग होईल का या जागेचा.''

बाबा क्षणभर विचारात पडले. ''आबासाहेब, तुम्ही तर आश्चर्याचा धक्काच दिलात. धक्क्यातून सावरायला थोडा अवधी द्या.''

''ठीक आहे. बाबा, तुमचं उत्तर कळेपर्यंत ही जागा तुमच्याकरिता राखून ठेवली आहे म्हणून समजा.''

म्हणता म्हणता सात दिवस संपत आले. उद्या विजर्सन. परवा सकाळी लवकर पुण्याला निघायला हवे, छायाही आमच्याबरोबर येणार होती.

विसर्जनाची मिरवणूक दरवर्षीप्रमाणे उत्साहात पार पडली. शिवनेरीच्या पायथ्याला शिवकालीन तळे होते. पूजेच्या छोट्या मूर्तीचे विसर्जन करून मुख्य मूर्ती वाड्यावर परत आणली जात असे. दिवाणखान्यात एका सुंदर कोनाड्यात मुख्य मूर्ती वर्षभर विराजमान होत असे. गेली ६०-६५ वर्षे वाड्याची ही परंपरा होती.

पुण्याला जायला निघालो. बसमध्ये सारखी बडबड चालू होती. ''मित्रांनो, आता आपण उरलेले तीन दिवस धमाल करू या. खूप हिंडू या. खाऊ-पिऊ या. मस्त मजा येते. मला खूप आवडतं.''

संदीप शांतपणे म्हणाला, ''हे बघ छाया, तू मोकळी आहेस, पण आमच्या मानगुटीवर परीक्षेचा राक्षस बसलाय. तू मैत्रिणींना घे. नाही तरी खूप दिवसात भेटल्या नाहीत आणि हिंडा सगळ्या रात्रभर.''

पुणं जवळ आलं. मात्र वाटेत छाया गप्पगप्पच. बडबड अचानक बंद झाली.

मी म्हणालो, ''काय गं काय झालं? अगदी तोंडाला पट्टी.''

''माझा मूड गेलाय. उगाच आले तुमच्याबरोबर. मी किती मनोराज्यात होते. दोन-तीन दिवस तुम्हाला घेऊन भटकायचं, मजा करायची, पण तुम्हाला माझ्याबद्दल काही वाटतच नाही!''

रिक्षात बसलो. वाटेत छायाचं घर होतं. शेवटी मीच म्हटलं, ''हे बघ छाया. रागावू नकोस. आज रात्री ९ वाजता जाऊ या हिंडायला. अगदी रात्रभर. मग तर खूश?'' तेव्हा कुठे बाईसाहेब बोलायला लागल्या.

तीन दिवस रात्री अडीच पर्यंत भटकंती, खादी झाली. विसर्जन मिरवणुकीच्या रात्री तर छायाच्या उत्साहाला उधाण आले होते. मिरवणुकीच्या गर्दीतून चालता-चालता एखाद्या मंडळाच्या जोरदार कर्णकर्कश्श म्युझिकच्या तालावर नाचायला घुसायची, आम्हालाही ओढायची, पण आम्हाला काही इंटरेस्ट वाटायचा नाही.

रात्री ३-३॥ ला छायेला घरापाशी सोडलं.

''हे बघा मंडळी, मी उद्या पूर्ण आराम करणार आहे. परवा जावं म्हणते जुन्नरला. तुम्ही काही मला पोहोचवायला येणार नसालच? तुमचा अभ्यास बुडेल. आता परत केव्हा भेटणार आहात?''

आम्ही चूपचाप, अशा तोफखान्यापुढे गप्प बसणं हाच सोपा मार्ग होता.

❏❏

: छाया :

गणपती संपले. बाबांच्या प्रबंधाच्या लिखाणाने वेग घेतला. बाबांनी किती प्रकारे विचार केला होता आदिवासींचा. त्यांची आर्थिक स्थिती, त्यांची शैक्षणिक स्थिती, अज्ञानीपणा, अंधश्रद्धाळूपणा, त्यांच्या राहत्या घरांची दयनीय स्थिती, त्यांची कौटुंबिक स्थिती, कुटुंब व्यवस्था, (कुटुंब व्यवस्था हा शब्द तर त्यांना माहीतच नव्हता.) एक ना दोन. त्यांच्या सर्वांगीण विकासाठी काय करायला पाहिजे याचा ऊहापोहही बाबांनी सविस्तरपणे केला होता.

म्हणता म्हणता पितृपंधरवडा संपत आला. आईसाहेबांनी एके दिवशी मला जवळ बोलावलं. म्हणाल्या,

“छाया. आपल्याकडे नवरात्रात घट बसविण्याची जुनी परंपरा आहे. दहाव्या दिवशी दसरा. आपलं घराणं सरदारांचं. दसऱ्याला शस्त्रपूजन करायची पद्धत आहे. उद्याच सेवक मंडळी पेटीत ठेवलेली सगळी शस्त्रे- अगदी पेशवेकाळापासूनची- बाहेर काढतील. घासूनपुसून लख्ख करतील. आपल्या पुढल्या चौकात आबासाहेब दरवर्षी दसऱ्याला शस्त्रपूजन करतात. खूप गावकरी दिवसभर शस्त्रं बघायला येतात. तुला आवडेल हे सगळं पाहायला. अगं, आपल्या घराण्याचं वैभव आहे ते.” (काही वेळा मला संभ्रम पडायचा. आईसाहेब मला हे सगळं का सांगतात? मी तर योगायोगाने इथे आले आणि म्हणतात आपल्या घराची परंपरा, आपलं वैभव- काय आहे आईसाहेबांच्या मनात?)

‘अगं छाया, पूजेच्या ठिकाणी काही वेगळेपण करता येईल का? मला वाटतं तुला नक्कीच काही छान कल्पना सुचेल.”

मी शांतपणे सगळं ऐकत होते. आईसाहेबांचा केव्हढा विश्वास होता माझ्यावर!

''आईसाहेब, मी नक्कीच काहीतरी चांगलं करण्याचा प्रयत्न करीन.''
आईसाहेब, मूडमध्ये होत्या. मी हळूच म्हटलं, ''आईसाहेब बाबांना दिवाळीची सुट्टी घ्यायला सांगा ना. भाऊबीजेला पुण्याला जायचंय. मैत्रिणींसमवेत दिवाळी साजरी करायचीय.''

''अगं, एवढी काळजी का करतीयस्? मी सांगेन बाबांना, तुला ते नक्की सुटी देतील. पण माझी एक अट आहे.''

मी जरा भांबावलेच. आता आईसाहेब कोणती अट घालतायत? ''अगं वेडे. गंमत केली तुझी. पण हे बघ, येत्या दिवाळीला तुझ्या घरची मंडळी जुन्नरला चार दिवस राहायला यावीत अशी माझी इच्छा आहे. आपण सारे मिळून इथे दिवाळी साजरी करू. अगं, तुझ्या आईबाबांची ओळखही होईल या निमित्ताने. तुझ्या बंधूनाही येऊ दे. सगळ्यांना कळेल तरी छायाबाई इथं किती महत्त्वाचं काम करतायत.'' माझा जीव भांड्यात पडला.

''आई, किती चांगल्या आहात तुम्ही. अगदी माझ्या मनातलं बोललात. अहो, आई बाबा अहोरात्र कष्ट करतात. बाबा फॅक्टरीत असतात. त्यामुळे दिवाळीची सुट्टी जेमतेम दोन-तीन दिवस. कधी कुठं बाहेरगावी जात नाहीत. काही एनजॉयमेंट नाही. रजा सुद्धा कधी काढत नाहीत. मी आता त्यांना तुमचं आग्रहाचं निमंत्रण आहे म्हणून सांगेन! बाबांना चांगली सात-आठ दिवसांची रजा काढायला लावीन. मी भाऊबीजेला गेले की आईबाबांना नक्की घेऊन येईन.''

''छाया, अगं पहिल्या दिवसापासून येऊ दे त्यांना. पाडवा, भाऊबीज सारं काही जुन्नरात होऊ दे.''

मला होही म्हणता येईना. नाही म्हणणं तर शक्यच नव्हतं. ''आईसाहेब, मी एक-दोन दिवसात फोनवर बाबांशी बोलते.''

संध्याकाळी पाय मोकळे करायला बाहेर पडले. जवळच छानसे दत्ताचे देऊळ होते. आत जाऊन निवांत बसले. आईसाहेबांचे बोल सारखे डोळ्यांपुढे येत होते. पहिल्या दिवसापासून सगळे येऊ देत. भाऊबीजही येथेच कर. म्हणजे प्रकाश-संदीपला ओवाळायला सांगितलं तर? मोठी पंचाईत. काय करावं, काही सुचेना.

शेवटी दादाला फोन करावा (त्याने नुकताच मोबाईल घेतला होता.) त्याच्याशी बोलावं असा विचार केला.

''हॅलो ऽऽ दादासाहेब अभिनंदन नोकरी लागल्याबद्दल आणि मोबाईल घेतल्याबद्दल.

अरे आईसाहेबांचा खास निरोप आहे तुझ्यासाठी आणि आईबाबांसाठी. यंदा दिवाळीला सगळ्यांनाच जुन्नरला बोलावतायत.''

''हे बघ छाया, मला तर काही येता येणार नाही. नोकरी लागून महिना-दीड महिना झाला. लगेच कोण रजा देणार? तूच ये इकडे. बाबा आहेत. बाबांशी बोल.''

''बाबा, खूप बरं वाटलं तुम्ही फोनवर भेटलात. बाबा, तुम्ही कधी दिवाळीत रजा काढली नाहीत. प्लीज या वेळेला सात-आठ दिवसांची रजा काढा. आई व तुम्ही इकडे जुन्नरला या. आईसाहेबांचं आग्रहाच निमंत्रण आहे.''

''छाया, यायची खूप इच्छा आहे. रजेचं बघतो आणि एक-दोन दिवसांत काय ते कळवतो.''

''बाबा, काय ते कळवतो असे नको. याच! मलाही खूप बरं वाटेल. बाबा, आईला फोन द्या.

''आई, बरं झालं. दादानं फोन घेतला ते बरं झालं. आता आपण हव्या तेव्हा गप्पा मारू. आई, प्रकाशच्या आईसाहेबांनी तुम्हा दोघांना जुन्नरला दिवाळीत यायचं आग्रहाचं निमत्रंण दिलंय. तू काही कारण न सांगता ये आणि बाबांनी रजा काढायचीच म्हणून सांग.''

फोन झाल्यावर खूप शांत वाटलं.

तीन दिवसांनी फोन आला. बाबांना आधी रजा मिळत नव्हती. मात्र भाऊबीजेपासून पुढे आठवड्याची रजा मिळाली होती.

''हे बघ छाया, असं कर. दिवाळीचे दोन दिवस तिकडेच राहा. आईसाहेबांनाही बरं वाटेल आणि भाऊबीजेला पुण्याला ये. भाऊबीज कर आणि दुसऱ्या दिवशी आम्हाला तिकडे घेऊन जा.'' बाबांनी फोनवर सांगितलं.

मला खूप आनंद झाला आणि डोक्यावरचं ओझ उतरलं. भाऊबीजेच्या आदल्या दिवशीच पुण्याला जाणार, म्हणजे भाऊबीजेला जुन्नरला नाही. *(नाहीतर प्रकाश-संदीपला आईंनी ओवाळायला सांगितलं असतं तर?)*

रात्री जेवताना आईसाहेबांना म्हटलं, ''आईसाहेब तुमच्या विनंतीला मान देऊन आई-बाबा दिवाळीत आठवडाभर राहयला जुन्नरला यायला तयार झालेत, मला इतका आनंद झालाय् म्हणून सांगू.''

''बरं झालं छाया. अगं, गेले तीन-चार महिने तू आमच्या कुटुंबात इतकी समरस झालीयेस की परकी वाटतच नाहीस. तुझ्या आईबाबांची ओळख होईल. दोन कुटुंबे जवळ येतील.''

''आणि आई, दादाला नुकतीच नोकरी लागलीय ना त्याला रजा मिळणार नाही त्यामुळे भाऊबीजेला मीच तिकडे जाणार आहे. दुसऱ्या दिवशी मी आईबाबांना घेऊन येईन.''

"छायाबाई, दसरा जवळ आला, डेकोरेशनचे विसरू नका आईबाबांच्या नादात."

"उद्यापासून लागतेच तयारीला."

रात्री अंथरुणावर पडल्या पडल्या कसं डेकोरेशन करावं याचाच विचार करता झोप लागली.

छोटंसं १-१॥ मीटर उंचीचं शमीचं झाड तयार केलं.

खोडात छोटासा कप्पा करत छोटी छोटी शस्त्रं ठेवली. पांडव शस्त्रे काढून पूजा करतायत् असं सुंदर भव्य चित्र लावलं.

साधं, सोपं पण नावीन्यपूर्ण.

आबासाहेबांच्या देखरेखीखाली एका भव्य टेबलावर गालिचा घालून त्यावर शस्त्रं ठेवण्यात आली. बॅकग्राऊंडला प्रत्यक्ष पांडव शस्त्रं पूजा करताहेत हे पाहून आबासाहेब इतके खूश झाले की विचारता सोय नाही.

"अहो, पाहिलेत का, छायानं काय कमाल केली आहे ती. इतकी वर्षे आपण परंपरेने शस्त्रपूजा करतोय पण अशा नावीन्यपूर्ण कल्पना आपल्याला सुचल्याच नाहीत. छायाचं डोकं काही औरच आहे."

प्रकाश, संदीप दसऱ्याच्या आदल्या रात्रीच आले. सकाळी आबांच्याबरोबर शस्त्रपूजेला बसले. तेही साधं सोपं डेकोरेशन पाहून चकितच झाले.

मात्र दोघांबरोबर फार गप्पा मारता आल्या नाहीत. दुपारी खास श्रीखंड-पुरीचा बेत होता. जेवताना मी हळूच दिवाळीचा विषय काढला. तेवढ्यात आईसाहेबच म्हणाल्या, "हे बघ प्रकाश, दिवाळीचे चार दिवस जुन्नरात घालवायलाच हवेत. अभ्यास ठेवा थोडा बाजूला. आपल्याकडे या दिवाळीला पाहुणे येणार आहेत."

"पाहुणे, आणि आपल्याकडे?" प्रकाशने आईकडे प्रश्नार्थक चेहऱ्याकडे पाहिले.

"अरे, आपल्या छायाच्या आईबाबांना पाच-सहा दिवस राहायलाच बोलवायचे असे म्हणते आहे मी."

"अच्छा, हे पाहुणे होय? आणि अगं, त्यांना पाहुणे कसं म्हणायचे? आई, छाया तर आपल्या परिवारातीलच झाली आहे."

माझ्या डोक्यात वीज चमकून गेली. काय आहे प्रकाशच्या मनात? मला एकदम त्यांच्या परिवारातच बसवून टाकली.

संध्याकाळच्या बसने प्रकाश, संदीप पुण्याला गेले. मात्र दिवाळीला नक्की यायचे याचे वचन घेतले दोघांकडून.

वाड्यावर दिवाळीची जोरदार तयारी सुरू झाली. आईसाहेबांनी चार-पाच

आचार्यांना बोलावले होते. लाडू आणि चिवड्यांचे ढीग पडत होते. घरातील सेवकांना लाडू-चिवड्यांची पाकिटे भरताना उसंत नव्हती.

वसुबारसेला आसपासच्या तीस-चाळीस बायका आईसाहेबांबरोबर घरच्या शेतावर गाय वासरांची पूजा करायला निघाल्या. पुढे सनईवाले मंगल सूर आळवीत होते. माझ्यासारख्या शहरात राहिलेल्या बाईला हे सारेच नवलाईचे होते.

शहरात गाय-वासरू दिसेल तर शप्पथ. आज खेडेगावात तरी आमची संस्कृती टिकून राहिली आहे, ती स्त्रियांच्यामुळे.

रात्री प्रकाशला मोबाईला लावला आणि सरळ आबांच्या हातात दिला. म्हटलं, वरून वॉरंट निघाल्याशिवाय चोर जुन्नरात यायचे नाहीत. ''प्रकाश, संदीप चार दिवस अभ्यास बाजूला ठेवा आणि उद्या वाड्यावर या. अरे, यावेळेला दिवाळीत तर स्नेहसंमेलनच आहे. तुझ्या दोन्ही ताई येणार आहेत. छायाच्या आई-बाबांनाही आमंत्रण दिले आहे आणि त्यांनीही यायचे कबूल केले आहे.''

''आबा- तुमच्या आज्ञेबाहेर नाही.'' प्रकाश म्हणाला. मी जवळच उभी होते. त्यामुळे प्रकाशचा मवाळ झालेला स्वर कानावर पडत होता.

तेवढ्यात आबांनी माझ्याकडे मोबाईल दिला. ''अगं, प्रकाशला तुझ्याशी बोलायचंय.''

''राणी सरकार, दिवाळीचं काय प्रेझेंट हवंय?'' पाडवा जुन्नरातच आहे ना.' मी काय बोलणार? मी गप्पच. जवळ आबासाहेब उभे होते. माझी अडचण आबांच्या लक्षात आली असावी. ते दुसऱ्या खोलीत गेले.

''अहो, प्रकाशराव - मला काहीही प्रेझेंट नकोय. अरे, दिवाळीसाठी तुम्ही दोघे लवकर या. तुमचा सहवास हेच माझं प्रेझेंट.''

''छाया, अलंकारिक कसं बोलावं तुझ्याकडून शिकावं. आम्ही आपली साधी माणसं. आम्हाला काही असं बोलता येत नाही. अलंकारिक बोलण्यापेक्षा अलंकार घेऊन येणं मला सोपं जाईल. बोला, काय आणू.''

''हे बघ, मला काही नको. आग्रह असेल तर तुला आवडेल ते आण.''

प्रकाश, संदीप धनत्रयोदशीला दुपारीच आले आणि वाडा प्रकाशमय झाला.

रात्री प्रकाशच्या दोन्ही भगिनी सहकुटुंब आल्या. मी त्या दोघींना प्रथमच पाहात होते. सगळ्या गर्दीत मी थोडी बुजल्यासारखी झाले.

मात्र रात्री जेवताना आईंनी माझं काम सोपं केलं.

''छाया, या दोघी प्रकाशच्या मोठ्या बहिणी. ही जुई आणि ही शेवंती. दोघींची लवकर लग्नं झाली आणि एवढा मोठा वाडा सुना सुना झाला.

आणि ही छाया. आपल्या प्रकाशची मैत्रीण. अर्थात, तुम्हा दोघींची उणीव

तिनं भरून काढली, मोठी गुणी पोरगी आहे. आपल्या घरात सहज सामावून गेली.''

(आईंनी संदीपचा उल्लेख टाळून प्रकाशची मैत्रीण असा उल्लेख केलेला माझ्या लक्षात आला.)

दोघी बहिणी वयानं मोठ्या होत्या. पोक्त होत्या. खूप समंजस वाटल्या. फारशा शिकलेल्या नव्हत्या. त्यामुळे असेल- पण मी शिकलेली, प्रकाशची मैत्रीण वगैरेचं त्यांना खूप अप्रूप वाटलं असावं.

मला तर मोठ्या वाड्यातल्या सगळ्या चालीरीती नवीनच होत्या. दिवाळीतल्या प्रत्येक दिवसाची आपल्या हिंदू-धर्मात सांगितलेली सर्व धर्मकृत्ये अगदी काटेकोरपणे पाळली जात.

पाडव्याचा खास बेत होता. दोघी बहिणींनी आपल्या नवऱ्यांना ओवाळलं. छान छान प्रेझेंट पटकावली.

संदीप प्रकाश खुषीत होते. दिवाळी आनंदाचा सोहळा. अचानक प्रकाश माझ्यापुढे उभा राहिला. पटकन् खिशातून एक डबी काढली. सुंदर मोत्यांची माळ क्षणभर माझ्यापुढे धरली आणि पटकन् माझ्या गळ्यात घातली. मला इतका लाजल्यासारखं झालं. सगळ्यांच्या पुढे प्रकाशचं हे डेअरिंग.

मात्र आईसाहेबच म्हणाल्या, ''छाया, अगं तुझ्या गळा अगदी ओकाओका वाटत होता. प्रकाशनं छान दिवाळी भेट आणली बरं का. किती छान दिसतीय ही माळ तुझ्या गळ्यात.''

मला काय बोलावं काही सुचेना. मी आपली कशाला कशाला असं पुटपुटत राहिले.

आई म्हणाल्या, ''छायाबाई, राहू दे गळ्यात. काढायची नाही बरं का गळ्यातून. छान दिसतेस तू आता.''

चारच्या बसने पुण्याला जायचे होते. प्रकाश सोडायला आला. संदीप आला नाही. *(माझ्या मनात नाही नाही त्या शंका, प्रकाशने माळ घातलेली संदीपला आवडलं नाही का? म्हणून तो मला सोडायला आला नसावा. एक ना दोन शंका)*

कदाचित प्रकाशला माझ्या मनातले प्रश्न समजले असावेत.

प्रकाश म्हणाला, ''अग आता पुन्हा जुन्नरला २-४ महिने आम्ही येणार नाही ना, म्हणून संदीप म्हणाला, ''जरा बाबांच्या बरोबर बसतो. थोडं प्रबंधाबद्दल, थोडं त्यांच्या तब्येतीबद्दल बोलायला हवं. तूच जा छायाला सोडायला.

आणि हे बघ. उद्या पुण्याला भाऊबीज आटप आणि आई-बाबांना घेऊन नाशिक एशियाडने नारायणगावला उतर. मी येईन जीप घेऊन.''

पुण्यात यायला रात्र झाली.

आई-बाबांना खूप आनंद झाला. ''छाया, अगं किती बर वाटलं तू दिवाळीला आलीस म्हणून.'' पूर्वी मी घराच्या दारात छान रांगोळी काढे. आईनं आपलं शास्त्र म्हणून छोटीशी रांगोळी काढली होती. म्हटलं, ''आई मी उद्या सकाळी मस्त मोठी रांगोळी काढणार.'' ''अगं काढ, तुला हौस आहे तर, पण परवा सकाळी आपण सगळे जुन्नरला जाणार, मग रांगोळी खराब होणार, कोण लक्ष देणार?''

''असू दे, मला हौस आहे.''

रात्री सगळ्या साळकाया माळकाया जमा झाल्याच. तेवढ्यात सुमीचं लक्ष माझ्या गळ्याकडं गेलंच.

''अग छाया, काय क्यूट आहे ही माळ आणि तुझ्या सावळ्या रंगावर इतकी शोभून दिसतीय! काय? काय गडबड आहे छाया?''

''लग्नाआधीच पाडवा साजरा झालेला दिसतोय जुन्नरात, तरीच म्हटलं छाया जुन्नरहून यायला का तयार नाही?''

''अगं, नको नको ते अर्थ काढून नका हं. मित्रानं सहज म्हणून दिली. मी घातली. तर आईसाहेब म्हणाल्या छाया, माळ छान दिसते तुझ्या गळ्यात. काढू नकोस.''

'असू दे, असू दे' म्हणून सगळ्या जणी खो-खो हसू लागल्या. जोरजोरात हसणे ही तर आमच्या ग्रुपची खासीयतच.

रात्री फराळ झाले अन् मग मैत्रिणी पांगल्या.

बंधूराजही खुशीत होते. दिवाळीमुळे पगारही आधी आला होता. कंपनीही चांगली होती. सुरुवातीला सात-आठ हजार पगार सुरू झाला होता. मात्र सकाळी दहाला गेलं की यायला रात्र व्हायची. बी.कॉम बरोबरच एम.एच. सीईटीची परीक्षा झाली होती. त्यामुळे कॉम्प्युटर आणि अकौंटिंग सारं काही छान जमलं होतं. साहेब खुश आहेत म्हणत होता.

म्हटलं, ''महाराजा, आत्तापर्यंत ओवाळणीत बाबांकडून घेतलेले ५१ रु टाकलेत. आता दणदणीत ओवाळणी पाहिजे हं दादा,''

बाबांना प्रथमच दिवाळीला जोडून पुढे आठ दिवस रजा मिळाली होती. त्यामुळे तेही आनंदात होते.

भाऊबीजेला सकाळी ओवाळायचा कार्यक्रम झाला. दादाने चक्क भारीची साडी आणली होती.

दिवसभर अगदी आराम केला. आईचं आपलं फराळाचं चालूच. म्हटलं, ''आई, उद्या निघायचंय्, कशाला फराळाचा घाट घातलायस्.''

"अगं छाया, थोरामोठ्यांकडे जाताना काय रिकाम्या हातानं जायचं?"

"आई, अगं गेले काही दिवस चार-पाच आचारी चुलीपुढून हालत नाहीयेत. चिवड्या-लाडूचे ढीग पडतायत वाड्यावर."

"हे बघ मोठ्यांचं सगळंच मोठं. मी फराळाचे डबे बरोबर घेऊन येणार. अगं, आज तू गेले चार-पाच महिने त्यांच्याकडे राहतीयस आणि मी रिकाम्या हाताने आलेली बरं दिसेल का?"

बाबांनी अगोदरच पुणे-नारायणगावचं रिझर्व्हेशन करून ठेवलं होतं म्हणून बरं झालं. शिवाजीनगर स्टँडवर तर पाऊल ठेवायला जागा नव्हती, दिवाळीची गर्दी.

प्रकाश वेळेवर नारायणगावला जीप घेऊन आला होता. एवढ्या मोठ्या घराण्यातला, पण कुठेही गर्व नाही. मस्ती नाही.

स्टँडवरच आईबाबांच्या पाया पडला आणि आईबाबांच्या हातातलं सामान काढून घेऊन जीपकडे निघाला देखील. आईबाबांनी नको नको म्हणायचा प्रयत्न केला, मी मनातून खूप आनंदले होते. प्रकाशने आईबाबांच्यावर पहिल्या भेटीतच इंप्रेशन मारले होते.

दारात सेवक उभेच होते. आम्ही उतरेपर्यंत सामान आत गेले देखील. चौकात आईसाहेब व आबासाहेबांनी हात जोडून माझ्या आईबाबांचे स्वागत केले.

माझ्या आईबाबांना हे सगळंच नवीन होतं. बिचाऱ्यांचे आयुष्य गरिबीत गेलेलं. एवढा मोठा वाडा, समोर प्रत्यक्ष आमदार स्वागताला, दोन मिनिटं स्तब्धतेतच गेली.

मीच काहीतरी बोलायचं म्हणून म्हटलं, "ह्या आईसाहेब आणि हे आबासाहेब आणि आबासाहेब, ही माझी आई आणि हे बाबा.

आणि हा प्रकाश, माझा मित्र, आणि अरे संदीप कुठं दिसत नाही?" बोलत बोलत आम्ही दिवाणखान्यात आलो.

आईसाहेब आईला स्वयंपाकघरात घेऊन गेल्या. आबा म्हणाले "छाया जा, बाबांना त्यांची खोली दाखव. जरा आराम करू दे त्यांना. प्रवासाचा शीण आला असेल." खोलीत गेल्यावर बाबा रिलॅक्स झाले.

"बाबा, थोडा आराम करा. चहा आणते." आईचं आणि आईसाहेबांचं सूत लगेच जुळलं. "छाया, अगं पाह्यलस् का तुझ्या आईनं फराळाचं किती आणलंय ते. कशाला त्रास घेतला एवढा?"

"अहो त्रास कसला. आमच्या पोटचा गोळा तुम्ही संभाळताय. आम्ही रीत संभाळायला नको का?"

रात्री जेवायला विशेष मेनू होता. पुलाव, बटाट्याचा रस्सा, बासुंदी, पुऱ्या.

खेळीमेळीच्या वातावरणात जेवणं झाली. माझ्या बाबांना संदीपच्या बाबांचं फार कौतुक वाटलं. ते संदीपच्या बाबांना म्हणाले,

"अहो, आजकाल गोरगरीबांकडे कोण लक्ष देतो? तुम्ही गेले वर्षभर संपूर्ण तालुका पालथा घातलात. आदिवासी, वनवासी लोकांच्यात राहिलात. त्यांच्या जीवनमानाचा सखोल अभ्यास केलात आणि आता त्यावर प्रचंड प्रबंध लिहीत आहात. कमाल आहे तुमची पाटणकर साहेब, आणि या कामासाठी माझी लेक तुमची साहाय्यक आहे पाहून खूप धन्य वाटलं. हे आबासाहेबांचे उपकार तर मी जन्मात विसरणार नाही. आमची परिस्थिती बेताची, मुलीला मॅट्रिकनंतर कसं शिकवणार? पण आबासाहेब देवदूतासारखे आमच्या पाठीशी उभे राहिले. छायाचा दोन वर्षाचा सोशल सर्व्हिसचा कोर्स झाला. तिलाही बोलायची, समाजसेवेची आवड. आज आमची केवढी काळजी दूर केली आमदारसाहेबांनी."

"आता फक्त तिच्या लग्नाची काळजी." तेवढ्यात आई बोललीच. "अहो, कसली काळजी करताय? काय गुणाची पोर आहे तुमची, अहो गणपतीत तिनं केलेली आरास पहायला जुन्नर लोटलं. आता दसऱ्याला शस्त्रपूजनासाठी काय नावीन्यपूर्ण आरास केली छायानं. आणि चहा-स्वयंपाक तर येवढा छान करते, तुम्ही छान संस्कार केलेत हं छायाच्या आई." आईसाहेब भरभरून बोलून होत्या.

मला तर येवढं लाजल्यासारखं झालं होतं. तेवढ्यात संदीपचे बाबा म्हणाले, "स्मरणशक्ती काय तीव्र आहे छायाची आणि अक्षर तर पाहत राहावे, जणू काही मोत्याचे दाणे."

रात्री गप्पा-टप्पा संपायला बारा वाजले.

आबासाहेबांनी आठवण केली, "अरे प्रकाश-संदीप, सकाळी थोडे लवकर उठा. भरपूर फराळ करा. लाडू, चिवड्याच्या ४-५ हजार बॉक्सेस तयार करून ठेवल्यात. सेवकांना घ्या आणि सकाळीच जीपमध्ये भरून निघा. अगदी सगळ्या वाड्यावस्त्यांवरच्या मंडळीना डबे जाऊ देत. अरे, त्यांनाही दिवाळीचा आनंद लुटू दे."

"आबासाहेब, मी पण जाणार फराळ वाटायला." मी लाडिक हट्ट केला.

"बघू बघू झोप आता, उद्याच उद्या." प्रकाश मला डिवचत होता.

निघता निघता माझे बाबा आबांना म्हणाले, "आबा कमाल आहे तुमची. किती प्रेम आहे तुमचं इथल्या तळागाळातल्या लोकांवर, अहो, दिवाळीचा खरा अर्थ तुम्ही जाणलात."

"अरे पोरांनो, दिवसभरात लेण्याद्री ओझर भागातले वाटप संपवा. आज

चतुर्थी आहे. बाकीचे वाटप उद्या करा. आणि आज जाताना छायाच्या आईबाबांना घेऊन जा आणि हो, छायाला न्यायचं विसरू नका उद्या.'' बाबांना आणि आईला खूप आनंद झाला.

आबांनी किती सहज प्लॅनिंग केलं, सहजपणे वाड्या-वस्त्याही माझ्या आईबाबांना पहायला मिळतील आणि चतुर्थीला लेण्याद्री ओझरचेही दर्शन होईल.

ठिकठिकाणचे लोक आता आम्हाला ओळखत. दिवाळीला आठवण ठेवून आम्ही आलो त्याबद्दल दोन दोनदा हात जोडत होते. संदीपचे बाबा, आबा यांना मनापासून कृतज्ञता व्यक्त करत होते.

हे सगळं पाहून माझ्या आई-बाबांना फार बरं वाटलं. ''छाया, तू अगदी चांगल्या लोकांच्या संगतीत आहेस.''

तेवढ्यात एक आदिवासी पाडा आला. सगळे लोक आमची जीप पाहिल्यावर गोळा झाले. संदीप, प्रकाश, मी भराभरा बॉक्सेस काढल्या व सगळ्यांना वाटल्या. सगळ्यांनी आबासाहेबांचा जयजकार केला. तेवढ्यात दोन-चार मुले आली. 'छायाताई गोष्ट गोष्ट' म्हणून मागे लागली. आई बाबा म्हणाले, ''छाया, अगं चांगलीच दोस्ती आहे की या मुलांची तुझ्याबरोबर.''

''अहो बाबा, आम्ही काही दिवसांपूर्वी आलो होतो. मी प्रथमच आले होते. बाबांनी माझी ओळख करून दिली. मग मी सगळ्यांना एकलव्याची गोष्ट सांगितली. सगळेजण मंत्रमुग्ध होऊन ऐकत होते. त्यामुळे सगळेजण आज पुन्हा गोष्टींचा आग्रह करतायत्.'' संदीप-प्रकाश तेवढ्यात म्हणाले, ''छायाबाई, होऊन जाऊ दे. नाहीतरी आम्ही शिवनेरीनंतर तुझी गोष्ट ऐकलीच नाही. आज अनायासे तुझे आई-बाबा आहेत.''

जीपच्या भोवतीच सगळे गोळा झाले. तेवढ्यात कुणीतरी दोन-चार बसकरं आणली, आई-बाबा, संदीप, प्रकाश सारे स्थानापन्न झाले. माझी गोष्ट सुरू झाली.

''मित्रांनो, गोष्ट आहे साने गुरुजींच्या बालपणाची म्हणजे श्यामची. गोष्टीचं नाव आहे. आनंदाची दिवाळी.''

श्यामच्या घरची खूप गरिबी होती. वडिलांना नोकरी नव्हती. पूर्वी ते खोत होते. म्हणजे शेतसारा वसूल करायचा, सरकारमध्ये भरायचा. पण एकदा संध्याकाळच्या वेळेस त्यांच्यावर हल्ला झाला. सारे पैसे चोरांनी लुटले. सदाशिवरावांनी घरातल्या वस्तू विकल्या आणि सरकारचे पैसे भरले. पण त्यांची नोकरी गेली.

दिवाळी आली. श्यामची आई तेवढ्या गरिबीतही दिवाळी साजरी करायची. तेलात फुलं टाकून वासाचे तेल करायची. घरात दळण करून फराळाचे करी. श्यामच्या आईला दिवाळीच्या आधी दोन दिवस पुण्याहून तिच्या भावाने चार रुपये

ओवाळणी पाठवली. आईला खूप आनंद झाला. तिनं श्यामला बोलावले व म्हणाली ''अरे, माझ्याकडे चार रुपये आहेत. आपण सदाशिवभाऊंना छान नवीन धोतरजोडी घेऊ या का?'

श्यामलाही ही कल्पना आवडली. श्याम मारवाड्याकडे गेला व सुरेख धोतरजोडी घेऊन आला.

नरकचतुर्दशीचा दिवस उजाडला. सकाळी विहिरीवर स्नान करून सदाशिवराव पंचा नेसून आत आले. तो दोरीवर जुने धोतर कुठे दिसेना.

'अहो श्यामची आई, माझे दोरीवरचे धोतर कुठे आहे?' 'मग सांगते. आधी पाटावर बसा. आज तुम्हाला ओवाळायचे आहे.' भाऊंना काही समजेना.

श्यामही म्हणाला, 'बसा ना भाऊ पाटावर.'

श्यामच्या आईने भाऊंना ओवाळले. तेवढ्यात लपवून ठेवलेली धोतरजोडी श्याम घेऊन आला. व श्यामच्या आईने भाऊंना नवीन धोतरजोडी दिली.

भाऊंना काहीच समजेना. ते रागावून म्हणाले, 'हे काय? नवीन धोतरजोडी? कशाला ही चैन. आणि पैसे कुठून आणलेत. घरात रोजची भ्रांत. मला नोकरी नाही. आणि असली चैनबाजी? छे हो मला नको ही धोतरजोडी.'

'हे बघा, गेल्या वर्षभरात तुम्ही ठिगळ लावलेली धोतरं वापरताय. अहो, नोकरी मागायला गेलात की लोक तुमची हेटाळणी करतात. म्हणतात, एकेकाळचा खोत बघा कशी फाटकी धोतरं वापरतोय. भाऊ, आम्हाला नाही आवडत लोकांनी असं बोललेलं.' शाम व्याकुळतेने म्हणाला.

'आणि हे पहा,' आई प्रेमाने म्हणाली, 'अहो माझ्या भावाने भाऊबीज पाठवली पुण्यातून. त्या पैशाची धोतरजोडी आणली तुम्हाला.'

भाऊ मात्र दुःखी झाले. म्हणाले, 'अहो, लुगडीसुद्धा फाटलेली आहेत. मी कित्येक दिवसांत तुम्हाला काही देऊ शकलो नाही. तुम्हाला आलेली भाऊबीज, तुमच्याकरता का नाही खर्च केलीत?'

'अहो, मला काय, घरात बसायचं असतं. तुम्ही कामासाठी बाहेर जाता. तुम्हाला कोणी बोललेलं मला नाही आवडणार. नाही म्हणून नका. अहो घरातला कर्ता पुरुष आनंदी तर सार घर आनंदी.'

सदाशिवरावांचा ऊर प्रेमाने भरून आला. म्हणाले, 'अशी पत्नी आणि असा शाम असल्यावर मला काय कमी आहे. मी भाग्यवान आहे.'

आई म्हणाली, 'चला रे सगळे फराळाला. आजची दिवाळी आनंदाची दिवाळी आहे.'

मी थांबले माझाही आवाज सद्गदित झाला होता. समोरच्या मंडळीतल्या

बायका तर चक्क रडत होत्या.

कथा त्यांच्या अंत:करणाला भिडली होती. गरिबी तर या मंडळीच्या कायमच आश्रयाला होती. त्यामुळे सगळेजण माझ्या कथेत एकरूप झाले होते.

काही क्षणानंतर संदीप बोलायला उठला. "मित्रांनो, कथा आवडली का हे मी विचारणार नाही. कारण ते सारं काही तुमच्या चेहऱ्यावर मला दिसतय. हे बघा. हाच शाम म्हणजेच सानेगुरुजी. गुरुजींनी गरिबाची सेवा आयुष्यभर केली. तळागाळातल्या लोकांच्या सुखासाठी त्यांनी प्रसंगी प्राणांची बाजी लावली. त्यांच्या प्राणांतिक उपोषणामुळे पंढरपूरची दारे सर्वांसाठी खुली झाली. मित्रांनो, याच गुरुजींचा आदर्श आम्ही डोळ्यासमोर ठेवून तुमच्यासाठी काम करणार आहोत."

"बंधू-भगिनीनो, आता शेवटी छायाबाईंसाठी जोरदार टाळ्या होऊ द्यात." प्रकाश म्हणाला...

सगळ्या मंडळींचा प्रेमळ निरोप घेऊन आमची जीप लेण्याद्रीकडे धावू लागली.

आईबाबांना तर सारं काही पाहून आनंद झाला. आई म्हणाली, "अगं, छाया आम्हाला कल्पनाच नाही तू इतकी छान गोष्ट सांगतेस. इतकं छान काम करतेस. मला आपलं पुण्यात वाटायचं, छाया तिकडे एकटी असेल. तिचं नीट निभावेल का नाही. एक ना दोन विचार यायचे. पण छाया, पोरी तू जिंकलंस. माझी काळजी दूर झाली."

लेण्याद्रीचा चढ खडा आहे. पायऱ्या आहेत. आईला म्हटलं, "आई तुला वरपर्यंत यायचा त्रास वाटत असेल तर तू खाली मंदिरात थांब. आम्ही जाऊन येतो."

पण आई म्हणाली, "छाया, आज मी इतकी आनंदात आहे आणि तो आनंद गिरिजात्मकाला सांगायचा आहे. त्यापुढे बाकीचे त्रास शून्य आहेत. मी सावकाश येईन. तुम्ही व्हा पुढं."

आम्ही वर पोहोचलो. आईबाबा पण पाठोपाठ पोहोचले. गिरिजात्मकाचं दर्शन झालं. चतुर्थीमुळे थोडी गर्दी होती. पण प्रकाशला तिथले पुजारी ओळखत होते. आम्हाला पाहताच काही पुजारी मंडळी पुढे आली व आम्हाला आत घेऊन गेली. आईच्या ओटीत प्रसादाचा नारळ दिला. म्हणाली, "आई, आमचा गिरिजात्मक सर्वांच्या मनोकामना पूर्ण करतो."

आम्ही बाहेरच्या कट्ट्यावर बसलो.

सहज गप्पा चालल्या होत्या. बाबा एकदम आईला म्हणाले, "काय, गिरिजात्मकाकडे काय मागितलंत?"

"मी माझ्याकरता काही मागितलं नाही. पण म्हटलं, माझ्या छायाकडे बघ. तुझी इच्छा असेल तर छायाबद्दलची माझी काळजी दूर कर.''

प्रकाश सहज म्हणाला, "आई, छायाची काळजी कशाला करता. सारे काही गिरिजात्मकाच्या आणि शिवाईदेवीच्या इच्छेने होईल.''

संदीप शांत बसला होता. अशा वेळी त्याच्या डोक्यात काही विचार घोळत असत असा माझा अनुभव होता. मी म्हटलं, "काय रे संदीप, तूही काही मागितलंस् की नाही गणपती बाप्पाकडे?''

संदीप शांतपणे म्हणाला, "अग आम्ही जुन्नरात आलो त्याच वेळेस कामकाज सुरू करायच्या आधी बाबा व मी भल्या सकाळी दर्शनाला आलो. गंमत अशी की मी व बाबांनी एकच मागणं मागितलं.''

'काय?' उत्कंठतेने मी विचारलं. "आमचं उर्वरित आयुष्य या परिसरातल्या गोरगरिबांच्या आदिवासींच्या कल्याणाकरिता सत्कारणी पडू दे. तुमची कृपादृष्टी आमच्यावर सदैव राहू दे. तेव्हाच बाबांनी निर्णय घेतला की जुन्नरातच राहायचं आणि आदिवासी वनवासी संशोधन प्रकल्प पूर्ण करायचा. आणि मी ठरवलंय की बाबांच्या प्रकल्पातल्या कल्पना मूर्त स्वरूपात आणायच्या.''

सावकाश खाली उतरलो. तेथून ओझरचं दर्शन घेऊन जुन्नरला जेवायला परत आलो.

माझ्या डोक्यात मात्र संदीपची वाक्यं डोक्यात घोळत होती. मध्येच प्रकाशचं बोलणं डोकावत होतं. "आई, कशाला काळजी करता.''

दोन-तीन दिवसांनी प्रकाशनं जीप काढली आणि आम्ही सारेजण शिवनेरीकडे कूच केले.

शिवस्मारकाकडे आलो आणि तेवढ्यात प्रकाशनेच विषय काढला. म्हणाला, "या स्मारकापुढेच त्या दिवशी तुमच्या छायाची शिवजन्मकथा ऐकली आणि पुढे काय घडलं तुम्हाला सगळं माहीत आहेत.''

"आई, अगं प्रकाश मला उगीच हरभराच्या झाडावर चढवतो आहे. त्या दिवशी इथं एका शाळेतली मुलं खूप दंगा करत होती. म्हटलं, सहज गोष्ट सांगावी. मुलांना आवडते ऐकायला. पण या मोठ्या मुलांनाही गोष्ट का आवडली आश्चर्यच आहे.''

सात-आठ दिवस आई बाबांच्या सहवासात खूप पटकन गेले. आई-बाबांची पुण्याला जायची वेळ झाली. नाही म्हटलं तरी मनात हुरहुर लागली. तिकडे आई-बाबा किती कष्ट करतायत आणि मी त्यामानाने आरामात दिवस काढतेय.

संध्याकाळी दिवाणखान्यात गप्पा चालल्या होत्या. दुसऱ्या दिवशी सकाळी

आई-बाबा जाणार.

आईसाहेब आतून दिवाणखान्यात आल्या. हातात तबक. आबासाहेब पुढे आले. माझ्या बाबांच्या हातात सफारीचं कापड दिलं. बाबा अहो हे काय म्हणत होते पण आबासाहेबाच्या आग्रहापुढे त्यांचं काही चालल नाही. दादासाठी पँटच कापडही दिलं.

आईसाहेबांनी आईला साडी दिली. माझ्या आईचा कंठ दाटून आला. ''आईसाहेब, अहो हे सगळे कशाकरिता? आम्हीच तुमचे ऋणी आहोत.'' आईसाहेब प्रेमाने म्हणाल्या, ''अहो छायाच्या आई, आज प्रथम तुम्ही आमच्याकडे आलात. आलेल्या पाहुण्यांचे आदरातिथ्य योग्य तऱ्हेने करण्याची या वाड्याची परंपरा आहे. त्यातून तुम्हाला पाहुणे कसं म्हणू? आमच्या लाडक्या छायाचे तुम्ही आई-बाबा. पाहुण्या शब्दापलीकडली आपली नाती. ती जपायलाच हवीत.''

दुसऱ्या दिवशी सकाळी आई-बाबांना नारायणगावपर्यंत सोडायला मी आणि प्रकाश गेलो. आईच्या डोळ्यांत बस निघतांना अश्रू आले, मीही गप्प होते. बोलण्यापेक्षा न बोलणे हेच जास्त बोलके असते.

❏❏

: संदीप :

बाबांचं संशोधन प्रकल्पाचं लिखाण छाया अगदी मन लावून करीत होती. त्यामुळे बाबा खूश आहेत. दिवाळीत छायाचे आई-बाबा आल्याने छायाही खुशीत होती.

छायाने 'आनंदाची दिवाळी' हा शामच्या आई मधला प्रसंग इतका छान सांगितला की सगळी आदिवासी मंडळी अंतर्मुख झाली. त्याप्रसंगाचा फायदा घेऊन मलाही गुरुंजींच्याबद्दल चार शब्द बोलता आले व आदिवासीबंधूंसाठी मी यापुढे काम करीत राहणार असा इरादा स्प्ष्ट करता आला.

वाड्यावर परत आल्यावर साहजिकच बाबांशी या विषयावर चर्चा झाली.

"बाबा प्रकल्प, लिखाण केंव्हा पूर्ण होईल याचा काही अंदाज?" "हे बघ, दिवाळी पाडवा झाला. काही झालं तरी गुढी पाडव्यापर्यंत लिखाण पूर्ण व्हायला हवंच."

"नंतर काय करणार आहात?"

"आबासाहेबांनी मध्यंतरी जागेचा विषय काढला होता. मी म्हटलं, आबासाहेब थोडा वेळ द्या विचार करायला."

"मग काय विचार?"

"आबासाहेबांची विनंती मान्य करायच ठरवलं मी."

"वा:, बाबा, अगदी माझ्या मनात हेच विचार येत होते."

"मी पुढील वर्षाच्या मार्च अखेरीस नोकरी सोडणार आहे." आबांनी दिलेल्या जमिनीवर गुढीपाडव्याच्या मुहूर्तावर भूमीपूजन करायचं. आणि आश्रमाचं काम सुरू करायचं. मात्र आश्रमाचं काम मी माझ्या पैशाने करणार आहे. प्रॉव्हिडंट फंड, ग्रॅच्युईटी जी काय मिळेल ती सगळी रक्कम आश्रम उभा करण्यात वापरणार आहे मी.

मला पैशाचा कोणताही मोह नाही. दोन वेळ जेवण मिळालं, आनंद आहे.''

"बाबा, मी तुमच्या सदैव बरोबर राहीन. धन नसेल पण तन आणि मन ओतीन मी आश्रमासाठी.''

"हे बघ संदीप, आता पाडव्यापर्यंत खच्चून अभ्यास कर. पाडव्याला मात्र जुन्नरला दोघे या. भूमीपूजनासाठी मध्यंतरीच्या काळात आबासाहेबांशी या विषयावर बोलेन.''

प्रसन्न मनाने मी पुण्याला प्रकाशबरोबर परतलो.

निघताना राहून राहून आश्चर्य वाटत होते ते छायाबद्दल. गेल्या २-४ महिन्यात या ना त्या निमित्ताने वाड्यावर आलो. वाडा केवढा प्रशस्त- अनेक खोल्या. अनेक दालनं.

मला सारखी भीती वाटायची, छाया कुठेतरी गाठेल. लघळपणा करेल, अंगचटीला येईल. माझी पंचाईत करेल, पण इथली छाया एकदम वेगळी दिसली. पुण्यात किती वेळा मला गाठलं तिनं, मला वाटतंय छाया हुशार आहे. चतुर आहे. कोणत्या लोकांच्यात कसं वागायचं याचं पूर्ण भान आहे तिला. त्यामुळेच तर आबा, आईसाहेब आणि बाबा तिच्यावर खूश आहेत.

चला, काळजी मिटली. नाहीतर नसता मानसिक त्रास व्हायचा.

❑❑

: प्रकाश :

३१ डिसेंबरला रात्री छायाचा मोबाईल आला.

"हॅप्पी थर्टीफर्स्ट नाईट अँड हॅपी न्यू इयर टू बोथ ऑफ यू."

"छाया, हा काय चावटपणा आहे. हॅपी नाईट काय? आम्ही आपले रात्र रात्र जागून अभ्यास करतोय. आणि तुला मजा सुचतीय."

"रागावलास का प्रकाश? अरे असं वाटतं की पुण्यात यावं, तुम्हा दोघांना घेऊन कँपमध्ये हिंडावं. ३१ तारखेला रात्री बरोबर १२ वाजता फटाक्यांची आतषबाजी होते. सगळी तरुणाई रस्त्यावर उतरते. वर्ष संपल्याची हुरहूर आणि नववर्षाचं स्वागत मोठ्या जल्लोषात होतं. आपणही त्यात सहभागी व्हावं, नाचावं. पण काय करता? एकटीच पडले या जुन्नरात. तुम्ही लोकांनी तर पाडव्यापर्यंत यायचं नाही असं ठरवलंय, असं बाबा म्हणत होते. ठीक आहे. रात्रीचे बारा वाजलेत. वाड्यात केव्हाच सामसूम झालीय. मी आपली माझ्या खोलीत पडले, झोप येईना. सारखी पुण्याची आठवण यायची. आणि हो, फोन बंद करायच्या आधी आबासाहेबांचा निरोप विसरले, तर आबा उद्या रागवायचे. हे बघ, उद्या १ जानेवारी. आबांना फोन लाव. घरच्या नंबरवर लाव. आबांना काहीतरी महत्त्वाच्या विषयावर तुझ्याशी बोलायचंय."

"काय गं छाया, काय एवढं महत्त्वाचं आहे? तुझा काही अंदाज?"

"नाही रे, काहीच अंदाज नाही. आबा त्यांच्या खोलीत झोपायला निघाले. दहा वाजता माझ्या खोलीत डोकावले. म्हणाले, काय छायाबाई झोपायचं नाही का? दहा वाजून गेले. मी सहज म्हणाले. आबा. आज ३१ डिसेंबर. वर्षाचा शेवटचा दिवस. उद्या १

जानेवारी- नववर्षांचा पहिला दिवस. नव्या संकल्पांचा प्रकाश उद्या सगळीकडे पसरू दे. नववर्षांत आजच्या मनातल्या संकल्पना प्रत्यक्षात येऊ दे असं ठरवण्याचा उद्याचा १ जानेवारी. रात्री १२ वाजता प्रकाशला हॅपी न्यू इयर करणार आणि मग झोपणार. आबा एकदम म्हणाले पोरी अगदी माझ्या मनातलं बोललीस पण तुझ्यासारखं असं काव्यात बोलता येत नाही आम्हाला. बरी आठवण दिलीस. रात्री प्रकाशला म्हणावं, उद्या माझ्याशी फोनवर बोल. काही महत्त्वाच्या विषयावर बोलायचंय. विसरू नकोस माझा निरोप. ओके. गुड नाईट.'' छायाचा मोबाईल बंद झाला.

फोन संपला. संदीपला म्हटलं ''अरे, छायाचा फोन होता. हॅपी न्यू इयर सांगितलंय तुला. आज रात्री हिंडायचं होतं पुण्यात रात्री बारा वाजता आपल्याबरोबर.''

''तिला नाही उद्योग. आपल्या लक्षात देखील नाही की वर्ष संपलं. हिच्या बरं लक्षात राहतात अशा गोष्टी.''

''बरं प्रकाश, झोपू या आता. नव वर्ष दिनी तरी सूर्योदयाला उठू. बाकी काय म्हणत होती छाया?''

''अरे, महत्त्वाच काम आहे आबा म्हणत होते प्रकाशला फोन करायला सांग. काय असेल रे काम?''

संदीप म्हणाला, ''माझा अंदाज बरोबर असेल तर आबांना जागेबद्दल तुझा विचार घ्यायचा असावा.''

तुला आठवतय आपण गणपती उत्सवाला जुन्नरला गेलो होतो. आबासाहेबांनी गप्पा मारत माझ्या बाबांना ऑफर दिली होती. म्हणाले होते. जुन्नरच्या पश्चिमेला ३०-४० एकर माझी जागा आहे. तशी पडून आहे. बाबासाहेब, तुमच्या डोक्यातल्या आदिवासी विकासाच्या कल्पना प्रत्यक्षात आणायच्या असतील तर ही सारी जागा तुम्हाला द्यायची तयारी आहे माझी.'

माझे बाबा म्हणाले होते, 'आबासाहेब, अहो केवढा आश्चर्याचा धक्का दिलाय तुम्ही. धक्क्यातून सावरून विचार करायला थोडा वेळ द्या म्हणाले होते. मध्यंतरी पाडव्याला आपण गेलो होतो. तेव्हा बाबा मला म्हणाले,

''संदीप, आबांची ऑफर स्वीकारायची ठरवलीय. लवकरात लवकर आश्रम बांधून काम सुरू करायला हवं? मला वाटतंय प्रकाश, आबासाहेबांना या बाबतीत तुझ्याशी विचार विनिमय करायचा असेल.चला, झोपू या. उद्या सकाळी आबांना आठवणीनं फोन कर म्हणजे झालं.''

१ जानेवारी नववर्ष, नव्या संकल्पना. आबांना फोन लावला.

''आबा, नमस्कार आणि नववर्षांच्या शुभेच्छा.''

''छायानं निरोप दिला वाटतं? मला वाटलं गप्पांच्या नादात विसरते काय?''

"आबा, काय महत्वाचं काय काम काढलंय? आठवणीनं फोन करायला सांगितलंत."

"अरे, आठवड्यापूर्वी बाबांनी विषय काढला. मी त्यांना मागे जागेबद्दल बोललो होतो. त्यांनी जागा स्वीकारायचं ठरवलंय. त्यांना तिथे आश्रम सुरू करावयाचा आहे. आश्रमामार्फत आदिवासी विकासाच्या सगळ्या योजना राबवायच्यात. येत्या चैत्र पाडव्याला, म्हणजे आपल्या नववर्षाच्या पहिल्या दिवशी भूमीपूजन व्हावं अशी बाबांची आणि अर्थात माझी पण इच्छा आहे."

"आबा, छानच कल्पना आहे, प्रत्यक्षात आणूयाच."

"अरे, पण एवढी मोठी जमीन आहे. मी आश्रमाला द्यायला तुझी परवानगी आहे का? शेवटी माझ्यानंतर तू वारस आहेस माझ्या प्रॉपर्टीचा."

"आबा, तुम्ही मला अजून पुरतं ओळखलेलं दिसत नाही! गोरगरिबांच्या, आदिवासी-वनवासी कल्याणासाठी झटणाऱ्या आबांचा मुलगा आहे मी. आबा, या बाबतीत मी तुमच्यापुढे एक पाऊल असेन. अहो, मला संदीपसारखा भाऊ, मिळालाय. त्याचं डोकं आणि आपला त्याच्यासाठी मदतीचा आश्वासक हात पुरेसा आहे. आबा, बघाच पुढच्या ५-१० वर्षात मिरॅकल करू आम्ही दोघं. आबा, मला संपत्ती-जमीन जुमल्याचा मोह नाही. तुम्ही बेलाशक सारी जमीन बक्षीस देऊन टाका बाबासाहेब पाटणकरांना."

"प्रकाश, मी धन्य झालो. तुझ्याकडून माझी हीच अपेक्षा होती. पण पुत्र मोठा झाला की बापाने एकट्याने निर्णय घेऊ नये म्हणून तुझा विचार बघितला. आजच मराठे वकिलांना भेटून कायदेशीररीत्या नक्की काय करता येईल. ते बघतो."

"आबा, आई कशी आहे? तिला नमस्कार सांगा. आबा छायेला यातली काही कल्पना आहे का? कदाचित बाबा तिला बोलले असतील. पण काल तिचा फोन आला होता. तिला काही कल्पना नसावी. आबा, फोन बंद करतो. जरूर पडल्यास जुन्नरला बोलवा आणि संदीपलाही आताच सांगतो. त्याला खूप आंनद होईल."

मी फोन बंद केला. क्षणभर विचार करत तसाच उभा राहिलो. 'या घटनेचे फार दूरगामी परिणाम होणार' असा विचार एकदम विजेसारखा चमकून गेला.

"काय पक्या, कसला विचार करतोयस? आबा काही बोलले का रागावले."

"अरे नाही रे संद्या. उलट मी आज फार आनंदात आहे. चल, आपण कॉर्नरच्या चहावाल्याकडे जाऊ. मस्त कडक स्पेशल चहा माझ्याकडून."

जाता-जाता संदीपला जागेची बातमी दिली. "आबांनी सारी जमीन एक

रुपयाही मोबदला न घेता द्यायची कबूल केलंय. अरे, तुझ्या बाबांनी जागा स्वीकारायला मान्यता दिलीय. आपल्याला कदाचित महिनाभरात जुन्नरला एखादी चक्कर मारावी लागेल.''

चैत्र पाडव्याच्या शुभमुहूर्तावर भूमीपूजन करायच दोघांच्या मनात आहे. त्यासाठी आधी काही तांत्रिक गोष्टी पूर्ण करायला जावे लागेल.''

संदीपने तर आनंदाने रस्त्यातच मिठी मारली, ''अरे, तुमच्या आबासाहेबांचे उपकार कसे मानू मी? प्रकाश, यापुढे तू आणि मी असा काही झपाटा मारू की लोक पाहतच राहतील.''

''अरे बबन चल दोन स्पेशल चहा बनव.''

''काय साहेब, आज खुशीत दिसताय. काही विशेष?''

''हो. नंतर सांगेन. पहिला चहा दे.''

□□

: संदीप :

प्रकाश अन् मी २६ जानेवारीची सुट्टी साधून जुन्नरला पोहोचलो. आबासाहेबांनी आज बैठक बोलवली होती.

बाबा खुशीत होते. प्रकल्प लिखाणाचे काम संपत आले होते. मात्र ८००-९०० पाने डी.टी.पी.चे मोठे काम बाकी होते.

बाबांना म्हटलं, ''बाबा, डी.टी.पी. पुण्याला करू या का?'' तेवढ्यात छाया म्हणाली. ''कशाला पुण्याला? मी आहे ना,'' ''अगं पण कॉम्प्युटर प्रिंटर?''

''हे बघ, उद्या मी तुमच्याबरोबर पुण्याला येते. टिळक रोडवर चांगली दुकाने आहेत. तेथे काय लागेल ते घेऊन टाकू. मी करीन सगळं डी.टी.पी. बाबा मला घेऊन देणार आहेत कॉम्प्युटर. तू नको काळजी करू.''

''बरं बाई. बाबांवर फार इंप्रेशन मारलंय.'' बाबा म्हणाले ''अरे संदीप, नको तिला चिडवू. अरे कॉम्प्युटर, प्रिंटर सगळं काही उपयोगी पडेल आपल्याला, शिवाय छायानं सगळं लिहून काढलंय. तिला डीटीपी करणं खरं सोपं जाईल. कामही चांगले होईल. अरे, गव्हर्मेंटला प्रबंध सबमिट करायचा, काम उत्तमच व्हायला हवं.''

दुपारी जेवण झाल्यावर आबांनी सगळ्यांना दिवाणखान्यात बोलावलं.

''आपल्या बाबासाहेबांनी माझी जमिनीची ऑफर स्वीकारली या बद्दल मला अतिशय आनंद होत आहे. आजची बैठक महत्त्वाची आहे. मी मराठे वकिलांना विनंती करतो की त्यांनी सगळ्यांना कायदेशीर गोष्टी समजावून सांगाव्यात.''

''नमस्कार. मी मराठे वकील. गेले २५ वर्षे या जुन्नरमध्ये वकिली करतो. जमिनीचे ट्रस्टचे व्यवहार यावर माझा अभ्यास आहे.

मा. आबासाहेबांनी इच्छा प्रगट केली की त्यांचे मालकीची पडीक जमीन ते बाबासाहेबांना देऊ इच्छितात. आजकालच्या काळात जेथे जमिनीचे भाव गगनाला भिडलेले, तेथे ४०-५० एकर जमीन आबासाहेब दान करू इच्छितात ही अतिशय मोलाची, अशी घटना आहे. बाबासाहेब आदिवासी विकासासाठी काम करू इच्छितात. मी आपणा सर्वांना सांगू इच्छितो की आज प्रथम ट्रस्ट स्थापन करण्यासंबंधी चर्चा व्हावी. ट्रस्ट रीतसर स्थापन झाल्यावरच जमिनीचे हस्तांतरण ट्रस्टला होऊ शकेल.''

आबा म्हणाले, ''बाबा, तुमच्या मनात ट्रस्टच्या काय कल्पना आहेत?''

बाबा म्हणाले, ''१) ट्रस्टचे नाव 'सांदिपनी ट्रस्ट' राहील. प्रमुख उद्दिष्टे - आदिवासी वनवासी लोकांसाठी त्यांच्या विकासासाठी सर्व प्रयत्न करणे --- शैक्षणिक आर्थिक, सामाजिक उन्नतीसाठी जरूर त्या संस्था उभ्या करणे इत्यादी.

२) ट्रस्ट मध्ये ३ किंवा ५ ट्रस्टी राहतील. व्याप प्रचंड वाढल्यास जरूरीप्रमाणे ट्रस्टींची संस्था ७, ९, ११ अशी वाढवता येईल.

३) सध्या ३ ट्रस्टी राहतील. - संदीप, प्रकाश आणि छाया.''

''बाबा, हे काय? तुम्ही आणि आबा तर हवेतच,'' छाया बोलली.

''अगं, आम्ही तर तुमच्या पाठीशी सदैव आहोतच. पण आम्ही आता ट्रस्टी न होणे चांगले, एकतर अजून मी सरकारी नोकर आहे. आणि आबासाहेब आमदार आहेत. उद्या सरकारी मदत मागायचा प्रश्न आला तर आमदारांनी आपल्याच ट्रस्टला मदत दिली असं कोणी म्हणायला नको. नैतिकतेच्या दृष्टीने आम्ही दोघे आता ट्रस्टी न होणे ठीक.''

''मुलांनो, बाबासाहेबांचे प्रतिपादन अतिशय योग्य आहे.'' आबासाहेब म्हणाले.

''सल्लागार म्हणून आबासाहेब व मराठे वकिलांनी काम करावे अशी माझी विनंती आहे.'' असे सांगून बाबा थांबले.

आबांनी व मराठेंनी आनंदाने सल्लागार म्हणून काम करण्यास संमती दिली.

सर्वांत आनंद झाला छायाला. ''बाबा, अहो अपेक्षा नव्हती एवढी मोठी जबाबदारी द्याल अशी, पण आमच्या स्नेहाचा उपयोग सांदिपनी ट्रस्टला निश्चितच होईल. मी आजन्म या ट्रस्टसाठीच काम करेन अशी खात्री देते.''

प्रकाशनेही आपल्या भावना व्यक्त केल्या. ''आज खऱ्या अर्थाने कामाला सुरुवात झाली. आबा, परीक्षा संपली रे संपली की आम्ही आश्रम उभारण्याच्या कामाला लागलोच म्हणून समजा. आणि बाबा, आश्रमाला किती छान नाव दिले तुम्ही. सांदिपनी आश्रम. त्यामुळे माझ्या प्रिय मित्राची संदीपची कायम आठवण मनात राहील. आणि कामाला उत्साह येईल.''

मी तर काही बोलण्याच्या स्थितीतच नव्हतो. बाबा-आबांच्या मुळे आज माझे स्वप्न साकार होणार होते.

''माझे यापुढे सर्व आचार, विचार कृती सर्व काही आदिवासी-वनवासी उद्धारासाठीच राहील. तन-मन-धन सारे काही सांदिपनी आश्रमासाठीच असेल. मित्रांनो, आपल्या तिघांची एकी अशीच कायम राहो व आश्रम एक आदर्श केंद्र म्हणून प्रसिद्ध होवो अशी प्रार्थना करतो.''

आईसाहेबांना पण अतिशय आनंद झाला. ''हे बघा मंडळी, आता शिऱ्याचा आस्वाद घेतल्याशिवाय कोणी उठायचं नाही.''

मराठे वकील म्हणाले, ''आबासाहेब, जमिनीचे सगळे पेपर्स काढून ठेवा. आणि बाबासाहेब ट्रस्ट स्थापनेसाठीच्या कामाला लगेचच सुरुवात करतो. आपल्याला चैत्र पाडव्याला भूमिपूजनाचा मुहूर्त गाठायचाय. आणि तरुण मंडळींनी एका प्लेन पेपरवर नाव, गाव, पत्ता, वय शिक्षण लिहून द्या. तसेच दुसऱ्या कागदावर मी सांदिपनी ट्रस्टवर ट्रस्टी विश्वस्त म्हणून काम करण्यास तयार आहे असे लिहून सही करा.''

म्हणता म्हणता संध्याकाळ झाली. खूप दिवसानी आम्ही तिघे चक्क चालत चालत बाहेर पडलो. सगळेच मूडमध्ये होतो. जवळच छोटी टेकडी होती. पायथ्याला एक आईसफ्रूटची गाडी उभी होती. छायाने हट्ट धरला, ''आपण मस्तपैकी आईसफ्रूट खात खात टेकडीवर जाऊ या का?''

अर्थात, छाया बाईंची इच्छा ही ऑर्डरच असते हे आम्हाला माहीत होते.

''ए बाबा, सर्वांत भारीची ३ आईसफ्रूट दे.'' तोही खूश छायाबाईही खूश.

वर पोहोचलो. टेकडीवर हनुमानाची छोटीशी मूर्ती होती. वर मंडपी, जवळच्या खडकावर बसलो. एका बाजूला शिवनेरी दिसत होता. छायाची पहिली भेट शिवनेरीवरच झाली होती.

सूर्य मावळत होता. त्याकडे मूकपणे पाहत, हातात हात घालून आम्ही तिघे मावळत्या सूर्यबिंबाकडे पाहत होतो.

मनात विचार आला. पुढल्या आयुष्यात सामाजिक काम करताना असेच तिघे हातात हात घालून काम करीत राहिलो तर किती भाग्यवान असेन मी, पण जर...?

❑❑

छाया

दुसऱ्या दिवशी सकाळी आम्ही तिघेही पुण्याला निघालो. आज माझ्या घरी जेवायचे ठरले. आम्ही येणार म्हणून मी घरी आधीच कळविले होते. आता प्रकाश व संदीपची पूर्वीपेक्षा आईबाबांची अधिक ओळखही झाली होती. आई निघताना म्हणाली, "छाया, आलीस तशी राहा की आजच्या दिवस."

"आई, नक्की नाही सांगत. बघते. शक्यतो राहीन." जेवणं आटोपून दुपारी रिक्षाने तिघे टिळक रोडला बाबा कॉम्प्युटर्सकडे वळलो . लॅपटॉप, प्रिंटींग युनिट, बॅटरी बॅक अप युनिट- सगळी खरेदी झाली. मी विचारलं, "कृपया होम डिलिव्हरी द्याल का?"

"कुठं पाठवायचं," "जुन्नरला." 'अरे बापरे. मला वाटलं, पुण्यातल्या पुण्यात."

"हे पहा, आधी पत्ता सांगते. मग ठरवा काय ते."

"प्रकाश जुन्नरकर. द्वारा, आमदार आबासाहेब जुन्नरकर, जुन्नरकरांचा वाडा, जुन्नर."

पत्ता ऐकताच कॅश काऊंटरवरचे गृहस्थ लगेच बाहेर आले. म्हणाले, "मॅडम, आपण जुन्नरकरांच्या कोण?" "मी त्यांचेकडे काम करते आणि हे प्रकाश आमदारसाहेबाचे चिरंजीव आणि हे संदीप पाटणकर. यांच्या वडिलांनी प्रचंड प्रबंध लिहिलाय आदिवासींवर आणि त्याचं डी.टी.पी. चं काम करायचंय म्हणून तर आम्ही इथं आलो खरेदीला."

"बसा बसा. अहो काय योगायोग. माझे वडील सातारचे आमदार आहेत. पण मला पहिल्यापासून कॉम्प्युटरची आवड म्हणून पुण्याला मोठं दुकान टाकलं. सातारला गेलो की वडिलांच्या तोंडून आबासाहेबांचं नाव अनेक वेळा ऐकलं. खूप बरं वाटलं प्रकाशराव,

आज तुम्ही माझ्या दुकानात खरेदीला आलात. काही काळजी करू नका. मी अगदी जुन्नरला पोहोचते करतो. आमचा मॅनेजर कारने समक्ष आणून देईल. अहो, तुम्ही आता आमच्या घरातलेच समजा प्रकाशराव. आणि या पुढली खरेदी इथूनच व्हायला पाहिजे बरं का!''

तेवढ्यात मी पण संधी साधली. प्रकाश-संदीपला बाजूला घेऊन म्हटलं, ''अरे, पुण्यात आलीय तर आज राहते घरी. आणि उद्या यांच्या, मॅनेजरबरोबरच जाते जुन्नरला, सगळं युनिटही नीट तपासता येईल.''

''चालेल! तू खूश आहेस ना छाया. मग आमचं काही म्हणणं नाही.''

प्रकाश म्हणाला, हे पहा, मी व संदीप पुण्यातच थांबणार आहोत. या छायाबाई त्यांच्या घरचा पत्ता देतील पुण्यातला. उद्या तुमचं युनिट पॅक करा आणि छायाबाईंनाच घेऊ जा गाडीबरोबर, जुन्नरला.''

''आपण म्हणाल तसं प्रकाशराव, मात्र आता चहा घेतल्याशिवाय जायचं नाही.'' चहा झाला. आम्ही बाहेर पडलो. रिक्षा केली. डेक्कन जिमखान्याला मी उतरले. दुक्कल त्यांच्या मठीकडे वळली. मी चक्क बसने घरापाशी उतरले. आज फक्त आराम करायचे ठरवले. आता बहुतेक गुढीपाडव्यापर्यंत मला येता येणार नाही.

रात्री जेवताना आईने विषय काढलाच. ''छाया, काम संपत आलं की नाही. पुण्याला आलीस की वरसंशोधन मोहीम सुरू करता येईल.''

''आई, तुला दुसरा काही विषय सुचत नाही का? बरं लक्षात आलं. आई तुम्हा दोघांना पाडव्याला बोलावलंय आबासाहेबांनी अगं, बाबा आश्रम काढतायत. सांदिपनी आश्रम. त्या जागेचे भूमीपूजन आहे पाडव्याला. अगं ५० एकर जागा आबासाहेबांनी सांदिपनी ट्रस्टला द्यायची ठरवलीय.''

''ठीक आहे गं. त्यांनी बोलावलंय. पण आम्हाला कसं जमणार? त्यांना रजा नाही. आणि यायलाच पाहिजे का?''

''आई, अगं महत्त्वाचं सांगायचं राहिलंच. अगं या ट्रस्टवर बाबांनी मला घ्यायचं ठरवलंय. त्यामुळे मला कदाचित कायमचं तिकडंच राहावं लागणार असं दिसतंय. त्यामुळे तर तुला भूमिपूजनाला यावंच लागणार.''

आईला फार आनंद झालेला दिसला नाही. ''अगं, पण तिकडे कायमची लग्नाविना कुंवार राहणारेस का? कोण तुला इथं पसंत करणार? मोठी काळजीच आहे तुझी.''

''आई, पुढचं पुढं.''

''अगं, मी कर्वे इन्स्टीट्यूटमध्ये जे शिकले ते प्रत्यक्ष व्यवहारात आणण्याचा

प्रयत्न करायला मिळणं या सारखं भाग्य नाही आणि जोडीला संदीप आणि प्रकाश.''

सकाळी बाबा कॉम्प्युटर्सकडून फोन आला. ९॥ वाजता त्यांची गाडी माझ्याकडे येणार होती.

सकाळी बाबांबरोबर फार गप्पा मारता आल्या नाहीत. त्यांची फॅक्टरीत जायची घाई होती.

मात्र निघताना ते म्हणाले, ''छाया तू हुशार आहेस. तुझं तुला हित-अहित कळतय. तू योग्य तो निर्णय घे. आई काही बोलली असेल तर ते प्रेमापोटी. पण मी प्रॅक्टिकल माणूस आहे.''

दादा आपल्याच नादात होता. त्याचीही ऑफिसला जायची घाई होती.

बरोबर ९॥ वाजता गाडी आली. आईचा निरोप घेतला. गाडी जुन्नरच्या दिशेने धावू लागली.

१२॥-१ ला जुन्नरला पोहोचलो. सेवक सामान उतरवून घ्यायला तयार होतेच. बहुधा प्रकाशने कळवले होते.

आईसाहेब म्हणाल्या, ''मॅनेजरसाहेब प्रथम, छायाबरोबर जेवून घ्या. मग चालू दे तुमच्या ट्रायल का फायल.''

दुपारी सारं युनिट असेंबल झालं. बाबांना खूप आनंद झाला. म्हणाले, ''छाया, आजच्या मुहूर्तावर तुला आवडेल ते वाक्य टाक.''

''बाबा, तुमचा मान पाहिला.'' मी म्हटलं.

''नाही नाही. छाया, अगं एवढ्या उत्साहात पुण्याला जाऊन सारं युनिट आणलं. इनस्टॉलेशन झालं. तू टाक पाहिलं वाक्य.

मी सहजपणे टाईप केलं.

''गिरीजात्मका आम्हाला आशीर्वाद दे.''

वाक्य वाचताच बाबांचा आवाज कातर झाला.

''छाया, अगदी माझ्या मनातलं वाक्य टाईप केलंस.'' दुसऱ्या दिवशीपासून माझं डी.टी.पी. चं काम सुरू झालं. सुरवाती सुरुवातीला खूप अडखळायची. पण आठवडाभरात हात बसला.

बाबांनी १००-१२५ फोटो काढले होते. मधे मधे योग्य त्या फोटोंकरिता जागा सोडावी लागे. माझं दिवसभराचं डी.टी.पी. झालं की बाबा उत्साहाने फोटो चिकटवायला बसायचे. प्रत्येक फोटोच्या अगोदरच ३-३ प्रती काढून ठेवल्या होत्या.

पाडवा जवळ येत चालला तसा कामाने वेग घेतला. पाडव्याच्या अगोदर बरोबर चार दिवस प्रबंधाचे सर्व टायपिंग संपलं. साडेचारशे पान झाली होती. जुन्नरला स्पायरल बाईंडिंग करणारा सापडला. त्यांच्याकडून चार विभागात ग्रंथ विभागून बाईंडिंग करून घेतलं.

माझं अक्षर चांगलं होतं, तशी थोडीफार चित्रकारी होती. प्रत्येक भागाच्या वरच्या पहिल्या पानावर आतल्या मजकुराच्या अनुषंगाने काही आदिवासींची रेखाटनं करून तयार केलं.

बाबा आणि आबा हे सगळं पाहून तर अमाप खूश झाले. ''छाया- तुझं डोकं वेगळंच चालतं. आमच्या डोक्यात अशा काही आयडिया येणार नाहीत.'' आबा सहज बोलून गेले आणि माझ्या पाठीवर शाबासकीची थाप पडली.

पाडव्याच्या आदल्या दिवशीच प्रकाश-संदीप घरी आले. जेवणे झाल्यावर उद्याच्या कार्यक्रमाची चर्चा ठरली होती.

आबा म्हणाले, ''मंडळी, उद्या ११ चा मुहूर्त गुरुजींनी काढला. आपण सगळे ९ वाजताच निघायचंय. आईसाहेब सुद्धा येणार आहेत.

आपली जागा अगोदरच गेल्या आठवड्याभरात साफसूफ करून घेतलीय. आसपासच्या वाड्या वस्त्यातली घरटी एक प्रमाणे दीड दोनशे आदिवासी कार्यक्रमाला येणार आहेत. सगळ्यांना अतिशय उत्कंठा आहे.

भूमीपूजन झाल की पहिली कुदळ बाबासाहेबांनी मारायची आहे.''

''नाही नाही.' बाबासाहेब म्हणाले. ''आबा, हा मान तुमचा!''

आबा म्हणाले, ''बाबासाहेब, अहो ही सारी कल्पना तुमची. गेल्या वर्षभरात तुम्ही या लोकात रहिलात, अभ्यास केलात. एवढा प्रबंध पुरा केलात. सारे आदिवासी आता तुम्हाला ओळखतात. त्यांच्या प्रगतीसाठी तुमच्याकडे ते आशेने पाहात आहेत. पहिल्या कुदळीचा मान तुमचा.''

''ठीक आहे. मात्र माझी एक विनंती आहे.'' बाबा म्हणाले.

''हे बघा आबासाहेब, ही सारी जमीन तुमची. आज कोट्यावधी रुपयांची ही जमीन सांदीपनी ट्रस्टला मोफत देता आहात. अशा भूमीची पूजा तुम्ही आणि आईसाहेबांनीच करायला हवी अशी माझी नम्र विनंती आहे.''

''ठीक आहे. बाबा, तुमची विनंती आम्हाला मान्य!'' अरे, तरुण मंडळी तर काहीच बोलत नाही. आपण दोन म्हातारेच चर्चा करतोय!'' आबा म्हणाले.

प्रकाश म्हणाला, ''तसं काही नाही बाबा. उलट ही जबाबदारी कॉलेज संपता संपता लगेच अंगावर येतीय म्हणून थोडे भांबावलोय आम्ही दोघं. पण मनापासून आनंद झाला. उत्साह आला. कधी एकदा परीक्षा संपतीय आणि आम्ही

आश्रमाच्या माध्यमातून आदिवासींसाठी काम करायला लागतो असं झालंय. काय संदीप, बरोबर आहे ना मी म्हणतोय ते!''

''अगदी माझ्या मनातलच बोललास. अरे, तू आणि मी शरीराने वेगळे असू पण मनाने, विचाराने एकच आहोत.''

मी इतक्या वेळ सारं ऐकत होते. मी हळूच बाबांना म्हटलं, ''बाबा, मला काही विचार मांडायची परवानगी द्या. लहान तोंडी मोठा घास नाही ना होणार?''

''नाही छाया. अगदी खुल्या दिलानं बोल. शेवटी आपण हे सगळं काही विशिष्ट ध्येयाने करणार आहोत ना.''

''पूज्य आबा आणि आदरणीय बाबा.

उद्या भूमीपूजन. आर्किटेक्टला भेटून त्याला आपल्या कल्पना सांगून मग इमारती कशा बांधायच्या, कशात बांधायच्या वगैरे वगैरे अनेक गोष्टी करायला लागणार

पाण्यासाठी बोअर लागेल. विजेचे खांब दूरवरून आणावे लागणार. ही सगळी वेळखाऊ कामं आहेत.''

''तुला नक्की काय म्हणायचंय?'' प्रकाश जरा त्रासिक आवाजात बोलला.

''माझं म्हणणं एवढंच आहे, की मी उद्यापासून वेगळ्या तऱ्हेने कामाला लागू इच्छिते.''

''बोल बोल, छाया.'' संदीप उत्साहात म्हणाला. ''काय काम सुरू करायचं?''

''हे बघा, वेळ कशाला घालवायचा. मला फक्त जीपसारख्या वाहनाची आणि ड्रायव्हरची आवश्यकता आहे.

उद्या बरीच आदिवासी मंडळी येणार आहेत भूमीपूजनाला. भूमीपूजनाचा कार्यक्रम संपला की मी सगळ्यांची एक बैठक घेऊ इच्छिते. संदीप ह्या बैठकीला हवाच.''

''काय चर्चा करायची त्या बैठकीत?''

''संदीप अरे प्रथमत: आपण प्रत्येकजण कोणत्या वस्तीतून आला, कोण कोणत्या वाडीत राहतो, याची प्राथमिक यादी तर करू. त्यानंतर त्या त्या वाडीत वस्तीत १५ ते २० वर्षे वयोगटातील मुले आहे? का याची चौकशी करू.

''अशा वयोगटातली २५ तरुण मिळाले तर लगेच कामाला सुरुवात करू.

''या २५ तरुणांना निरोप पाठवून जुन्नरच्या आपल्या वाड्यावर बोलावून घेऊ या. मी त्या प्रत्येकाची बौद्धिक चाचणी घेऊन त्यांचे शैक्षणिक मूल्यमापन करू इच्छिते.

तुम्ही दोघे पुण्याहून परीक्षा आटपून मे अखेरीस जुन्नरला येईपर्यंत या २५

आदिवासींचा तरुण गट शिकायला लागेल आवडीने, सक्तीने नाही.''

''छान छान, छाया. अगं, शहरात राहून आमचा मेंदू काम करेनासा झालाय. आम्ही आपले इमारत, विटा, सिमेंट, बांधकाम केव्हा वगैरेचा विचार करतोय.

तू मात्र मनुष्य विचारांनी कसा बांधावा याचाच विचार करतेयस्. छाया, गो अहेड.''

''आबा, छायाची कल्पना किती नावीन्यपूर्ण आहे. क्षणाचाही विलंब न लावता भूमीपूजनानंतर छाया कामाला लागतीय.''

''अरे, पण शिक्षक नेमायला नकोत का?'' आबांनी शंका विचारली.

''नाही आबासाहेब. या तरुणांना ३-४ महिन्यात मी तयार करणार आणि त्या त्या वस्तीतील लहान मुलांचे हे तरुण 'गुरुजी' होणार, त्या त्या वस्तीसाठी. बाबा, या शैक्षणिक योजनेचे नाव राहील-

''एकलव्य शिक्षण योजना.''

'आणि या योजनेचे उद्घाटन उद्या तुम्हा दोघांच्या हस्ते होईल. मी आज रात्री छान बोर्ड तयार करते. उद्या बोर्डाला हार घालून उद्घाटन जाहीर करू.''

''वाः, काय छान योग्य नाव सुचवलेय छायाने,'' सगळ्यांनीच माना डोलावल्या.

औपचारिक सभा संपली.

रात्री पलंगावर पडल्या पडल्या डोळ्यापुढे अनेक विचार येत होते. भावी योजना तरळत होत्या. माझे सारे भविष्य आता इथच घडणार! संदीपचा सहवासही लाभणार! संदीपबरोबर काम करायला खूप उत्साह येणार,... झोप केव्हा लागली कळलंच नाही.

❑❑

: प्रकाश :

आश्रमासाठीच्या जागेवर दहाला पोहोचलो. आदिवासी मंडळी हळूहळू जमा होत होती. गुरुजी आमच्या बरोबर आले होते.

बरोबर ११ वाजता पूजा सुरू झाली. आबा आणि आई पूजेला बसले होते. कडेच्या सतरंजीवर आम्ही सगळे, जुन्नरचे नगराध्यक्ष, नगर परिषदेचे सर्व सदस्य बसले. सगळ्यांच्याच मनात कुतूहल होते.

आदिवासी मंडळींचा उत्साह उतू जात होता. गळ्यातली ढोलकी वाजवत मंडळी येत होती.

२०-२५ मिनिटांत पूजा आटोपली.

गुरुजींनी रंगीबेरंगी कागदाने सजवलेली कुदळ बाबांच्या हातात दिली. संदीपच्या बाबांनी पहिली कुदळ मारली. पाठोपाठ आबा, मी व संदीप प्रत्येकाने कुदळ मारली.

तोपर्यंत साऱ्या मंडळींनी आबांच्या आणि बाबांच्या नावाचा जयघोष सुरू केला होता.

संदीपने व मी हात वर करून लोकांना शांत व्हायला सांगितले.

मी बोलायला सुरुवात केली.

"मंडळी, तुम्ही साऱ्यांनी माझ्या वडिलांना- आबासाहेब जुन्नरकरांना निवडून दिलेत. अनेक मंडळी निवडून आल्यावर आधी दिलेली आश्वासने विसरतात. २-४ वर्षे फिरकत देखील नाहीत. मुंबईत दडून बसतात, पण आबासाहेब पूर्णपणे वेगळे आहेत. या भूमीशी इमान राखणारे आहेत. तुमच्यासारख्या भूमिपुत्रांच्या विकासाचा ध्यास त्यांना कायम लागलेला असतो. आजचा समारंभ या ध्यासातूनच घडतो आहे. तुमच्या सगळ्यांचा परिचयाचे बाबासाहेब पाटणकर

यांनी गेले वर्षभर तुमच्यात मिसळून एक मोठा ग्रंथ तयार केला.

ते आज हा ग्रंथ समारंभपूर्वक आबांकडे देत आहेत. मी बाबांना विनंती करतो की त्यांनी हा प्रबंध आबांकडे द्यावा.''

सगळ्या मंडळींनी टाळ्या वाजवून आनंद व्यक्त केला. ''आबासाहेब संशोधन प्रबंध महाराष्ट्र सरकारकडे देणार आहेत. जेणेकरून सरकारला तुमच्या खऱ्या समस्यांची जाण होईल. पण आम्ही सगळे एवढ्यावर थांबणार नाही. बाबासाहेबांच्या प्रेरणेने या ठिकाणी लवकरच ''सांदिपनी आश्रम' उभा राहील. मित्रांनो, यासाठी इथली जवळ जवळ ५० एकर जागा आबासाहेबांनी उदार अंत:करणाने आश्रमाला दान केली आहे. केवळ तुम्हाला चांगले दिवस यावेत म्हणून.''

पुन्हा एकदा सगळीकडून 'आबासाहेब की जय'चा उत्स्फूर्त घोष सुरू झाला.

''माझ्या साऱ्या आदिवासी-वनवासी बांधवांनो, या जागेवर आपण 'सांदिपनी आश्रम' बांधणार आहोत. पुढील ५-१० वर्षाच्या काळात या जागेचा आणि आपल्या स्थितीचा कायापालट होईल याची मला खात्री आहे. किंबहुना मे महिन्यापर्यंत माझी परीक्षा होईल. त्यानंतर मी जुन्नरला आलेल्या दिवसापासून आश्रम उभारणीकडे लक्ष देणार आहे.

''माझा साथीला माझा परम मित्र संदीप आणि छाया हे दोघेही असणार आहेत.

''आम्हाला आबासाहेब व बाबासाहेब यांचे बहुमूल्य मार्गदर्शन लाभणार आहे. किंबहुना हेच आमचे स्फूर्तिदाते आहेत.

''बंधूंनो, यानंतर ५-५ च्या गटाने येऊन छायाबाई व संदीप यांना भेटावे. त्यांना हवी ती माहिती द्यावी.

''सर्व बंधूनी जेवल्याशिवाय जायचे नाही. आज भात-भाजी भाकरी आणि लाडवाचा खास बेत आहे. मनसोक्त जेवा आणि यापुढे तुमच्या भल्यासाठी आम्हाला केव्हाही आवाज द्या.''

बरेच दिवसांनी मी एवढ्या मोठ्या समुदायापुढे प्रथमच बोललो. खरं म्हणजे मला बोलायची भीती वाटते. पण आज थोडेफार बोललो. कदाचित शेजारी छाया बसली असावी म्हणून थोडी स्फूर्ती आली असेल. जुन्नरला परत यायला ५ वाजले.

छायाने आणि संदीपने बऱ्यापैकी माहिती गोळा केली होती. चहा पिता पिता सकाळच्या कार्यक्रमाविषयीच गप्पा चालल्या होत्या. एकंदरीत आबा आणि बाबा खूश होते.

बाबा म्हणाले, "आबासाहेब, स्वप्नातल्या गोष्टी इतक्या लवकर सत्यात येतील असं वाटलं नव्हतं."

आबा म्हणाले, "पैशाची काळजी करू नका. पुण्याहून आर्किटेक्ट डोंगरे एक दोन दिवसात येतील. त्यांना घेऊन तुम्ही प्रत्यक्ष जागेवर जा. तुमच्या डोक्यातल्या ज्या काही कल्पना असतील. त्या डोंगरेंशी बोला. इको फ्रेंडली का काय म्हणतात अशा बांधकामाची कामे करण्यासाठी डोंगरे आर्किटेक्ट प्रसिद्ध आहेत. प्रकाश, संदीपचा तुमच्या काय विचार आहे?"

तेवढ्यात बाबा म्हणाले, "संदीप दोन दिवस थांबलास तर बरं होईल. साईटवर आर्किटेक्टबरोबर तुम्ही असलात तर योग्य होईल. शेवटी हा आश्रम तुलाच चालवायचाय, वाढवायचाय. मी काय, आज आहे उद्या नाही."

"बाबा, असं म्हणू नका. मी थांबतो." संदीप काकुळतीला येत म्हणाला. माझी परीक्षा जवळ आली होती. संदीपचे पेपर्स उशीरा होते. मी आबांना म्हटलं "आबा, मी उद्या सकाळी पुण्याला निघावं म्हणतो."

◻◻

: संदीप :

सकाळीच प्रकाश पुण्याला गेला.

चहा, खाणं आटपून मी व छाया कामाला लागलो. काल गोळा केलेल्या माहितीचे विश्लेषण करणे, वयोगटाप्रमाणे बौद्धिक उंचीप्रमाणे आणि वस्तीप्रमाणे सर्व तरुणांची माहिती लिहून काढणे जरूर होते.

जवळ जवळ १०० तरुणांची नावे वस्ती, वय, शिक्षण इत्यादी तपासता मोठे विदारक चित्र उभे राहिले.

जेमतेम १५-२० मुले सातवीपर्यंत पोहोचली होती. २५-३० मुलांनी चौथीच्या पुढे शाळेचे तोंड पाहिले नव्हते.

४५-५० मुलांना तर अक्षरश: अक्षराचा गंध नव्हता. ''छाया - काय भयंकर स्थिती आहे गं या आदिवासी मंडळीची'' मी म्हटलं.

''अरे, हे तर काहीच नाही. प्रबंध वाचायला घेतलास तर वाचवणार नाही. अनेकांच्या पोटात अन्नाचा कण धड जात नाही. पैसा तर दिसत नाही. कपडालत्ता तर दूरच, शिक्षण नाही. स्वत:चा फायदा कशात हेही कळत नाही. अरे, मी लिहून घेत होते. कित्येकवेळा अंगावर काटा यायचा.''

''छाया, तू हे सगळं लिहिताना अनुभवलंस. म्हणून तू क्षणाचाही विलंब न लावता आजच्या आज कामाला लागलीस. खरोखरच तुझे आभार मानावे तेवढे थोडेच!''

''अरे संदीप, आभार कसले मानतोस? मी काही कुणी परकी वाटते का तुला असे आभार मानायला? घरच्या माणसाचे आभार मानायचे नसतात.''

छायाने तास दोन तासातच सगळा डाटा डी.टी.पी. केला. दुपारी चहा पिताना बाबांनी डाटा नजरेखालून घातला. योग्य असल्याची

खात्री केली. आबांनीही सगळे पेपर पाहिले. म्हणाले, "बाबांचा प्रबंध लवकरात लवकर जरी सरकारकडे दिला तरी त्यावर अभ्यास समिती नेमली जाईल. त्यांच्या कमी जास्त शिफारसी जातील. विधानसभेत चर्चा होईल. प्रत्यक्ष आदिवासींसाठी पैसा कधी येईल आणि या पिढीत तरी आदिवासी सुखाने जगतील हे सांगणं कठीण आहे. त्यात पुन्हा लालफीत. छायाबाई तुझं कौतुक केलं पाहिजे. आश्रम होईल तेव्हा होईल, तू काम सुरू केलेस. यासाठी तुला पैसा कमी पडणार नाही याची काळजी मी घेईन."

"तुझा पुढं काय बेत आहे छाया?" मी म्हटलं. "अरे, पुण्याला जावे लागणार आहे. अगदी निरक्षरांना शिकविण्याच्या साधनांपासून ८वी९वीच्या पुस्तकांपर्यंत पाटी-पेन्सिलीपासून नोट बुकपर्यंत सारं काही आणावे लागणार आहे."

"छाया, हे काम माझ्याकडे लागले. आर्किटेक्ट येऊन गेले की आपण पुण्याला जाऊ. सगळी खरेदी होलसेल मार्केटमधून करू."

छायाचा मूड एकदम खुलला. खरेदीसाठी मी येतो म्हणून असेल कदाचित!

संध्याकाळचे ५।।-६ वाजत आले. छाया म्हणाली "संदीप, चल ना बाहेर तास दीड तास पाय मोकळे करू."

बाबाही म्हणाले, "जा रे. तीही कंटाळली असेल!"

बाहेर पडलो, जुन्नर तर छोटं गाव. पंधरावीस मिनिटे चाललं की लगेच गावाच्या बाहेर मोकळा रस्ता मिळतो.

छाया मूडमध्ये होतीच. गावाच्या बाहेर पडल्यावर छाया चिकटून चिकटून चालायला लागली, माझा डावा हात घट्ट पकडला होता. काय करावे समजेना. दूर लोटावे तर बाईचा मूड जायचा, म्हणायच्या, राहू दे तुझा आश्रम, मी जाते पुण्याला निघून.

हात तसाच ठेवावा तर मला सारखी भीती वाटायची कोणी पाहील याची. एखादा आदिवासी मोळ्या विकून परत जायला निघायचा. म्हणेल 'राम राम.' पण मनात काय म्हणेल?

मी अस्पष्ट पुटपुटलो, "छाया, अगं, हे लहान गाव, त्यातून आता आपण सार्वजनिक माणसे झालो आहोत. थोडी काळजी घ्यायला पाहिजे!"

छाया रागावलीच. म्हणाली "काय वाटेल ते होवो. आज किती माहिन्यांनी तू मिळालायस्. नाही सोडणार हात. तुझ्या सहवासाची ऊब हवीहवीशी वाटते. तेच तर माझे टॉनिक आहे. तू आश्रम बघणार म्हणून तर मी राहिले इथे."

"चल, बसूया कोठेतरी" मी म्हटलं, तर म्हणते कशी, "नाही, माझा आज हिंडायचा मूड आहे तुझा हात धरून."

शेवटी गप्प बसलो. दुसरा मार्गच नव्हता.

७-७॥ ला परत आलो. नशिबाने मला कुणी फारसं ओळखलं नाही.

दुसऱ्या दिवशी डोंगरे असोसिएटसचे डोंगरे आणि त्यांचे सहकारी आले. घरी चहा-पाणी करून निघालो. डोंगरेंचा असिस्टंट गाडी चालवत होता. साईटवर जाताना आबा व बाबा डोंगरेंच्या गाडीत बसले.

आबांची मारुती मी घेतली. बरोबर छाया. छायाने आमची गाडी मुद्दामच डोंगरेंच्या गाडीच्या मागे ठेवायला सांगितली. रस्ता फारसा चांगला नव्हता.

छाया कारमध्ये पुढे बसली होती आणि हळूहळू ती माझ्या बाजूला सरकायला लागली होती. गाडी वळण घेत खड्ड्यातून उड्या मारत जात होती. त्यामुळे जोरात धक्का बसला असे भासवत छायाने माझ्या अंगावर कलंडायचा कार्यक्रम चालूच ठेवला होता.

तासाभरात साईटवर पोहोचलो.

डोंगरेंची बाबा-आबांबरोबर चर्चा गाडीतच झाली होती. बरोबर साईटचे ड्रॉईंग होतेच. डोंगरेंनी साधारण अंदाज घेतला. जमिनीची पाहाणी केली.

"आबासाहेब, जवळपास नदी नाही. त्यामुळे प्रथम बोअर घ्यावे लागेल. तारेचे कंपाऊंड आहेच. त्यामुळे तो खर्च वाचेल."

"संदीप, तुझ्या डोक्यात काही कल्पना असतील तर डोंगरे साहेबांना सांग. छाया, तू सुद्धा सांग, तुझ डोकं जरा वेगळं चालतं."

"मुख्यत: वनवासी-आदिवासींसाठी आपण इथे आश्रम तयार करतोय. त्यामुळे मला असं वाटत की सिमेंट स्लॅब, परपरांगत वीटकाम वगैरे टाळावे.

आदिवासींच्या घराप्रमाणे कुडाच्या भिंतीसारखा लुक असावा, नैसर्गिक हवा खेळती राहावी. फॅन असू नयेत. सोलर एनर्जीचा जास्तीत जास्त वापर करावा. छत सुद्धा कौलारू असावे. नैसर्गिक प्रकाश आत यावा.

ट्रेनिंग सेंटर प्रथम सुरू व्हावे. साधारणत: ४०-५० मंडळी बसतील असे दोन-तीन वर्ग, जवळपास एखादी स्टोअर रूम, प्रशिक्षकांना बसा-उठायची खोली असावी. पुढे मागे यातली एखादी खोली कॉम्प्युटर ट्रेनिंगसाठी बदलता यावी.

आवारात महिला उद्योगासाठी हॉल. औषधी माल ठेवण्यासाठी गोडाऊन. आज ना उद्या स्वत:चा औषधी निर्माण करण्यासाठी प्रयोग शाळा.

डोंगरे साहेब, अजूनही खूप कल्पना डोक्यात आहेत. पण नंतर वेळोवेळी भेटीनच. आपण या प्रकारची खूप कामे केली आहेत म्हणून आबासाहेब म्हणाले. आपल्या भेटीने खूप आनंद झाला. आपल्या पुण्याच्या ऑफिसचा पत्ता द्या. मी अधूनमधून आपल्याला भेटायला येत राहीन."

"संदीप, अरे तुम्ही तरुण मंडळी खूपच चांगले विचार करताय. अरे, आपला सांदिपनी आश्रम पाहायला दूर दूरून लोक येतील अशा तोडीचा करू."

"मात्र बाबासाहेब, आबासाहेब-आदिवासी तरुण मुलांना शिकण्यासाठी औषधी वनस्पतींची लागवड, त्यांची निगा त्यापासून जास्त उत्पन्न कसं काढता येईल असा विभाग असावा. मी १०-१५ दिवसात प्राथमिक ड्राईंग तयार करतो. अशा औषधी वनस्पतीची लागवड साईटच्या कुठल्या भागात करता येईल ते पाहू या. माझे हे असिस्टंट श्री. जाधव येऊन मार्किंग करून देतील. बाबासाहेब, पावसाळ्यापूर्वी खड्डे घेऊन झाडे लावायचा कार्यक्रम कराच. बघा ३-४ वर्षांत सगळा भाग काय बहारदार दिसायला लागेल."

मी डोंगरेसाहेबांच्या तर प्रेमातच पडलो. काय व्हिजन आहे या माणसाची, मी म्हटलं, "साहेब, मी पुढल्या आठवड्यात येऊन जाधवांना घेऊन जाईन. इथं आदिवासी मंडळी कामाविना बसून आहेत. निरर्थक वेळ घालवतायत. त्या सगळ्यांना या कामाला लावता येईल."

"छाया, तू काही बोलली नाहीसं?" बाबा म्हणाले.

"अहो, इतकी छान चर्चा चालली आहे की आतापासूनच आश्रमाचं सुंदर रूप माझ्या डोळ्यापुढं यायला लागलंय. मात्र एक छोटी विनंती आहे. प्रवेशद्वार कुठं होणार आहे ते ठरवा. आत आल्यावर समोर भारतमातेचा छोटासा पुतळा असावा, बॅकग्राऊंडवर भारताचा उठावाचा नकाशा असावा. आत येताना प्रत्येक भारतीयाने पुढे नतमस्तक व्हावे आणि आत यावे. बाकी संपूर्ण आवारात कुठेही देवदेवतांचे पुतळे, देऊळ, फोटो काही नको. धर्माचा भेदभाव नको. आपण सारी भारतमातेची लेकरे आहोत, अशीच प्रत्येकाची भावना आत येताना असावी."

"वा! छाया! मी म्हटलंच होतं, आमच्या छायाचं एक वेगळंच डोकं चालणार. छान. सूचना मंजूर, डोंगरे साहेब, पॉईंट नोट करा." आबासाहेबांनी कौतुक मनापासून केलं छायाचं.

संध्याकाळी डोंगरे आणि त्यांचे सहकारी पुण्याला परत गेले. आम्ही दुसऱ्या दिवशी सकाळी जायचं ठरवलं. रात्री बाबांशी मी व छायानं एकलव्य शिक्षण योजनेबद्दल सविस्तर चर्चा केली. बाबांना कल्पना मनापासून आवडली.

पुढील दोन तीन महिने बाबा व छाया जीपने आठवड्यातून तीन दिवस जाणार होते. तरुणांचे गट तयार करून त्यांना त्यांच्या वस्तीवरच शिक्षणकार्यक्रम राबविण्याचे ठरले.

बाबांच्या सूचनेवरून पुण्याहून आणायच्या शैक्षणिक साहित्यात आणखी भर टाकण्यात आली.

''बाबा, उद्या मी व छाया सकाळी निघायचे म्हणतो. पण एवढे साहित्य आणायचे म्हणजे पैसे लागतील.''

बाबा म्हणाले, ''काळजी करू नकोस. २५०००/- रु. सकाळी माझ्याकडून घे. काय घ्यायचे ते बघ आणि पावत्या सांदिपनी आश्रम ट्रस्ट नावाने घे. अरे, सुरुवातीला प्राथमिक खर्चाकरीता मी एक लाख रुपये बाजूला ठेवलेत.''

''बाबा अहो, तुमच्याकरीता राहू देत.''

''अरे, माझा पगार होतच होता. खर्च काहीच होत नव्हते. आज माझ्या स्वप्नातल्या आश्रमाची सुरुवात होत आहे. माझे सगळे पैसे पाडव्याच्या मुहूर्तावर मी ट्रस्टला देऊन टाकले आहेत. मला खात्री आहे तुला वाईट वाटणार नाही.''

''बाबा, कमाल आहे तुमची, मला ओळखले नाहीत तुम्ही. मला पैशाचा कोणताही मोह नाही. मी माया मोहापासून दूर राहायचा *(तिरक्या नजरेने माझे लक्ष छायाकडे होते)* निश्चय केलाय.'' जरा मोठ्यानेच बोललो.

''अरे, एवढे सामान कसे आणणार? असं करा, आबासाहेबांना सांगून जीप घेऊन जा. उद्या खरेदी करा. छायाला एखादे दिवस घरी राहू दे. एकदा आश्रमाच्या कामाला लागली की बिचारीला पुण्याला जायला वेळही मिळायचा नाही. परवा मी ड्रायव्हर छायाच्या घरी पाठवतो. काय? ठीक आहे ना छाया?''

''बाबा, तुमच्या आज्ञेबाहेर मी नाही. तुम्ही म्हणाल तसं.''

''बरोबर आहे. आईकडे अनायसे जायला मिळतं आहे. तू बाबांचं ऐकणारच.''

''तुला काय समजणार माहेरची ओढं.''

'सॉरी संदीप तुला दुखवायचा हेतू नव्हता. चल तो विषय बंद. झोपा आता. सकाळी चहा घेऊन लगेच निघायचंय आपल्याला.''

पुण्याला पोहोचायला ११ वाजले. दोघांनी चक्क श्रेयसमध्ये जेवायला जायचे ठरवले.

जेवता जेवता कानाजवळ येऊन छाया हळूच म्हणाली, ''संदीप, अरे माडीवर यांचचं लॉज आहे. एखादी रूम घे ना आजच्या दिवसाकरता. उद्या जाऊ या खरेदीला. किती दिवसांनी तू सापडलायस.''

हॉलमध्ये जेवायला बऱ्यापैकी गर्दी होती. आमच्या आजूबाजूची टेबलेही पॅक होती.

मला जेवताना काहीच रीॲक्शन दाखवता येईना. दुसऱ्याला पेचात पकडायची कला छायाला उत्तम साधली होती.

मी गप्प बसलो. शांतपणे अन्नब्रह्माचा आस्वाद घेत राहिलो. मला काहीच ऐकू न आल्याचे नाटक छान जमले. हात धुतले. सरळ बाहेर जीपपाशी येऊन उभा

राहिलो.

पाठोपाठ छाया आली, तिच्या चालण्यावरून अन् चेहऱ्यावरून पारा किती चढलाय ते कळत होतं.

मी शांतपणे जीपमध्ये बसलो. दार लावून घेतले. ती सीटवर आदळलीच.

गाडी लॉनच्याबाहेर घेत होतो. डावीकडे जिमखान्याकडे वळणार तेवढ्यात - ''संदीप! गाडी माझ्या घराकडे घे. मी खरेदीला येणार नाही.'' जरा उच्च स्वरातच आज्ञा झाली.

''ठीक आहे. मी जाईन खरेदीला. शेवटी मला आश्रम चालवायचाय.'' माझ्या स्वरातल्या शांतपणाने ती अधिकच संतापली.

''संदीप! अरे, तारुण्यातला आस्वाद कसा घ्यायचा तुला काय समजणार? मी सर्वस्व द्यायला तयार आहे. तुझ्यावर जीव ओवाळून टाकतीय अन् तू मला झिडकारतोयस. माझ्या स्त्रीत्वाचा अपमान केलायस. तू षंढ आहेस. थंड आहेस. तुझ्याकडून प्रेमाची काय अपेक्षा करायची?''

''अरे, हातात पुंगी घेऊन वाजवली असतीस तर नागीण होऊन बेभानपणे डोलले असते तुझ्यापुढे; पण आज माझ्या शेपटीवर पाय दिलायस. केव्हातरी तुला डंख केल्याशिवाय राहणार नाही.''

मी शांत होतो. अशा वेळेला काही बोललो असतो तर गरम तव्यावर पडलेल्या पाण्यासारखी वाफ होऊन गेली असती.

मी सावकाश घोले रोड पर्यंत गाडी आणली. तिच्या घराकडे वळणार तोच आवाज आला, ''संदीप, गाडी बालगंधर्वकडून सरळ गावात घे. खरेदी महत्त्वाची आहे.''

मी न बोलता गाडी गावात आणली.

नारायण पेठेत पार्क केली आणि रिक्षा पकडून खरेदीसाठी थेट बोहरी आळी गाठली.

छाया घुश्शातच होती. मात्र खरेदी सुरू झाली अन् हळूहळू बोलायला लागली. दुकानदाराबरोबर घासाघीस सुरू झाली.

नंतर अप्पा बळवंत चौक. दिलीपराज प्रकाशन. सगळीकडे रिक्षाने प्रवास. सगळ्यांना पुस्तकांचे गठ्ठे बांधून ठेवायला सांगितले. आश्रमाच्या नावाने पावत्या केल्या. म्हटलं, परवा जीप घेऊन येईन. गठ्ठे तयार ठेवा. गर्दीत जीप जास्त वेळ थांबवता येणार नाही.

पार्किंगपाशी पोहोचायला ६-६॥ झाले. रिक्षाला पैसे देणार तेवढ्यात छाया म्हणाली, ''असू दे. रिक्षा सोडू नको. मी घरी जाईन रिक्षानं. तू जा जीप घेऊन

तुझ्या मठीत. उगीच वाकडी वाट नको माझ्या घराकडे.''

"छाया, अगं बिल खूप झालंय. मी पैसे देतो.''

"नको! बाबा मला खर्चाला अधूनमधून पैसे देत होते. आहेत माझ्याकडे पुरेसे. बरं उद्याचं काय?'' छाया म्हणाली.

"काही नाही! तू तुझ्या घरी आराम कर. मी माझ्या मठीत अभ्यासाला.''

जुन्नरहून निघताना प्रकाशला फोन केलाच होता. फ्लॅटवर ७ ला पोहोचलो खाली आमचं पार्किंग होतंच.

छायाबरोबरच्या झाल्या प्रकाराबद्दल प्रकाशशी काही बोलायचं नाही असं येतायेताच ठरवलं होतं मी.

□□

: प्रकाश :

सकाळी टपरीवर चहा प्यायला बरेच दिवसांनी एकत्र गेलो. "संदीप, अरे गप्प गप्प का? उलट तू खुशीत असायला पाहिजेस की, तुझ्या अपेक्षेपेक्षा लवकर आश्रमाचं काम सुरू झालं. बरं, कालची खरेदी झाली की नाही? च्यायला, या छायेचं डोकं औरच आहे नाही?"

"हो ना." संदीप म्हणाला.

मी म्हटलं, "अरे डोक्यात न येणाऱ्या आयडिया तिला बऱ्या सुचतात."

संदीप म्हणाला, "अगदी सहमत आहे तुझ्या मतांबद्दल. आणि प्रकाश, बाबांना कळव ड्रायव्हर पाठवू नका म्हणून. तूच जीप घेऊन जा छायेच्या घरी. तिला सगळी दुकानं माहीत आहेत. पैसेही देऊन झालेत. निवांतपणे दोघे जा जुन्नरला सगळं सामान घेऊन. तिला आवडते तुझी कंपनी प्रकाश. तिला आनंदच होईल तुझ्याबरोबर जाण्यात." अचानक संदीप बोलला.

मला कळेना आज संदीप असं का बोलतोय? काही बिनसलं का दोघांच्यात?

जाऊ दे जास्त विचार नको.

दुसऱ्या दिवशी सकाळी सकाळीच जीप छायाच्या दारात. मला पाहताच छायेला आनंद झालेला दिसला. "ये ना प्रकाश, त्यानिमित्ताने का होईना तू आलास. मस्त शिरा केलाय."

शिरा, चहा संपवून दोघे बाहेर पडलो. तासाभरात सगळीकडे चक्कर झाली. जीप शैक्षणिक साहित्याने गच्च भरली. सारं काही मनासारखं झाल्यानं छाया खुशीत होती. जीप नाशिक रोडला लागली.

'प्रकाश, भामा रिव्हर टी-हाऊसला थांबू या, मस्त भजी मिळतात तिथे.''

भजी खाता-खाता छाया एकदम म्हणाली, ''परीक्षा झाली की, लगेच जुन्नरला ये. अरे, आदिवासी-वनवासींचा तुझा संपर्क वाढायला हवा. आबांची आमदारकी वर्षभरात संपेल. प्रकाश, तू रहा आबांच्या जागेवर उभा, आबा आनंदाने तुला पाठिंबा देतील.''

''अगं, पण घाई काय आहे. राहू दे ना आबांना अजूनही काही वर्ष आमदार म्हणून,''

''अरे, तू विशेष शिकलेला, पुण्याच्या प्रसिद्ध कॉलेजातला हुशार विद्यार्थी. अरे, तू नुसताच आमदार राहणार नाहीस. तुझं भविष्य उज्ज्वल आहे. मला तू मंत्री झालेला बघायचाय प्रकाश.''

''छाया, उगाच स्वप्नं पाहू नकोस. पुढंच पुढं. आज आधी जुन्नरला पोहोचू.'' (छाया म्हणतीय ते खरं आहे.)

जुन्नरला पोहोचायला १२-१२।। वाजले.

सेवकांनी जीपमधील सामान उतरवून घेतलं. आतल्या चौकाजवळच्या खोलीत सगळं सामान हलवलं छायाच्या देखरेखीखाली.

मी आलेला पाहून आईला बरं वाटलं. आबा मुंबईला गेले होते.

आरामात दोघे जेवलो. ''छायाबाई, आता त्रास द्यायचा नाही हं. मी मस्तपैकी ताणून देणार आहे. चारला चहा टाकायचा आणि मला उठवायचं समजलं?'' झोप मस्त लागली. बहुधा स्वप्नं पडलं असावं. छायाचं गुणगुणणं ऐकू येत होतं. 'प्रकाश तू मंत्री झालेला मला पहायचंय...'

कानात खरंच छाया गुणगुणत होती. ''मंत्रीमहाशय उठाऽऽ चहा झालाय,'' जाग येणार, तेवढ्यात ओठाला गरम ओठांचा स्पर्श झाला. मी स्वप्नात तर नाही ना?

मी अजिबात प्रतिकार केला नाही. चुंबनाचा पहिलाच अनुभव. हवा हवासा वाटणारा. डोळे मिटून झोपेचे सोंग घेऊन पडून राहिलो.

छायाने हलवून जागे केले. म्हणते कशी, ''प्रकाशराव, काय चावटपणा लावलाय?''

''लबाड, म्हणजे चावट कोण? तू का मी?''

एकदम जाणीव झाली. म्हटलं ''अग बये, काय हे डेअरिंग? आणि घरातली माणसं?''

''प्रकाश, अरे आई त्यांच्या खोलीत आरामात झोपल्यात. बाबा म्हणाले, किरकोळ खरेदी करून येतो. मग म्हटलं, जरा गंमत करू प्रकाशसाहेबांची. मलाही लहर आली गंमत करायची.''

"छाया, अगं चहाचं काय? जरा साखर जास्त घाल. नाहीतर अगोड लागायचा. आता नुकताच पेढा खाल्लाय मी."

चहा पिताना आईला म्हटलं, "आई आज रात्रीचं जेवण तुझ्या हातचं."
"अरे, छायासुद्धा छान स्वयंपाक करते बरं!"

"नको. आई. अगं तिचा चहासुद्धा आज जरा अगोडच लागला.' छाया माझ्याकडे डोळे वटारून पाहात होती.

"आई, पुण्यात हॉटेलात खानावळीत जेवून खाऊन कंटाळा आला. टपरीवरच्या चहाचा सुद्धा कंटाळा आला. परीक्षा संपते कधी अन् मी जुन्नरला येतो कधी असं झालंय." *(मी तिरक्या नजरेने हळूच छायेकडे पाहिलं.)*

"ये बाबा, लवकर ये. यांनासुद्धा मुंबईच्या सारख्या वाऱ्या करून कंटाळा आलाय. म्हणत होते, माझ्या शिरावरची जबाबदारी प्रकाशला दिली की मी मोकळा शेती करायला. अरे, हाडाचे शेतकरी ते."

चहा घेऊन मी व छाया पाय मोकळे करायला बाहेर पडलो. छाया खुशीतच होती. "ए, चल ना शिवनेरीच्या पायऱ्यापर्यंत जाऊ. आठवतंय. आम्हाला बनवलंत जीप ड्रायव्हर बनून. अरे, रडकुंडीला आलो होतो आम्ही."

रस्ता बऱ्यापैकी एकांताचा होता. छायाने माझा डावा हात घट्ट पकडला होता. मोठ्या उत्साहात बडबड करीत चालत होती. पायऱ्यापाशी एका खडकावर बसलो. मी म्हटलं, "छाया, तू म्हणत होतीस तेच बरोबर. अग आईसुद्धा म्हणाली, आबा कंटाळलेत आमदारकीला."

दुसऱ्या दिवशी पुण्याला निघण्यासाठी स्टँडवर सोडायला छाया आली होती. खिडकीत माझा हात घट्ट धरून ठेवला होता. निघताना पुटपुटली "प्रकाश, बेस्ट ऑफ लक परीक्षेसाठी आणि परीक्षा संपली की लवकर ये. वाट पाहीन चातकासारखी."

बसमध्ये सारखी डोळ्यापुढे छाया येत होती. या वेळी काही वेगळीच अनुभूती घेऊन परत चाललो होतो.

□□

: छाया :

१४ एप्रिल. पूज्य डॉ. बाबासाहेब आंबेडकरांची जयंती. सगळ्या वाड्यावस्तीतून १४ ते १८ वयोगटातल्या तरुण, तरुणींना निरोप पाठवून वाड्यावरती दुपारी २ वाजता पहिल्या सभेला बोलावले.

बाबांनी व मी सर्वांचे स्वागत केले. मी बोलायला उठले.

"आपल्या सर्वांचे लाडके बाबासाहेब पाटणकर यांना अभिवादन करून आजच्या सभेला सुरुवात करू या. प्रथमत: आमंत्रण दिलेले सगळेच उपस्थित राहिलेले पाहून खूप आंनद झाला.

मित्रांनो, डॉ. बाबासाहेब आंबेडकरांनी लहानपणी अतिशय गरिबीत दिवस काढले. पण शिक्षणाची ऊर्मी त्यांना स्वस्थ बसू देईना. मुंबईला अगदी एका खोलीत, कंदिलाच्या उजेडात रात्रभर अभ्यास करीत ते मॅट्रीक झाले. पुढे अमेरिकेत उच्च शिक्षणासाठी गेले. इंग्लडला जाऊन बॅरिस्टर म्हणजे वकीलीची उच्च परीक्षा पास झाले व परत येऊन आपल्या बांधवांच्या उद्धारासाठी झटत राहिले. भारताची घटना तयार करण्यात त्यांचा सिंहाचा वाटा होता.

आजच्या या बाबासाहेब आंबेडकरांच्या जयंतीच्या दिवशी तुम्ही सगळ्यांनी प्रतिज्ञा करा की आम्ही सर्व बाबासाहेब आंबेडकरांचा आदर्श ठेवू. खूप शिकू आणि पिढ्यान् पिढ्या मागासले राहिलेल्या आमच्या आदिवासी वनवासी बांधवांच्या उद्धाराकरता झटू.

मित्रांनो, तुमच्या पाठीमागे आमचे बाबासाहेब पाटणकर, आबासाहेब जुन्नरकर, संदीप, प्रकाश आणि मी खंबीरपणे उभे राहणार आहोत.

सांदिपनी आश्रम थोड्याच काळात उभा राहील. यातून अनेक एकलव्य निर्माण होतील.

आजपासूनच आपण अभ्यासाला सुरुवात करणार आहोत.

येथे आलेले तुम्ही सर्वजण आठवी, नववीत शाळा सोडलेले आहात, येथून जाताना मी नववी दहावीची पुस्तके आणली आहेत ती घेऊन जा. मी उद्यापासून आठवड्यातून दोन दिवस तुमच्या वस्तीवर तुम्हाला शिकवायला येणार आहे. जवळजवळच्या वस्तीतल्या तरुणांनी ५-५ जणांचा गट तयार करा.

त्याचबरोबर तुम्ही पण गुरुजी होणार आहात. तुमच्या वस्तीतल्या लहान मुलांचा अभ्यास तुम्ही घ्यायचा आहे. त्यांची माहिती मी तुमचेकडे आले की द्यायची आहे. त्यांच्यासाठी पाटी, पुस्तके व इतर साहित्य मी पुढल्या खेपेला आणू शकेन.

मित्रांनो, 'शिकेल तो टिकेल' आणि 'वाचाल तर वाचाल' हे लक्षात ठेवा.''

आईसाहेबांनी सगळ्यांसाठी पोहे केले होते.

सर्व तरुण मंडळी उत्साहात आली होती आणि दुप्पट जोमाने अभ्यास करायचाच अशी प्रतिज्ञा करून परत गेली.

संध्याकाळी दिवाणखान्यात बसून डायरीत दिवसभराच्या कामकाजाची नोंद लिहित होते.

तेवढ्यात आईसाहेब आल्या आणि जवळ येऊन म्हणाल्या, ''अगं दृष्ट काढायला पाहिजे तुझी. काय छान बोललीस. आणि सारेजण अगदी आज्ञाधारकपणे तुझे ऐकत होते.''

''आईसाहेब. अहो, मी काही विशेष केलं नाही. ही सारी बाबासाहेबांची किमया. गेले वर्षभर त्यांच्यात मिसळून, त्या मंडळीत विश्वास निर्माण केलाय त्यांनी. आपण या लोकांच्या भल्यासाठी काही करतोय याची त्यांना खात्री पटलीय.''

रात्री प्रकाशला मोबाईल करून बातमी दिली.

बाबांच्या जयंतीदिनी एकलव्य शिक्षण योजना सुरू झाली याचं मला फार अप्रूप वाटलं.

''संदीप- संदीप, अरे छायाने आज शैक्षणिक कार्यक्रम सुरू केला. बोल बोल तिच्याशी'' मला मोबाईलवर सगळं ऐकू येत होतं. मी वाटच पाहत होते संदीपच्या रिॲक्शनची.

''हॅलो छाया. खूप आनंद वाटला. आमची निवड चुकली नाही म्हणायची. कधी एकदा परीक्षा संपतीय आणि आश्रमाच्या कामासाठी येतोय असं झालंय. अजून काही पुस्तके वगैरे हवी असल्यास कळव. पुन्हा एकदा अभिनंदन, आमच्यापेक्षा एक पाऊल पुढे टाकल्याबद्दल.''

''थँक्स संदीप. अरे, तुम्ही लोकांनी कौतुक केलं की कामाला उत्साह येतो. आता गुडनाईट.''

रात्री झोपताना खूप समाधान वाटत होते. संदीपही डोळ्यापुढे येत होता.

आश्रमाचा प्रमुख पुढे संदीप होणार. त्याच्याशी शत्रुत्व करून चालणार नाही. पुण्याला श्रेयस हॉटेलच्या प्रसंगानंतर मी त्याच्यावर खूप चिडले होते. पण त्याच्याशी जुळवून घ्यायला हवं.

महिना-दीड महिन्यात माझे सर्वांकडे नियमाने जाणे झाले. विद्यार्थ्यांना अभ्यासाची गोडी लागली हे जाणवत होते. घरातल्या गरिबीमुळे आणि शाळा लांब असल्याने बहुतेकांचे शिक्षण अर्धवट अवस्थेत खुंटले होते. पण आता घरातल्या घरात एक प्रकारे एक शिक्षकी शाळा सुरू झाली.

मी परत कधी येते याची वाट पाहात असतात असेही जाणवायचे. आबांच्या जीपचा खूप उपयोग व्हायचा. बाबांना खूप समाधान वाटायचे. बाबासाहेब अनेक वेळा माझ्याबरोबर येत असत.

□□

: संदीप :

म्हणता म्हणता परीक्षा आली आणि संपलीदेखील. पाठोपाठ प्रकाशही मोकळा झाला. पास होण्याचा प्रश्नच नव्हता. पण उत्तम मार्कांनी उत्तीर्ण होऊ अशी दोघांना खात्री होती. नोकरी तर कोणालाच करायची नव्हती. पण प्रतिष्ठा महत्त्वाची होती.

परीक्षा संपली आणि मनावरचे ताण एकदम हलके झाले. दोघांनी दिवसभर अशी मस्त झोप काढली. जणू गेल्या महिन्याभरातल्या झोपेचा बॅकलॉग भरून काढला.

संध्याकाळी वैशालीत नेहमीच्या टेबलांवर गेलो. वेटर अतिशय हुशार. ऑर्डर घेता घेता म्हणाला, "त्या तुमच्याबरोबर येणाऱ्या मॅडम दिसत नाहीत?"

"नाही आल्या, अरे, त्या गावाला गेल्यात. सुटी लागली ना!"

"प्रकाश, पुढे काय? काय तुझे प्लॅनस् आहेत?"

"बघू या, जुन्नरला तर जायचंच, पुण्याचा कंटाळा आलाय. आणि अरे, परवा गेलो तर आई म्हणत होती आबा आमदारकीला कंटाळलेत.'

"मग काय, एकदम आमदारच व्हायचंय काय प्रकाशराव?" मी म्हटलं, माझं थोडं ऐकणार आहेस का?"

"अरे संदीप, तुझ्या आज्ञेबाहेर नाही. तू माझा रक्षणकर्ता आहेस. हितकर्ता आहेस. तू सांगशील ते योग्यच असेल."

"हे बघ, मला असं वाटतं की आपल्या दोघांची टॉप प्रॉयरीटी आश्रम असायला पाहिजे.

"आश्रम उभा करायला वर्षभर सहज लागेल. आदिवासींपर्यंत लाभ पोहोचायला दोन तीन वर्षांत लागतील. आश्रमाचं काम सुरळीत

चालायला ५-६ वर्षे जरुरीची आहेत.

"व्याप वाढेल. तशी माणसे कमी पडतील. त्यासाठी त्याआधी म्हणजे पुढील दोनतीन वर्षात चांगले कार्यकर्ते निवडून त्यांना घडवावे लागेल.

"आबासाहेबांना आपण विनंती करू आणखी पाच वर्षे त्यांना आमदारकी सांभाळू दे.

"आश्रम स्थिरस्थावर झाल्यावर, म्हणजे आणखी पाच-सहा वर्षानंतर आमचे प्रकाशराव आमदार व्हावेत; नव्हे होणारच."

प्रकाश शांतपणे म्हणाला, "संदीप तुझे विचार किती प्रगल्भ आहेत पटले मला. पण तुझा काय विचार?"

"अरे, मी संदीप आणि माझा सांदीपनी आश्रम. बस्स, आता हे नातं अतूट. कोणीही ते तोडू शकणार नाही. आता हेच माझे इतिकर्तव्य."

"आणि छाया?"

"अरे, छायाला विसरून कसं चालेल?"

"आपल्या आधीच छायानं काम सुरू केलं देखील."

वेटर तेवढ्यात बिल घेऊन आला. आम्ही खुशीत होतो. प्रकाशने चांगली दहा रुपये टीप ठेवली. वासू वेटर चांगला ओळखीचा झाला होता. म्हणाला, "साहेब येत चला. आता सुटी लागली ना!"

"अरे वासू, आता वैशालीत लवकर पुन्हा येऊ असं वाटत नाही. अरे, आम्ही चाललो पुणं सोडून आमच्या गावाला, जुन्नरला."

"साहेब, मला पण पुण्याचा कंटाळा आलाय. पण पोट आहे ना. सदाशिव शेट्टींनी मंगळोरहून लहान असताना आणलं. कामाला लावलं. या वैशालीत फरशी पुसण्यापासून काम केली. पण अधूनमधून मंगळोरजवळच्या आमच्या गावाची आठवण होते. साहेब तुमचं जुन्नर कसं आहे? आपल्याला मेस चालवायचा अनुभव आहे. कधी गरज पडली तर बोलवा. तुमचा मोबाईल नंबर देऊन ठेवा आणि हा घ्या माझा नंबर."

दोघे बाहेर पडलो. आज फर्ग्युसन रस्त्यावरची तरुणाईची हवा अनुभवत हिंडायचं होतं. पुन्हा केव्हा येऊ त्याचा नेम नव्हता.

"प्रकाश, अरे वासूचा नंबर सेव्ह करून ठेव. न जाणो उद्या आश्रमाला गरज भासली तर उपयोगी पडेल."

दुसऱ्या दिवशी दोघेजण डोंगरे असोसिएट्सकडे गेलो.

"डोंगरे साहेब, वर्षा-दीड वर्षात आपल्याला आश्रमाचे बरेचसे काम पुरे करायचे. आपण कन्स्ट्रक्शनचे कामही स्वीकारल्यास सोईचे होईल. तुमच्या मनातल्या

कल्पना प्रत्यक्ष उतरवायला त्रास होणार नाही असे आम्हाला वाटते.''

"मित्रांनो, तुमची तळमळ मी समजू शकतो. मला अतिशय आनंद वाटला की, तुमच्यासारखी तरुण मुले काही एक ध्येयाने आणि ते सुद्धा शहरापासून दूर आदिवासींच्या उद्धारासाठी एवढी धडपड करतायत. आबासाहेब आणि बाबासाहेबांनी तुमच्यावर उत्तम संस्कार केलेत. मी आनंदाने आपली ऑफर स्वीकारत आहे. मात्र एक विनंती आहे.'' डोंगरे म्हणाले.

"अरे साहेब, विनंती कसली आज्ञा करा,''

"हे बघा, आपला आश्रम जुन्नरपासून खूप दूर आहे. पुण्याहून अगर जुन्नरहून रोजच्या रोज कामगार मजूर, कारागीर, सुतार नेणं कठीण जाणार आहे. आसपासच्या वाड्यावस्त्यातील तरुणांचा तुमचा संपर्क चांगला आहे. बाहेरून लोक आणण्यापेक्षा या तरुणांना पटवा. त्यांच्यातले कारागीर शोधा. त्यांना आपण जरूर पडल्यास थोडेफार ट्रेनिंग देऊ. स्वत:च्या फायद्यासाठी तयार होणाऱ्या वास्तूसाठी स्वत: काम करण्यातला आनंद त्यांना मिळेल.''

"डोंगरेसाहेब, आपली सूचना एकदम मान्य. खरोखरच तुमचा अनुभव सूचनेतूनच बोलतो. आमच्या डोक्यात ही कल्पना आली नाही. आम्ही उद्या अष्टांग आयुर्वेद कॉलेजच्या प्रिन्सिपॉलना भेटणार आहोत. आयुर्वेदीय औषधी वनस्पती उद्यान तयार करण्याची तुम्ही केलेली सूचना आम्ही अंमलात आणणार आहोत. कॉलेजतर्फे आपल्याला औषधी वनस्पतींची रोपे मिळणार आहेत. आम्ही एक दोन दिवसात जुन्नरला जाणार आहोत. तुमचे असिस्टंट जाधव यांना जुन्नरला पाठवा. तुमच्या प्लॅन प्रमाणे आखणी करून कोठे खड्डे घ्यायचे ते आखून द्या. आम्ही आता मोकळे आहोत. झपाट्याने कामाला लागणार आहोत.''

दोनच दिवसांनी जुन्नरला जायला निघालो. पुणं सोडायची हुरहूर आणि जुन्नरला जायची ओढ.

वाड्यावर पोहोचायला अकरा वाजले. आमचे दोघांचे जोरदार स्वागत झाले.

आईसाहेब, आबासाहेब, बाबासाहेब यांच्या चेहऱ्यावर आमच्या येण्यामुळे आनंद दिसत होता.

छाया तर आनंदाने नाचायला लागली. दोघांचे हात एकदम हातात! डाव्या हातात माझा हात, उजव्या हातात प्रकाशचा हात. कितीतरी वेळ 'वेलकम बॅक टू जुन्नर' चालू होते.

म्हणता म्हणता जुन्नरला येऊन सात-आठ महिने झाले. आश्रम आकार घेऊ लागला. माझ्या विनंतीवरून आमच्या राहण्यासाठी दोन तीन खोल्यांचं काम आधी सुरू केलं.

एकतर गेली काही वर्षं मी व बाबा वाड्यावर राहत होतो. किती वर्षं वाड्यावर राहायचं? आबा व आईसाहेब दोघे इतके चांगले होते, की आम्हाला वाडा सोडणं शक्यच नव्हतं. पण आश्रमात राहायला जाणं जरूर होतं.

आश्रमाच्या पुढील बांधकामासाठी आणि रोजच्या कामासाठी तिथं राहणं श्रेयस्कर होत. *(आणि मलाही छायापासून दूर राहणं जरूर होतं.)* बाबांनाही आश्रमात राहायला जाणं पसंत होतं.

भूमीपूजन झाल्यापासून बरोबर एक वर्षाने, म्हणजे चैत्री पाडव्याला आश्रमाचं उद्‌घाटन करायचा निर्णय झाला. उद्‌घाटनाला उपमुख्यमंत्री येणार होते.

❐❐

: प्रकाश :

आश्रमाचं बांधकाम उत्साहानं सुरू झालं होतं. साईटवर अधूनमधून जात होतो. एक दिवस जीप काढली. छायाला म्हटलं, "चल, लवकर जेवण आटपू या आणि साईट वर जाऊ या."

छाया तर एका पायावर तयार

आश्रम आकार घेत होता. छायाच्या सूचनेप्रमाणे मुख्य दरवाजातून आत गेल्यावर समोरच भारतमाता आणि पार्श्वभूमीवर हिंदुस्थानचे शिल्प तयार झाले होते. कापूसकरांनी फायबरचे वजनाला हलके पण जणू काही ब्राँझमध्ये कोरले असे वाटावे इतकी सुंदर कलाकृती तयार केली होती.

छाया तर भान हरपून त्याकडे बघतच राहिली. महिलांसाठीचा विभागही आकाराला येत होता. छायाच तो चालवणार होती.

परत निघायला चार वाजून गेले. नोव्हेंबरची आल्हाददायक हवा. थंड पण सुखकारक वारा जीपच्या खिडकीतून येत होता. छाया मूडमध्ये होती. "प्रकाश, गाडी लेण्याद्रिकडे घे ना."

पायथ्याला थांबलो. छायाबाईंनी फुलं नारळ घेतले. मोठ्या उत्साहात पायऱ्या चढायला सुरुवात केली.

"ए प्रकाश, अरे हात धर ना. पडेन ना मी." माझ्या परवानगीची वाट न पाहता छायेनं हात पकडला. मलाही तो सोडावासा वाटत नव्हताच.

गणपतीपुढे लोटांगण घालून मी आशीर्वाद घेतला. म्हटलं, "आमच्या आश्रमाचं काम निर्विघ्नपणे पार पडू दे. इथल्या आदिवासींना चांगले दिवस लाभू देत." बाहेर आलो. मी म्हटलं, "मी आश्रम आणि आदिवसींसाठी प्रार्थना केली. तू काय मागितलंस?"

"मी तुझे हात मागितले." छाया म्हणाली

मी गप्प बसलो. म्हटलं तर अनपेक्षित, म्हटलं तर अपेक्षित उत्तर होतं.

पश्चिमेकडे सूर्य झुकायला लागला होता. उतरता उतरता छायाचं लक्ष कोपऱ्यातल्या गुहांकडे गेले. "ए, चल ना बघू या. मी कधी पाहिली नाही गुहा."

"छाया, अगं एके काळी जुन्नर कल्याण असा व्यापारी मार्ग होता. व्यापाऱ्यांना आराम करायला अशा अनेक गुहा या भागात खोदलेल्या दिसतील."

गुहेच्या तोंडावर आलो. हळूहळू आत सरकू लागलो. छायेने हात अधिकच घट्ट धरला होता. मी मोबाईल ऑन केला. मोबाईलच्या उजेडात पावलं पुढं पडत होती.

"ए, किती गार वाटतंय ना?" छाया अधिकच बिलगली. तेवढ्यात फडफड आवाज करीत एक दोन वटवाघळे आमच्या जवळून बाहेर पडली. छायाने घाबरून मला मिठी मारली.

मीही तिला घट्ट उराशी कवटाळलं. छायाचा उष्ण श्वास माझ्या श्वासात मिसळत होता. गुहेत थंड हवा असूनही शरीर तापलं होतं, न कळत ओठात ओठ कधी गेले ते कळलचं नाही. मिठीतून कोणालाच सुटका नको होती. किती वेळ गेला कोणास ठाऊक. पण मुलांचा गलका खालून ऐकू येऊ लागला.

"छाया," मी कानात कुजबुजलो. "हवेतून जमिनीवर ये. चल बाहेर. बहुधा पोरं वर येताहेत."

छाया मिठी सोडायला तयार नव्हती. "अगं, एकदम पोट भरू नको. थोडं थोडं खा, नाहीतर पोट फुटायचं!"

घरी परत यायला सात वाजले.

आबासाहेब तर फार खूश होते कामाच्या प्रगतीवर. "आश्रमाच्या उद्‌घाटनाला उपमुख्यमंत्री बोलवू या" एक दिवस आबा म्हणाले. मी म्हटलं, "छानच कल्पना आहे. पण आबा, त्यांना वेळ मिळणार का?"

'अरे वेळ काढायला लागेलच, निवडणुका जवळ आल्यात. जनतेच्या संपर्कात यावेच लागेल त्यांना. अरे, बाबासाहेबांनी केलेला आदिवासी संशोधन प्रकल्पाचा रिपोर्ट वरपर्यंत पोहोचला. त्यात बाबांनी केलेल्या सूचना मंजूर व्हायच्या मार्गावर आहेत. उपमुख्यमंत्र्यांनी बैठकीत या प्रकल्पाचा मुद्दाम उल्लेख केला. माझंही कौतुक झाले बैठकीत. त्यामुळे आश्रमाच्या उद्‌घाटनाला येण्याबद्दल त्यांनाही उत्सुकता आहे. छायाने देखील वर्षभरात खूप काम केले. अनेक आदिवासी महिलांनी शिवणकाम शिकण्यात रुची दाखवली. छायाने उषा कंपनीबरोबर पत्रव्यवहार करून पंचवीस शिवणयंत्राची ऑर्डर दिली. भरपूर डिस्काऊंट देणे कंपनीला भाग पाडलं. एवढेच नव्हे, तर त्यांच्याकडून दोन शिवणयंत्र भेट मिळविली. कमाल

आहे छायाची. तिचं सांगणं, बोलणं, लोकांना पटतं एवढं मात्र खरं.''

आबांना ही बातमी समजली. त्यामुळे उद्‌घाटनाच्या कार्यक्रमात उपमुख्यमंत्र्यांच्या पत्नीच्या हस्ते दोन शिवणयंत्रे आदिवासी महिलांना भेट देण्याचा कार्यक्रम ठरला. आश्रमातल्या महिला विभागात शिवणकाम शिकविण्याचा उपक्रमही सुरू होणार होता. त्या विभागाचे उद्‌घाटनही उपमुख्यमंत्र्यांच्या पत्नीच्या हस्ते होणार होते.

एके दिवशी आबांनी दिवाणखान्यात बसलो असताना विषय काढला. म्हणाले, ''प्रकाशराव, एकदोन दिवसात मुंबईला जाणार आहे, पण या खेपेला तूही चल माझ्याबरोबर. उपमुख्यमंत्र्यांना भेटायचं. आपल्या कार्यक्रमाचे आमंत्रण द्यायचेय आणि मुख्य म्हणजे तुझी ओळख करून द्यायचीय.''

''गाडी काढू या. मी चालवतो. आबा, छाया पण मुंबईला जायचं म्हणतीय. तिनं मुंबई कधी पाहिलीच नाही.''

''चालेल. अरे, यात परवानगी कसली मागतो? ती आता आपल्या कुटुंबातलीच झालीय.'' दोनच दिवसांनी आम्ही तिघे कारने मुंबईला पोहोचलो.

मंत्रायलात कँटीन छान होते. जेवण करून उपमुख्यमंत्र्याच्या दालनात बाहेर कोचावर वाट पाहात बसलो. आबांनी सेक्रेटरीकडून अगोदरच अपॉइंटमेंट घेतली होती.

छायाला हे सगळंच नवीन होतं. कुतूहलानं सगळीकडे पाहात होती. थोड्या वेळाने सेक्रेटरींनी खुणावले व आम्ही आत गेलो. प्रसन्न चेहऱ्याने उपमुख्यमंत्र्यांनी आबांचं स्वागत केलं. आबांबद्दलचा आदर त्यांच्या बोलण्यात दिसत होता.

''आबासाहेब, जुन्नरभागात आदिवासींसाठी तुम्ही चांगलं काम करताहात. अहो, निवडणुकीच्या वेळी दिलेली आश्वासनं पाळणारे फार थोडे लोक असतात. त्यातले तुम्ही आहात.''

''अहो, मी काय निमित्तमात्र. खरं काम आमच्या तरुणपिढीनं केलंय. हे माझे चिरंजीव - प्रकाश

''पुण्याच्या सिंबॉयसिस संस्थेच्या स्कूल ऑफ गर्व्हमेंट कॉलेजात उच्च शिक्षण घेऊन आलाय. त्याचा मित्र संदीप— बाबासाहेब पाटणकर ज्यांनी आदिवासी संशोधन प्रकल्प सादर केलाय- त्यांचा मुलगा. दोघांनी आश्रमाच्या उभारणीसाठी गेले वर्षभर रात्रंदिवस प्रचंड मेहनत घेतलीय.''

''आणि या कोण?''

''ही छाया. अतिशय सुंदर हस्ताक्षर आणि बाबासाहेबांच्या प्रकल्पाचं संपूर्ण लिखाण हिनं केलंय. अतिशय उत्साही आहे. आदिवासींसाठी तिनं आधीच काम

सुरू केलंय.

एकलव्य शिक्षण योजना तिच्याच सुपीक डोक्यातून आलीय. ती स्वत: आदिवासींच्या पाड्यांवर जाते. अनेक तरुण मुले शोधून काढून त्यांना शिकवायलादेखील सुरुवात केलीय. गेले वर्षभर अगदी उत्साहपूर्वक प्रतिसाद मिळालाय. आदिवासी स्त्रियांसाठी शिवणकाम शिकवत त्यांना शिवण्याची मशीन द्यायची योजनाही ती साकारतीय. आपल्या सौभाग्यवतींच्या हस्ते महिला विभागाचे उद्‌घाटनही व्हावे अशी आमची इच्छा आहे.

आश्रमाचे औपचारिक उद्‌घाटनही आपण करावे अशी विनंती करायला आम्ही आलो आहोत.''

''आबासाहेब, विनंती कसली करता? आज्ञा करा. तेवढा तुमचा हक्क आहे.

''आपल्याला कल्पना नाही. आपण केवढे मोठे काम करताहात. अहो हे आदिवासी-वनवासी यांच्यासाठी ज्या मायेनं तुम्ही चौघा-पाच जणांनी काम केलंय ते कुठलीही सरकारी यंत्रणा करू शकणार नाही. आम्ही योजना कागदावर आखतो. केव्हातरी निधी सँक्शन होतो. झिरपत झिरपत प्रत्यक्ष गरजूंना कितपत मिळतो हा संशोधनाचा विषयच होईल.

अहो, आज बघताय ना ह्या सगळ्या अशिक्षित आदिवासींना चिथावून राष्ट्रविघातक कृत्ये केली जातायत. त्याला अप्रत्यक्षरीत्या आमची यंत्रणासुद्धा जबाबदार आहे हे आम्हाला समजतंय. म्हणून तुमच्यासारखे नि:स्पृह थोर महात्म्याचे काम अधिक मोलाचे आहे. अशा वेळेला आपल्या सारख्यांच्या पाठीमागे आम्ही खंबीरपणे उभे राहू, आबासाहेब. अहो, कोट्यावधी किंमतीची जमीन आज तुम्ही आदिवासी आश्रमासाठी दान केलीत. आबासाहेब, तुमचे कौतुक करायला आमचे शब्द कमी पडतील.

आबासाहेब, सेक्रेटरींना विचारून उद्‌घाटनाची तारीख नक्की करा. आम्ही येऊ. जेवायला रात्री तुमच्या वाड्यावर. आईसाहेबांच्या हातचं चवदार जेवण हवंय आम्हाला.''

आम्ही निघालो. तेवढ्यात मंत्रीमहोदय म्हणाले, ''थांबा आबासाहेब, महत्त्वाचं राहिलंच! अहो हे तुमचे विद्याविभूषित प्रकाशराव. अशा सुशिक्षित व्यक्तींचीच मंत्रीमंडळात गरज आहे. मात्र पुढील पाच वर्षे तुम्हीच आमदार. कारण आश्रमाला तुमच्या पाठिंब्याची गरज आहे. अनेक कामे मंत्रालयात अडकलेली असतात. तुमच्या शब्दाला मान आहे आबा मंत्रालयात. मुंबईला येताना प्रकाशरावांना आणत चला. इथल्या वातावरणात रुळतील हळूहळू. काय प्रकाशराव? बरोबर आहे ना मी

म्हणतोय ते?''

''साहेब, आपल्या मार्गदर्शनाप्रमाणे काम करायला मला आवडेल. माझंही लक्ष आश्रमाकडेच आहे. मात्र पाच वर्षानंतर निश्चितच आमदार होऊन मुंबईत येईन.''

मोठ्या उत्साहात आणि आनंदात उपमुख्यमंत्र्यांच्या केबीनमधून बाहेर पडलो.

मनावर मोठा ताण पडला होता. एकदम कसं मोकळं मोकळं वाटलं. ''उपमुख्यमंत्र्यांनी यायचं कबूल केलं छान झालं,'' आबा म्हणाले.

❑❑

: छाया :

मंत्रालयातून लिफ्टने खाली आलो. लॉबीत आबा म्हणाले, "अरे प्रकाश, माझं मंत्रालयात तीन चार दिवस काम आहे. काही पेपर बघायचेत. काहींवर सह्या व्हायच्यात. मला थांबावे लागेल. तुम्ही दोघं थोडं मुंबईत हिंडा. छायाही मुंबईत प्रथम येतेय . माझी गाडी घेऊन जा जुन्नरला."

आबांची आज्ञा शिरसावंद्य मानून आम्ही मंत्रालयातून बाहेर पडलो. *(आम्हालाही तेच हवं होतं.)*

मी कधी मुंबईदेखील पाहिली नव्हती. समुद्र तर दूरच. "प्रकाश, चल ना कुठंतरी समुद्रकाठी जाऊन बसू."

"वेडे, समुद्र म्हणजे काय नदी आहे. समुद्राकाठी म्हणायला? समुद्र किनारी म्हणायचं, कळलं?"

"अरे, पण समुद्रच पाह्यला नाही तर मला काय कळणार?"

प्रकाशने गाडी मुंबईच्या गर्दीतून सफाईने चालवत एका भल्या मोठ्या कमानीजवळ आणली. कोपऱ्यातच पार्किंग होतं. गाडीतून उतरलो. प्रकाश म्हणाला, "ती बघ केवढी भव्य कमान, याला म्हणतात 'गेट वे ऑफ इंडिया'. १९१४ ते १९२४ असे दहा वर्ष बांधकाम चालू होते. किंग जॉर्ज पाचवा आणि क्वीन मेरी यांच्या भारतातील आगमनाप्रीत्यर्थ ही कमान बांधण्यात आली. अगं त्या काळी ह्या कमानीसाठी एकवीस लाख रुपये खर्च आला." चालत चालत गेटवे पर्यंत गेलो. समोर अथांग सागर पसरला होता. दुपारच्या उन्हातसुद्धा समुद्रावरून येणारं वारं आल्हाददायक वाटत होतं.

मी प्रकाशचा हात हातात घेतला आणि मूकपणाने सागराकडे बघत राहिले.

सागर वरून शांत दिसत होता आणि प्रकाशही!

भविष्यात सागर कधी खवळेल, धडकी भरणाऱ्या लाटा कधी अंगावर येतील याचा नेम नाही.

मनात विचारांचं वादळ घोंगावू लागलं. प्रकाशचा हात कायम हातात मिळेल का?

शांत प्रकाश कधी सागरासारखा खवळणार तर नाही ना?

"अगं छाया, गप्प गप्प का? का समुद्र पाहून घाबरलीस?"

"हो नं. दिग्मूढच झाले मी. हे गेटवे, हा अथांग समुद्र. मला तर सारे नवीनच."

"आणि हे बघ, किनाऱ्यावर मोठ्या डौलात उभे असलेले ताज हॉटेल. शंभर वर्षापूर्वीची इमारत वाटते का? काय सुरेख आर्किटेक्चर आहे. जमशेटजींनी बांधली इमारत आणि उद्‌घाटनाच्या वेळेस जनरेटर लावून दिव्यांची रोषणाई केली होती. हॉटेल आणि रोषणाई दोन्ही पाहायला लोकांच्या झुंडीच्या झुंडी येत असत. आणि ही शेजारची उंच बिल्डिंग नवीन ताज, आहे छान. पण जुन्याची शान नाही. अगं, ताज हॉटेल मुबंईची शान. पण २६ नोव्हेंबरला अतिरेक्यांनी हल्ला केला. नासधूस केली. विध्वंस केला, दिसेल त्याला गोळ्या घातल्या. अनेक लोक मरण पावले. अतिरेक्यांनी बॉंब हल्ले केले. आगी लावल्या. मुंबईच्या, नव्हे भारताच्या, इतिहासातला काळा दिवस. पण रतन टाटा केवढे धीराचे. कोणालाही नावे न ठेवता शांतपणे कोट्यवधी रुपये घालून, अविश्रांत श्रम करून पुन्हा 'ताज' दिमाखात उभे केले टाटांनी."

मी प्रकाशकडे मोठ्या कौतुकाने पाहात होते. किती माहितीचा स्टॉक आहे प्रकाशकडे.

कोपऱ्यात मलबारी माणूस शहाळी विकत बसला होता. "प्रकाश, शहाळं घे ना. भरपूर पाण्याचे आणि एकच घे. मात्र स्ट्रॉ दोन. एकावेळी दोघांनी आस्वाद घ्यायचा."

प्रकाशला माझी कल्पना आवडली होती पण उगाचच आढेवेढे घेत होता. "तू एकटीच पी नं, अगं, मी मुंबईला येतो त्यावेळेस शहाळं घेतोच,"

"हे बघ, मला नकोय शहाळं." मी जरा रागावूनच म्हटले.

मात्रा बरोबर लागू पडली.

मी सहज म्हटलं, "मुंबईत हिंडू या भरपूर, रात्री राहू एखाद्या हॉटेलात, जिवाची मुंबई करू आणि उद्या सकाळी निघू जुन्नरला."

प्रकाश संभ्रमात पडला असावा. काय करावं याचा निर्णय होत नसावा.

त्याला माझा सहवास तर हवा होता. पण धैर्य मात्र होत नव्हतं.

मी त्याच्या उत्तराची वाट पाहत होते.

गाडी पार्किंग लॉटच्या बाहेर काढता काढता प्रकाश शांतपणे म्हणाला "नको, मुंबईत राह्यला नको. आमदार आबासाहेब जुन्नरकरांचा मुलगा एका लग्न न झालेल्या बाईबरोबर रात्री लॉजवर राहिला ही बातमी सहजपणे मुंबईत पसरू शकते. मीडियावाले वाट पहातच असतात अशा एखाद्या चविष्ट बातमीची. आबासाहेबांचं नाव खराब होईल आणि आपल्या आश्रमाचं. आणि संदीपला तर हे अजिबात आवडणार नाही. मी आश्रमाच्या आणि संदीपच्या इमेजला प्राणापलीकडे जपेन."

"मग एखादी गुहा आहे का तुमच्या मुंबईत? थोडा वेळ टाईमपास करायला?" मी चावटपणानं विचारलं.

माझ्या डोळ्यापुढे जुन्नरच्या लेण्याद्री जवळची गुहा होती. आणि त्यातली मिठी...

आणि अचानक प्रकाश म्हणाला, "आहे की. चल गाडी तिकडेच घेतो."

मी पाहातच राहिले प्रकाशकडे!

मला अपेक्षा नव्हती उत्तराची. म्हटलं ठीक आहे. काय होईल ते पाहात राहावे.

पाच-दहा मिनिटातच गाडी उभी राहिली 'मेट्रो सिनेमा' नावाच्या जुन्या पण भव्य इमारतीसमोर. गाडी पार्किंगला लावून प्रकाश आला. येताना दोन बॉक्सची तिकीटेच घेऊन आला.

"चल लवकर, ३॥ वाजले. सिनेमा सुरू व्हायची वेळ झालीय."

पडद्यावर जाहिराती झळकत होत्या. आत गडद अंधार होता. डोअर किपरने आम्हाला योग्य जागेवर आणून सोडलं.

बॅटरीच्या मंद उजेडात डोअर कीपरचा चेहरा आणि नेत्र कटाक्ष बरच काही सांगून गेले.

सिनेमा सुरू झाला पण माझं लक्ष समोर कुठे होतं. मी आसपास बघत होते. कोणी माणसेच दिसत नव्हती. मागे पाहिलं तर गुडूप अंधार. कोणीच दिसेना.

मी हळूच प्रकाशच्या कानात कुजबुजले.

प्रकाश हळूच म्हणाला, "गुहा! तुला गुहा हवी होती ना." सहजपणे आम्ही एकमेकांना केव्हा बिलगलो कळलेच नाही. माझे अत्यानंदाने डोळे केव्हाच मिटले होते. 'डोळे मिटले की कामावर कॉन्सेंट्रेशन होतं, नाही का?'

सिनेमाचा इंटरव्हल केव्हा झाला कळलंच नाही. बेल कर्कश्श वाजली अन् मी स्वप्नातून जागी झाले.

प्रकाश म्हणाला, "चला, जाऊ या." बॉक्सचा दरवाजा हळूच उघडला, आम्ही बाहेर लॉबीत आलो. "तू दारात थांब. मी गाडी आणतो." "अरे, पण

सिनेमा?''

"अगं, आपण कुठे पाहिला आतापर्यंत? आपण तर 'गुहेत' आलो होतो, जुन्या अनुभवांना उजाळा द्यायला.''

पाच मिनिटातच प्रकाशने कार दारात आणली. "चला, ५-५। होतायत. रात्री १०-१०।। पर्यंत जुन्नरला पोहोचू.''

माझ्या डोक्यातून मुंबई जात नव्हती. मी म्हटलं, "अरे, मुंबई किती आवडली म्हणून सांगू. आपण जेमतेम चारपाच तास होतो. पण तिथली गर्दी, तिथल्या उंच उंच इमारती. लोकलचा खडखडाट. बघावं तिकडे वाहनेच वाहने, पळापळ, मला खूप मजा वाटत होती. वाटायचं आपणही यात कुठेतरी असावं मला रात्री राहायचं होतं. रात्रीची मुंबई कशी असेल? मायानगरी कशी असेल? प्रकाश, अरे, ४-५ वर्षानंतर तू निश्चितच आमदार होणार. मग मुंबईत राहायचा काही विचार केलायस का? का आपला आमदार निवास बरा? आबांशी बोल ना या विषयावर कधीतरी. मुंबईत निदान दोन बीएचकेचा फ्लॅट हवा.

गप्पा मारता मारता लोणावळा कधी आलं कळलंच नाही. मस्त जेवण केलं आणि गाडी निघाली तळेगावकडे. तळेगाव-चाकण रोडने दोन अडीच तासात पोहोचलो जुन्नरला.

रात्री मस्त नेस कॉफी केली. प्रकाशला रात्री कॉफी प्यायची सवय मी लावली. (कदाचित आणखी काही सवयी पण)

संदीप आमची वाट पहातच होता. "काय म्हणतायत उपमुख्यमंत्री? पाय लागणार का आपल्या आश्रमाला?'' संदीप अधीर होऊन विचारत होता.

"थांब थांब, आधी कॉफी तर घे. मग सारं काही सांगतो.''

❑❑

: संदीप :

प्रकाशने चांगलीच बातमी आणली. उपमुख्यमंत्री यायला जेमतेम दीड महिना बाकी.

अजून कितीतरी कामे राहिली होती. मुख्यत: आदिवासींकडून आश्रमानेच हिरडा-बेहडासारखी औषधी योग्य त्या भावानेच खरेदी करायची योजना तयार झाली. पुण्यामुंबईचे व्यापारी अक्षरश: लूट करत असत.

अनेक आदिवासींना ती गोष्ट पटवावी लागली की व्यापाऱ्यांना माल विकू नका. मात्र माझ्या मनात आश्रमातच या हिरडा बेहडासारख्या वनस्पतींपासून औषधे तयार करण्याचा वर्कशॉप सेटअप करायचा विचार होता.

त्यातून आमच्या आदिवासी बंधूंच्या हातात आणखी पैसा खेळणार होता.

आम्ही सर्वचजण जोरात कामाला लागलो. उपमुख्यमंत्री येणार म्हणून सगळीकडे उत्साहाचे वातावरण होते. पुण्याला जाऊन अष्टांग आयुर्वेदच्या साह्याने मशीनरी घेतली. प्लॅस्टिकच्या बाटल्या मिळण्याची कायमची व्यवस्था केली.

'सांदिपनी औषधी निर्माण विभाग' सुरू झाला. संबंधित लायसेन्सेस वगैरे मुंबईहून आणायचे काम प्रकाशने आबासाहेबांच्या मदतीने पूर्ण केले.

औषधी निर्माण विभाग संपूर्णपणे महिलांनी सांभाळावा अशी योजना तयार केली. १) चांगला कच्चा माल कसा निवडावा २) पॅकिंग कसे करायचे ३) पावडर्स कशा कराव्यात— यासाठी महिला प्रशिक्षण सुरू झाले. अशा अनेक टप्प्यांसाठी छायाने उत्साहाने लक्ष घातले. आश्रमात कोणत्याही कामासाठी शक्यतो आदिवासी—

वनवासींनाच घेण्याचे धोरण ठरले. या बाबत बाबासाहेबांनी आग्रहाचे मत मांडले.

आपला आश्रम आदिवासींच्या कल्याणासाठी आदिवासींकडूनच आदिवासींसाठी चालवला गेला पाहिजे यावर त्यांचा कटाक्ष होता.

''अरे संदीप, आपण फक्त मार्गदर्शकांची भूमिका करायची.'' खरंच, बाबांनी किती सोप्या भाषेत आश्रमाची भूमिका सांगितली.

एके दिवशी रात्री जेवण झाल्यावर आम्ही सगळे मुख्य कार्यक्रमाविषयी चर्चा करत बसलो होतो.

कार्यक्रमाला आमंत्रणे द्यायची यादी मारुतीच्या शेपटासारखी लांबत चालली होती. स्टेजवर जवळजवळ चाळीस मंडळी बसणार होती. अशा कार्यक्रमात गाव पुढाऱ्यांचे मानापमान फार सांभाळावे लागतात.

उपमुख्यमंत्र्याचा कार्यक्रम दुपारी ४ वाजता ठरला. कार्यक्रमानंतर मंत्री थेट वाड्यावर येणार होते. त्यांच्याबरोबर आठ दहा जणांचा लवाजमा येणार होता.

त्यांच्या सगळ्यांची राहण्याजेवणाची सोय वाड्यावरच कशी करायची याची सखोल चर्चा झाली.

आबासाहेब मोठ्या खुशीत होते. उपमुख्यमंत्री वाड्यावर राहणार याला फार वेगळा अर्थ होता.

शेवटी मी विषय काढला.

''मंत्र्यांच्या हस्ते आश्रमाच उद्घाटन झालं, की दुसऱ्या दिवशी मी व बाबा आश्रमात राहायला जाणार.''

माझ्या तोंडून वाक्य बाहेर पडायचा अवकाश, प्रकाश ओरडलाच, ''नाही नाही. संदीप तू जाणार नाहीस. आम्हाला कंटाळलास का?''

आबाही म्हणाले 'बाबासाहेब अहो, वाडा सोडायची घाई कसली? आम्हाला तुम्ही दोघं जड नाही.'

बाबा शांतपणे म्हणाले.

'हे बघा आबासाहेब, तुम्ही सगळ्यांनी आम्हा दोघांना घरातलंच मानलंत. आम्हाला कधीच परकेपणा वाटला नाही. माझा संदीप आणि तुमचा प्रकाश म्हणजे रामलक्ष्मणाची जोडी. पण आबासाहेब, आपण सगळेजण एका ध्येयासाठी गेली काही वर्षे काम करीत होतो. आता ध्येयपूर्तीची वेळ येऊन ठेपली. कोणतीही संस्था उभी करणं एकवेळ सोपं असेल पण तिचं कार्य योग्य त्या दिशेने वर्षानुवर्ष चालू ठेवणं हे तर जास्त कठीण काम आहे.

मला वाटतं आबासाहेब, आपल्या आश्रमाची पुढील वाटचाल अधिक सुलभ व्हावी, जोमाने व्हावी या दृष्टीने आम्ही दोघांनी तिथे राहणे जास्त जरुरीचे

आहे. आम्ही तिकडे गेलो म्हणजे जुन्नरकर घराण्याचे संबंध संपले असे अजिबात होणार नाही. प्रकाश आणि छाया हे तर आमच्या आश्रमाचे आधारस्तंभ आहेत. दोघांची आश्रमाला नितांत गरज आहे. आणखी महिनाभरात आणखी काही निवासी व्यवस्था होईल. दोघांनी यावे, राहावे, योगदान करावे.'' इतका वेळ छाया गप्प होती.

छाया म्हणाली, ''बाबासाहेब, अहो आश्रमाशिवाय मी अशी कल्पनादेखील करवत नाही. अहो एवढा महिला विभाग सुरू करतो आहोत. अनेक आदिवासी मुलामुलींना शिक्षणाची गोडी लागलीय. मी तर वारंवार आश्रमावर येणारच, वेळप्रसंगी राहणारच.'' *(छायेनं माझ्याकडे पाहून वाक्य उच्चारलं असावं)*

''तुम्ही दोघांनी इतका जीव लावलाय की तुम्ही दृष्टीआड होणार ही कल्पनाच सहन होत नाही. पण 'कर्तव्य श्रेष्ठ' ही संदीपची भूमिका मला माहीत आहे. त्याला मी अडवणार नाही आणि बाबा, लिखाणाच्या निमित्ताने आपल्यात पिता-पुत्रीचे नाते निर्माण झाले. पण सांदीपनी आश्रम हे तुमचे ब्रेन चाईल्ड आहे आणि त्याच्या संगोपनासाठी तुम्ही तेथे असणे जरूर आहे हे तुमचे म्हणणे मला पटले. प्रकाश, अरे त्या दोघांना अडवू नको. आपल्या सर्वांच्या आणि आश्रमाच्या भल्यासाठी आपण दोघांना आनंदाने निरोप देऊ या.''

आबासाहेब म्हणाले, ''प्रकाश, अरे छाया किती बरोबर बोलली. अगदी मॅच्युअर झाल्यासारखं बोलली. बाबा, संदीप, कार्यक्रमानंतर तुम्ही वाडा सोडाल पण आपल्या सगळ्यांच्या मनामनातले मर्मबंध सहजपणे तुटणारे नाहीत.''

वातावरण थोडं गंभीर झालं. छाया म्हणाली, ''आता जरा हलक्या फुलक्या गप्पा मारा. मी सगळ्यांना मस्त स्ट्राँग कॉफी करून आणते.''

मुख्यमंत्र्याच्या कार्यक्रमासाठी उद्या छायाच्या आईबाबांना आमंत्रण द्यायला हवे. मग त्यांना कळेल छाया काय करू शकते ते.

❏❏

: प्रकाश :

चैत्री पाडव्याचा सण असल्याने उपमुख्यमंत्र्यांच्या पी. अे. कडून फोन आला की कार्यक्रम थोडा पुढे ढकला. फोन मीच घेतला. "मी म्हटलं, "आपण सांगाल ती तारीख आम्हाला मंजूर आहे." पाडव्यानंतर बरोबर एक आठवड्याने उपमुख्यमंत्र्याची जुन्नरला येण्याची तारीख फिक्स झाली.

आम्हालाही तयारीला थोडा जास्त वेळ मिळाला. मुख्यत: वाड्या-वस्तीत सभेची माहिती होणं जरूर होतं. मी व छाया दोघांनी जीप काढून सबंध तालुका आठवडाभरात ढवळून काढला.

वनवासी-आदिवासी आणि गावकऱ्यांचा उत्साह शिगेला पोहोचला होता. आजपर्यंत मुख्यमंत्री किंवा उपमुख्यमंत्री यांचे पाय या भागाला लागले नव्हते.

या वेळची सभा अविस्मरणीय व्हावी असा आमच्या सर्वांचा प्रयत्न होता.

म्हणता म्हणता सभेचा दिवस उजाडला. दुपारी बारा वाजल्यापासून लोकांच्या झुंडीच्या झुंडी सभास्थानाकडे येऊ लागल्या.

उपमुख्यमंत्र्यांना आणण्याकरीता आबासाहेब दोन दिवस आधीच मुंबईला गेले होते.

उपमुख्यमंत्र्याचे आगमन हेलिकॉप्टरने होणार होते. आश्रमाच्या आवारातच तात्पुरते हेलिपॅड तयार केले होते. सभा आश्रमाच्या आवारातच होती.

पुण्याहून गोखले कंपनीला मांडवाची ऑर्डर दिली होती. निमंत्रितांसाठी एका बाजूला खुर्च्या व समोर श्रोत्यांना बसायला मोठमोठ्या सतरंज्या, स्त्रियांची व्यवस्था पुढील बाजूस केली होती. उन्हाळा होता. पुण्याहून पिण्याच्या पाण्यासाठी टँकर मागवले होते.

हेलिपॅडपासून सभास्थानापर्यंत येण्याच्या रस्त्यावर दुतर्फा आदिवासी ढोल, ताशे व पारंपरिक वाद्ये घेऊन स्वागताला तयारच होते.

बरोबर चार वाजता हेलिकॉप्टर उतरले. उपमुख्यमंत्री, शरीररक्षक, चिटणीस व आबासाहेब चौघे जण उतरले. जुन्नर तालुका समितीचे अध्यक्ष व बाकी मंडळी अगोदरच स्वागताला उभी होती. तुताऱ्यांनी आसमंत दुमदुमून टाकला. सर्वांचे नमस्कार स्वीकारत मंडळी पुढे सरकू लागली.

मंत्रीमहोदयांनी मान डोलावून सर्वांना प्रतिसाद दिला. पाच मिनिटातच स्टेजवर उभे राहून सभेला वर हात करून नमस्कार केला आणि स्थानापन्न झाले.

गर्दीतून मंत्रीमहोदय आणि आबासाहेबांच्या जयजयकाराच्या घोषणा निनादत होत्या.

शेवटी मी माईकपाशी उभे राहून सर्वांना शांत राहायची विनंती केली.

डायसवर छाया उभी होती. धीरगंभीर आवाजात तिने पाहुण्यांचे स्वागत केले.

"प्रिय बांधवांनो,

आजचा कार्यक्रम सगळ्यांच्या लक्षात राहील असा आगळा वेगळा आहे.

आपल्या आठ आदिवासी भूमीकन्या स्वागत गीत सादर करतील."

सुरेल आवाजात स्वागतगीत झाले. टाळ्यांचा कडकडाट झाला. मंत्रीमहोदयांनी साऱ्या कन्यांना जवळ बोलावून विचारपूस केली.

"मा. मंत्रीमहोदयांची ओळख, आपले सर्वांचे लाडके जुन्नरचे सुपुत्र मा. श्री. प्रकाश जुन्नरकर करून देतील." छायाने अनाऊन्समेंट केली.

इतक्या मोठ्या समुदायापुढे बोलायची माझी पहिलीच वेळ आणि मागे उपमुख्यमंत्री आणि बडीबडी मंडळी बसलेली.

पण जवळच छाया उभी होती. त्यामुळे थोडा धीरही आला. "माझ्या साऱ्या बांधवांनो, मातांनो आणि भगिनींनो, आज आपण एवढ्या प्रचंड संख्येने उपस्थित आहात यातच आमच्या कामाची पावती आणि उपमुख्यमंत्र्यावरील प्रेम दिसून येतंय.

उपमुख्यमंत्र्यांची ओळख खरं म्हणजे करून द्यायची आवश्यकता नाही. पण धडाडीचं व्यक्तिमत्त्व, जनतेच्या प्रश्नाची जाण असणारी आणि जनतेच्या हिताचे निर्णय विनाविलंब घेणारी ही व्यक्ती आज आपल्या आदिवासीसाठींच्या सांदिपनी आश्रमाच्या उद्घाटनाला लाभली हे आपलं भाग्यच.

आम्ही त्यांना आमंत्रण द्यायला मुंबईला गेलो, तेव्हा क्षणाचाही विलंब न लावता त्यांनी दिलेला होकारच तुमच्या विषयीची आस्था दाखवते.

आपण सर्वजण त्यांचे विचार ऐकायला उत्सुक आहोत.

मंत्रीमहोदयांचे मी मनापासून स्वागत करतो.

माननीय मंत्रीजी

आम्ही सर्वजण आपले विचार ऐकायला आतुरलेले आहोत. पण त्या आधी आपणाला विनंती की, या आश्रमाचे शिल्पकार मा. बाबासाहेब पाटणकर आणि मा. आबासाहेब जुन्नकर यांचे सत्कार आपण करावेत.

मंत्रीमहोदय, या सत्काराबद्दल दोघांनाही कल्पना दिली गेली नाही. कारण या दोघांनी सत्कार स्वीकारायला चक्क नकार दिला असता.

पण आम्ही तरुण मंडळी- संदीप, छाया, आणि मी कृतज्ञता दर्शविण्याकरिता हा छोटा कार्यक्रम करू इच्छितो. आपणाला विनंती आहे की आपण उभयतांचे सत्कार करावेत.''

एक स्मार्ट आदिवासी कन्या तबक हातात घेऊन आदबीने मंत्रीमहोदयांजवळ उभी राहिली.

आबा आणि बाबा या अचानक आलेल्या प्रसंगाने थोडे भांबावले. आढेवेढे घेण्याचा निष्फळ प्रयत्न केला त्यांनी.

मंत्रीमहोदयांनी मोठ्या आनंदाने दोघांना शाल पांघरली. आश्रमाची छोटी प्रतिकृती दोघांना दिली.

श्रोत्यांकडून टाळ्यांचा गजर झाला. आबा-बाबांच्या जयजयकाराच्या उस्फूर्त घोषणा झाल्या.

''लोकहो, आबा-बाबांवर तुमचे किती प्रेम आहे हे दिसून आले.''

आता कृपया शांतता राखा.

मा. उपमुख्यमंत्र्यांनी आपल्या विचारांच्या अमृताचा शिडकावा करावा अशी मी विनंती करते.'' छायाच्या ठणठणीत आवाजाने क्षणभरात शांतता पसरली.

''समस्त आदिवासी, वनवासी मंडळी, गावकरी आणि सर्वांचे आवडते आमदार आबासाहेब, आदरणीय बाबासाहेब आणि स्टेजवरील सर्व उपस्थित नेते मंडळी,

आज या उद्घाटनच्या निमित्ताने मी उपस्थित राहिलो याचा मला अतिशय आनंद होत आहे. आदिवासींच्या सर्वांगीण विकासासाठी अगदी आदिवासी भागात हा सांदिपनी आश्रम उभा राहत आहे ही फार महत्त्वाची घटना आहे.

मी येथे येण्याआधी सारा आश्रम पाहिला. अगदी नेटके बांधकाम, कुठेही शहरी वातावरण वाटणार नाही याची दक्षता घेतलेली, उलट, सुखद देहाती बांधकाम, सूर्यशक्तीचा जास्तीत जास्त उपयोग, महिलांच्या विकासासाठी स्वतंत्र जागा. स्वच्छ नीटनेटके वर्ग, अभ्यागत गृह आणि मला आवडलेली गोष्ट म्हणजे प्रवेशद्वारात भारतमातेचे सुंदर शिल्प.

मित्रहो, या सगळ्यामागे या बाबासाहेबांची कल्पना आणि ती प्रत्यक्षात

आणण्यासाठी आबांनी जमिनीचे दिलेले भरीव योगदान. या दोघांबद्दल कौतुक करण्यासाठी माझ्याकडे शब्दही अपुरे पडतील. एवढे काम करून सत्कार नको म्हणणारे दोघे खरोखर वंदनीय आहेत. आदिवासी-वनवासी मित्रांनो, तुमच्यासाठी हे साक्षात देवदूत आहेत. बाबासाहेबांनी प्रबंध लिहिण्यासाठी घेतलेले कष्ट केवळ अतुलनीय आहेत. त्यांच्या आदिवासी संशोधन प्रकल्पाची आपल्या महाराष्ट्र सरकारने योग्य ती दखल घेतली आहे. याचे इंग्रजी भाषांतर करून हा प्रबंध आम्ही भारत सरकारकडे दिल्लीला पाठवायचे ठरवले आहे.''

प्रचंड टाळ्या.

''मित्रांनो, मला विशेष कौतुक वाटते ते या तरुण मंडळींचे - संदीप, प्रकाश आणि छाया. तरुण वयात हौस मौज बाजूला ठेवून गेले वर्षभर ही मंडळी काही ध्येयाने काम करत आहेत. आश्रम उभा करण्यात त्यांची कल्पकता आणि कष्ट दिसून येतात. मला विशेष कौतुक करायचे आहे ते छायाबद्दल. आश्रमाच्या दारात जे भारताचे शिल्प तयार केले आहे त्याची मूळ कल्पना छायाबाईंची, असे मला आत्ता सांगण्यात आले.''

शहरात लहानाची मोठी होऊनही जुन्नरला येऊन राहणारी आणि आश्रम उभारणीच्या अगोदरच एकलव्य शिक्षण योजना राबविणारी छाया कौतुकाला विशेष करून पात्र आहे.

छायाबाई, समोर या. उपस्थित जनहो, छायाबाईंकरता एकदा जोरात टाळ्या होऊ देत.''

अचानक झालेल्या कौतुकाने छाया अगदी भारावून गेली. *(अर्थात तिला आपले कौतुक व्हावे असे मनापासून वाटत असावे.)*

''समस्त जनहो,

महाराष्ट्र सरकारतर्फे पुढील पाच वर्षात पंतप्रधान सडक योजनेतून प्रत्येक वस्तीपर्यंत चांगले रस्ते तयार केले जातील आणि प्रत्येक वस्तीमध्ये पिण्याच्या पाण्यासाठी बोअर केली जातील.

अर्थात मी हे नुसते आश्वासन देत नाही आहे तर याबद्दलचा आराखडा तयार करण्यासाठी एक टीम पुढील आठवड्यातच येईल. आबासाहेब या टीमचे मार्गदर्शक राहतील.

मित्रहो, सर्वांत महत्त्वाचे म्हणजे महाराष्ट्र सरकारतर्फे पुढील पाच वर्षे या आश्रमासाठी दरवर्षी दहा लाखांची देणगी मी जाहीर करतो.

आणि आजच्या सुमूहूर्तावर वैयक्तिक माझ्यातर्फे पाच लाखाची देणगी जाहीर करत आहे. नुसतीच जाहीर नाही, तर प्रत्यक्ष देत आहे.

तरुण तडफदार प्रकाश आणि संदीप यांनी पुढे यावे.-''

आम्ही दोघे उपमुख्यमंत्र्याच्या जवळ उभे राहिलो. डायसवर चेक ठेऊन उपमुख्यमंत्र्यांनी सही केली. चेक हातात उंच धरून म्हणाले, ''हा चेक या दोघांनी— रामलक्ष्मणांनी— स्वीकारावा.''

टाळ्यांचा प्रचंड कडकडाट झाला. कॅमेऱ्यांचे फ्लॅश उडत होते.

आम्ही दोघांनी चेक स्वीकारला आणि खाली वाकून मंत्रीमहोदयांना अभिवादन केले.

उपमुख्यमंत्र्यांनी सभा जिंकली होती. आम्हाला कृतकृत्य झाल्यासारखे वाटले.

काम केल्यानंतर अशा मोठ्या व्यक्तीकडून शाबासकी मिळाली. खूप आनंद झाला.

शेवटी राष्ट्रगीतसुद्धा आदिवासी कन्यांनी सादर केले.

सभा संपली.

मंत्रीमहोदयांभोवती स्टेजवरच्या मंडळीचा गराडा पडला.

२५-३० मिनिटानंतर गाड्या जुन्नरच्या दिशेने धावू लागल्या.

आज रात्री भोजनाचा कार्यक्रम आमच्या वाड्यावर होता. चौकातच सुमारे चाळीस-पन्नास जणांची भोजनाची सोय केली होती. माननीयांच्या सांगण्याप्रमाणे अगदी मराठमोळा बेत होता. मंत्रीमहोदय आवडीने जेवले.

भोजनोत्तर रात्री वाड्यावर छोटीशी बैठक झाली.

आसपासच्या गावातून आलेले आणि जुन्नरमधले पक्षाचे कार्यकर्ते सारेजण उपमुख्यमंत्र्याबरोबर भोजनाचा आस्वाद घेता आला म्हणून खूश होते.

बैठकीत मंत्रीमहोदयांनी प्रथमतः पुनः एकदा आमचे सर्वांचे कौतुक केले. ''छायाबाई, संपूर्ण कार्यक्रम तुम्ही नेटका बसवलात. स्वागत गीत आणि राष्ट्रगीतसुद्धा आदिवासी महिलांनी सादर केले. अहो, केवढा बदल केलात तुम्ही त्यांच्यात. मला विशेष वाटलं या तुमच्या कल्पकतेचं. हा आश्रम जुन्नरचे नाव मोठे करेल. एक नवीन संकल्पना घेऊन, सरकारवर अवलंबून न राहता, या मंडळींनी काम सुरू केले आहे. उपस्थित सर्व कार्यकर्त्यांनी या आश्रमासाठी हस्ते-परहस्ते मदतीचा हात द्यावा.''

यानंतर मी, छाया व संदीप बैठकीतून बाहेर पडलो.

पक्षाची बैठक सुरू झाली. सुरक्षिततेच्या दृष्टीकोनातून आमच्या घरी उपमुख्य मंत्र्यांनी राहण्याचे रद्द केले होते. रात्री अकरा वाजता गाड्या पुण्याच्या सर्किट हाऊसकडे रवाना झाल्या.

❑❑

: संदीप :

उपमुख्यमंत्र्यांचा ताफा रात्री जुन्नरमधून सुखरूप बाहेर पडला. सगळ्यांच्या डोक्यावरचं ओझं उतरलं.

आज जेवताना कालच्या कार्यक्रमाच्याच गप्पा चालल्या होत्या. मंत्रीमहोदयांनी छायाचं विशेष कौतुक केल्यामुळे ती खुशीत होती. पर्यायाने प्रकाश आणि आईसाहेबही खुशीत होते.

मी म्हटलं, ''प्रकाश, अरे आज दुपारी सामान पॅक अप करायचं म्हणतो. बाबा तुम्हालाही मी मदत करीन, सामानाची बांधाबांध करायला.

''प्रिय प्रकाश, उद्या सकाळी चहा, पोहे खाऊन निघायचं. तू आम्हाला जीपनं सोडणार आहेस.''

प्रकाश थोडा रागावलाच होता आम्ही जाणार म्हणून. ''उद्या कशाला, आताच चल ना. सोडतो तुला एकदाचा.''

शेवटी आबा मध्ये पडले. ''प्रकाश, अरे ते काय आपल्याला कायमचे सोडून जात नाहीयत आणि ते आणि छाया आश्रमाचं काम चालूच ठेवणार आहेत. उलट नव्या जबाबदारीने नवीन व्याप वाढवणार आहेत. केवळ सोय म्हणून बाबासाहेब आणि संदीप तिकडे राहणार आहेत.''

''आणि मनात येईल त्या वेळेला आश्रमात राहायला तुम्हाला कोणी अडवलंय, नाही का छाया?''

''हो. ना. मला आवडेल अधूनमधून आश्रमावर राहायला.'' *(तिच्या बोलण्याचा रोख उमगला मला.)*

''हो ना. छायाबाई, केव्हाही या. आश्रम आपलाच आहे'' मी म्हटलं.

''आणि प्रकाश, अरे पुण्यातल्या वैशालीमधला वासू वेटरला

बोलावून घे. बघू या त्याला इंटरेस्ट आहे का मेस चालवायला. आश्रमाचा व्याप वाढतच जाईल. रोज पाच पन्नास लोकांची जेवायची सोय करावी लागेल.''

आबा-आईसाहेबांचा प्रेमळ निरोप घेऊन आम्ही सकाळी निघालो. आईसाहेबांचा माझ्यावर विशेष जीव होता. आईविना पोर म्हणून त्या जास्तच माया करायच्या.

त्यांचा निरोप घेताना मात्र डोळ्यात पाणी आलं. आता या विशाल जगात येईल त्या संकटाला आपल्याला एकटयाला लढावं लागणार. एखाद्या व्यक्तीचं असणंच मोठ बळ देतं, तसं आईसाहेबांचं व्यक्तिमत्त्व होतं.

बाबाही निघताना खूप सद्‌गदित झाले होते. अशा वेळेस ते फार बोलत नसत.

''आबासाहेब, निघतो.'' एवढे दोन शब्द बोलून ते वाड्याच्या पायऱ्या उतरायला लागले.

प्रकाशने मला एकदम मिठीच मारली. ''संदीप, तू असलास की आधार वाटायचा. असं वाटायचं, तू कधीच दूर जाऊ नयेस, मला माहीत आहे तू आश्रमासाठी झोकून काम करणारा आहेस, म्हणूनच तिकडे चाललायस. हे बघ, मी आणि छाया आश्रमासाठी आठवड्यातून तीन चार दिवस तरी नक्कीच येणार आहोत. छाया, सहमत आहेस ना माझ्याशी?'' तिने नुसतीच मान डोलावली.

मला वाटलं तिला काय बोलावं सुचत नसावं कदाचित. माझ्यावरचा सूक्ष्म राग असावा.

(छाया! खरंच काय वाटतं मला तिच्याबद्दल? आतला आवाज सांगतोय की मला आवडते ती. तिचा सहवास आवडतो. तिचा स्पर्श आवडतो. तिनं मारलेली घट्ट मिठी आवडते. अंगावर रोमांच उभं करणारं ते स्वर्गीय सुख आवडतं आणि ती तर माझ्या सहवासासाठी आतुरलेलीच असते. मी थोडासा जरी पुढाकार घेतला, तर आपलं सर्वस्व देऊन टाकेल ती मला. मोठं अवघड प्रकरण आहे हे! लग्न करायचं? चार सामान्य माणसांसारखा संसार थाटायचा? मग माझ्या ध्येयाचं काय? माझ्या प्रतिज्ञेचं काय? साने गुरुजींचा आदर्श डोळ्यासमोर ठेवून वाटचाल करायचीय ना मला? का एका क्षणाच्या मोहापायी? नाही नाही, माझ्या स्वत:शीच मी प्रतारणा करणार नाही. आदीवासींसाठी तनमनधनानं मला समर्पित जीवन जगायचंय. त्यात शरीराच्या मोहासाठी संसारात गुंतणं नको. तरुण वयात हे अवघड आहे, फार अवघड आहे, वाट चढाची आहे, पण जिद्दीनं ती चढायला हवी, तरच शिखरापर्यंत पोचता येईल. विघ्नेश्वरा, आकर्षण दूर ठेवण्याचं मला बळ दे. माझ्या कार्यावरची माझी श्रद्धा अचल असू दे. एकप्रकारे आपण इथून दूर आश्रमात राहायला जातोय ते बरंच आहे. निदान रोज रोज तिथं तिचा सहवास तरी लाभणार नाही.)

जाऊ दे आपण आता दूर जातोय, तिच्याबद्दल जास्त विचार न केलेला बरा.

सेवकांनी आमच्या बॅगा जीपमध्ये नेऊन ठेवल्या. आईसाहेबांनी दुपारच्या जेवणाचा डबा बरोबर दिला. शिवाय चिवडा-लाडूही दिले.

मी म्हटलं, "आईसाहेब, अहो कुठे दूर गावाला जात नाहीय आम्ही. आपल्या आश्रमातच चाललोय, हळूहळू सगळी व्यवस्था होईल तिकडे."

अडीच वाजता जीप हलली. प्रकाशच चालवत होता. छाया मात्र आली नाही. आईला स्वयंपाकाला मदत करायचीय असं प्रकाश सांगत होता. *(पण मला कारण माहीत होतं.)*

आश्रमाचे काम नियमाने सुरू झाले. प्रत्येक विभागावर एकेका आदिवासींची नेमणूक केली होती. दररोज सकाळी ९ वाजता प्रार्थना होई व त्यानंतर सविस्तर चर्चा असे. प्रत्येकाने कालच्या कामाचा वृत्तांत द्यायचा व उद्यासाठी काय नियोजन आहे, काय मदत हवी आहे हे सांगायचे.

आदिवासी मित्रांसाठी हे सारे नवीनच होते पण निरनिराळ्या वाड्या वस्तीवरील ९वी- १० वी पर्यंत शिकलेली चांगली हुशार तरुण मुले आम्ही हेरली होती. गेले २-३ महिने त्यांच्यावर खूप संस्कार केले, तेव्हा त्यांच्यातले सुप्त गुण दिसायला लागले आणि मुले आवडीने काम करू लागली.

बहुतांश बैठकीला बाबा हजर असत. त्यांच्या मार्गदर्शनाचा लाभ सगळ्यांना होई. वासूने मेस चालवायचे आनंदाने मान्य केले. प्रत्येकाकडून काहीच घ्यायचे नव्हते. सर्व आश्रमवासीयांना नाश्ता मोफत असे. सर्व शिधा- सामग्री आश्रमाकडून पुरवली जात असे.

एकलव्य शिक्षण योजनेसाठी छायाने चांगली मेहनत घेतली. आता नवशिक्षित २५ तरुण शिक्षक तयार केले होते. आठवडाभर ते निरनिराळ्या वस्त्यांवर जाऊन मुलांना शिकवत असत. दर गुरुवारी या सगळ्या तरुण शिक्षकांना मार्गदर्शन करण्यासाठी छाया येई. महिला विभागही जोमाने काम करू लागला. चाकण भागातल्या निरनिराळ्या कारखान्यातील कामगारांचे युनिफॉर्म शिवायचे काम आश्रमाला मिळू लागले. ज्या आदिवासी मुली घरी नुसत्या बसून असत त्या सगळ्या उत्साहाने कामाला लागल्या. ज्यांना आश्रमाच्या वर्कशॉपमध्ये येऊन काम करणे शक्य होते त्या येत असत. बाकीच्यांना घरी शिवण मशीन दिली आणि कापड घरपोच करण्याची व्यवस्था केली होती. दर सोमवारी आठवडाभरात शिवलेल्या कपड्यांचा ढीग गोळा होई. वेळचे वेळी फॅक्टरीकडे युनिफॉर्म पोहोचविण्याची शिस्त लावली गेली.

औषधनिर्माण विभागही उत्तम काम करू लागला. पुण्यामुंबईच्या व्यापाऱ्यांची कोंडी झाली. त्यांना कोणीही कच्चा माल देईना.

वनवासी-आदिवासी बंधूंना आश्रम आपल्या भल्याकरीता आहे याची खात्री पटली होती. छोट्या मोठ्या आजाराकरीता उपचार घ्यायला जुन्नरात यावे लागे.

भोसरीतल्या एका मोठ्या फॅक्टरीने आश्रमाला ॲम्ब्युलन्स भेट दिली.

अष्टांग आयुर्वेद कॉलेजातले पोस्ट ग्रॅज्युएशनचे डॉक्टर्स आळीपाळीने आश्रमातल्या दवाखान्यात येऊ लागले. काम करता करता महिने, वर्ष कधी पुढं जात राहिली कळलंच नाही.

एके दिवशी प्रकाश व छाया आश्रमात आले होते. दुपारच्या जेवणानंतर व्हरांड्यात खुर्च्या टाकून गप्पा चालल्या होत्या.

प्रकाश म्हणाला, "संदीप अरे आश्रम बघता बघता पाच वर्षांचा झाला.

आबा आणि बाबा खूप समाधानी आहेत, आश्रमाची वाटचाल पाहून.

आणि हो, अरे, आबा म्हणत होते.

"प्रकाशराव, या वर्षी मी राजकारण संन्यास घेणार. आता आमदारकीची धुरा तुमच्या खांद्यावर घ्या. पक्षाच्या अध्यक्षांनी तुझ्या नावावर पसंतीचा शिक्का उठवलाय. संदीप, मी काय करू? अरे, राजकारणात पडलो तर आश्रमाकडे दुर्लक्ष होणार."

"छे छे, अजिबात काळजी करू नकोस आश्रमाची. आता आश्रम स्वत:च्या पायावर नुसताच उभा नाही तर धावायला लागलाय. अरे, आपल्या कार्यकर्त्यांचा संच एवढा मजबूत आहे की, कोणतीही आव्हाने पेलायला तयार आहे. आणि महत्त्वाचे, अरे, कोणतीही संस्था चालवायला, जोमाने वाढवायला थोडी राजकीय मदत लागत असतेच. पोलिटिकल सपोर्ट महत्त्वाचा. तो वरून दिसत नाही. आत्तापर्यंत आबासाहेब मुंबईत होते. आपली सरकारदरबारची कामे कधी अडून बसली नाहीत. सरकारचा मदतीचा चेक बिनबोभाट येत असे. आणि आता हे सगळं काम तुला करावं लागणार आहे आणि ते तू मनापासून करशील याची मला खात्री आहे. अरे, आश्रम सुरू व्हायच्या आधीपासून तू जोडला गेला आहेस या प्रोजेक्टशी. तू निश्चिंतपणे उभा रहा. तू सरळ निवडून येशील. मला खात्री आहे."

"संदीप, मी प्रकाशला केव्हाच हेच सांगतेय की तू आमदारकीला उभा रहा. पण संदीप, प्रकाशची तुझ्यावर एवढी श्रद्धा की, संदीपचा सल्ला घेतल्याशिवाय पुढं पाऊल टाकायचं नाही म्हणायचा. बरं झालं, तू त्याला योग्य सल्ला दिलास." छाया म्हणाली.

❒❒

: छाया :

मुंबईहून पक्षाध्यक्षांच्या ऑफिसातून प्रकाशला फोन आला. मीटिंगसाठी प्रकाशला मुंबईला आमंत्रण होते. प्रकाश म्हणाला, ''छाया, तयार हो, बॅग भर. मुंबईला दोन चार दिवस राहावे लागेल. इलेक्शनची मीटिंग आहे. चर्चेच्या अनेक फेऱ्या होतील. प्रत्यक्ष तिकीट मिळायला वेळ लागेल. आणि तू हवीच. तू माझी लकी आहेस. तू बरोबर असलीस की मला बळ येतं आणि श्रेष्ठीही आता तुला ओळखतात.''

''अरे, पण मी येणं बरोबर दिसणार नाही. तुझ्यासारख्या भावी आमदाराने माझ्यासारख्या तरुणीला घेऊन हिडणं बरं दिसणार नाही. लोक गॉसिपिंग करतील. (मला पूर्वीचा मुंबईतला प्रसंग आठवला.) तुझे हितशत्रू तुझा पतंग काटायचा प्रयत्न करतील. श्रेष्ठींचे कान फुंकतील.''

''तू काळजी करू नकोस. मी बघतो काय करायचे ते. उद्या सकाळी मारुती गाडी आठ वाजता जुन्नरहून बाहेर पडेल. दोन चार साड्या बरोबर घे. शक्यतो पांढऱ्या आणि एक-दोन चांगल्या-भारी.''

आम्ही मुंबईला पोहोचलो बारा वाजता. प्रकाशनं जुन्नरहून हॉटेल रिजन्सीमध्ये रूम बुक करून ठेवली होती.

पक्षाच्या ऑफिसमध्ये ४।। ला बोलावले होते. दुपारचे जेवण करून मस्त आराम केला. हॉटेल छान होते आणि प्रकाशची छान कंपनी होती. प्रकाशचा मूड राखणं जरूर होतं.

छान नीटनेटक्या डबल बेडवर मी शांतपणे डोळे मिटून पडून राहिले. शेजारीच प्रकाश पहुडला होता. म्हटलं, आपण पुढाकार घ्यायला नको. बघू या प्रकाश काय करतोय.

माझ्या गळ्यात हात पडला, हळूहळू प्रकाश जवळ जवळ आला आणि लहान मुलासारखा प्रकाश माझ्या कुशीत शिरला. मी त्याच्या मस्तकावर लहान मुलासारखं थोपटू लागले.

"छाया, छाया, मला तुझा आधार हवाय," प्रकाश पुटपुटत होता. दोघांना केव्हा झोप लागली कळलंच नाही.

पक्ष कार्यालयात चांगलीच गर्दी होती. कोपऱ्यातल्या टेबलापाशी क्लार्ककडे नाव दिलं आणि आम्ही बाजूला जाऊन बसलो. प्रकाशला या सगळ्याच गोष्टी नवख्या होत्या. बऱ्याच मंडळींच्या हातात मोठमोठ्या फाईल्स होत्या. अनेकांनी कार्यकर्त्यांचे तांडे बरोबर आणले होते.

कोपऱ्यातल्या कारकुनाने एकेक नाव पुकारायला सुरुवात केली. आज फक्त पुणे व नगर जिल्ह्यातल्या इच्छुकांना बोलावले होते. समोरच्या केबीनमध्ये एकेक जण जात होता. प्रत्येकाला एक-दोन कार्यकर्तेच न्यायला परवानगी होती. पाच-दहा मिनिटांत बाहेर येत होते. सात वाजता प्रकाशभाऊ जुन्नरकर म्हणून आवाज आला. प्रकाश केबीनकडे निघाला. मला म्हणाला, "चल,"

"पण अरे, मी कशाला?" "अग, तू पक्ष कार्यकर्ती आहेस,"

दोघे आत गेलो. ऑफीस साधेच होते. मागे राष्ट्रपुरुषांचे फोटो होते. टेबलापाशी चार पाच जण बसले होते. आम्ही दोघांनी नमस्कार केला.

"बसा." आम्ही आदबीने स्थानापन्न झालो. प्रकाशने सूटकेसमधून फक्त एक कागद काढून पुढं सरकावला.

"आपण प्रकाश जुन्नरकर?" मध्यभागी बसलेल्या एका पोक्त गृहस्थाने विचारले.

"हो."

"वा! जुन्नरकर! आपल्याला ओळखत नाही असा मनुष्य सापडणार नाही. आम्ही पक्षातर्फे कानोसा घेतला आणि खात्री पटली की प्रकाशभाऊंनी या भागात चांगले काम केले आहे. प्रकाशभाऊ, आपल्या सांदिपनी आश्रमाने जुन्नर तालुक्यात फार मोठे काम केले आहे."

"सर, मी फक्त निमित्र मात्र. आबासाहेबांची पुण्याई आणि माझा परम मित्र संदीप आणि या छायाबाई यांच्या कष्टाचं फळ म्हणजे सांदीपनी आश्रम."

"अच्छा, या छायाबाई? यांना कोठेतरी पाहिल्यासारखे वाटते." "सर, या आपल्या पक्षाच्या खंद्या कार्यकर्त्या आणि सांदीपनी आश्रम उभा करण्यात सिंहाचा म्हणजे सिंहीणीचा वाटा. पाचसहा वर्षांपूर्वी माननीय उपमुख्यमंत्र्यांनी आश्रमाचे उद्घाटन केलं. त्यावेळेला सर्व कार्यक्रम या छायाबाईंनीच ऑर्गनाइझ केला होता."

"तरीच. मी त्यावेळी स्टेजवर होतो. आता आठवलं यांना पाहिल्याचं. स्मार्ट लेडी! प्रकाशभाऊ, यांना सोडू नका. पक्षाला अशा चांगल्या स्त्री कार्यकर्त्यांची गरज आहे."

"हो सर, आपल्या आज्ञेप्रमाणेच होईल. यांना मी सोडणार नाही कारण या माझ्या भावी वधू आहेत."

"प्रकाशभाऊ, अभिनंदन, गो अहेड. मात्र घाई नको. आधी लगीन कोंडाण्याचे मग रायबाचे लक्षात आलं ना मी काय म्हणतोय ते? आधी आमदार मग 'दारा' "

मी तर चकीतच झाले. प्रकाशकडून या उत्तराची अपेक्षा नव्हती. म्हटलं तर असं उत्तर यावं अशी अपेक्षा होती. पण पक्षाध्यक्षांसमोर?

श्रेष्ठी म्हणाले,

'कामाला लागा. आणि छायाबाई, पुन्हा एकदा जुन्नर तालुका ढवळून काढा. प्रकाश प्रचंड मताधिक्याने निवडून आले पाहिजे. आबासाहेबांचा प्रकाश बापसे बेटा सवाई होणार यात शंकाचं नाही. प्रकाश, तीनचार दिवसांनी कचेरीत येऊन जा. पक्षाचं अधिकृत पत्र बहुधा तोपर्यंत तयार होईल."

आम्ही पुन्हा एकदा नमस्कार करून बाहेर पडलो.

प्रकाश तसा शांत होता. मी मात्र हवेतूनच चालू लागले. आंधळा मागतो एक डोळा आणि देव देतो दोन.

प्रकाश आमदार व्हावा अशी मनापासून इच्छा होती. पण प्रकाश मला जीवनसाथी म्हणून स्वीकारेल याची खात्री नव्हती. तरीच? मी मुंबईला यायला तयार नव्हते. प्रकाशला म्हटल होतं मी येणं बरं दिसणार नाही.

प्रकाश म्हणाला होता, "तू चल गं, तू काळजी करू नको. मी बघतो काय करायचे ते!"

वाटेत मस्तपैकी जेवण केलं.

गाडीत बसताना प्रकाशला म्हटलं, "प्रकाश मी आज फार खुशीत आहे. आज माझे लाड तू पुरवायचे."

"बोल!"

"चल ना एखाद्या पिक्चरला जाऊन बसू. मात्र मेट्रो नको आणि ती 'गुहा'पण नको. आता आपण 'मॅच्युअर' झालो आहोत ना"

रात्री हॉटेलवर परतायला एक वाजला.

दुसऱ्या दिवशी आरामात उठलो.

चहा-नाश्ता घेताना मी प्रकाशला म्हटलं.

"प्रकाश आठवतंय का? मी तुला मागे म्हटलं होतं मुंबईत राहण्याबद्दल.

पाहिलीस एखादी जागा?''

"राणी सरकार, एजंटला सांगून तीन चार जागा लोकेट केल्यात. अकरा वाजता बाहेर पडू. एजंटला फोन करून बोलावून घेतो. सगळ्या जागा पाहू. तुझी पसंती फायनल.''

"कमाल आहे प्रकाश, अगदी पत्ता लागू दिला नाहीस. अजून दोन तास आहेत निघायला. मस्तपैकी शॉवर घेते. फ्रेश होते.'' मी बाथरूममध्ये घुसले. बाथरूम कसली. आमच्या पुण्याच्या घरातल्या हॉलएवढी प्रशस्त रूम.

बाथरूमच्या दरवाजासमोर प्रकाश आरामात बेडवर पहुडला होता.

मी मनात म्हटलं, 'माझा प्रकाश खरं येडाच! तारुण्याने मुसमुसलेली मी बाथरूममध्ये उभी आहे एकेक वस्त्र उतरवीत आणि हा आपला बसलाय टाईम्स वाचीत, टाईम पास करीत.'

"प्रकाश? ए, तो टाईम्स ठेव ना बाजूला! आणि ये ना इकडे. अरे, आंघोळीला डबल वेळ जायला नको.'' तेव्हा कुठे महाराज उठले आणि आत आले. मी सरळ शॉवर सुरू केला. "अगं अगं कपडे भिजतायत ना.''

"मग, तुला आता प्रत्येक गोष्ट सांगू का लहान मुलासारखी? बाळा, आता शर्ट काढ. बाळा आता... प्रकाश, अरे काल माझी काय ओळख करून दिलीस? मी तुझी भावी वधू ना. अरे आपण दोघांनी शॉवर खाली एकत्र उभं राहणं म्हणजे स्वर्गीय आनंद. आणि काळजी करू नकोस. फक्त अंघोळच करायचीय. 'घोळ 'नाही.' '' मी म्हटलं. प्रकाशला मानसिक आधाराची गरज होती हे आत्ता पटलं. मी पूर्ण अनावृत्त झाले होते. प्रकाशने अंडरपँट तशीच ठेवली होती.

वरून शॉवर कोसळत होता आणि प्रकाश मला वेलीसारखा बिलगून डोळे मिटून उभा होता.

साडेअकरा वाजता बेल वाजली. दारात गलेलठ्ठ असामी उभी. मी दार उघडलं. प्रश्नार्थक चेहरा त्याला कळला असावा.

"मै माखिया, हौसिंग एजंट. साबका फोन आया था. साब तैयार हो गये होंगे तो निकलेंगे. मॅडम, आप भी चलेंगे ना. हाऊस की पसंदी बाईलोगही अच्छी करती है।''

"बैठो, साबको बुलाती हूँ।'' तेवढ्यात प्रकाशच आला.

"अरे वा माखिया, बराबर टाइमपे आये. चलो, निकलेंगे.''

'साब, मेरी कार है नीचे. आपको वापीस छोडता हूँ.'' माखिया मुंबईच्या गर्दीत सफाईने गाडी चालवत होता. माखियाने तीन चार जागा दाखवल्या, पण मला एकही पसंत पडेना. "छाया, अगं तुझी आवड काय ते तर सांग माखियाला.''

प्रकाश, अरे मुंबईत राह्यचे म्हणजे, उठलं की समोर अथांग सागर दिसायला हवा. रोज खिडकीतून सूर्य समुद्रात मावळताना दिसायला हवा.''

''हाँ मॅडम, आप बराबर बोल रही है। चलो, एक ऐसी बढिया जगह दिखाता हूँ।''

मरीन ड्राइव्हवर सुरुवातीलाच एक सुरेख इमारत नुकतीच पूर्ण झालेली दिसली. प्रत्येक मजल्यावर फक्त दोनच फ्लॅट होते, अकरा मजली इमारत होती. लिफ्टने वर गेलो. थेट अकराव्या मजल्यावर.

फ्लॅटमध्ये आत गेलो. सुंदर सरकत्या खिडक्या होत्या. दार स्लाईड केलं आणि समोर नजर टाकली तर अथांग सागर पसरलेला- अगदी माझ्या मनातला. बेडरूम शेजारी हॉल. दोन्हीतून सागर दर्शन.

''प्रकाश, शोध पुरे. हाच हवा फ्लॅट,'' माखियाही खूष झाला.

म्हणाला, ''मॅडम आपका चॉईस बढीया है'' *(चावट लेकाचा! प्रकाशकडे पाहत म्हणत होता.)*

हॉटेलवर परतायला १॥ वाजला.

हॉटेलवरच्या रेस्टॉरंटमध्येच जेवण घेतलं. तेवढ्यात प्रकाशच्या मोबाईलवर निरोप आला. प्रकाशला ४ वाजता पक्ष कार्यालयात बोलावलं होतं.

रूमवर आलो. प्रकाश फ्रेश झाला. मी म्हटलं, ''प्रकाश, बेस्ट ऑफ लक, येताना लेटरच घेऊन ये. मी जरा आराम करते आणि तू आता टॅक्सीनं जा. उगाच ड्रायव्हिंग करून दमू नको.''

जाताना प्रकाशचे ओठ ओले करायला मी विसरले नाही. प्रकाश खुशीत बाहेर पडला.

मी बेडवर पडले. सुंदर डेकोरेटिव्ह छत होते. ए. सी. चालू होता. आढ्याकडे पाहत पाहत माझं विचारचक्र जोरजोरात फिरू लागलं.

अरे! हे सगळं अचानक कसं घडलं? मी स्वप्नात तर नाही ना? आणि जुन्नरला गेल्यावर आईसाहेबांना नजर कशी देऊ? मी तर एका सामान्य कुटुंबातून आलेली. आईसाहेबांना प्रकाशचा निर्णय मान्य होईल का?

आईसाहेब तर खूप प्रेमाने वागतात. पण सून म्हणून त्या मला स्वीकारतील का? आणि बिचारी माझी आई, माझ्यासाठी पुण्यात एखादं मध्यमवर्गीय स्थळ शोधत असेल.

तिला ही बातमी ऐकून विश्वास बसणार नाही. ती म्हणेल, ''काहीतरी येड्यासारखं बोलू नकोस. अगं, या मोठ्या माणसांचं काही खरं नसतं!''

विचार करून डोक्याचा भुगा व्हायची वेळ आली. घड्याळात पाच वाजले

होते. चहा मागवला, अशा वेळी चहाच हवा.

म्हटलं, बंधूराज घरी आले असतील तर बरं होईल, आईशी मोबाईलवर बोलता येईल.

मोबाईल लावला, बंधूराज म्हणाले, "अरे, आज आमचे नशीब थोर दिसतंय. छायाबाईंचा फोन, वा!"

"अरे, कुठे आहेस तू. घरी असशील तर आईला फोन दे."

"नाही ग ऑफिसातच आहे अजून. दोन तास तरी लागतील घरी जायला."

मी नाराज झाले. म्हटलं, "मग तासाभरात घरी गेलास तर आईला फोन लावून दे. मला अर्जंट बोलायचंय तिच्याशी."

पुन्हा आढ्याकडे पहात पडून राहिले, पण डोक्यातलं चक्र काही थांबेना. आईशी बोलणं जरूर होतं.

तेवढ्यात मोबाईलची ट्यून वाजली. मी पटकन मोबाईल घेतला, "हॅलो कोण? अगं, चकितच केलस तू मला. दादा म्हणाला घरी जायला दोन तास लागतील. मी नाराज झाले पण अचानक तुझा आवाज ऐकून बरं वाटलं."

"अगं, गंमत केली दादानं तुझी. तो घराच्या दारातच उभा होता आणि तुझी बेल वाजली. पण पठ्ठ्यानं तुझी गंमत केली. मला म्हणाला "छायाबाईचा फोन आहे. बहुधा तुझ्याशी काहीतरी महत्त्वाचं बोलायचं असेल. लावू पाच-दहा मिनिटांनी फोन."

'आई, आई अग काय सांगू आणि काय नको असं झालंय. आई! दोन आनंदाच्या बातम्या आहेत, पहिली कुठली सांगू असा प्रश्न पडलाय. आई, अगं प्रकाशला आमदारकीचं तिकिट मिळणार आहे. आम्ही मुंबईत आहोत. प्रकाश पत्र आणायलाच गेलाय."

"छाया छाया, अगं असं प्रकाशबरोबर एकटं मुंबईला जाणं बरं दिसतं का? तू आपली लवकर पुण्याला ये बरं निघून."

"आई, काय सांगू तुला? पक्षश्रेष्ठींच्यासमोर प्रकाशने माझी चक्क 'भावी वधू' म्हणून ओळख करून दिली. अगं, मला आश्चर्याचा धक्काच बसला. पण तिथे काही बोलणे अशक्य होते."

"काय सांगतेस छाया? शुद्धीवर आहेस का तू? अग श्रेष्ठींसमोर त्याने काहीतरी वेळ मारून नेली असेल. तू येडी, आपलं खरं धरून बसलीस की काय?"

"आई. प्रकाश अशी जीवघेणी गंमत नाही करणार आणि आज आम्ही मुंबईत फ्लॅटदेखील बघून आलो. प्रकाश म्हणत होता, छाया, तुला पसंत पडेल तो

फ्लॅट घ्यायचा.''

"देव पावला गं छाये, देव पावला. आता जाते आणि कसबा गणपतीपुढे पेढे ठेवून येते.''

"आई, तुला राग नाही ना आला? तुला मी काहीच बोलले नव्हते प्रकाशबद्दल. मला तो आवडायचा, पण त्याला विचारायचं धाडस कधी झालं नाही. वाटायचं, तारुण्यसुलभ आकर्षण असेल. आपण आपल्या पायरीवर राहावं.

अगं आई, मला आईसाहेब खूप चांगलं वागवायच्या. प्रकाशबद्दल बोलायच्या, घरच्या चालीरीती सांगायच्या. मी संभ्रमात पडायची, आईसाहेबांचा मला सगळं सांगण्यात काही हेतू तर नसेल? आई, मला तर वाटतं प्रकाशचं आणि आईसाहेबांचं माझ्याविषयी निश्चित काहीतरी बोलणं झालं असणार.

आईसाहेबांनी प्रकाशला नक्की विचारलं असणार. म्हणाल्या असतील, छाया मला सून म्हणून आवडेल.

अगं, प्रकाशच्या अंगात एवढं धैर्य नाही की घरात कोणालाही न सांगता मला म्हणेल 'छाया तू मला आजन्म हवी आहेस.''

"छाया, अगदी बरोबर. आता लक्षात आलं. अगं, आम्ही तुमच्या आश्रमाच्या उद्घाटनाला आलो होतो. तू आश्रमाकडे गेली होतीस. मी आईसाहेबांना सहज म्हटलं 'पोरगी इकडे राहते. तिला स्थळं शोधायची तर तिला दाखवायला पुण्याला न्यावे लागेल आणि आता या आश्रमाच्या कामात अडकलीय. मला मोठी काळजी लागलीय.''

आईसाहेबांनी मला धीर दिला. म्हणाल्या, 'छायाच्या आई, काही काळजी करू नका. मी बघेन इकडे जुन्नरात एखादं चांगलं स्थळ. तुम्हाला मुलगी जुन्नरात दिली तर चालेल ना?'

'अहो आईसाहेब, गावाशी काय करायचंय. आपल्याला मुलगा चांगल्या स्वभावाचा, मिळवता असला म्हणजे झालं.'

'आईसाहेब तुम्ही निवडाल तो जावई आम्हाला पसंत असेल.' अगं, नंतर आम्ही पुण्याला आलो.

३-४ वर्ष गेली, मी हे सगळं बोलणं विसरून गेले होते. आज उलगडा होतोय. आईसाहेबांच्या बोलण्याचा.''

"बरं आई, मी काय करू आता? प्रकाश सिरीयसली बोललाय असं वाटतंय, तुझी परवानगी आहे ना लग्नाला?''

"परवानगी कसली मागतेस? अगं, गेल्या जन्मी पुण्य केलंस म्हणून तू आज थोरामोठ्यांच्या घरची सून होणारेस.''

"आई, फक्त बाबांना सांग आणि माझ्या बाकीच्या मैत्रिणींना इतक्यात काही बोलू नकोस. आई, खूप वेळ झाला. पण तुझ्याशी बोलल्यावर खूप हलकं वाटतंय. बंद करते फोन अन् प्रकाशचा फोन येईल एवढ्यात."

खरोखरच डोक्यावरचं ओझं उतरलं. बाथरूम मध्ये गेले आणि सरळ खाली वाकून डोक्यावरून गार पाणी ओतून घेतलं, तेव्हा कुठे शांत झाले. पण तरी मन कुठे तरी अस्वस्थ होतं. संदीपचं पीळदार शरीर अजून मनात घर करून होतं. पण त्याला कुठे हवी होते मी? प्रत्येक वेळी त्यानं मला झिडकारलं. माझा अपमान केला. प्रयत्नपूर्वक त्याला विसरायला हवं.

▢▢

: प्रकाश :

पक्षाच्या ऑफिसात पोहोचलो. आज विशेष गर्दी नव्हती. टेबलावरच्या क्लार्कला माझ नाव दिलं.

"बसा प्रकाशसाहेब, थोड्या वेळात बोलावतीलच तुम्हाला." क्लार्क आज साहेब म्हणाला. काहीतरी माहीत असणार त्याला. सहा वाजता आत गेलो. पक्षाध्यक्षांबरोबर उपमुख्यमंत्रीही होते.

"बसा प्रकाशराव. जुन्नर तालुक्यातून सर्वानुमते तुमची निवड करण्यात आली आहे. काँग्रॅच्युलेशन्स. आणि छायाबाई कुठेत?"

"साहेब, दुपारी फ्लॅट बघण्यासाठी हिंडलो. जरा दमली आहे. म्हटलं तू विश्रांती घे. मी जाऊन येतो." "छान छान, मुंबईत फ्लॅट घ्याच. अहो सर्वच दृष्टीने ते योग्य आहे. आणि छायाबाईंना कामाला लावा. तालुका ढवळून काढा. मोठ्या मताधिक्यांनी निवडून या. घ्या, हे पत्र घ्या."

"आभारी आहे साहेब. आपण केलेली निवड सार्थ ठरवीन."

बाहेर आल्याआल्याच छायाला मोबाईल लावला. छाया तर बहुधा नाचायला लागली असणार.

"प्रकाश, लवकर ये." पंधरा मिनिटांतच टॅक्सीने हॉटेलवर पोहोचलो, बेल वाजता क्षणीच दार उघडलं. आत आलो. क्षणार्धात छायानं दार बंद केलं आणि मला कडकडून मिठी मारली अन् चुंबनाचा वर्षाव सुरू झाला.

"अगं अगं, मला काही बोलायला अवधी देशील का नाही? पार गुदमरून टाकलंस." माझा आनंद चेहऱ्यावर ओसंडून वाहत होता.

"प्रकाश, आधी आबांना कळव. ही सारी त्यांचीच कृपा."

"हॅलो आबा. मी प्रकाश बोलतोय, आबा आबा, मला

तिकीट मिळालं, आबा ही सारी तुमची कृपा. तुमच्या नावाला पक्षात खूप मान आहे. पक्षाध्यक्ष म्हणाले. 'प्रकाशराव आबांची गादी चालवा.''

''छान छान प्रकाश, खूप आनंद झाला तुझी बातमी ऐकून आणि माझ्यावरचं ओझं उतरलं. अरे, आईसाहेबांशी बोल.''

''आई, अग माझी निवड केली आमदारकीसाठी, आणि आई, पक्षाध्यक्षांनी छायेचं पण खूप कौतुक केलं.''

''दे, छायाला फोन दे. छाया, काय खुशीत ना. पक्षाध्यक्षांनी तुझं पण कौतुक केलं म्हणे. म्हटलं आहेच आमची छाया गुणाची आणि पायगुणाची.''

''आई, अहो लाजवू नका. माझी योग्यता नाही एवढं कौतुक ऐकायची.''

''अगं, प्रकाश काही बोलला का नाही, का आपलं लाजाळूचं झाड गप्प बसला?''

''आईसाहेब, मला तर धक्काच बसला, अचानक पक्षश्रेष्ठींसमोर 'माझी भावी वधू' म्हणून ओळख करून दिली. आईसाहेब, क्षमा मागते. प्रकाश चुकून बोलला असेल. आपल्याला आवडेल ही गोष्ट?''

''अगं वेडे, मुंबईला जायच्या आधीच गेले महिने दोन महिने आमच्याकडे तुझ्याबद्दल चर्चा चालू होती. प्रकाशला तू आवडत होतीस आणि मलाही सून म्हणून. मीच म्हटलं, प्रकाश, तिला मुंबईला घेऊन जा. काम नक्की होणार आणि तुझ्या तोंडूनच छायाला गोड बातमी ऐकव.''

''आईसाहेब, आपले आभार कसे मानावेत कळत नाही.''

''वेडे, आभार कसले मानतेस? बरं लवकर या जुन्नरला. सगळे वाट पहात आहेत.'' फोन बंद झाला.

''प्रकाश, आजची तुझी गुड न्यूज सेलिब्रेट करायची.''

''छायाबाई, कबूल. चला मस्त साडी नेसा. डिनरला जाऊ या.''

गाडी काढली आणि थेट ताजमहालच्या दारातच उभी केली.

दारातला सेवक अदबीनं पुढं आला. दार उघडलं. सलाम ठोकला. मी किल्ल्या त्याच्या हातात दिल्या. गाडी घेऊन तो नाहीसा झाला.

छाया म्हणाली, ''अरे प्रकाश, गाडी कुठाय? अन् अनोळखी माणसाला किल्ल्या दिल्यास.''

''वेडाबाई, मोठ्या हॉटेलमध्ये आपण गाडी लावायची नसते. दार आपण उघडायचं नाही. तो गाडी घेऊन पार्किंगमध्ये गेला. त्याला वॅलेट पार्किंग म्हणतात.''

ताजमहालाचा काचेचा भला दरवाजा उघडायलासुद्धा रुबाबदार सेवक. दार उघडून मोठा सॅल्यूट मारला त्याने. छाया तर भांबावलेली होती. माझा हात घट्ट

ठरून ठेवला आणि बिलगून चालायला लागली.

मी म्हटलं, वा छान, अशा मोठ्या हॉटेलात असंच चालायचं असतं.

समोरच टायसूट घातलेल्या रुबाबदार तरुणाने स्वागत केलं.

"सर, व्हॉट कॅन आय डू फॉर यू? वुड यू लाईक टू हॅव डिनर?"

'यस् यस्' मी पुटपुटलो. त्याने आम्हाला सजवलेल्या महाराजा हॉलमध्ये नेलं. कोपऱ्यात छानसं टेबल मिळालं.

"सर, प्लीज बी सीटेड कम्फर्टेबली." मंद उजेडात मंद संगीत आणि छान छान मंडळी, कोणी क्रिकेटपटू, कोणी ॲक्टर, कोणी टी. व्ही. सिरीयल मधली मंडळी, सगळी कुठे ना कुठे दिसलेली. आपल्यातच मशगूल असलेली.

बसल्यावर छाया जरा मोकळेपणाने बोलायला लागली. "अरे प्रकाश, ताजचं नाव ऐकून होते, पण अशा वातावरणाची आपल्याला सवय नाही आणि परकेपणा आणि अवघडलेपणा वाटायला लागतो. आता गुबगुबीत खुर्चीवर बसले, थोडं पाणी प्याले तेव्हा कुठे भानावर आले."

मी म्हटलं, "छाया, इथे जेवायची अजिबात घाई करायची नाही. चांगलं दोन अडीच तास बसायचं. गप्पा मारायच्या. इथल्या वातावरणाची किमया असते. आपण कोणीतरी मोठी व्यक्ती आहोत असं वाटायला लागतं. चालत आत यायचं आणि हवेत तरंगत बाहेर पडायचं. आजचं सेलिब्रेशन खास तुझ्यासाठी."

बाहेर पडायला रात्रीचे १०॥ वाजले. हॉटेल रिजन्सीवर पोहोचलो. झोपण्यापूर्वी मस्त कॉफी मागवली.

रिजन्सीचे डबलबेड छान गुबगुबीत होते. मंद अंधारात दोघे बेडवर पडलो. केव्हा एकमेकांच्या कुशीत शिरलो कळतच नाही. छायाच्या कुशीत कसं सुरक्षित वाटतं! डोळ्यावर धुंदी होती, उद्या जुन्नरला परत जायचं होतं.

झोप कधी लागली समजलं देखील नाही.

सकाळी उठायला सात वाजले. ब्रेकफास्ट चहा रूमवरच मागवला. नऊ वाजता हॉटेल सोडलं आणि गाडी जुन्नरच्या दिशेने धावू लागली.

गाडी हायवेला लागली. तेवढ्यात छाया म्हणाली, "अरे, दोन्ही आनंदाच्या बातम्या अजून संदीपला कळवल्या नाहीस? तो काय म्हणेल?"

गाडी कडेला उभी केली. संदीपला मोबाईल लावला. संदीप नुकताच सर्व बैठका संपूवन ऑफिसात बसला असावा. "हॅलो संदीप. अरे, आनंदाची बातमी."

"सांग सांग." - संदीप

"मला आमदारकीचं तिकिट मिळालं. काल श्रेष्ठींनी पत्र दिलं, आता निघालोय मुंबईतून. १-१॥ पर्यंत पोहोचू."

"अभिनंदन प्रकाश, मनापासून अभिनंदन. आता मला आश्रमाची काळजी नाही. तुझ्यासारखा सुशिक्षित, तरुण, तडफदार आमदार आश्रमाच्या पाठीशी असल्यावर अनेक योजना भावी काळात राबविता येतील. अरे, काय वेडा मी. आश्रमाबद्दलच बोलत बसलो. अभिनंदन पुन्हा एकदा आणि छायाबाई काय खूश असतील ना?"

"संदीप, जुन्नरला आलो की, तुला भेटायला येतोय. आता थांबू. हायवेवर जास्त वेळ थांबायला नको."

दोघे गाडीत बसलो. गाडीने वेग घेतला. अचानक छाया म्हणाली, "प्रकाश, संदीपला आपल्या एंगेजमेंटच काहीच बोलला नाहीस?"

"वेडाबाई, सख्या भावापेक्षा जवळच्या माणसाला अशी बातमी परकेपणानं मोबाईलवर द्यायची? माझ्या जीवनातली ही महत्त्वाची घटना, ज्याने मला वाईला पुनर्जन्म दिला अशा संदीपला फोनवरून सांगायची?"

संदीपबद्दल माझ्या भावना किती तीव्र आहेत हे तिला जाणवलं असावं.

जुन्नरला पोहोचायला दोन वाजले. घरी गेल्या गेल्या आबासाहेबांच्या आणि आईच्या पाया पडलो. "आबा, तिकिट एवढं सहज मिळेल असं वाटलं नव्हतं."

"अरे प्रकाश, चांगलं काम कुठं लपत नाही. गेले चार पाच वर्षे तुम्ही राबता आहात. आज आपल्या सांदीपनी आश्रमाचं काम इतकं फुललंय की साऱ्या महाराष्ट्रातून लोक आश्रम पाह्यला येताहेत. आश्रमाच्या उद्घाटनाला श्रेष्ठी आले होते. तेव्हापासून त्यांचही तुझ्याकडे लक्ष होतंच. मी तर तेव्हाच मोकळा होणार होतो. पण श्रेष्ठींच्या आज्ञेनुसार पद सांभाळलं. आता तालुक्याची जबाबदारी तू पेलायची."

"आबा, काळजी करू नका. तुमच्या आणि आश्रमाच्या नावाला काळिमा येईल असं कोणतीही कृत्य माझ्याकडून होणार नाही."

जेवणं झाली. आबा म्हणाले, "थोडा आराम कर. बाहेर कुठे जाऊ नको. संध्याकाळी वाड्यावरच सगळी कार्यकर्ती मंडळी तुला भेटायला येणारेत. तुला तिकिट मिळाल्याची बातमी कालच सगळीकडे पसरली. काल दिवसभर फोन वाजत होते. 'प्रकाशराव कधी येणार?' म्हणून. सांगितलं, उद्या संध्यकाळी प्रकाश वाड्यावर येईल, सगळे तोंड गोड करायला या."

"बापरे, आबा? अहो कशाला हे सगळं?" "अरे वेड्या, हे सगळं आपोआप घडतच असतं. ज्याला सार्वजनिक काम करायचं त्याला कार्यकर्त्यांचा मूड सांभाळावा लागतोच."

आबांनी अगोदरच पेढ्यांचा बंदोबस्त करून ठेवला होता. छायाही आबांना

सामील. पेढ्याचे बॉक्सेस आबांनी केव्हाच छायाच्या ताब्यात दिले होते.

"झब्बा सुरवार घालूनच संध्याकाळी सगळ्यांना सामोरा जा." छायाची आज्ञा.

५॥ वाजल्यापासूनच हळूहळू कार्यकर्ते जमायला लागले. चौकातच सगळ्यांची बसण्याची व्यवस्था छायाने केली होती. एका बाजूला खुर्च्या ठेवल्या होत्या.

आबा आणि त्यांचे दोनतीन मित्र आनंदात गप्पा मारत बसले होते. मी जवळच उभा होतो.

एक एक कार्यकर्ता येत होता. आबांच्या पाया पडत होता. तरुण कार्यकर्ते माझ्याशी शेकहँड करत अभिनंदन करत होते. अधूनमधून काही वृद्ध कार्यकर्ते येत होते. मी चटकन् त्यांच्या पाया पडत असे आणि आशीर्वाद घेत असे.

छायाची आतबाहेर लगबग चालू होती. ७०-८० कार्यकर्ते जमले. छायाने सगळ्यांना बसायची विनंती केली.

आबा बोलायला उभे राहिले आणि सगळीकडे शांतता पसरली. "माझ्या प्रिय अणि उत्साही कार्यकर्त्यांनो, आज येथे आपण का जमलो आहोत हे सांगायची आवश्यकता नाही. श्रेष्ठींच्या आज्ञेप्रमाणे गेली दहा वर्षे मी आपल्या भागाचं प्रतिनिधित्व केलं. माझ्या परीनं आपल्या भागाचा विकास करायचा प्रयत्न केला. अर्थात तुमच्या सगळ्यांच्या पाठिंब्यामुळे हे शक्य झालं.

"मित्रांनो, आता मी थोडं बाजूला होणार आहे. आता ताज्या रक्ताचा, ताज्या दमाचा प्रकाश. याची निवड श्रेष्ठींनी आपल्या भागातील आमदारपदासाठी केली आहे. मला खात्री आहे, तुम्ही सगळे तरुण प्रकाशच्या पाठीशी उभे राहाल.

"निवडणुकीला अजून दीड महिना आहे. सगळ्यांनी प्रकाशला प्रचंड बहुमताने निवडून आणण्यासाठी प्रयत्न करावेत अशी मी विनंती करतो."

कार्यकर्त्यातून एकजण उभा राहिला म्हणाला, "आबासाहेब, अहो विनंती कसली करता. आज्ञा करा. तुमचा तो अधिकार आहे." अनेकांनी कोरसमध्ये आवाज दिला.

सगळीकडून "प्रकाशराव, बोला बोला" असे आवाज येऊ लागले.

मी उठलो.

"मित्रहो, तुमच्या सगळ्यांच्या प्रेमापुढे मला शब्दच फुटत नाहीत. ही सगळी आबासाहेबांची कृपा आहे. आबासाहेब, या भूमीशी एकरूप झाले आहेत.

तालुक्यातल्या कोणालाही आबा कधीही परके वाटलेच नाहीत.

शांतपणे जनहिताचे काम करावे, प्रसंगी स्वतःच्या खिशाला चाट लावावी अशी आबांची धारणा होती. आज आदिवासांच्या हितासाठी स्वतःची पन्नास साठ

एकर जागा देणारा सच्चा माणूस शोधून सापडणार नाही.

मित्रांनो, आज माझ्यावर मोठी जबाबदारी येऊन पडली आहे. आबांच्या पावलांवर पाऊल टाकणे सोपे नाही. याची मला पूर्ण जाणीव आहे. पण आपल्यासारख्या निष्ठावान कार्यकर्त्यांच्या बळावर मी पुढे काम चालू ठेवणार आहे.

मित्रांनो, आज एवढेच पुरे, प्रत्यक्ष कृती महत्त्वाची. पुन्हा एकदा जुन्नरकर कुटुंबीयांवर आपण दाखविलेल्या प्रेमाबद्दल मी कृतज्ञता व्यक्त करतो आणि थांबतो.''

आबांजवळ जाऊन त्यांना पदस्पर्शवंदन केले आणि बसलो. कार्यकर्त्यांच्या 'आबासाहेब झिंदाबाद, प्रकाशरावांचा विजय असो'च्या घोषणा सुरू झाल्या.

छायाने सगळ्यांना विनंती केली की, 'दुधाचा आणि पेढ्यांचा आस्वाद घेतल्याशिवाय कोणीही जायचे नाही.'

जाताना अनेक कार्यकर्ते हात मिळवून जात होते. 'प्रकाशराव, काळजी करू नका. आम्ही आहोत, तुमची सीट शुअर आहे.' म्हणत म्हणत हळूहळू कार्यकर्ते पांगले.

आईसाहेब हॉलच्या कोपऱ्यातून माझा कौतुक सोहळा पाहत होत्या.

जेवणं झाली.

छाया व मी पाय मोकळे करायला बाहेर पडलो. चालता चालता छायेनं विषय काढला.

''प्रकाश, अरे मला पुण्याला जाऊन यायला हवं. आईला समक्ष भेटून आपल्या लग्नाबद्दल सांगायला हवं आणि आईचा आग्रह असणार साखरपुड्याचा. त्याबद्दलही आईचा विचार जाणून घ्यायला हवा. प्रकाश, तू सांग मी काय करू?''

''तू म्हणतेस ते अगदी योग्य आहे.'' मी म्हटलं. ''आईचा विचार जाणून घे. मला विचारशील तर साखरपुडा अगदी साधेपणाने, एक धार्मिक विधी म्हणून व्हावा. तुझ्या आईवडिलांना खर्चात पाडावं असं मला वाटत नाही.''

''प्रकाश, अरे कमाल आहे तुझी. किती उच्च विचार आहेत तुझे.''

''अगं छाया, सार्वजनिक जीवनातल्या माणसानं आपली कृती विचारपूर्वक केली पाहिजे. कोणी आपल्याकडे बोट दाखवता कामा नये. छाया, जायचे तर उद्या जेवण करून दुपारीच पुण्याला जा. दोन चार दिवस रहा. आईबाबांशी बोल आणि मैत्रिणींनाही बातमी दे. साखरपुड्यापर्यंत वाट पाहायची आवश्यकता नाही मैत्रिणींना बातमी देण्यासाठी. मी नक्की लग्न करणार आहे आणि तुझ्याशीच.''

''ए, माझ्या मनात असं काही नव्हतं बरं.''

दुसऱ्या दिवशी छाया पुण्याला गेली आणि मी जेवण करून आश्रमाकडे.

❒❒

: संदीप :

सांदीपनी आश्रमाने आता चांगलच बाळसं धरलं होतं. जुन्नरच काय पण घोडेगाव, डिंभे, तळेघर, भीमाशंकर वगैरे डोंगराळ भागातून आदिवासी तरुण भेटायला येऊ लागले.

'आमच्या भागात या. आमची पोरंबाळं शिकू देत. आमच्या हाताला काम द्या. बाया माणसांना काम द्या.' वगैरे विनंत्या वारंवार होऊ लागल्या.

या सगळ्यात चांगलं काम करणाऱ्या माणसात सर्वस्व ओतून काम करणाऱ्यांचे संख्याबळ कमी पडू लागले. प्रकाश-छाया आठवड्यातून ३-४ वेळा येत. त्यांच्या परीनं काम सांभाळत.

त्यातून अलिकडे बाबांच्या तब्येतीची थोडी काळजी वाटू लागली. हाताला कंप येतो, लिहायला त्रास होतो म्हणून तर पूर्वी छाया लेखनिक झाली होती.

आश्रमात राहायला आल्यावर मोकळी हवा, शांत वातावरण, पहाटेच नियमित फिरायला जाणं. बाबा खूश होते. त्यांच्या स्वप्नातला आश्रम प्रत्यक्षात आला होता.

पण बाबांचं चालणं अलीकडे थोडं मंदावल्यासारखं वाटत होतं. सकाळी फिरताना थोडी विश्रांती घ्यायचे मग चालायचे, जरा श्रम झाले की, धाप लागायची. मी एकदा म्हटलं, "बाबा, तुम्ही साठीला आलात. पुण्याला जाऊन सगळा चेकअप करून घेऊ.'' बाबा हसण्यावारी नेत.

मीटिंग संपवून मी कँटीनकडे जेवायला जाणार तेवढ्यात मोबाईल वाजला. ट्यून ओळखीचीच होती.

"बोल प्रकाश.''

"अर्ध्या तासात पोचतोय आश्रमात, काय करतोयस?''

“अरे, कँटीनकडे निघालोय. पोटोबा ओरडतोय. काय काम काढलंस? आज काही तुझ्या येण्याचा वार नाही.”

“ते सीक्रेट आहे. समक्षच बोलू. तू जेवण करून ये रूमवर. तोपर्यंत पोहोचतोच.”

जेवणात लक्ष लागेना. वासुदेव वाढायला आला आणि म्हणाला देखील “साहेब, जेवणात लक्ष नाही तुमचं. बघा सांबार कसं मस्त केलयं. अगदी वैशालीची आठवण येईल.”

प्रकाश समक्ष येतोय. म्हणजे काहीतरी विशेष असणार! आमदारकीचं तिकिट मिळाल्याचं मोबाईलवरून दोन दिवसांपूर्वी बोलला होता.

मग आज का येतोय?

छायासंबंधी काही बातमी नसेल? बहुदा तिच्या आईनं पुण्यात एखादं स्थळ पाहिलं असणारं.

अरेच्चा! तसं झालं तर बरं. मी सुटलो तिच्या तावडीतून. पण आश्रमात तिचं योगदान खूप आहे. ती गेली तर आश्रमाच्या महिला विभागावर, शिक्षण विभागावर परिणाम होणारच.

“संदीपसाहेब, अहो ताट रिकामं झालयं केव्हाच, नुसते बसून राहिलायत. काही होतंय का तुम्हाला? थोडा लिंबू सोडा पाठवू का रूमवर?” वासुदेवच्या हाक मारण्याने भानावर आलो.

“अरे, काही नाही, थोडा आश्रमाच्या भवितव्याविषयी विचार करत होतो.’

रूमवर पोहोचलो. शेजारच्या खोलीत बाबा वामकुक्षी करत होते.

आरामात खुर्चीवर बसून रेडिओ लावला. तलत महमूदच छान गाणं लागलं होतं... दो दिन की मोहब्बतमें हमने, कुछ खोया है कुछ पाया है।

तलत माझा आवडता गायक. आवाज कसा हृदयातून येतो. हृदयाला भिडतो.

दहा मिनिटातच हॉर्नचा आवाज आला. बाहेर प्रकाशची गाडी थांबली होती. धावतच बाहेर आलो. प्रकाश गाडीतून बाहेर आला आणि मला चक्क मिठी मारली. “अरे अरे, हे काय?”

“खूप आनंदात आहे मी. तुला समक्ष सांगावं म्हणून धावत आलो.”

“चल ना जरा मोकळ्या हवेत फिरू. झाडांची घनदाट छाया आता सगळीकडे पसरलीय. त्यामुळे छान वाटतं.” मी म्हटलं.

“अगदी बरोबर बोललास. पण आता ‘छाया’ माझ्या जीवनात घनदाट पसरायला लागलीय” प्रकाश बोलला, “अरे तिचा सहवास हवाहवासा वाटतो. का

वाटतो? कळत नाही. कधी वाटतं तिचं बोलणं, तिची हुशारी, तिची इंप्रेशन मारायची पद्धत मला आवडते.

"कधी वाटतं तिचं सेक्स अपील आपल्याला तिच्याकडे ओढून नेतंय.

"काही कळत नाही. दोन तीन महिन्यापूर्वी आईसाहेबांकडे मी सहजच किंवा मुद्दामहून छायाचा विषय काढला.

"म्हटलं, आई, छाया कशी वाटते तुला? तिला आपल्या घरात कायम ठेवावीशी वाटते का?

"आई म्हणाली, 'हुशार आहेस प्रकाश. सरळ सरळ विचार ना सून म्हणून कशी वाटते? अरे, अगदी माझ्या मनातलं बोललास. गेली काही वर्षं ती आपल्याकडे राहते. अगदी आपल्या घरातलीच झालीय. वाटायचं, तुला विचारावं. छाया सून म्हणून मला आवडेल. तुला आवडलीय का ती?' आई म्हणाली, प्रकाश उत्साहात सांगत होता.

"आईनं एक शक्कल लढविली. मी मुंबईला निघालो. श्रेष्ठींनी बोलावलं म्हणून.

"आई म्हणाली, घेऊन जा तिला. पायगुणाची आहे आणि वेळ पाहून सांग तिला काय तुझ्या मनात आहे ते.'

"संदीप, आम्ही मुंबईला हॉटेल रिजन्सीला पोहोचलो बारा वाजता. संध्याकाळी ४॥-५ वा पक्षाच्या कचेरीत बोलावलं होतं. दुपारी आराम केला, पण तिला सांगायला डेअरिंगच होईना. दोघेजण पक्ष कचेरीत गेलो. श्रेष्ठींनी थोड्या वेळाने आत बोलावले, छायाला पण आत घेऊन गेलो. इकडली तिकडली बोलणी झाल्यावर म्हणाले, 'प्रकाशराव, जुन्नर तालुक्यासाठी तुमचं नाव फिक्स करायचं आमच्या मनात आहे. आणि या कोण? यांना कोठेतरी पाहिल्यासारखं वाटतंय.'

"मी म्हटलं, साहेब आमच्या सांदीपनी आश्रमाच्या उद्‌घाटनाच्या कार्यक्रमाला आपण आला होतात. त्यावेळेस स्टेज व्यवस्था आणि निवेदन या छायाबाईच करत होत्या.'

"वा छान! वा छान! आपल्याला उत्तम कार्यकर्त्या मिळाल्या.'

"होय साहेब आणि मी पटकन म्हटलं, साहेब या माझ्या वुड बी आहेत.'

"साहेबांनी आमच्या दोघांचं अभिनंदन केलं. तुला गंमत सांगतो संदीप, छायाचा आवाजच बंद. श्रेष्ठींपुढे तिला काही बोलता येईना."

"अरे, पण तिच्या मनासारखं झालं की नाही?" मी म्हटलं.

"तर! अरे छाया एवढी खूश, उस खुशीमे हमने ताजमहालमे जाके खाना खाया।"

खूप खूप छान. मनापासून आनंद झाला. मला तुझा मोबाईल आला तेव्हापासून वाटत होतच की तू समक्ष येतोयस त्याअर्थी बहुधा छायाचं लग्न ठरल्याची बातमी देणार. पण ती 'छाया प्रकाश जुन्नरकर' होणार ही बातमी म्हटलं तर अपेक्षित म्हटलं तर अनपेक्षित होती. अभिनंदन, त्रिवार अभिनंदन, प्रकाश मुख्य म्हणजे अरे आपल्या आश्रमाची काळजी मिटली. अरे जेवताना मी जरा चिंतेत पडलो होतो. म्हटलं, तिच्या आईने पुण्याला तिचं लग्न ठरवलं असेल तर छाया आपल्या ग्रुपमधून कटणार. आश्रमाच्या ॲक्टिव्हिटी थोड्या लंगड्या पडणार, पण अरे, या तुझ्या निर्णयाने दुप्पट आनंद झाला. आता आश्रमासाठी तुम्ही दोघं दुप्पट जोमाने कामाला लागा.'' हिंडत हिंडत पुन्हा रूमपाशी आलो. बाबा नुकतेच उठले होते.

''प्रकाश अरे, बाबांना आनंददायी बातमी दे. तो पर्यंत मी चहा मागवतो.''

प्रकाशनं बाबांना वाकून नमस्कार केला आणि जवळ बसला. प्रकाशने थोडक्यात दोन्ही बातम्या बाबांना सांगितल्या. बाबांना अतिशय आनंद झाला. म्हणाले, ''आमदारसाहेब, खूप छान झालं. तुला खरं सांगतो. तुमच्या घरी मी प्रबंधाचं काम करायला आलो. काही दिवसांनी माझ्या हाताच्या प्रॉब्लेममुळे तुम्ही दोघांनी छायाला लेखनिक म्हणून आणलीत. काही दिवसातच छायाने सगळ्यांना भारून टाकलं बघा. वाटायचं की पुढल्या योजनांसाठी छाया अगदी योग्य आहे. तिला सोडता कामा नये. आणि तू तर तिला आता कायमची अडकवून टाकलीस. अभिनंदन आणि आशीर्वाद. तुमच्या तिघांच्या हातात आश्रम सुरक्षित राहील. आता मी मोकळा झालो.''

''बाबा, आम्ही तुम्हाला सोडणार नाही. अहो, तुमचं इथं असणं हेच आम्हाला प्रेरणादायक आहे.'' प्रकाश म्हणाला.

तेवढ्यात चहा आला.

मी प्रकाशला म्हटलं, ''चल सगळा आश्रम एकदा बघून घे. जाताजाता काही अडचणी मी तुला सांगेन, टिपून घे. आता निवडणुकीच्या धामधुमीमुळे तुला येथे येता येणार नाही, पण निवांतपणे आमदार होऊन मुंबईला गेल्यावर या अडचणींचा विचार कर. आता घाई नाही.'' हिंडता हिंडता शेवटी कँटीनमध्ये आलो. ''वासुदेवराव, कोण आलंय ओळखलत का? काहीतरी मस्त खायला दे. अरे, आपल्या प्रकाशरावांना आमदारकीचं तिकिट मिळालंय. त्यांना खूश ठेव. तुझं भलं होईल.''

''साहेब, तुम्ही दोघांनी माझं भलं केलंच आहे. नाहीतर पुण्याच्या 'वैशाली'त आयुष्यभर वेटर म्हणून खितपत पडलो असतो.''

नाश्त्याबरोबर पुन्हा एकदा चहा झाला.

प्रकाशला निघायला ५ वाजले. गाडीत बसता बसता प्रकाशनं माझा हात हातात घेतला. घट्ट धरून ठेवला. हळू आवाजात एकदम म्हणाला,

"संदीप, तुला राग नाही ना आला छाया प्रकरणाबद्दल? तुझ्या आकांक्षांवर अतिक्रमण तर केलं नाही ना?"

"अरे वेड्या, तुझ्या मनात असं आलं तरी कसं? अरे, मी माझं आयुष्य दलितांच्या गरिबांच्या सेवेसाठी, उद्धारासाठी आजन्म वाहून घेण्याची प्रतिज्ञा केलीय. अन् तीही स्वर्गीय आईच्या चितेपुढे. अर्थात मी काही मेणाचा पुतळा नाही की देवाची मूर्ती नाही. मी तर हाडामासाचा गोळा, थोड्या फार भावना असलेला, मोहात पडण्याचे, कोणीतरी मोहात पाडण्याचे प्रसंग येऊ शकतात. पण त्या सगळ्या मोहाच्या पलीकडे जो जातो तोच चांगलं काम करू शकतो.

प्रकाश! मला अजून खूप पल्ला गाठायचाय. मित्रा, मनातसुद्धा आणू नकोस, माझ्या मनात छायाबद्दल प्रेमभावना नाहीत. मी कटाक्षाने निर्माण होऊ दिल्या नाहीत."

प्रकाशने सावकाश हात सोडला. सद्गदित आवाजात म्हटला 'सॉरी' आणि कार सुरू करून एकदम निघून गेला.

मी जाणाऱ्या कारकडे एकटक बघत राहिलो.

❑❑

: छाया :

अचानक घरी आलेली पाहून आई-बाबांना खूप आनंद झाला. ''छानपैकी चहा टाकते. प्रवासाने थकली असशील जरा आराम कर.'' आई म्हणाली.

माझं स्वागत उत्साहाने झालं. आईच्या डोक्यावरचं ओझं उतरलेलं तिच्या चेहऱ्या बोलण्यावरून जाणवत होतं. बंधूराज यायचे होते.

चहा पिता पिता आई म्हणाली, ''कमाल आहे हं छाये तुझी. काय इंप्रेशन मारलंयंस जुन्नरकरांवर''

बाबा म्हणाले, ''आहेच तशी आमची गुणाची पोर.''

मी म्हटलं, ''आई, एकीकडे आनंद झालाय, पण दुसरीकडे खूप टेन्शन आलंय. आई, आपली परिस्थिती ही अशी. साखरपुडा वगैरे खर्च आपल्याला झेपणार आहे का? पाठोपाठ लग्नाचा खर्च. त्यांची पार्टी एवढी श्रीमंत. मानपान, देणी-घेणी कसं काय जमणारंय, आपल्याला?''

''छाया, काळजी करू नकोस. गेली पाच सहा वर्ष मी थोडं थोडं सोनं घेतीय. रीतीप्रमाणे तुला चार दागिने नक्कीच घालीन. अगं तू आता आमदाराची बायको होणार. तुला काय लंकेची पार्वतीप्रमाणे पाठवू?''

''आई हे बघ मी सवडीने प्रकाशशी बोलेन. मी येथे आहे २-४ दिवस. तोपर्यंत तू आईसाहेबांशी साखरपुड्याबद्दल बोल. आई संध्याकाळ झालीय. अग मैत्रिणींच्याकडे चक्कर मारून येते. खूप दिवसात भेटल्या नाहीत.'' दारातून बाहेर पाऊल टाकलं तोच सगळ्या मैत्रिणींचा गराडा.

''कसं पकडलं कसं पकडलं आमच्या छायेला.'' एकच

कल्ला, "अगं मी तुमच्याचकडे निघाले होते." मी म्हटलं.

सगळ्या आत घुसल्या. "छायाच्या आई, दुपारी छाया रिक्षातून उतरताना आम्ही दोघींनी पाहिलं. म्हटलं, छाया आता मध्येच कशी काय आली? बरं, सामानही फारसं नव्हतं. आमची खात्री झाली की काहीतरी सिक्रेट गडबड असणार.

आमची पटापट फोनाफोनी झाली आणि हे बघा, आम्ही सगळ्या इथं हजर.

छाया - बोल असं अचानक कसं येणं झालं."

"काही नाही, काही नाही सहजच आईला भेटावंस वाटलं आले." मी

"मग, गेली वर्ष दोन वर्षात फारशी कधी फिरकली नाहीस?" मैत्रिणींचा प्रश्न सडेतोड होता.

"मैत्रिणींनो, तुमच्यापासून काय लपवायचंय. आता मी जुन्नरला कायमचं राहायचं ठरवतीय?"

"आम्हाला अंदाज होताच. अग लबाडे. तू राहायचं ठरवतीयस का कोणी राह्यला बोलावलंय? कायमचं? कॉंग्रॅच्युलेशन्स! कोण आहे हा भाग्यवान. तो शांत आश्रमवासी? का वाड्यावरचा गोरा गोमटा?"

"पुरे हं. चेष्टा पुरे. मी जरा कृतकोपाने दटावण्याचा प्रयत्न केला, "सख्यांनो, आता वाड्यावरच राहयचं ठरवलंय. पण प्रकाशरावांना आमदारकीचं तिकीट मिळालंय. त्यामुळे काही दिवस मुंबई, काही दिवस जुन्नर."

"वा. छाये, प्रकाशवरून आता प्रकाशराव का? बरोबर आहे, आमदारीण बाई."

मैत्रिणींची चेष्टा काही थांबेना. तेव्हा आईच मदतीला धावून आली. आई म्हणाली, "हे बघा, अजून नक्की काहीच ठरलं नाहीय. का उगाच तिला त्रास देताय. साखरपुडासुद्धा अजून ठरला नाहीय. चला, सगळ्याजणी थोडे थोडे पोहे खा छायाबरोबर. आणि हे बघा, उगाच गावभर करू नका ही बातमी. हे बघा, मोठ्या माणसांच्या मनात केव्हा काय येईल ते कोणी सांगावं?"

मैत्रिणी निघून गेल्या. तोपर्यंत बंधुराजही आले.

"नमस्कार आमदारीणबाई."

"दादा. चेष्टा पुरे. अरे आत्ताशी कुठं तिकिट मिळालंय. निवडणूक व्हायचीय. अरे, लोकांचं काय सांगावं. निवडून देतील, कधी पाडतील."

जेवणं आटपली.

माझ्या मोबाईलवरून जुन्नरला लँडलाईन फोन लावला. (आईसाहेबांना मोबाईलवर नीट बोलता येत नाही.)

"आईसाहेब, नमस्कार, जेवणं झाली का?" मी विचारलं. "अगं, आताच जेवण आटपली. दिवाणखान्यात गप्पा मारत बसलो होतो. बोल, तुझा प्रवास बरा

झालं का? आई कशी आहे?''

"आईसाहेब, माझ्या आईला तुमच्याशी थोडं बोलायचंय. फोन देते आईकडे,''

"नमस्कार आईसाहेब.''

"नमस्कार छायाच्या आई.''

"आईसाहेब, आनंदाची बातमी कळली छायेकडून. ही सगळी तुमची कृपा.''

"अहो, माझी कसली? सगळी कृपा त्या शिवाई देवीची.''

"आईसाहेब, मला वाटतं पुण्याला साखरपुडा करावा. जवळपास एखादं कार्यालय शोधायला लागावं म्हणते. एकदा साखरपुडा झाला म्हणजे काळजी मिटली.''

"अहो, काळजी करू नका. आमचा शब्द म्हणजे शब्द. जुन्नरच्या सरदारांचं घराणं आमचं. शब्दासाठी प्राण देणारे आम्ही. छायेच्या आई मला तुमची काळजी समजते. चिंता करू नका. साखरपुडा करू या. पण आमच्या वाड्यावर. दणक्यात. तुम्ही फक्त सगळे या. बाकीचं आम्ही बघतो.''

"अहो हे काय? आम्हाला पुण्यात साखरपुडा व्हावा असं वाटतं आणि आम्ही करू व्यवस्थित.'' आईने चाचरत विरोध दर्शविला.

"छायाच्या आई पुढच्या आठवड्यात तुम्ही आणि बाबा या जुन्नरला. छोटीशी बैठक घेऊ आणि सर्व काही ठरवून टाकू या.''

"ठीक आहे, आईसाहेब. आपण म्हणाल तसं?''

आई बोलली आणि फोन बंद केला. "छाये बघ बाई,'' आई म्हणाली, साखरपुडा वाड्यावर केला तर लोक काय म्हणतील.''

"आई, लोकांची चिंता करू नको. लोक काय, दोन्हीकडून बोलणारे असतात. साखरपुडा आपण आपल्या ऐपतीप्रमाणे पुण्यात छोट्या स्वरूपात केला तर म्हणणार एवढा मोठ्या घराण्यातला मुलगा मिळालाय तर साखरपुडा जोरदार नको का? आई तुला वाईट वाटणं स्वाभाविक आहे, पण जुन्नरात प्रकाश कुटुंबियांना मानणारे अनेक जण आहेत. त्यांना टाळून चालणार नाही. निवडणुका तोंडावर आल्या आहेत. लोकांना दुखवून चालणार नाही.''

"वा! आतापासूनच आमदाराची बायको शोभायला लागलीस.''

"आई, हे बघ, तू आणि बाबा येत्या गुरुवारी जुन्नरला या. म्हणजे बाबांना एक दिवसाच्या रजेत भागेल. शुक्रवारी दुपारी जेवण करून पुण्याला परत या. मी उद्या दुपारीच जुन्नरला जाईन. अगं, आश्रमाच्या कामात हयगय नको. अगोदरच गेल्या आठवड्यात मुंबईला गेल्यामुळे जाऊ शकले नाही. संदीपला आवडत नाही दांडी मारलेली.''

"छाये, एक विचारू? राग नाही ना येणार?"

"आई मी कधी तुझ्यावर रागावलेय? विचार, काहीही विचार."

"मला वाटत होतं की, तू संदीपला पसंत करशील. अगं, आपल्यासारख्याच मध्यम वर्गातला आहे. शांत आहे. विचारी आहे आणि मला देखील पसंत पडला असता जावई म्हणून!" आई म्हणाली.

"आई, तुझ्यापासून काय लपवायचंयं. मलाही तो आवडायचा. त्याची तगडी तब्येत, विचारी ध्येयवादी स्वभाव. वाटायचं हा जन्माचा जोडीदार म्हणून मिळावा, पण आई, अगं पण ध्येयवादाने त्याचे तारुण्य पूर्ण करपवून टाकलंय. ध्येयवादाने तो अकाली प्रौढ झालाय. तो दृढनिश्चयी आहे. त्याने आजन्म ब्रह्मचारी राहून रंजल्या-गांजल्यांची सेवा करायचं व्रत घेतलंय. कुठल्याही मोहाला तो बळी पडणार नाही. *(एक ना एक दिवस ही मेनका त्या विश्वामित्राच्या तपोभंग करेलच.)*

"आणि आई, मी आबासाहेबांच्या घरी राहिल्यामुळे म्हण किंवा सहवासामुळे म्हण, मला प्रकाश आवडू लागला आणि आईसाहेबही खतपाणी घालत राहिल्या.

"आई, किती कष्ट तुम्ही केलेत. पण घरची आर्थिक परिस्थिती फारशी सुधारली नाही. या गरिबीच्या अंधकारातून बाहेर पडायचा सोपा मार्ग 'प्रकाश' आहे आणि प्रकाशला मी नक्कीच वश करू शकेन या बद्दल माझी खात्री होती."

रात्रीचे अकरा वाजत आले. बाबांना सकाळी ड्यूटीवर जायचं होतं. बाबांना वाकून नमस्कार केला. म्हटलं, "बाबा, आशीर्वाद द्या आणि एक दिवसाची रजा काढून जुन्नरला या बोलणी करायला."

❒❒

: प्रकाश :

दुपारी जेवणं झाली. झोप काढली. चहा झाला तेवढ्यात छायाचा फोन आला. ''अरे, मी तासभरात पोहोचते जुन्नरात. स्टँडवर ये ना मला न्यायला,''

कपडे करून बाईसाहेबांना आणायला गेलो. ''छाये, अग स्टँडपासून आपलं घर लांब आहे का? आणि तू आज काय प्रथम येतीस?'' मी दटावलं.

''अरे प्रकाश, वेडा आहेस. तुझ्याशी जरा बोलायचं होतं. वाड्यावर पोहोचल्यावर थोडं दडपण येतं. चालत जाता जाता बोलू. प्रकाश, अरे माझ्या आईचा आग्रह चाललाय पुण्याला साखरपुडा व्हायला हवा म्हणून. तुमचं घराणं मोठं. आईवर दडपण आलंय साखरपुड्याचं. रात्री माझी आई तुझ्या आईशी फोनवर बोलली. आईसाहेब म्हणाल्या काळजी करू नका. साखरपुडा वाड्यावरच करायचा आणि दणक्यात करायचा. प्रकाश, तुझा काय विचार आहे? मागे तू म्हणाला होतास साखरपुडा साधेपणाने करू. आईसाहेबांना जोरात कार्यक्रम करायचा. मला काही समजेनासं झालंय.''

''हे बघ छाया, तू काळजी करू नको. रात्री जेवण झाल्यावर दिवाणखान्यात मी विषय काढीन. बघू या, आई— आबासाहेब काय म्हणताय ते?''

दिवाणखान्यात आईसाहेबांनीच विषय काढला.

''अहो, आबासाहेब, छायाच्या आईचा काल पुण्याहून फोन आला होता. म्हणत होत्या, पुण्याला साखरपुडा करूया.''

''छे! छे!'' आबासाहेब म्हणाले, ''अहो, भावी आमदारांचा साखरपुडा जुन्नरात वाड्यावर व्हायला पाहिजे.''

"अहो, मी पण छायाच्या आईला तेच सांगितलं.

पुढच्या गुरुवारी येण्यासाठी मी आमंत्रण दिलंय. थोडी बैठक होईल."

आई— आबासाहेब मी म्हटलं, "साखरपुडा साध्या तऱ्हेने साजरा करूया."

"वेडा का काय तू? अरे निवडणुका तोंडावर आल्यात. तुझा साध्या पद्धतीने कोणाला न बोलावता साखरपुडा झाला तर कार्यकर्ते किती रागावतील याची कल्पना आहे का तुला?"

"आबा, पण विरोधी मंडळीना टीका करायला कारण मिळेल भपक्याने साखरपुडा केला तर."

"अरे, साखरपुड्याच्या निमित्ताने निवडणुकीची चर्चा करण्यासाठी कार्यकर्त्यांचा मेळावा आहे असा प्रचार करू. आणि हे बघ, श्रीमंतांकडील एखादी मुलगी केली असती तरी मला कोणी म्हटलं नसतं, पण गरीबाकडची लेक गुण पाहून केली असे काही कार्यकर्त्यांपुढे सहज बोलून टाकू. काही दिवसांत लोक तुझे कौतुक करतील.

छाये, रागावू नकोस. 'गरीबाघरची लेक' म्हणून तुला हिणवायचा हेतू नाहीय. अगं, हा राजकारणाचा भाग आहे,"

छाया म्हणाली, "आबा, तुम्ही मला वडिलांसारखे आहात. माझ्या मनात आपल्याबद्दल कायमच आदर आहे."

गुरुवारी सकाळच्या बसने निघून छायाचे आईबाबा जुन्नरला आले. जेवणं आटोपली. दुपारी हॉलमध्ये आबासाहेब, आईसाहेब आणि छायाचे आईबाबा यांची साखरपुड्याची चर्चा सुरू झाली.

मी व छाया एका बाजूला बसलो.

आईसाहेब व आबासाहेब साखरपुडा दणक्यात करायचा म्हणत होते. छायाचे आईबाबा काय बोलणार? त्यांची इच्छा पुण्यात कार्यक्रम करण्याची होती. मला आणि छायेलाही हा कार्यक्रम साधेपणाने व्हावा असे वाटत होते. शेवटी मी म्हटलं, "आबा, तुमची परवानगी असेल तर मी या विषयावर काही बोलू इच्छितो."

"अरे, बोल ना. परवानगी कसली मागतोस. शेवटी तुझ्याकरीता तर हे सगळं चाललंय."

"मला वाटतं, आपल्या दिवाणखान्यात मोजक्या जवळच्या नातलगांच्या उपस्थितीत धार्मिक विधी करून साखरपुडा करावा, छायेच्या घरचे नातलग, तिच्या निवडक मैत्रिणी आणि आपल्याकडील माझ्या बहिणींच्या घरची मंडळी असावीत.

"दुसऱ्या दिवशी सर्व कार्यकर्त्यांची भावी निवडणूकीसाठी बैठक जवळच्या मंगल कार्यालयात बोलवावी. दोन अडीचशे कार्यकर्ते सहज येतील. बैठक सकाळी १० ते १२ होईल.

"बैठकीच्या शेवटी आबासाहेबांनी माझ्या व छायेच्या वाङ्‌निश्चयाची बातमी जाहीर करावी आणि या आनंदाप्रीत्यर्थ सगळ्यांनी सुग्रास भोजनाचा आस्वाद केल्याशिवाय जायचे नाही, असे आबांनी वडिलकीच्या नात्याने सांगावे.

''मला वाटते याने सगळ्यांचे समाधान होईल.''

आबा म्हणाले, ''प्रकाश, छान आहे तुझी कल्पना. एकदम मान्य. काय हो आईसाहेब, प्रकाश म्हणतो ते ठीक आहे ना?

''आमचा प्रकाश खरोखरच हुशार आहे बरं का, छाये,'' आई कौतुकाने बोलली.

आई म्हणाली, ''छायाच्या आई, ठरलं तर मग. साखरपुडा धार्मिक परंपरेने मोजक्या मंडळींच्या उपस्थितीत आमच्या वाड्यावर करायचा, तुम्ही या निमित्ताने २-३ दिवस राहायला या.''

आबा म्हणाले, ''येत्या महिन्याअखेरीचा मुहूर्त शोधा.''

प्रकाशरावांची निवडणूक महिन्यावर आली. त्या आधी साखरपुडा झाला म्हणजे छाया आणि प्रकाश निवडणुकीच्या प्रचाराला जोडीने बाहेर पडायला मोकळे, ''हे काय हो, आबा,'' छाया लाजून खाली मान घालून बसली होती. मला खात्री होती, तिला आनंद झाला असणार. पण वडीलधाऱ्यांपुढे कसं वागायचं याचं पूर्ण भान तिला होतं.

आईसाहेबांनी चांदीच्या कुंकवाच्या करंड्यातून छायेच्या आईला आणि छायेला हळद कुंकू लावलं. छायेने लगबगीने सगळ्यांना वाकून नमस्कार केले आणि स्वयंपाकघराकडे वळली. मी छायेला आवाज दिला, ''छाया आज तुझ्या हातचा शिरा हवाय सगळ्यांना.''

''जशी आपली आज्ञा, प्रकाशराव,'' म्हणत म्हणत छाया आत पळाली.

◻◻

: छाया :

आईसाहेबांचा निरोप घेऊन आईबाबा आनंदाने दुसऱ्या दिवशी पुण्याला परतले. मी व प्रकाश स्टँडवर सोडायला गेलो. आई बसच्या खिडकीत होती. आम्ही खाली उभे होतो.

"प्रकाशराव, पोटचा गोळा तुमच्या ताब्यात देतोय. काळजी घ्या तिची," म्हणत म्हणत आईने डोळ्याला पदर लावला.

प्रकाश म्हणाला, "प्रकाशराव काय, अहो जाओ काय? मी आपला साधा पूर्वीचा प्रकाश बरा."

"नाही जावईबापू. तुमचा मान ठेवायलाच हवा. अजून खरं वाटत नाही हो, हे सगळं कसं घडलं. मला छायेची काळजी वाटायची. पण तुमच्या रूपाने देवच आला म्हणायचा."

"अहो, मी काय निमित्तमात्र. तुमची छाया बहुगुणी आहे. आश्रमातल्या सगळ्या स्त्रिया तिचं सारखं नाव काढत असतात. ती आठ दिवस गेली नाही तर चैन पडत नाही त्यांना." (अन् ती आश्रमाकडे गेली की मला चैन पडत नाही.)

"प्रकाश, माझं कौतुक पुरे. तूही आश्रमासाठी किती काम केलंयस्, मला माहीत आहे, तुझं काम दिसत नाही, पण ते आश्रम बळकट आर्थिक पायावर उभं राहण्यासाठी महत्त्वाचं आहेच."

तेवढ्यात कंडक्टरने बेल दिली. गाडी हलली. आईबाबांना हात हलवून निरोप दिला. अन् टचकन् पाणी आलं.

प्रकाशच्या नकळत डोळे पुसले. येताना प्रकाशला म्हटलं, "आजच्या मंगलप्रसंगी चल गणपतीचं दर्शन घेऊन घरी जाऊ."

महिनाअखेरच्या शनिवारी दिवस चांगला होता. साखरपुडा त्यादिवशी करायचा ठरला. रविवारी कार्यकर्त्यांची बैठक ठरली. प्रकाशने सगळ्या कार्यकर्त्यांना एसएमएस करून बैठकीचं आमंत्रण

दिलं. प्रकाश म्हणाला, "छाये, चल आश्रमावर, संदीपला समक्ष आमंत्रण देऊ या साखरपुड्याचं." मला नाही म्हणता येईना. मात्र मनातून संदीपची भीती वाटत होती. थोडं अपराधी वाटत होतं. त्याबद्दल आपल्याला खरंच प्रेम वाटतं की नुसतंच शारीरिक आकर्षण? मनाची घालमेल होत होती.

आश्रमावर पोहोचलो. आमचं लग्न ठरल्याचं त्याला प्रकाशनं मागंच सांगितलं होतं. पण साखरपुड्याचा दिवस जवळ यायला लागला तशी माझी धडधड वाढू लागली, पण संदीप शांत होता. स्थितप्रज्ञ होता. त्याने आमच्या दोघांचे हात एकावेळी हातात घेतले आणि 'अभिनंदन अभिनंदन' म्हणून पुटपुटत राहिला.

आईसाहेबांनी माझ्या घरी फोन करून आईबाबांना साखरपुड्यासाठी येण्याबद्दल सांगितले. मीही मैत्रिणींना फोन करून सर्वांना जुन्नराला शनिवारपर्यंत येण्याचा आग्रह केला. सगळ्याजणी जाम खूश झाल्या. वाटच पाहत होत्या माझ्या फोनची?

प्रकाशच्या दोन्ही भगिनी मुलाबाळांसह नवऱ्यांसह शुक्रवारीच आल्या. वाड्यावर कार्यक्रमाची लगबग सुरू झाली.

आईसाहेबांनी सगळ्या सेवकांना बोलावून संपूर्ण दिवाणखाना सजवून घेतला. मी काही करायला लागले तर म्हणायच्या, "अगं, तू नायिका आहे समारंभाची. तू आराम कर. तुझ्यासाठी खास शालू आणून ठेवलाय. मॅचिंग ब्लाऊज शिवून घे. तू आता डेकोरेशन वगैरे कामाकडे लक्ष देऊ नको." खरोखर अशी सासू मिळायला भाग्य लागतं.

बाबांनी पुण्याहून येताना प्रकाशकरता हिंद कलेक्शनमधून खास महाराजा ड्रेस आणला. आईनेही अंगठी आणली प्रकाशसाठी.

शुक्रवारी रात्री जेवणं झाली. गप्पाटप्पांना रंग चढला होता. प्रकाशच्या दोघी बहिणी— माझ्या नणंदा— मला प्रकाशवरून चिडवून बेजार करता होत्या. मलाही मनातून आनंद वाटत होता, पण वरकरणी चिडल्यासारखी करायची.

रात्री १२-१२।। ला माझ्या बेडरूम जाऊन पडले, पण झोप येईना. सगळ्या आयुष्याचा पट डोळ्यापुढे यायला लागला.

कोण्या सामान्य कुटुंबातली मी. शिवनेरीवर आम्ही मैत्रिणी सहलीला जातो काय, प्रकाशची, संदीपची गाठ पडते काय, ते वाड्यावर नेतात काय, प्रकाश पुण्याला भेटतो. मी महिलाश्रमात शिकायला जाते काय, माझ्या आयुष्यात संदीप आणि प्रकाश हे अधूनमधून डोकवायला लागतात. कधी संदीपची ओढ वाटायची, कधी प्रकाशची. शेवटी व्यावहारिक शहाणपणाने प्रकाशला वश करते काय आणि प्रकाशही माझ्याकडे ओढला जातो काय एखाद्या चुंबकाप्रमाणे. आणि उद्या माझा साखरपुडा. स्वप्नातसुद्धा खरे वाटणार नाही. पण प्रत्यक्षात आला तो क्षण. सारे

काही एखाद्या अद्भुतरम्य कादंबरीत घडतं तसं.

प्रकाश अधूनमधून थोडा थोडा जवळ आला. पण उद्या अधिकृतरीत्या शिक्कामोर्तब करून जणू काही एखादी जागा देताना, खरेदी खताच्या आधी साठेखत करतात तसा उद्या साखरपुडा झाला, की अधिक जवळ येणार. थोड्याच दिवसांत लग्न होईल. मग तो अत्युच्च क्षण......

मला झोप कधी लागली कळलं नाही. संदीप शनिवारी लवकर आला. संदीपचे बाबा मात्र आश्रमात राहिले...सध्या त्यांची तब्येत बरी नसते. दगदग सहन होत नाही.

आल्या आल्याच संदीपने प्रकाशचा ताबाच घेतला. खूप दिवसांनी निवांतपणे एकत्र आले होते. प्रकाशने काय पेहराव करायचा? काय केशभूषा करायची. सगळे निर्णय संदीपकडे. आईसाहेब म्हणायच्या ते खरं आहे, अगदी राम लक्ष्मणाची जोडी.

गुरुजी बरीच वर्ष वाड्यावर येणारे होते. दिवाणखान्याच्या बाहेर छोट्याशा ओट्यावर सनई चौघडावाले मंगल सूर आळवत होते. परंपरागत पद्धतीने २५-३० आप्तेष्टांच्या उपस्थितीत साखरपुड्याचा कार्यक्रम झाला. माझं स्त्रीसुलभ मन लाजत होतं.

शेजारीच मंगल कार्यालयात भोजनाची व्यवस्था केली होती. उद्या तिथेच मिटींगही होती आणि पाठोपाठ सगळ्या कार्यकर्त्यांना भोजन.

रविवारी सकाळी ९।। पासूनच कार्यकर्ते गोळा व्हायला लागले. बरोबर १०।। वाजता बैठक सुरू झाली. अध्यक्षस्थानी अर्थातच आबासाहेब होते.

प्रकाशचे अगदी जवळचे मित्र आनंदराव तापकीर यांनी प्रास्ताविक केले.

"मित्रांनो, आज आपण येथे का जमलो आहोत हे सांगायची आवश्यकता नाही, आपले सर्वांचे लाडके तरुण तडफदार नेते प्रकाशभाई जुन्नरकर यांना आपल्या भागातून आमदारकीचे तिकिट मिळाले आहे, हे जाहीर करताना मला अतिशय आनंद होत आहे.

जुन्नरकर घराण्याचे आणि तालुक्यातल्या जनतेचे प्रेमाचे नाते आहे. आबासाहेबांनी गेली अनेक वर्षे येथील जनतेच्या उन्नतीकरता अनेक उपक्रम राबविले. स्वत:ची कोट्यवधी किंमतीची जमीन आदिवासी वनवासींच्या विकासासाठी देऊन टाकली.

त्यांचे चिरंजीव मा. प्रकाशभाई यांनी सांदीपनी आश्रम ही अत्यंत आदर्श संस्था उभी केली. जुन्नर तालुक्याचे नाव साऱ्या महाराष्ट्रात गाजले. अशा आपल्या प्रकाशरावांना निवडून येण्यासाठी कोणतेही प्रयत्न करण्याची गरज नाही.

पण श्रेष्ठींनी इच्छा प्रकट केली की, प्रकाशराव, तुमच्यासारख्या विद्याविभूषित

व्यक्तींची आज गरज आहे आणि तुम्ही उच्चांकी मतांनी निवडून यावे अशी आमची इच्छा आहे.

मी आबासाहेबांना विनंती करतो की, त्यांनी आशीर्वादपर चार शब्द बोलावेत.

"आनंदराव तापकीर आणि सारे आमच्यावर प्रेम करणारे कार्यकर्ते, नव्हे आमचे कुटुंबीयच—

आज मी आपल्याला कोठलेही मार्गदर्शन करणार नाहीय. पण प्रकाशरावांबद्दलची आणखी एक आनंदाची बातमी देण्यासाठी मी उभा आहे.

आपल्या सर्वांच्या परिचयाच्या धडाडीच्या तरुण कार्यकर्त्या छायाबाई आणि प्रकाश यांच्या वाङ्‌निश्चयाची बातमी जाहीर करण्यास मला अत्यानंद होत आहे."

कार्यकर्त्यांनी टाळ्यांचा कडकडाट केला. मात्र प्रकाश हा हाडाचा कार्यकर्ता असल्याने "आबा, आधी निवडणूक मग लग्नाची मिरवणूक" असे प्रकाशने बजावले. मी ही त्याची अट मान्य केली."

मी कोपऱ्यात उभी होते. आबांनी हाका मारून जवळ बोलावले. अचानक खिशातून दोन अंगठ्या काढल्या. म्हणाले, चला प्रकाशराव, सगळ्या कार्यकर्त्यांच्या साक्षीने छायाच्या बोटात अंगठी सरकवा."

मी तर इतकी लाजले की, मान वर करायचं धाडस होईना. आबांनी सरप्राईजच केलं.

म्हणाले, "आता छाया, वाट कसली बघतेस. घे प्रकाशचा हात हातात आणि अंगठी सरकव बोटात त्याच्या." सगळीकडून छाया-प्रकाशऽऽ छाया-प्रकाशऽऽ चे नारे सुरू झाले.

'प्रकाशराव पार्टी पाहिजे, पार्टी पाहिजे'चा गलका सुरू झाला.

प्रकाश म्हणाला, "मित्रांनो अरे तोंड गोड केल्याशिवाय तुम्हाला सोडेन कसा? चला, शेजारच्या हॉलमध्ये भोजनाचा आस्वाद घ्यायला चला, सगळी मंडळी हॉलकडे वळली.

प्रकाशच्या निवडणुकीची धामधूम सुरू झाली. कार्यकर्ते उत्साहाने कामाला लागले. मोठमोठी पोस्टर लावण्याच्या विरूद्ध प्रकाश होता. शहर विद्रूप होतं, म्हणायचा.

त्यापेक्षा समक्ष गाठीभेटी घेणं, छोट्या छोट्या बैठका घेणं, लोकांचे प्रश्न समजावून घेणं, त्यांना आपली भूमिका समजावून देणं यावर प्रकाशचा भर होता.

महिला मतदारांची आघाडी मी सांभाळावी असं ठरलं. संपूर्ण आदिवासी विभाग, वस्ती न वस्ती माझ्या परिचयाची होती. वाड्या-वाड्यावरच्या स्त्रिया आश्रमामुळे जोडल्या गेलेल्या होत्या. अनेकांचे संसार उभे राहिले होते. त्यांच्या हातात आश्रमामुळे

थोडेफार पैसे खेळू लागले होते.

तरुण मुली हळूहळू संगणक साक्षर व्हायचा प्रयत्न करत होत्या. मी दररोज सकाळी जीपने बाहेर पडत असे. लुका-आमचा आदिवासी ड्रायव्हर, सारा जुन्नर तालुका, रस्तान— रस्ता त्याला माहीत होता.

दुपारी एखाद्या पाड्यावर गेलो की मंडळी जेवल्याशिवाय सोडतच नसत. प्रकाशला निवडून द्या असं सांगायची आवश्यकताच नव्हती. पण त्या निमित्ताने मला सारा जुन्नर तालुका पुन्हा हिंडता आला. आश्रमाने केलेले काम खरोखरच तळागाळापर्यंत पोहोचले की नाही हे पाहता आलं.

अनेक वस्तीवरच्या स्त्रिया तर मी भेटायला गेले की, माझ्याभोवती गोळा व्हायच्या.

"बाये, खूप छान झालं बघ. आमच्या प्रकाशची तू बाईल होणार!" त्यातल्या वयस्क बायका माझ्या केसावरून हात फिरवायच्या. म्हणायच्या, "अगं, परकाश येवडासा होता तेव्हापासून बघतो आमी. आबासाहेबांबरोबर यायचा कधी कधी. लई चांगला हुशार पोरगा. छायाबाई, तुमच्यासारखी हुश्यार पोरगी आमच्या परकाशला मिळाली. लई ब्येस झालं बघ. छायाबाई, आमी तुमच्या लगीनला येणारच."

माझा उर भरून यायचा. आपली निवड चुकली नाही हे असं मनाला परत परत सांगायची. अलीकडे मी स्वत: जीप चालवायला शिकले होते. प्रचार संपवून ४ चे सुमारास आश्रमाकडे गाडी वळवली. संदीपच्या रूमसमोरच जीप थांबवली.

संदीप धावतच बाहेर आला. मला पाहताच एकदम थबकला. मी उतरता उतरता म्हटलं, "कारे थबकलास? मला पाहिल्यावर."

"अगं, मला वाटलं प्रकाशच आला."

"अच्छा, म्हणजे प्रिय सखा बंधू, मित्र असला तर धावत सुटायचे, मी कोण?"

"अगं, तसं नव्हे ग, संदीप काकुळतीने बोलला. "उगाच गैरसमज करू नकोस."

"चल कॅन्टिनला मला फक्कड चहा प्यायची इच्छा झालीय, खूप दिवसात तुझ्याकडे हट्टच केला नाही."

"अगं, हट्ट पुरवणारा माणूस आता मिळालाय ना तुला?"

"संदीप, रागावलास? तुझ्याकडे हट्ट करायचा अधिकार मी राखून ठेवलाय. चहा घेऊन थोडे पाय मोकळे करायला बाहेर पडूया नं."

मी गप्प गप्प होते.

संदीप म्हणाला, "काय गं छाया, गप्प गप्प?"

"अरे, तुला काय सांगाव? कस सांगावं? ते कळत नाहीय."

"काय झाले छाया? मला घाबरतेयस? का आपली ओळख नाही?"

"संदीप, मी आणि प्रकाश विवाहबंधनात अडकणार म्हणून तू नाराज नाही ना झालास? आय ॲम व्हेरी सॉरी संदीप, खर सांगू संदीप? मनाच्या खोल खोल कप्प्यात तुझी मूर्ती लपवून ठेवलीय. कधी कधी मला तुझी भीती वाटते. तुझ्या जीवनाकडे तटस्थपणे बघण्याची निर्विकार रहाण्याचीसुद्धा मला भीती वाटते.

"मी अविचारी आणि तू विचारी, मी अशी विकारविवश अन् तू असा निर्विकार मला मन:शांती लाभेल का नाही? काही सांगता येत नाही. तू मात्र शांत चित्ताने कामात रमतोस. कधी कधी मला हेवा वाटतो तुझा संदीप.

"माझा प्रकाश किती भाग्यवान तुझ्यासारखा संकटमोचक भेटला?

"संदीप, माझ्यावर कधी संकट आलं तर मला संकटातून सोडवणार कोण?"

"अग वेडे, असले विचार मनातून काढून टाक. तुझ्यावर संकट कोसळेल कशाला? आता तर राजाची राणी होणार तू. आणि समजा, काही संकट आलंच तर संदीपला हाका मार. असेन तेथून धावत येईन मी."

माझ्या मनावरचं टेन्शन खूप कमी झाल. संदीप दुरावेल अशी भीती वाटत होती. पण संदीपच्या आश्वासनामुळे मनातली भीती गेली.

आश्रमात निसर्ग बहरला होता. एकेकाळची पडीक जमीन आज आदिवासींच्या कष्टाने आणि संदीपच्या मार्गदर्शनाने फुलली होती. फुलांचे ताटवे फुलले होते. प्रत्येक इमारतीभोवती छान हिरवळ पसरली होती. आणि औषधी वनस्पतींची झाडे डोलू लागली होती. आतापर्यंत हे निसर्गसौंदर्य का जाणवलं नाही? का मनावरचं मळभ दूर झाल्यावर निसर्ग माझ्याशी बोलू लागला?

◻◻

: प्रकाश :

निवडणूक जवळ आली, म्हणता म्हणता मतदानाचा दिवस उजाडला.

जुन्नर शहरापेक्षा ग्रामीण भागात आणि विशेषत: आदिवासी पट्ट्यात उत्साह होता.

मी आणि छाया जेवण करून बाहेर पडलो. सगळीकडे गर्दीच गर्दी. आमच्या वाड्याजवळच्या बूथवर मतदान केले. आबा, माईसाहेब आणि मी. छायाचे नाव पुढच्या निवडणुकीत.

जीप काढली, ४-५ तासात जुन्नर तालुका बराचसा पालथा घातला.

संध्याकाळी वाड्यावर कार्यकर्ते श्रमपरिहाराला जमले. सगळे जण खुशीत होते. 'प्रकाशराव चिंता नको. अहो आमच्याकडे विरोधी पक्ष आहे कुठे? प्रत्येकाच्या तोंडी एकच नाव. प्रकाश! प्रकाश!'

रात्री दिवाणखान्यात गप्पा चालल्या होत्या, आईसाहेब एकदम म्हणाल्या, "अरे, तू निवडून येणार याची खात्री आहे रे मला. मग आता विवाहाचा मुहूर्त कोणता धरायचा? तू म्हणाला होतास आधी निवडणूक, मग लग्न."

"आई, खरं आहे तू म्हणतेस ते. पण आई, निवडणुकीचे निकाल लागले की लगेच ८-१० दिवसांत शपथविधी समारंभ आहे नागपूरला. अग लगेच हिवाळी अधिवेशन नागपूरला सुरू होणार. शिवाय आई, तुळशीच्या लग्नानंतरच मुहूर्त असणार."

"वा:, प्रकाश, पंचांग बिंच्यागचा तर अभ्यासही केलेला दिसतोयस. आतापर्यंत तुझ्या तोंडून असं कधी ऐकायला मिळाल नव्हतं. बरं, मग काय विचार आहे? छाया, तुझ्या मनात काय आहे?"

"मी काय ठरवणार? प्रकाशराव म्हणतील तसं."

"अरेच्या, छायाच्या तोंडून प्रकाशराव शब्द आला." आई म्हणाली.

"छान छान. मी म्हटल, आई, तू गुरुजींना बोलाव. जानेवारी १५ नंतरचे मुहूर्त शोधायला सांग. माझं पहिलं अधिवेशन आहे. महत्त्वाचे आहे. त्यामुळे हिवाळी अधिवेशनानंतर केव्हाही एका पायावर तयार आहोत आम्ही दोघे."

आठ दिवसांनंतर निकाल लागायचे होते. मी दुसऱ्या दिवशी छायाला म्हटलं, "छाया, तुझा काय विचार आहे?"

"हे बघ प्रकाश, मी तुझ्याबरोबर शपथविधी समारंभाला नागपूरला येणारच. नंतर मला दोन दिवस नागपूर हिंडव . मी नागपूर पाहिलं नाही. त्यानंतर तुमचे अधिवेशन चालू दे. मी पुण्याला आईकडे जाईन राह्यला."

"आणि आश्रम?" मी म्हटलं.

"अरे, आश्रम विसरून कसे चालेल, ८ दिवस आश्रम, ८ दिवस पुणे" हे बघ तू संदीपशी बोल. तुझे आता आश्रमात जाणे हळूहळू कमी होणार, तुझ्या तालमीत नवीन कोणीतरी तयार व्हायला हवे."

"मी म्हटलं, बरोबर आहे. मी बोलेन संदीपशी,"

निकालाचा दिवस आला. सकाळीच माझा लाडका संदीप वाड्यावर आला. येतानाच माझी आवडती बर्फी घेऊन आला, म्हणाला, "अरे पेढे तर तू वाटणारच. म्हणून बर्फी आणली खास तुझ्यासाठी."

"छाया, आज जेवायला संदीपला आवडेल तो स्वयंपाक कर. जेवण करून सगळे जण मतमोजणीच्या मांडवाकडे जाऊ या." सकाळी १० ला मत मोजणी सुरू झाली. मी व संदीप मांडवात १ वाजता पोहोचलो. छाया घरीच थांबली. म्हणाली "अरे, तुम्ही विजयी होऊन आल्यावर स्वागताला घरात कोणी नको का?" बहुतेक मतदारसंघात मी पुढेच होतो. लाऊडस्पीकरवरून आकडे जाहीर होत होते. कार्यकर्त्यांचा जल्लोष होत होता.

कार्यकर्त्यांनी सजविलेली जीप तयारच ठेवली होती. पाच वाजता निवडणूक अधिकाऱ्यांनी माझ्याशी हस्तांदोलन करून अभिनंदन केले. मी प्रतिपक्षापेक्षा सत्तर हजारहून अधिक मतांनी निवडून आलो.

उत्साही कार्यकर्त्यांनी मला घेरावच घातला. मला अक्षरश: उचलून जीपवर ठेवले. एका बाजूला संदीप आणि दुसऱ्या बाजूला माझा मित्र आणि प्रमुख कार्यकर्ता तापकीर उभा होता. कार्यकर्त्यांनी आम्हाला गुलालाने भरवून टाकले.

परंपरेप्रमाणे ग्रामदेवतेने दर्शन घेऊन ढोल-ताशाच्या गजरात आम्ही वाड्यावर पोहोचलो.

दारात आबासाहेब स्वागताला उभे होते. त्यांच्या चेहऱ्यावरचा आनंद आणि अभिमान लपत नव्हता. आई आणि छाया दारात तबक घेऊन उभ्या होत्या.आई-आबांना नमस्कार करून आत आलो. पाठोपाठ कार्यकर्ते आत घुसलेच. चौकात सगळ्यांनी बैठक मारली.

आमचे सेवक आणि छाया पेढे वाटायला लागले.

''प्रकाशराव, पेढ्यावर नाही भागणार. सगळ्यांना पार्टी हवी आणि एकात एक नाही भागवायचं.'' कार्यकर्ते माझ्याभोवती गल्ला करत होते.

''म्हणजे?'' मी प्रश्नार्थक मुद्रेने विचारलं.

''वा! आमदारकीची पार्टी वेगळी आणि लग्नाची वेगळी हवी.''

''अरेच्चा? बरं बरं, मंजूर. मित्रांनो, अरे तुम्ही आहात म्हणून मी आहे. तुमचा हट्ट पुरवायचा नाहीतर कोणाचा?''

सगळे कार्यकर्ते आनंदाने बाहेर पडले.

यावर्षी शपथविधी समारंभ नागपूरला होता. मध्ये एक दिवस सुट्टी घेऊन लगेच हिवाळी अधिवेशन सुरू होणार. मनामध्ये सगळी उत्सुकता दाटली होती. आबांबरोबर एकदोनदा मुंबईला विधानसभेत गेलो होतो. गॅलरीत बसून कामकाज पाहिले होते.

कॉलेजमध्ये असताना आमची शैक्षणिक सहलही मुंबईत विधानसभेच्या कामकाजाचा अभ्यास करण्यासाठी गेली होती. पण आता माझा प्रत्यक्ष सहभाग होता. लोकांच्या आशा-आकांक्षा सरकारपर्यंत पोहोचवायच्या होत्या.

शपथविधीसाठी मी व छाया निघालो. आबांना वाकून नमस्कार केला. आबांनी आशीर्वाद दिला. म्हणाले, ''लोककल्याणासाठी प्रत्येक कृती असू दे.''

पुण्याला पोहोचवायला संदीपने जीप काढली, आम्हाला जातीने लोहगाव विमानतळावर पोहोचवायला आला.

मी म्हटलं, ''अरे कशाला येवढा त्रास घेतोयस?''

''अरे, माझा प्रिय मित्र आज आमदार बनून अधिवेशनला चाललाय, त्यातून बरोबर लाडकी छाया. अशा शुभप्रसंगी आमदार आमदारीणबाईंची सेवा करायला मिळाली हे आमचे भाग्यच.''

''संदीप, मस्करी पुरे. आम्ही काही हनिमूनला चाललो नाही. नागपूरला अधिवेशनाला चाललोय.''

''मी तेच म्हणतोय प्रकाश. बरोबर हीट ॲंड हॉट छायाताई आहेत. चुकून लग्नाआधीच नागपूरला हनिमून होऊन जायचा.''

''थॅंक्स संदीप. तुझा ॲडवाईस आम्ही दोघे नक्की लक्षात ठेवू.''

विमान दुपारी ३ वाजता होतं. नागपूरला सव्वाचारला उतरलो. आम्ही कॉलेजात असताना दिल्लीला लोकसभेचे कामकाम पहायला विमानाने गेलो होतो. पण छायेचा विमानप्रवासाचा पहिलाच प्रसंग. विमानात बसल्यापासून माझा हात धरून ठेवला होता "अगं छाये, काय हे. हात पकडून ठेवलायस. छाया, मी काही पळून जाणार नाही."

"नाही रे, मला भीती वाटतेय. तुझा हात धरला म्हणजे थोडा आधार वाटेल आणि भीती कमी होईल."

विमान रनवेवर आले. क्षणभर थांबलं, मिनिटभरात विमानाची सर्व इंजिन जोरदार आवाजात सुरू झाली. धावपट्टीवरून विमान झपाट्याने पळू लागले. अन काही क्षणात विमानाने जमीन सोडली आणि सहजपणे आकाशात झेपावले.

मी छायाला खिडकीतून बाहेर बघ म्हणत होतो.

पण विमानाची घरघर सुरू होताक्षणी छायाने डोळे मिटून घेतले होते आणि तोंडाने जप पुटपुटत होती.

"अहो बाईसाहेब, जाग्या व्हा. मला वाटलं डुलकी लागली काय? छाया, गरम कॉफी घे, तेव्हा कुठे छाया बोलायला लागली.

डॉ. बाबासाहेब आंबेडकर विमानतळावर उतरलो. टॅक्सीने थेट हॉटेल गाठलं. सीताबर्डी भागात हॉटेल तुली नावाचं छान हॉटेल होतं. इंटनेटवरून बुकिंग करूनच ठेवलं होतं. काऊंटरवरचा मॅनेजर चांगला होता.

हॉटेलची रूम झकास होती. ४ थ्या मजल्यावरच्या खिडकीतून सभोवताली पसरलेले नागपूर दिसत होते.

"छाये, पटकन फ्रेश हो. साडी बदल. पंधरा मिनिटांत ब्रेकफास्टला खाली जायचंय."

छायेने थोडं नाक मुरडलं. अशा पॉश रूम्स पाहिल्या की तिचा रोमँटीक मूड जागा होतो. पण मी पंधरा मिनिटाची मुदत दिल्यामुळे छायाला सगळे मूड बाजूला ठेवावे लागले.

रेस्टॉरंट छोटे पण छान सजविलेले होते. छपरावर कंदील लटकत होते. आणि आत छोटासा दुधी दिवा. त्यामुळे सगळीकडे मंद प्रकाश. हेड वेटर आदबीने ऑर्डरसाठी उभा.

आमचं दुपारच जेवण राहिलेच होते. त्यामुळे कुर्मा पुरीचे ऑर्डर दिली. शेवटी मस्त मसाला चहा. सहा-साडेसहाला बाहेर पडलो. टॅक्सी केली. त्याला म्हटलं तुझ्या नागपूरातली पहाण्यासारखी ठिकाणं असतील तिकडे घेऊन चल.

दहा पंधरा मिनिटात डॉ. बाबासाहेब आंबेडकरांच्या स्मारकाजवळ आलो.

प्रचंड पांढरा स्वच्छ घुमट लांबूनच दिसत होता.सर्व आवार अतिशय स्वच्छ, स्तूपाजवळ बाबासाहेबांचा पुतळा. त्यांना अभिवादन करून आत गेलो.

आत संगमरवरी फरशी. प्रचंड हॉल. आणि त्यात बाबासाहेबांच्या आयुष्याच्या महत्त्वाच्या घटनांच्या फोटोचे कायमस्वरूपी प्रदर्शन. दोघेही आत गेलो. त्या थोर महात्म्याचा सारा जीवनपट डोळ्यापुढे आला. बाबासाहेब भारतीय घटनेचे शिल्पकार. किती योग्य वेळी मी येथे आलो. उद्या घटनेच्या प्रतीवर हात ठेऊन आमदारकीची शपथ घेणार आणि आज इथे मी बाबासाहेबांच्या प्रतिमेसमोर नतमस्तक. बाबासाहेबांच्या प्रतिमेला वंदन करून आम्ही बाहेर पडलो.

नागपूरच्या टेकडी गणपतीचे नाव ऐकून होतो. पुण्याचा सारसबाग गणपती, मुंबईचा सिद्धी विनायक- तसा नागपूरचा टेकडी गणपती. छाया म्हणाली ''प्रकाश, उद्या ११ वाजता शपथविधी आहे नं, मग आपण उद्या सकाळी ९ वाजता दर्शनाला येऊ. आणि तसेच विधान भवनावर जाऊ.''

''छाया, तू म्हणशील तसं.''

संध्याकाळी भटकंती झाली, ओळखणार कोणी नव्हतं, छायेनं हात घट्ट धरून ठेवला होता. रमत गमत भरपूर चाललो. अखेरीला मला आईस्क्रीमचं दुकान दिसल. छायेला रहावतंय थोडंच आईस्क्रीम खाल्याशिवाय! नागपूर म्हणजे हल्दीराम. सामोसे, बर्फी काय खाऊ आणि काय नाही. सगळ्यांचा आस्वाद घेतला.

संध्याकाळी ब्रेकफास्ट झालाच होता. अबर चबर खाणं अधून मधून चालूच होतं, ९ वाजत आले. छायेची रूमवर लवकर जाण्याची घाई सुरू झाली.

रूमवर पोहोचलो. रूम सर्व्हिला फोन करून मस्त हॉट नेसकॅफे मागवली.

कॉफी येईपर्यंत छायाबाई बाथरूममध्ये जाऊन फ्रेश होऊन बाहेर आल्या. त्या झिरझिरीत गाऊन घालूनच.

''अरे, हे काय प्रकाश? अजूनही तू तसाच? जा पटकन आणि छान गाऊन घालून ये. अरे अशा मंद धुंद वातावरणात गाऊन घालून कॉफीचे मस्त घोट घेण्यात जी मजा आहे ती प्रत्यक्षात अनुभावायलाच हवी.''

मी गाऊन घालून बाहेर आलो. तेवढ्यात बेल वाजली. वेटर कॉफी घेऊन आला होता.

''छाये, आत बाथरूममध्ये पळ. अगं अशा गाऊनमध्ये तुला पहिलं तर आंधळासुद्धा वेडा होईल.''

किटली आणि दोन सुंदर कप ठेऊन वेटर आदबीनं उभा राहिला. पठ्ठ्याच्या हातावर दहा रू. ची टीप पडली तेव्हा चार चारदा सलाम करत बाहेर पडला.

''छाये, ये बाहेर. मस्त कॉफी घेऊ.'' मी कॉफी कपात ओतणार तेवढ्यात

छाया बोलली, "थांब. मी बघते ते सगळं? तू उठ आणि बेडवर मस्त उशीला टेकून बस. आता हा घे कप आणि आरामात पी."

"आणि तू?"

"अरे, येते ना." छायाने रिकामा कपच साईडच्या टेबलावर ठेवला आणि त्या मंद प्रकाशात छाया बेडवर आली. माझ्यावर रेलली. माझ्या गळ्यात हात टाकून म्हणाली, "घे ना एक घोट. अरे माझ्या येड्या, एका कपात घोट घेत घेत अशीच कॉफी संपवायची असते. खरं म्हणजे हातात छान बीअरचा ग्लास असता तर?"

"छाया, हे काय? काय बोलतीयस तू."

"अरे वेड्या, नुसती कल्पना करायची. नुसत्या कल्पनेनेच अंगावर रोमांच उठतात. मला माहीत आहे. आपण सगळे आश्रमवासी आणि त्यात तू तर संदीपगुरूचा चेला!" छायेच्या स्पर्शात काय जादू होती कुणास ठाऊक? कॉफीचे घोट घेत घेत आम्ही दोघे केव्हाच मिठीत गेलो कळलेच नाही.

छायेची मिठी म्हणजे मगरमिठीच. 'प्रकाशऽ प्रकाशऽऽ' म्हणून छायाच्या मुखातून अस्फुट आवाज येत होता.

छाया मूडमध्ये आली होती.

तेवढ्यात संदीपचे शब्द डोळ्यापुढे आले—

"हिट अँड हॉट छायाबाई बरोबर आहेत. लग्नाआधीच हनिमून करू नकोस."

मी स्वस्थ पडून राहिलो. हळूहळू छायेची मगरमिठी सैल झाली. त्या धुंदीत छाया केव्हाच निद्राधीन झाली होती. तिचा माझ्या अंगावरचा हात हळूच बाजूला केला. अन् बाथरूमकडे पळालो. अंघोळ करणं जरूरी होतं.

□□

: छाया :

नागपूरचा टेकडी गणपती फार प्रसिद्ध आहे. सकाळपासूनच दर्शनाला मोठी गर्दी असते.

सकाळी उठायला ७ वाजले. जरा उशीरच झाला. रूमवर चहा ब्रेकफास्ट मागवला.

कोणतेही घोळ न करता पटापट अंघोळी उरकल्या. प्रकाशनं शपथविधीसाठी खास मलमलचा पायघोळ शर्ट शिवला होता. पांढरा सूट, पांढरी सलवार आणि चक्क पांढरी टोपी.

माझा प्रकाश आधीच गोरापान आणि शांत पांढरा ड्रेस. निघताना म्हटलं "प्रकाश, जरा जपून. माझा हात धरून चल. उगीच नागपूरच्या गोऱ्या भाळायच्या तुझ्यावर."

मीही छान पांढरी साडी नेसली.

रिक्षा करून तडक टेकडी गणपती गाठला.

पुजाऱ्यांना सांगून ५०१ रु हातावर ठेवले. पुजारी बाबांनी देवांच्यावर अक्षता टाकल्या. हातात पेढ्याचा पुडा ठेवला. आणि म्हणाले, "टेकडी गणपतीचा आशीर्वाद तुमच्या पाठीशी आहे. मनोकामना पुऱ्या होतील."

रिक्षाने तडक विधानसभेवर पोहोचलो. शपथविधीसाठी आवारात छान मंडप सजविला होता. अतिशय शिस्तबद्धतेने बसायची व्यवस्था होती.

प्रकाश आमदारांच्या राखीव कोचांवर जाऊन बसला. मी समोरच्या खास राखीव खुर्चीवर जाऊन बसले.

माझ्या प्रकाशप्रमाणे बरेच तरुण आमदार प्रथमच निवडून आले होते. सगळ्यांच्या चेहऱ्यावर उत्कंठावर्धक औत्सुक्य दिसत होते.

बरोबर अकरा वाजता राज्यपालांचे आगमन झाले. जनगणमनची धून पोलीस बँडवर वाजू लागली.

एकेक आमदार डायसवर येऊन शपथ घेत होते. प्रकाश आला. झोकात पावल टाकीत आला. धीर गंभीर आवाजात शपथ घेऊ लागला. माझ्या मनात आनंदाच्या उकळ्या फुटत होत्या. माझे स्वप्न साकार झाले होते. प्रकाश जुन्नरकर आमदार आणि मी आमदारीणबाई.

नावावरून होणारा मानसन्मान, कौतुक, सत्ता माझ्या डोळ्यापुढे सारे काही तरळत होते.

आयुष्य गरिबीत गेलेले. पण शेवटी मला हवे ते मी मिळवलेच. बुद्धीच्या जोरावर? पण प्रकाश तर माझ्यापेक्षा बुद्धिमान आहे.

मग माझे सेक्स अपिल...? प्रकाश भाळला माझ्यावर हेच खरं.

रात्री विधानभवनावर जंगी पार्टी होती.

शपथविधी संपल्यावर आम्ही हॉटेलवर पोहोचलो. दार लावले आणि मी प्रकाशला घट्ट मिठी मारली. चुंबनाचा वर्षाव केला.

''प्रकाश, माझ्या अचानक हल्ल्याने थोडा भांबावलाच पण नंतर निमूटपणे माझे प्रेमाचे अत्याचार सहन करत बसला.

प्रकाश अरे आज माझे स्वप्न साकार झाले. तुला काय गिफ्ट देऊ? मोठा प्रश्न पडला. पण येताना ठरवलं की जे आपल्याकडे आहे ते तुला द्यावे. घे भरभरून प्रेम.'' पण प्रकाश पुढाकार घेत नव्हता म्हणून मन जरा खट्टू झाले. पण मी स्वत:ला समजावले. म्हटले, बाई गं जरा धीर धर. घोडा मैदान जवळच आहे.

रात्रीच्या पार्टीसाठी खास शालू नेसले. आईने साखरपुड्याला दिलेला. प्रकाशने मस्त सफारी घातला. किती रुबाबदार दिसत होता प्रकाश. प्रकाशनं अंगात काहीही घातलं तरी तो छान दिसतो.

पार्टीत नवनिर्वाचित आमदार आणि कुटुंबीय सगळेच सामील होते. माझ्यासारख्या खूपजणी नवख्या होत्या. पण वातावरणं अगदी मोकळं ढाकळे होते, टेन्शन फ्री होते.

खूप जणींच्या ओळखी होत होत्या. काही आमदारमंडळी प्रकाशला ओळखत होती. आबासाहेबांचा मुलगा म्हणूनच. त्यांचा एका कोपऱ्यात गप्पांचा अड्डा बसला होता.

स्नेहभोजनात पदार्थांची रेलचेल होती. भाज्या मात्र खास नागपूरी पद्धतीच्या होत्या. थोड्या तिखट पण चवदार. मी मात्र माझ्या आवडीच्या संत्रा बर्फीवर उभा आडवा हात मारला.

पार्टी संपायला बारा वाजले. आम्ही बाहेर पडलो. नुकत्याच ओळखी

झालेल्या दोघा-तिघांनी गाड्या थांबवल्या. म्हणाले, चला प्रकाशराव. बसा गाडीत. सोडतो हॉटेलपर्यंत.

"पण मीच म्हटलं, थँक्स. पण आम्ही चालत जायचं ठरवलंय. अहो पोट तुडुंब भरलंय. थोडं खाली उतरायला नको का?"

एकमेकांच्या हातात हात घालून रात्रीच्या शांत वेळेत चालत जाण्याची मजा काही वेगळीच.

आरामात १२॥ ला हॉटेलवर पोहोचलो.

रूमवर पोहोचताच कपडे बदलून फ्रेश झालो. कधी एकदा प्रकाशला मिठीत घेईन अस होत होतं. मोठ्या हॉटेलात डबल बेड कशाला ठेवतात? असा मला नेहमी प्रश्न पडतो. आमच्यासारख्या प्रेमिकांना सिंगल बेडसुद्धा भरपूर होतं.

मंद प्रकाश पसरला होता. मी रूम फ्रेशनरचे दोन तीन फवारे मारले. वातावरण धुंद होते.

मी प्रकाशला मिठी मारली. प्रकाश मला लहान मुलासारखा बिलगला.

"प्रकाश, असं वाटतं कि चोवीस तास असंच पडून रहावं. प्रकाश, अरे उद्यापासून तुमचं अधिवेशन सुरू होईल मी पुण्याला परत जाणार. असं वाटतं जाऊच नये. इथंच रहावं. रोज रोज असं बिलगून पडावं. अरे, महिना दीड महिना मी कसा काढणार? मला नाही हा विरह सहन होणार. दिवस कामात संपेल. पण रात्र? अरे, कशी मी एकटी राहू तुझ्याविना? का अशी मिठीत पडायची सवय लावलीस?"

माझी तडफड चालू होती. पण प्रकाश शांतपणे पडून राहिला माझ्या कुशीत.

मला जरा रागच आला त्याच्या थंडपणाचा. पण त्याचा मूड घालवणं बरं नव्हतं.

प्रकाशला काहीच वाटत नाही का? आता आम्ही लग्न होईपर्यंत एकमेकांना बिलगणार नाही. मिठीत पडणार नाही.

माझं पुण्याचं विमान संध्याकाळी होत. अधिवेशनाच्या पहिल्या दिवशी विशेष कामकाज नव्हतं.

"प्रकाश, लवकर ये. रमू नकोस गप्पा मारत. मला विमानतळावर सोडायला ये. मला एकटीला जायची भीती वाटते."

"वेडे, अगं त्यात काय घाबरायचय. आणि आता तू तर आमदारीणबाई. वारंवार विमान प्रवास करावा लागेल. आणि पुण्यात तर तू तासात पोचशील. अशी घाबरलीस तर हनिमून कसा होणार?"

"म्हणजे?" मी उद्गारले अरे विमानात हनिमून करायच का?"

प्रकाश म्हणाला, "वेडे, आपला हनिमून युरोपात, स्विझर्लंडला. आणि तिथे जायला ७-८ तास विमानात बसावे लागणार. तू घाबरून आली नाहीस तर मी बघतो एखादी गोरी पोरगी तिकडेच."

"प्रकाश!" मी जवळजवळ ओरडलेच. "काय वाट्टेल ते झालं तरी मी तुला सोडणार नाही. गोरी पोरगी तुझ्या स्वप्नात जरी आली ना, तर मी तिच्या झिंज्या उपटीन बघ."

विमान वेळेवर सुटलं. प्रकाशवर मनातल्या मनात टाटा केला. सीटवर अगदी अवघडून बसले होते.

तेवढ्यात हवाई सुंदरी आली. "आपल्याला काही त्रास होतोय? काही मदत करू?"

"नाही, तसं काही नाही. एकटी प्रथमच जातेय ना. थोडं टेन्शन आल होतं."

"मॅडम, बी कंफर्टेबल. मी ५ मिनिटात कॉफी आणते," कॉफीचे घोट घेत घेत मी रिलॅक्स झाले.

मला कसलं टेन्शन आलं होतं? एकटीन बसण्याचं? का प्रकाशच्या बोलण्याचं? का दुसऱ्या मुलीच्या उल्लेखाचं?

तासाभरात लोहगाव आलं. हवाई प्रवासापेक्षा बाकी सोपस्कारातच वेळ जातो. बॅग मिळवण्यात दहा मिनिटे गेली.

विमानात शेजारच्या सीटवरच्या बाईची ओळख झाली होती. त्याही एकट्याच होत्या. त्यांना डेक्कन जिमखान्यावर जायचं होतं. त्यांना उतरताना म्हटलं, "अहो, आपण दोघ एकत्रच जाऊ. तेवढेच रिक्षा भाडे शेअर करता येईल. अहो, विमानतळावर वाट्टेल तशी अडवणूक करतात भाड्यासाठी हे रिक्षावाले."

आईला नागपूरहून सकाळीच कळवलं होतं मी येणार म्हणून.

घराच्या दारात एखाद्या विजयी वीराप्रमाणे माझं स्वागत झाल. आई तर चक्क निरांजन घेऊन ओवाळायला आली.

मी म्हटलं "आई, अगं हे काय?"

"अगं, आज तू माझी कन्यका म्हणून आली नाहीयेस. तर जुन्नर तालुक्याच्या आमदारीणबाई आज माझ्या दारात उभ्या आहेत." आईन ओवाळलं.

"ये, आत ये." आई मृदू आवाजात बोलली.

दादा महाराज आत होतेच. याऽऽ आमदारीणबाई म्हणून आरोळीनेच स्वागत झाले. बाबा एका बाजूला शांत उभे होते.

"ये, बेटा छायाबाबा, ये." बाबा म्हणाले.

मला या दोनच शब्दांनीच इतका आनंद झाला की बस्स! खाली वाकले. बाबांना नमस्कार केला. म्हटलं बाबा तुमच्या या दोन शब्दांनी सार लहानपण आठवलं आणि खरं सांगू बाबा, या दोन शब्दांसाठीच आसुसलेले होते मी.

आईचाही आशिर्वाद घेतला.

''आई, अग मस्त चहा कर आलं टाकून. अग विमानात नुसता भपकाच. येवढासा पेपर कप देणार ट्रे मधून. पण समाधान नाही. तुझ्या हातचा चहा खास.''

दिवसभराच्या श्रमांनी खूप थकले होते. विमान प्रवासाची सवय नव्हती.

''आई, मैत्रिणींना आज काही बोलवू नको. आणि दादासाहेब, तुम्ही देखील पीना मारू नका इकडे तिकडे. चांगली ५-६ दिवस रहाणार आहे. उद्या सगळ्या सख्यांना भेटते. आज अगदी आराम करणार आहे.''

झोपायच्या आधी जुन्नरला आबांचा फोन लावला. ''आबासाहेब काल शपथविधी समारंभ अगदी शानदार झाला. प्रकाशने अगदी धीरगंभीर आवाजात शपथ घेतली. रात्री भोजन समारंभ होता. शपथविधीच्या वेळेस तुमची आठवण येत होती. तुमचा आशिर्वाद आहे म्हणूनच प्रकाशची इथपर्यंत वाटचाल झाली.''

आबा म्हणाले, ''हे बघ, पुण्याला ४-५ दिवस आरामात रहा. इकडे यायची घाई करू नकोस.''

''आबा, मी येणार आहे. ४-५ दिवसांनी. पण आश्रम माझी वाट बघतोय. खूप कामे शिल्लक आहेत. आईसाहेब कशा आहेत? तब्येतीची काळजी घ्या. ठीक आहे. आबा बंद करते फोन.''

दुसऱ्या दिवशी मी काही कळवायच्या आधीच सगळा तांडा घरात हजर, यांना कशी बातमी लागली कोणास ठाऊक?

सगळ्यांचा एकच गलका सुरू झाला.

''अग छाया, अग आता तू आमदारीण बाई झालीस!''

''आता छाया विसरली आम्हाला.''

''छाया, नशीबवान आहेस हं.''

तेवढ्यात माया म्हणाली, ''छाया, आम्ही सगळ्याजणी तुला केळवण करणार आहोत. नाही म्हणायचं नाही.''

''अगं, बायांनो लग्नाला अजून दोन तीन महिने आहेत. मुहूर्त पण काढले नाहीत. कशाला हे केळवण बिळवण.''

''नाही. नाही, छाये केळवण करणारच आम्ही. तुझ्या घरच्या सगळ्यांनी यायचंय. दिवस ठरवा आत्ताच्या आत्ता.''

''अगं माया, नको एवढा त्रास घेऊ,'' मी म्हटलं.

“आम्ही साऱ्याजणी मिळून खास बेत आखणार आहोत.”

“बरं, हे बघ, आई बाबांना-दादाला विचारा, मी काय मोकळीच आहे,”

बाबा म्हणाले,

“पोरींनो, तुमची मजा चालू दे. आम्हा दोघांना कशाला बोलावताय?”

“नाही बाबा. अहो केळवण सगळ्यांसाठीच असतं आणि तुम्ही दोघं तर कधी बाहेर पडत नाही. सदा काम काम.”

“ठीक आहे. मात्र तुमचा बेत ठरवा गुरुवारी, मला सुट्टी असते.”

“ओ. के. बाबा

“आम्ही ठिकाण कळवतो उद्या”, माझ्या सगळ्या मैत्रिणी बिलंदर आणि चावट. दुसऱ्या दिवशी संध्याकाळी आल्या. म्हणाल्या, “छायाबाई, सगळ्यांना घेऊन गुरुवारी रात्री ८॥ ला वैशालीत यायचं. मागल्या अंगणात कोपऱ्यातली चार टेबल, खास रिझर्व केलीत.

वैशालीत गुरुवारी रात्री बरोबर ८॥ वाजता आम्ही सगळे वेळेवर पोहोचलो. सगळी गँग आधीच येऊन दारात स्वागताला उभी.

टेबलांवर स्थानापन्न झालो. सगळ्याजणींचे चेष्टा विनोद चालू होते.

तेवढ्यात बाबा म्हणाले, “पोरींनो, वैशालीत का आलो? कुणाच्या तरी घरी आरामात जेवलो असतो,”

खट्याळ कार्ट्या म्हणतात कशा “बाबा, ते आमचं सिक्रेट आहे. म्हणण्यापेक्षा छायाचं सिक्रेट होतं. आज सिक्रेट फोडू या. अहो बाबा, आज आठ वर्षापूर्वी याच वैशालीत याच कोपऱ्यात याच टेबलावर छाया प्रकाशची प्रथम भेट झाली. आणि आज छाया प्रकाश एकरूप झाले. म्हणून तर हा सारा खटाटोप.”

मला आमच्या गँगच्या कल्पनाशक्तीच खूप कौतुक वाटलं. “मला वाटलं नव्हतं तुम्ही एवढ्या चावट असाल?” मी म्हटलं.

“वा! म्हणजे चोराच्या उलट्या. आपण चावटपणाचं जाळं टाकत टाकत प्रकाशला कैद केलं. आणि आम्हाला चावट म्हणतीयस?”

मैत्रिणींनी अगोदरच ऑर्डर देऊन ठेवल्या होत्या.

वडासांबार खाता खाता माझ्या पूर्वस्मृती जागृत झाल्या. इथल्या सांबारवाल्याला म्हणे दहा हजार पगार मिळतो- मी बातमी पुरवली. सगळ्यांच्या भुवया उंचावल्या. रवा डोसा, एस. पी. डी. पी. आणि शेवटी आईस्क्रीम.

मी म्हटलं, “अग माया, किती खर्च केलात?” “असू दे, तू बोलू नकोस” म्हणाली.

तेवढ्यात निघायच्या आधी मायाने पिशवीतून चक्क भारीची साडी काढली.

माझ्या हातात ठेवली, मी नको नको म्हणतीय "वाऽऽ वाऽऽऽ आमची मैत्रीण आमदारीणबाई झाली आणि आम्ही तिला रिकाम्या हाताने पाठवणार?"

आईलाही छान पातळ, बाबांना पँट पीस, दादाला शर्टपीस, आमच्या कंपूने अगदी थाट केला आमचा.

माझ्या तर टचकन डोळ्यात पाणी आलं. "अगं मैत्रिणींनो, आता तुम्हाला कुठं कुठं नोकऱ्या लागल्यात, तुटपुंजा पगार हातात येतोय. काही जणी तर अजून नोकरीच्या शोधात आहात. कशाला एवढा खर्च केलात?"

"खरं सांगू छाया. तू आमची लंगडीची कॅप्टन होतीस आणि आता देखील तू सगळ्यांच्यात आघाडी घेतलीस, तुझं कौतुक आम्ही बालमैत्रिणी करणार नाही तर कोण करणार."

मैत्रिणींचेही डोळे ओलावले.

रात्री झोपताना सगळ्या मैत्रिणी डोळ्यापुढे येत होत्या. बिचाऱ्या आयुष्याशी झगडत होत्या पण तरीही आनंदी होत्या, सामान्य परिस्थितीमुळे लग्नही होणं कठीण होतं एकेकीचं.

पण मी किती भाग्यवान. जीवनात अचानक प्रकाश आला. जुन्नरच्या भल्या मोठ्या वाड्याची मी भावी मालकीण, आज आमदारीणबाई. माझा प्रकाश हुशार आहे. पॉलिटिक्सचा ग्रॅज्युएट आहे. राजकारणाची आवड आहे. वर्षा-दोन वर्षात प्रकाश मंत्री होईल. न जाणो खासदार होईल. माझाही भाव वाढेल. मान वाढेल...

झोप केव्हा लागली कळलंच नाही.

पुण्यातले ६-७ दिवस खूप आनंदात गेले. घरात दादाच्या लग्नाची चर्चा चालू होती, नोकरी बऱ्यापैकी होती. पण आमचं घर जेमतेम दोन खोल्यांचे दादाच तयार नव्हता. म्हणायचा, "आई, थोडं सेव्हींग करतो. एखाद भाड्याचं घर बघेन. मग लग्न. अगं या घरात गर्दी होणार. उगाच भांड्याला भांड लागायचं."

"खरं आहे तू म्हणतोयस ते. पण अरे, जागा मिळतायत का? केवढं तरी डिपॉझिट लागेल. कुठून आणणार एवढे पैसे?"

मी शांतपणे सगळं ऐकत होते.

मी म्हटलं, "दादा वधू शोध, मी बघते जागेचं"

आई म्हणाली, "अगं, वेडी का काय तू?"

"आई, काळजी करू नकोस. मी गेल्यावर तुला करमेल का? सून वेळेवर यायला हवी. काय दादासाहेब काय विचार आहे?"

दादा म्हणाला, "छाये, चल ना जरा बाहेर पाय मोकळे करू."

माझ्या लक्षात आलं दादाला काहीतरी प्रायव्हेट बोलायचंय. चालत चालत

जंगली महाराज देवळात गेलो. इतक्या गर्दीच्या भागात इतकी शांत जागा पुण्यात असू शकते?

"छाया अगं, घरात मुली बघण्याची चर्चा चालू आहे, मी काहीतरी कारण काढून टाळतोय, का? तर जागा लहान म्हणून? तुझ्यापासून काय लपवायचं? अग ऑफिसातलीच एक छानशी मुलगी आहे. माझ्याच डिपार्टमेंटला आहे. शिकलेली आहे. कामात एक्सपर्ट आहे."

"हे बघ, बाकीचं जाऊ दे. तुमचं दोघाचं काही बोलणं झालंय का? का आपलं वरवरचं?"

"अगं, मी तिला अप्रत्यक्षरित्या सुचवलंय, तिचाही होकार आहे."

"आहे कुठची?"

"आहे बेळगावची. पण तुला सांगतो, मराठी मुलामुलींना बेळगावांत सहज नोकऱ्या मिळत नाहीत. पुण्यात आली चार वर्षापूर्वी, अन ५-६ महिन्यांत आमच्या ऑफिसात लागली. आईबाबा बेळगावातच असतात. घरची परिस्थिती आपल्यासारखीच. लेडीज हॉस्टेलमध्ये रहाते. स्वभावाने खूप चांगली आहे. पण तिला अजून घरी नाही आणली, कारण पुढे काय? लग्नाला तयार झाली तर आणू कुठे तिला? आपलं घर हे जेमतेम दोन खोल्यांचं."

"दादा, चिंता करू नकोस. हे बघ, मी परवा सकाळी जुन्नरला परत जाणार आहे. उद्या तू तिला, नाव काय म्हणालास तिचं?" "मंजू" दादा जरा लाजलाच. "ह्या मंजूला घेऊन ऑफिसातूनच परस्पर घरी ये." मी आईबाबांच्या कानावर घालीन सगळं.

दादासाहेब खुशीत आले. उस खुशीमे दादासाहेबांनी आईस्क्रीमचे दोन कोन घेतले. आस्वाद घेत घेत आरामात घरी आलो. दुसऱ्या दिवशी दादा ऑफिसात गेल्यावर मी आईच्या कानावर सगळं प्रकरण घातलं. आई थोडी नाराज दिसली किती लांबचं स्थळ. पण मी म्हटलं आई, लांब काय जवळ काय? प्रश्न दोघे एकमेकांना पसंत आहेत का नाही याचा? दोघे एकमेकांना ओळखतायत दोघांचा मिळून ५०-५५ हजार पगार येईल. एकाच स्कूटरवरून ऑफिसात जातील.

"अगं, पण आमच्या या टीचभर खोल्या?"

"आई, मी करते त्यांची रहाण्याची व्यवस्था. मग तर झालं. नाराजी काढून टाक. संध्याकाळी दादा मंजूला घेऊन येणारय. खायची प्यायची व्यवस्था मी करते. तू जरा बोल तिच्याशी. उगाच अढी ठेऊ नकोस मनात."

दादा मंजूला घेऊन ७ वाजता आला. प्रथमदर्शनी मंजू मला आवडली. रंगाने काळी सावळी पण डोळे बोलके होते. रंग आमच्या घरात सामावणारा.

दादाला नक्की तिच्या डोळ्यांची भुरळ पडली असणार. आल्याबरोबर आम्हा दोघींना तिने अगदी वाकून नमस्कार केला. त्यामुळे आई खूश झाली. कानडी पद्धतीची नाकात चमकी तिला शोभून दिसत होती.

मी सरळ सरळ विचारलं, ''आमचा दादा तुला आवडला का?'' ती खूप लाजली. पण एकदम म्हणाली, ''त्याशिवाय का मी इथं आपल्यापुढे उभी आहे?'' तिच्या चाणाक्षपणाचं कौतुक वाटलं.

''लग्न करून रहाणार कुठं?'' मी म्हटलं. ती हसून म्हणाली, ''जेथे राघव तेथे सीता.''

दादांनी तिला मी बहुतेक आमदारीणबाई आहे अस बहुधा आधीच सांगितलं असाव. ती म्हणाली, ''छायाताई, आमचे चार हात होणं सर्वस्वी तुमच्या हातात आहे.''

दादा म्हणाला, ''बेळगावचा प्रश्न छाया आमदारीणबाईंकडूनच सुटणार या बद्दल मला खात्री आहे.'' मी दोघांना शुभाशिर्वाद दिले. म्हटलं, ''काळजी करू नका. माझ्याकडून मी तुम्हाला जास्तीत जास्त मदत देईन. गो अहेड.''

रात्रीच प्रकाशला मोबाईल लावला.

''हॅलो प्रकाश, काय म्हणतेय नागपूर अधिवेशन? रुळलास का नाही त्या सभेच्या कामकाजाला?''

''अगं, फार मजा येते कामकाजात भाग घ्यायला. गुंड मुलं शाळेत भांडतात अगदी तशी हमरी तुमरीवर येतात मंडळी आणि मग सभापती मास्तर हातातला दंडुका बडवत बडवत दंगा शमवायचा प्रयत्न करतात. बरं, आज या अस्मादिकांची आठवण झाली?''

''हे बघ प्रकाश, मला तुझ्याकडून थोडी मदत हवी आहे.''

''बोला राणीसरकार, काय आज्ञा आहे?''

''प्रकाश, चेष्टा पुरे, तुमची ब्रह्मचाऱ्यांची खिंडीपलीकडची मठी, सध्या रिकामीच असणार ना?''

''हो. आता मी तरी ब्रह्मचारी रहाणार नाही बुवा.''

''प्रकाश, चावटपणा पुरे. जरा आबासाहेबांना विचार, काही दिवसांकरिता माझ्या दादाला देतील का ते विचार. दादाचं लग्न केवळ जागेमुळे अडलंय, आणि आपल्या लग्नाआधी त्याचं व्हावं अशी आमच्या मातोश्रींची इच्छा आहे.''

''राणी सरकार, आपण काळजी करू नये. काम झालंच म्हणून समज. पण तरीसुद्धा मी आबांच्या कानावर घालतो. आणि तुला एक दोन दिवसात कळवतो. कारण फ्लॅट आबांच्या नावावर आहे.

दुसऱ्या दिवशी रात्री अचानक माझा मोबाईल वाजला. फोनवर आबासाहेबांच्या आवाज ऐकून मी चपापलेच.

"हॅलो, छाया का? आबा बोलतोय."

"होय आबासाहेब, छाया बोलतेय."

"अगं, मला कधीपासून घाबरायला लागलीस?"

"काय झालं आबा?"

"अगं, आपला पुण्याचा फ्लॅट हवा तुझ्या दादाला तर मला सरळ विचारायचं, अग आता आमचं जे काही आहे ते सारं तुझेच. तू गैरवापर करणार नाहीस याची खात्री आहे. तुझ्या दादाचं लग्न अडलंय. तू त्याला म्हणावं काळजी करू नकोस. खुशाल आपला स्टार अपार्टमेंटमधलं फ्लॅट त्याला वापरायला देऊन टाकू. तू जुन्नरात आलीस की किल्ली घेऊन जा. आणि लवकरात लवकर तिथी बघून त्यांचा बार उडवून टाका."

"आबा, तुमचे आभार मानणे म्हणजे परकेपणाचं दर्शन घडेल. आबा तुमच्या दातृत्वाला सीमा नाही. तुमच्या ऋणातच मी राहू इच्छिते. रागावू नका. मी एकदम आपल्याला कसं विचारू जागेबद्दल, म्हणून प्रकाशला सांगितलं. आबा, तुमचे उपकार जन्मभर फिटणार नाहीत. तब्येतीला सांभाळून रहा. मी फोन बंद करते."

मी बातमी सांगितल्यावर दादा तर घरात येऊन मला उचलून खोलीभर नाचायलाच लागला.

आई म्हणाली, "पोरी, अग डोक्यावरचं केवढं ओझ उतरलं. म्हटलं, आहेच आमची छाया गुणाची. तू मंजूला घरी बोलावलंस तेव्हाच माझ्या लक्षात आलं. आमची छाया हा प्रश्न सोडवणार."

दुसऱ्या दिवशी मंजूचाच फोन आला, "ताई, आपले आभार कसे मानू. आमच्या दोघांच्या लग्नाचं सारं श्रेय तुम्हालाच."

दोनच दिवसांनी बेळगावहून तिच्या वडिलांचा फोन आला. लग्न बेळगावला व्हावे अशी त्यांची इच्छा होती. पुढील आठवड्यात बोलणी करायला ते पुण्यात येणार होते.

"दादा, बाबा— आजकालच्या काळात हुंडा मागायची पद्धत नाही. मी उद्या जुन्नरला चालले. मंजूचे बाबा आल्यावर शांतपणे बोलणे होऊ द्या. दादा, मला फोनवरून कळव काय होते ते."

मला जुन्नरला जाणे भागच होते. जुन्नर सोडून आठ दिवस झाले होते. आश्रमवासी स्त्रिया माझी वाट पाहात असणार.

जुन्नरला सकाळच्या गाडीने गेले. आईसाहेबांना ऐनवेळी त्रास नको म्हणून आधीच कळवलं होतं येणार म्हणून.

गेल्या गेल्या जेवायलाच बसले. जेवताना आबांना आणि आईसाहेबांना माझे प्रकाशपुराण चालू होते. त्याने कशी शपथ घेतली, किती रुबाबदार दिसत होता तो. सकाळी आम्ही टेकडी गणपतीचे दर्शन घेतले. ऐकून आईसाहेबांना खूप बरे वाटले. आबासाहेबांनाही मुलगा आपली गादी पुढे चालवणार याची खात्री होती.

५ वाजता संदीपला फोन लावला. "संदीप, मी येतीय. मागे राहिलेली सारीच कामे भरून काढते. जास्तीत जास्त वेळ आश्रमात मुक्काम करून काहीजणांचे शिक्षण मागे पडले आहे ते पूर्ण करीन. संदीप, अरे आता प्रकाश नागपूरात असल्याने जुन्नरला परतण्याची काही घाई नाही."

दुसऱ्या दिवशी सकाळीच आश्रमात गेले. मला बघताच साऱ्या महिला वर्गाला हायसं वाटलं. काहींनी तर चक्क टाळ्या पिटल्या. "बाई, तुम्ही आलात खूप बरे वाटले."

दुपारी जेवणही महिलांबरोबरच झाले. आल्यापासून संदीपची तशी गाठच पडली नव्हती. त्याची चारची चहाची वेळ साधून त्याच्या ऑफिसात त्याला गाठले. दिवसभराचा वृत्तांत त्याच्या कानावर घातला.

"संदीप, महिलांच्या शिवणविभागात आणि औषधी निर्माण विभागात दोन तीन चांगल्या महिला तयार करायला हव्यात. नाहीतर मी नसले तर दोन्ही भाग थोडे पांगळे होताहेत असं वाटतंय. दोन्ही विभागाकडून आश्रमाला चांगले उत्पन्न मिळतंय. ते विभाग चांगले चालले पाहिजेत."

"तू म्हणतेस ते खरं आहे. तू मोठ्या रजेवर जायच्या आधी चांगल्या बायका निवड. त्यांना योग्य ते मार्गदर्शन कर. महिनाभरात हे दोन्ही विभाग तुझ्या अनुपस्थितीत देखील चांगले चालले पाहिजेत. तुला माझ्याकडून काय मदत पाहिजे ते सांग."

"मला एवढेच हवे आहे की, तू रोज मला दिसला पाहिजेस, भेटला पाहिजेस. तुला पाहिलं की काम करायला दुप्पट उत्साह येतो. येते आठ-दहा दिवस मी इथेच राहीन म्हणते. उगाच दररोज जुन्नरला जा ये नको."

"अवश्य रहा. आश्रम तुझाच आहे. मात्र रात्री झोपावे लागेल ते महिला विभागातल्या गेस्ट रूममध्ये. चुकूनही माझ्या ऑफिसकडे सूर्यास्तानंतर तू फिरकता कामा नयेस."

"किती हुशार आहेस रे संदीप. या कसल्या तुझ्या अटी. म्हणजे रात्री जेवण पण तुझ्याबरोबर नाही घ्यायचं?"

"अग वेडे, गेले कित्येक दिवस मी रात्रीचा जेवत नाही. वासू रात्री ८।।-

९ ला दुधाचा ग्लास आणून देतो. ९ ते १०॥ दिवसभराच्या कामाचा आढावा घेतो. पत्रव्यवहार करतो. उद्याची कामं प्लॅन करतो. ११ ला निद्राधीन होतो. पहाटे ५॥ ला उठतो. ६ ला मॉर्निंग वॉक सुरू होतो ७॥ ला परत; तोपर्यंत वासू कॉफी-नाश्ता तयार ठेवतो. माझ आयुष्य मी आश्रमाच्या भल्यासाठी आखीव रेखीव केले आहे.''

''संदीप, तू ग्रेट आहेस. आश्रमाचं सांदीपनी नाव तुझ्या बाबांनी अगदी योग्य ठेवलंय. मी महिला वसतीगृहात राहिले तर रात्रभर तळमळत पडीन. काम कसं करू सांग संदीप.''

''सोपी युक्ती. रोज संध्याकाळी आश्रमाची जीप घ्यायची. जुन्नरला जायचं. रात्री झोपताना अंधारात 'प्रकाश' दिसला की आपोआप निद्रादेवी प्रसन्न होईल छाया.''

''ठीक आहे. तुझ्या उपदेशाबद्दल धन्यवाद. बघते आज येथे राहून.''
महिला विभागातली गेस्ट रूम तशी चांगली होती. आत बाथरूम-बेसीन होते. शेजारीच सेविकेची खोली होती. बेल वाजवली की दोन मिनिटात सेवेला हजर होई.

रात्री १० ला बेडवर गेले. थोडे वाचन केले. त्याशिवाय झोप येणं शक्यच नव्हतं. १०॥ चे सुमारास डोळे ओढायला लागले. दिवा ऑफ करून पडले. पण ५-१० मिनिटातच संदीप सारखा डोळ्यापुढे येऊ लागला. संदीप येथून जेमतेम ५००-१००० फुटांवर, पण मी त्याच्या जवळ जाऊ शकत नव्हते. मोठी कठीण परिस्थिती. त्याला कितीही डोळ्यापुढून दूर करायचा प्रयत्न केल तरी जाईना. शेवटी दिवा लावला. प्रकाश डोळ्यापुढे आला तेव्हा प्रकाशातच 'प्रकाशची' आठवण काढत बसले. ११॥ चे सुमारास सेविका आली. म्हणाली, ''बाई, झोप येत नाही का? इथं प्रथम येणाऱ्याच असंच होतं. इतक्या नीरव शांततेत झोप येत नाही. तुम्ही उठू नका. बाहेर स्वीच आहे. मी तुमच्या खोलीतला दिवा बंद करते.''

मग मात्र झोप केव्हा लागली कळल नाही. पहाटे ६ लाच जाग आली. पटकन तोंड धुऊन खाली आले. समोरून संदीप मॉर्निंग वॉकला निघताना दिसला.

त्याला गाठला. म्हटलं, ''शुभसकाळ संदीप.''

''शुभसकाळ! अगं, तू भेटलीस म्हणजे शुभसकाळच म्हणायची. काय झोप लागली का?'' संदीप.

''वा, काय चांगला यजमान आहे. आधी म्हणायचं लांब जाऊन झोप तिकडे कुठेतरी आणि नंतर विचारायचं झोप लागली का? अगदी छान लागली बरं!'' मी जरा छद्मीपणानंच बोलले. ''बरं, ते जाऊ दे. किती चालणारेस?''

''चांगले तासभर झपझप चालावे लागेल माझ्याबरोबर. कामात किंवा चालताना रेंगाळलेलं मला अजिबात आवडत नाही.''

"संदीप महाराजा, काय आवडत नाही सांगण्यापेक्षा काय आणि कोण आवडतं? ते सांगितलत तर बरं होईल. आणि चालायच म्हटलंस तर तुला हार जाणार नाही हे निश्चित" *(अरे जन्मभर तुझ्याबरोबर चालायचं होतं.)*

"आता आणखी एक सांगायचं राहिलंय," संदीप म्हणाला.

"आता आणखी काय बाबा?"

"हे बघ, चालताना एकमेकांशी बोलायच नाही. कँटीनमध्ये पोहोचल्यावर तोंड उघडायचे."

"अरे शहाण्या, हात धरला तर चालेल का? का ५ फूटवरून लांब चालायचं?" मी जरा चिडूनच विचारलं. "तुझ्या ब्रह्मचर्यव्रताला तडे जायचे."

आणि चिडूनच संदीपच्या हाताची बोटं माझ्या हातात गुंफून टाकली अन् त्याच्या बरोबरीने चालू लागले.

संदीपचं चालणं जोरात होतं. मात्र जिद्दीने त्याच्या बरोबर चालायचं ठरवलं होतं.

मधून मधून माझा श्वास जोरात चालायचा. बरोबर ७॥ ला कँटीनला परत आलो.

"अरे वासू, आज काय आहे नाश्त्याला?"

"साहेब, इडलीसांबार, अगदी वैशालीची आठवण येईल-"

"थोड्या इडल्या जास्तच आण. या छायाबाई खूप दमल्यात. खूप भूक लागलीय त्यांना."

५ मिनिटांतच वासू आला प्लेटी घेऊन.

"नमस्कार छायाबाई, आणि अभिनंदन."

"काय रे बाबा, अभिनंदन कशाबद्दल?"

"व्वा! तुम्ही आता आमदारीणबाई झालात. बातमी पोहोचली बरं आमच्यापर्यंत. बाई, लग्न कुठं होणार? साऱ्या आश्रमात चर्चा चालू आहे. इथल्या प्रत्येकाला तुमच्या लग्नाला हजर रहायचंय."

"खरं सांगू का वासू, अरे अजून काहीच ठरलं नाहीय. मुहूर्त पण काढला नाही. प्रकाशसाहेब गुंतलेत नागपूर अधिवेशनात. ते आले की बघू आणि अरे, आबासाहेब, आईसाहेबांच्या सल्ल्यानुसार होईल सारं काय ते व्यवस्थित."

नाश्ता करून खोलीवर परतले. थोडावेळ संदीपबरोबर आश्रमासंबंधी चर्चा झाली. संदीप खरा कार्यकर्ता. मला वाटायचं संदीप माझ्या लग्नाविषयी हनिमूनविषयी काही बोलेल. पण पठ्ठ्याच्या डोक्यात आश्रम एके आश्रम. संदीपच्या सहवासात आठ दहा दिवस संपले.

मी परत जुन्नरला आले. आईबाबांच्या बरोबर काही दिवस राहाणं जरूर होतं.

मला पाहिल्यावर आईंना बर वाटलं, "अगं, आता तुझ लग्न ठरलंय. थोडे कष्ट कमी कर. थोडा आराम कर. तब्येत सांभाळ."

"आईसाहेब, खरं सांगू का? अहो, आश्रमात गेलं की सारा शीण पळून जातो. आदिवासी स्त्रियांच्या चेहऱ्यावरचे हसू पाहिलं की आतापर्यंत घेतलेल्या कष्टाचे चीज झालं असं वाटतं. माझी तर साऱ्याजणी चातकासारखी वाट पहात असतात. साऱ्याजणी म्हणतात, बाई आम्ही लग्नाला येणारच."

आईसाहेब म्हणाल्या, "अगं खरंच ते. तुम्ही तिघांनी एवढे कष्ट करून आश्रम उभा केलाय. अगं, हे देहाती लोक अगदी लहान मुलांसारखे असतात. लहान मूल जसं प्रेम करणाऱ्याकडे जातं, तसंच या आदिवासी वनवासींना बरोबर कळतं त्यांचं भलं करणारे कोण आहेत ते."

तेवढ्यात आबासाहेब आले.

"अहो, प्रकाशच्या आई ऐकलंत का? तुमचे आमदारसाहेब महिनाअखेरीस येताहेत जुन्नरला. जरा गुरुजींना बोलावून घ्या. दोन चार दिवसात मुहूर्त शोधून ठेवू या. म्हणजे तयारीला वेळ मिळेल. काय छाया, बरोबर आहे ना?"

"आबा, मी का तुमच्या आज्ञेबाहेर? तुम्ही ठरवाल तो दिवस चांगलाच असेल."

प्रकाशच्या येण्याची मी चातकासारखी वाट पाहात होते. अधिवेशन संपल्याबद्दलचा अपेक्षित फोन आलाच. परतताना गर्दी होणार म्हणून प्रकाशने आधीच विमानाचं तिकिट बुक करून ठेवलं होतं. सकाळी १० च्या प्लेनने प्रकाश पुण्याला आला. टॅक्सी करून तडक शिवाजीनगरला आला. एशियाडमध्ये जागा मिळायचा प्रश्नच नव्हता. आता प्रकाश व्ही. आय. पी. होता. शिवाय बहुतेक कंडक्टर ओळखणारेच होते.

चार वाजता मी 'मारुती' घेऊन स्टँडवर हजर झाले. उतरता उतरता प्रकाशला गाठलेच. "वा, आमदाराच्या स्वागताची जोरात तयारी केली म्हणायची." प्रकाश खुशीत होता. शिवाय आता मी मारुती चालवत होते आणि प्रकाश शेजारी बसला होता.

"कशी आहेस?"

"तुला कशी वाटते?"

"जरा बारीक झाल्यासारखी वाटते." प्रकाश मिस्कीलीने बोलला.

पण मी म्हटलं, "खरं आहे रे. मी खरंच बारीक झाले. एकतर तुझा विरह. त्यातून आश्रमातल्या स्वामींबरोबर दररोज सकाळी ५ कि. मी. झपाझप चालणं.

अरे, ४ कि. वजन कमी झालं माझं.''

''कोण स्वामी आलेत आश्रमात?''

''कोण असणार? सांदीपनी ऋषी प्रत्यक्षच अवतरलेत.''

''अच्छा, अरे आमचा संदिप्या. बरं झालं आठवण केलीस.''

प्रकाशने लगेच संदीपला मोबाईल लावला.

''संदीप, अरे मी नागपूरहून आलोय तुला भेटायची खूप इच्छा आहे. ये ना आज रात्री वाड्यावर. गप्पा मारू.''

मला अस्सा राग आला प्रकाशचा. मी येथे होणारी बायको तडफडतीय आणि हा पठ्ठ्या मित्राला सांगतोय ये ना रात्री गप्पा मारायला.

तिकडून संदीपने प्रकाशला झापले असावं, ''अरे शहाण्या, तीन-चार आठवडे छायाबाई तुझ्या आगमनाकडे टक लावून बसल्यात. आजची रात्र तिच्या सहवासात घालव. मी येईन उद्या दुपारी.''

अर्थात आईसाहेबांच्या समोर आम्ही दोघं लग्नाआधी एका खोलीत झोपणं शक्य नव्हतं. पण पोटभरून गप्पा तर मारता येतील.

आबांनी, आईंनी दारातच स्वागत केलं. पंधरा-वीस कार्यकर्त्यांचा घोळका अंगणात घुसलाच. अधिवेशन संपल्याचं टी.व्ही वरील बातम्यात कळलं होतं सगळ्यांना.

आईसाहेबांना या सगळ्याची सवय होती. त्यांनी आचाऱ्याकडून अगोदरच चिवडा करून ठेवला होता.

मला तर थोडा रागच आला होता कार्यकर्त्यांचा. अरे, काही प्रायव्हेट लाईफ आहे का नाही? का मी वाट पहात रहायचं नवरा केव्हा सापडतो आपल्याला?

तासाभरात प्रकाशशी गप्पागोष्टी करत चहा-चिवड्याचा समाचार घेत ७ वाजता कार्यकर्ते पांगले, तेव्हा कुठे प्रकाश दिवाणखान्यात गप्पा मारायला आला.

प्रकाश उत्साहात बोलू लागला, ''आबा, खूप मजा आली. अधिवेशनात विरोधी पक्ष खूप तयारीने यायचा. तावातावाने आरोपप्रत्यारोपाच्या फेरी झाडायच्या. पण पार्टीचे खंदे जुने जाणकार आमदार अशी काही सडेतोड उत्तर द्यायचे की हवा भरलेल्या टायरला खिळा लागल्यावर टायर पंक्चर व्हावे तसे व्हायचे. तावातावाने भांडणाऱ्यांच्यातली हवा निघून जायची.

''मला खूप कौतुक वाटायचे आमच्या सिनियर आमदारांचे. या खेपेला मी चूपचाप राहून काय होते ते बघत रहायचे अशी भूमिका घेतली होती. मी नवीन होतो. माझ्यासारखे आणखी १०-१२ तरुण आमदार होते.

''बाबा, पण एक जाणवलं की फारसा अभ्यास न करता आमदार मंडळी

बोलतात. बऱ्याच वेळी ऐकीव माहिती असते. पण आबा, मी कॉलेजमध्ये व्यवस्थित शिक्षण घेतल्याने निश्चितच चांगल्या तऱ्हेने कामकाजात भाग घेऊ शकेन."

आबा म्हणाले, "प्रकाशराव, माझी तुझ्याकडून हीच अपेक्षा आहे. बरं, आता जरा आराम करा. उद्या सकाळी गुरुजी येणार आहेत मुहूर्ताच्या तारखा घेऊन."

मी स्वयंपाकघरात मदतीला गेले पण आईसाहेब किती चांगल्या. म्हणाल्या, "छाया, अग महिनाभर प्रकाश लांब होता. काम काय रोजचं आहेच. मी घेईन चांगुणाकडून काम करून. तू जा पाहू प्रकाशच्या खोलीवर, बिचारा तुझी वाट पाहात बसला असेल."

मी पडत्या फळाची आज्ञा घेऊन सटकलेच.

"राजे प्रकाश, छायाराणी आपल्या सेवेला हजर आहेत."

"तू जा. आईला मदत कर."

"अरे, आईंनीच ढकललं मला तुझ्या खोलीवर. प्रकाश उद्या गुरुजी यायचेत. काय ठरवलंय तू? आणि लवकरातला लवकर मुहूर्त घे. मला घाई झालीय तुझ्यात एकरूप व्हायची."

"हे बघ, उन्हाळी अधिवेशन सुरू होणार आहे. १ एप्रिलला. त्या आधी म्हणजे फेब्रुवारीअखेरीस तारीख बघू. आणि हे बघ, माझा या पत्रिका-बित्रिका मुहूर्त-बिहूर्त वगैरेंवर अजिबात विश्वास नाही. नसेल मुहूर्त तरी लग्न करू. अगं तू तयार मी तयार. मग कशाला थांबायच मुहूर्तासाठी? मियाँ बिबी राजी तो क्या करे गुरुजी? झालं समाधान. फेब्रुवारी अखेरीस चार हात. मार्चमध्ये हनिमून युरोपात."

"वेडा का काय तू, प्रकाश?"

"मी वेडा नाही, वेडी तू आहेस. अग युरोपची स्वरूपसुंदर भूमी म्हणजे स्वित्झर्लंड. बस्स ठरलं. आपला हनिमूत स्वित्झर्लंडमध्ये."

"तुझ्या पुढे मी काय बोलणार? त्यातून तू सत्ताधारी आमदार, त्यामुळे तुझे ऐकावेच लागणार!"

तेवढ्यात आईची जेवायला हाक आली. आईंनी जेवताना विषय काढलाच.

"प्रकाश, उद्या १० वाजता गुरुजी येणार आहेत. त्यांच्यापुढे फार चर्चा नको."

"आई, हे बघ, उद्या संदीप १० पर्यंत येणार आहे. तो आल्यावरच काय ते निर्णय घेऊ."

रात्री गादीवर पडले. पण झोप येईना.

महाबळेश्वरही ५-६ वर्षापूर्वी प्रथम पाहिलेली मी. आणि हनिमून स्वित्झर्लंडला. विश्वासच बसेना माझ्या भाग्यावर.

स्वित्झर्लंड कसे असेल? कुणी म्हणतं सगळीकडे बर्फच बर्फ, कुणी म्हणते

जगातली एकमेव लेक कंट्री, कुणी म्हणतं युरोप खंड सुंदर– तर स्वित्झर्लंड म्हणजे भूलोकीचा स्वर्गच.

आणि अशा देशात मी आणि प्रकाश. प्रकाश आणि छाया एकमेकांच्या बाहुपाशात चोवीस तास.

कसं व्हायचं माझं? लग्नाला तर अजून ३ महिने?

❑❑

: प्रकाश :

सकाळी ९॥ वाजताच प्रिय मित्र संदीप हजर. इतका आनंद झाला की बस्स.

माझ्या आयुष्यातली महत्त्वाची घटना लग्न. आणि ते ठरवायला संदीप हवाच. कुठं करायचं? कसं करायचं? कुणाला बोलवायचं? संदीप असला म्हणजे मला चिंता नाही. तो सगळ्या गोष्टी कशा विचारांनी ठरवतो,

आल्या आल्याच स्वयंपाकघरातच घुसला.

"छाया, तू चहा छान करते असं बाबा म्हणाले होते. चल मस्त चहा कर. आज तुझ्या हातचा चहा घ्यायचाय."

"अरे, तिला कशाला त्रास; मी करते ना," आईसाहेब.

"नाही आईसाहेब. अहो छाया आता कुठे आपल्याला सापडणार? जिथे प्रकाश तिथे छाया. आज सापडली अनायसे. तेव्हा छायाबाई, चहा सगळ्यांसाठीच आणि गुरुजींनाही. नाहीतर गुरुजींना सांगावे लागेल मुहूर्त लांबचे काढा म्हणून."

संदीप आला आणि वातावरण कसं प्रफुल्लीत झालं.

तेवढ्यात गुरुजीही आले. दिवाणखान्यातल्या गणपतीला हार घालून आम्ही सगळे स्थानापन्न झालो.

आबा म्हणाले, "अरे प्रकाश, आईसाहेबांना बोलाव आणि पाठोपाठ छायाला पण."

आईसाहेब आल्या. आल्या आल्या गुरुजींना नमस्कार करून आबासाहेबांजवळ बसल्या.

पाठोपाठ छायाही आली. सगळ्यांकरता चहा घेऊन. आई म्हणाली, "अरे प्रकाश, छाया- जोडीने गुरुजींच्या पाया पडा." आम्ही गुरुजी, आई, आबा सगळ्यांना नमस्कार केले. मी तर

संदीपला मिठीच मारली.

गुरुजी धीर गंभीर आवाजात म्हणाले, ''आबासाहेब दोघांच्या पत्रिका काही मिळाल्या नाहीत. त्यामुळे पंचांग पाहून फक्त शुभ दिवस काढू या आणि लग्नाची तिथी ठरवू या.''

मी म्हटलं, ''गुरुजी रागावू नका. पण मी पत्रिकांवर विश्वास ठेवणारा नाही. एनी टाइम इज गुड टाइम असं मानणारा मी, आईबाबांच्या समजुतीखातर तुम्ही पंचांग बघा, पण मी तर लग्नाला केव्हाही तयार आहे. फक्त अधिवेशनाच्या तारखा सोडून.''

''तेच ते'' गुरुजी म्हणाले, ''म्हणजे तुलाही कोणत्या तरी तारखा नकोत. तसं आम्हालाही वाटतं अमूक अमूक तारीख नको.''

तेवढ्यात आईसाहेब म्हणाल्या, ''जाऊ दे गुरुजी, नका वाद घालू प्रकाशबरोबर. तुम्ही तुमच्या पद्धतीने जा. आम्हालाही समाधान होईल. अहो, भविष्यात काय होईल कोणाला माहिती? पण आपण सारे काही रूढी परंपरेप्रमाणे करावं. बघा गुरुजी पंचांग, आणि मांडा तारखा, चांगली ग्रहस्थिती बघून.''

दिवाणखान्यात सगळीकडे शांतता पसरली. वातावरण उगाचच गंभीर झालं. तेवढ्यात संदीपने शांतताभंग केला.

''काय छायाबाई मग हनीमून कुठंय? का महाबळेश्वरला आराम लॉज बुक करू?''

''तूच जा महाबळेश्वरला.'' छाया थोडी रागातच बोलली.

''अगं, गेलो असतो ग, पण मला फकीराला, जंगली प्राण्याला बायको कोण देणार? बायकोच नाही तर हनिमून पण नाही.''

मी म्हटलं, ''संदीप, अरे छाया रागावलीय बरं का. नको तिच्या फिरक्या घेऊ.''

तेवढ्यात गुरुजींचं पंचाग वाचन पूर्ण झालं. म्हणाले, ''आईसाहेब, यावर्षी मुहूर्त खूप कमी आहेत. चैत्री पाडव्यानंतर म्हणजे साधारण १५ मार्चनंतर ७-८ मुहूर्त आहेत. त्या तारखा लिहून देतो.''

गुरुजींनी एका कागदावर वरती श्री वगैरे लिहून- लग्नकार्यास शुभ दिवस खालीलप्रमाणे- असे लिहून मार्च एप्रिलच्या तारखा लिहून दिल्या.

अधिवेशन १ एप्रिलला सुरू होणार. म्हणजे त्याकाळात काही लग्न करता येणार नाही.

''आबा, आई'' मी म्हटलं, ''मार्चच्या पहिल्या आठवड्यात लग्न ठरवू.'' आई जरा चिडलीच. एवढी कसली घाई लावलीय.

''अगं आई, मी हनिमूनला युरोपात जाणार आहे. जाऊन-येऊन निदान

१०-१२ दिवस जाणार. म्हणजे आल्याआल्याच अधिवेशनाला जायची घाई नको.''

"ते काही नाही प्रकाश. आम्ही आपली जुन्या वळणाची माणसं. गुरुजींनी १५ मार्चनंतर मुहूर्त काढलेत ना. हं. वाचा गुरुजी. मार्चच्या तारखा.''

"आईसाहेब १७ मार्च आहे. २५ मार्च आहे. बस दोनच तारखा मार्चमध्ये.''

"आई, १७ मार्च चालेल.''

"अरे, छायेला काही विचारशील का नाही. ती आपली गप्प बसून आहे.''

"संदीप, तुझं काय मत आहे?'' आबा म्हणाले.

"आबासाहेब, मी काय मत देणार? छाया आणि प्रकाश दोघे तयार आहेत १७ मार्चला चार हात करायला. फक्त आता लग्न कुठं करायचं, किती थाटात करायचं ते आता ठरवा. म्हणजे मी तयारीला लागतो.''

"प्रकाश, लग्न जुन्नरात करू या; आपले इथल्या लोकांशी रोजचे संबंध आहेत. आपले मतदार आहेत ते, त्यांना टाळून चालणार नाही,'' आबा म्हणाले.

तेवढ्यात छाया म्हणाली, "आबासाहेब, अहो आश्रमात येणाऱ्या बायकांनी रोज विचारून भंडावून सोडलय. मी मध्यंतरी आदिवासी भागात जाऊन आले. आबासाहेब, तिथल्या वृद्ध मंडळींनी तर प्रकाशला लहानपणापासून पाहिलंय. त्या सगळ्यांना लग्नाला यायची इच्छा आहे.''

तेवढ्यात संदीप म्हणाला, आबासाहेब मला जरा या विषयावर बोलायचंय.

"अरे वेड्या, तू तर आमच्या घरचाच मेंबर. परवानगी कसली मागतोस. तुझ्या भावाचं लग्न. तूच तर सगळा पुढाकार घ्यायचाय, आम्ही दोघे आता वृद्ध झालो. अक्षता टाकायला येऊ.''

संदीप म्हणाला, "प्रकाश, मी लग्नासाठी जागा सुचवू का?''

"अरे, तू योग्य तेच सुचवणार.'' मी म्हटलं.

"आबा-आई, माझ्या मनात प्रकाश छायाचं लग्न सांदीपनी आश्रमात करावं असं आहे. याला अनेक सबळ कारणे आहेत. आश्रमाच्या आवारात मध्यभागी खूप मोकळी जागा आहे. त्यावर मांडव घालता येईल. आपला भटारखाना बऱ्यापैकी मोठा आहे. त्याच्या मागील बाजूस शेड टाकून स्वयंपाक होऊ शकेल.

"आश्रमाच्या उद्घाटनाच्या सभेला केलेले हेलिपॅड अजून चांगल्या स्थितीत आहे. मुख्यमंत्री, उपमुख्यमंत्री, बाकीचे मंत्रीपण हेलिकॉप्टरने आले किंवा कारने आले तरी पार्किंगला भरपूर जागा आहे.

"आपल्या आश्रमात ४०-५० खोल्या आहेत. ४-५ मोठमोठे हॉल आहेत, आलेल्या पाहुण्यामंडळींची त्यांच्या दर्जाप्रमाणे राहायची सोय करता येईल.

"आश्रमाचा सगळा सेवक वर्ग आपल्या प्रकाशभाऊचं, आपल्या छायाबाईचं

लग्न आहे म्हणून मनापासून आनंदाने काम करेल.

"आणि सगळ्या आदिवासी वनवासी मंडळींना लग्नाला येणं सोयीचे होईल हे फार महत्त्वाचे.

"राहता राहीला जुन्नरकरांचा प्रश्न. बहुतेकांकडे मोटार सायकली आहेत. शिवाय आपण २-३ एस. टी. बसेस दिवसभरासाठी मागवू. जुन्नर ते सांदिपनी आश्रम व परत."

सगळेजण शांतपणे संदीपच बोलणं ऐकत होते.

तेवढ्यात आईसाहेब म्हणाल्या, "संदीप, तू खरोखरीच विचारी आहेस. किती योग्य तऱ्हेने तू हा विषय मांडलास."

आबा म्हणाले, "मला तरी संदीपची कल्पना आवडली. छाया प्रकाश तुम्हाला काय वाटतं?"

"आबा, तुम्ही आमचं हिताचंच बघणार. आम्ही तुमच्या शब्दाबाहेर नाही. संदीपची कल्पना खरोखरच आवडली.

"ज्या आश्रमामुळे आम्हा सगळ्यांच नाव सर्वतोमुखी झालं. त्या आश्रमातच लग्न; किती सुरेख कल्पना."

आबा म्हणाले, "आणि प्रकाश, याचा तुला पोलिटीकल ॲडव्हान्टेज नक्की मिळणार."

"आबा, त्याची मला काळजी नाही. लग्नाला किती जणांना बोलवायचे, कोणाला बोलवायचे, कोणाला नाही याचीच काळजी वाटते."

संदीप म्हणाला, "प्रकाश, ते सगळं आमच्यावर सोपव," तेवढ्यात आईसाहेबांची पान वाढलीत म्हणून हाक ऐकू आली.

चला, बाकी चर्चा जेवणानंतर म्हणून सगळे स्वयंपाक घराकडे वळले. आईसाहेब खुशीत होत्या. सगळ्यांना, विशेषत: संदीपला, जातीने आग्रह करत होत्या. नाहीतरी आईंचा संदीपवर विशेष जीव होता.

जेवणं आटोपली. गुरुजींनाही भोजन आवडले होते. भोजनोत्तर गुरुजींनीही निरोप घेतला. निघताना म्हणाले, "आबासाहेब, तारीख पक्की असेल तर मुहूर्त एक दोन दिवसात कळवतो. दोघांच्या जन्मतारखा मिळाल्यातर बरं होईल." मी एका कागदावर माझी आणि छायाची जन्मतारीख लिहून कागद गुरुजींकडे दिला.

भोजनोत्तर चर्चा पत्रिका छपाईवर आली. छाया म्हणाली, "बापरे, ५-६ हजार तरी पत्रिका छापाव्या लागणार!"

संदीप म्हणाला, "काही जरुरी नाही. माझ्या डोक्यात वेगळीच कल्पना घोळतीय. हे बघा, लग्नाला अजून निदान २, २॥ महिने आहेत. आता अधिवेशन

नाही. आपल्या आदिवासी पट्ट्यात प्रकाश आणि छाया यांनी दौरा करायचा. जीप मी चालविणार. राजा-राणींनी सर्व वाड्यांवर, वस्तींवर समक्ष आमंत्रण करायचं. पत्रिका द्यायची काही आवश्यकता नाही. राजा-राणी समक्ष लग्नाचं आमंत्रण द्यायला आले याचा साऱ्या आदिवासी मंडळींना खूप आनंद होईल. माझ्या अंदाजाने निदान ३-३।। हजार आदिवासी मंडळी लग्नाला जेवायला हजर राहतील.

"राहता राहिली राजकीय संपर्कातली मंडळी आणि नातलग. परंपरागत पत्रिका छापायच्या नाहीत.

"आबासाहेब पत्राद्वारे सगळ्यांना प्रकाशच्या लग्नाचं आमंत्रण देत आहेत अशी कल्पना करा.

"दोन-चार दिवसात मी मजकूर तयार करतो. तो पर्यंत मुहूर्ताची वेळ कळेल.

"आपल्या छायाचं अक्षर छान आहे. तिच्याच अक्षरात एक सुंदर पत्र तयार करू. खाली आबा-आईची सही होईल. जास्तीत जास्त २-२।। हजार पुरेत ही पत्रे. पुढील आठवड्यात पुण्याला जाऊन एका दिवसात छापून आणतो."

मी म्हटलं, "संदीप, यू आर सिंपली ग्रेट." कितीतरी वेळ संदीपचा हात हातात घेऊन उभा होतो.

संध्याकाळी संदीप आश्रमावर परत गेला.

□□

: छाया :

दोन-चार दिवसांनी गुरुजी आले. मुहूर्त काढला होता. १७ मार्च, गोरज मुहूर्त. सायंकाळी ५.०० वाजता.

प्रकाशने लगेचच लाडक्या संदीपला फोन केला.

"मित्रा, मुहूर्त ठरला, कधी येतोस पत्रिकेचा मजकूर तयार करायला?"

"आलोच, उद्या सकाळी जेवायलाच तुझ्या घरी."

संदीपनं येतानाच पत्राचा मजकूर लिहून आणला होता. केवढा हा उत्साह! *(मित्रासाठी का मला कटविण्यासाठी?)*

जेवणं झाली. संदीपनं लिहून आणलेलं पत्र कम् पत्रिकेचा मजकूर वाचून दाखविला. सगळ्यांनाच आवडला. मला विशेष आनंद वाटायचं कारण माझ्या लग्नाच्या पत्रिकेचा मजकूर संदीपनं तयार केला आणि माझ्या हस्ताक्षरात सगळ्यांना पत्र जाणार.

रात्री आईला मोबाईल लावला.

आनंदाची, आयुष्यातल्या महत्त्वाच्या घटनेची बातमी आईला दिली. "छाया, अग अत्यानंद झालाय हे सगळं ऐकून. पण तू लगेच पुण्याला ये. आपल्याला खूप गोष्टी ठरवाव्या लागतील."

"मी एक दोन दिवसात नक्की येते."

दुसऱ्या दिवशी संदीप म्हणाला, "छाया, बाजारात जाऊन काळ्या शाईचे जेलपेन घेऊन ये आणि लाल शाईचे पण आण. ऐतिहासिक दस्तऐवज कसा उभ्या कागदावर लिहिलेला असतो तसे कागदही आण. नाहीतरी तुमच्या लग्नाचे निमंत्रण म्हणजे अनमोल दस्तऐवजच असणार."

"संदीप, चेष्टा नको हं. नाहीतर मी लिहिणारच नाही."

"नको लिहू. लग्नाला कोणाला बोलवायला नको." संदीप

चावटपणाने बोलला. अर्ध्या तासात सगळं साहित्य घेऊन आले.

संदीप सांगू लागला,

"हं, लिही.

कळविण्यास अत्यानंद होत आहे की, शिवाई कृपेने व लेण्याद्री गिरिजात्मकाच्या आशीर्वादाने आमचे चिरंजीव प्रकाशराव व छाया यांचा शुभविवाह करण्याचे ठरले आहे...............

....

....

....

आपला
आबासाहेब जुन्नरकर (माजी आमदार)

लिहिताना माझ्या अंगावर रोमांच उठत होते. सारे पत्र सुरेख हस्ताक्षरात काळ्या रंगात आणि आमची नावे लाल रंगात. पत्र लिहून आबासाहेबांपुढे ठेवले. आबासाहेबांनी पूर्ण वाचले आणि खाली झोकात सही केली.

दुपारची जेवणं झाली. मी आईबासाहेबांपुढे विषय काढला.

"आईसाहेब, आईने पुण्याला बोलावलंय. ४-५ दिवस जायचं म्हणते. लग्नाची तयारी करायचीय आईला.''

"अगं, विचारायची जरुरी नाही. तुला आश्रमाच्या कामामुळे येथे राहावे लागले आहे. नाहीतर लग्न होईपर्यंत पुण्याला राहता आले असते.''

संदीपने आश्रमाची जीप आणली होती. मी आईसाहेबांची परवानगी मिळताच संदीपला म्हटले, "संदीप पुण्याला जाणार असशील तर मी येणारय.''

"चला आमदारीणबाई. तुमच्याच लग्नाच्या पत्रिका छापायला टाकायच्यात एक दोन दिवसात मिळतील. तोपर्यंत आश्रमासाठी थोडीफार खरेदीही करता येईल.''

एक वाजता जुन्नर सोडलं.

बरेच दिवसांनी संदीपबरोबर जीपने प्रवासाचा योग आला.

मागे एकदा पुण्याला खरेदीला गेलो. श्रेयसला जेवलो नंतर थोडी चिडचीड झाली होती. सारे काही आठवले.

या खेपेस सरळ घरी जावे हे बरे.

गाडी नाशिकरोडला लागली. संदीप सफाईने गाडी चालवित होता.

मी सहज म्हटलं.

"संदीप, आश्रम ठीक चाललाय ना? मला वाईट वाटतंय मी आता पूर्ण योगदान देऊ शकणार नाही." संदीप शांतपणे म्हणाला, "कोणी असो वा नसो. आश्रम चालतच राहणार. अजून बळकट आर्थिक पायावर आश्रम उभा राह्यला हवा." गप्पा मारता मारता पेठ, खेड ओलांडले. मला भामा टी हाऊसची आठवण झाली. ४ वाजले होते. चहाची वेळ होती.

"संदीप, गाडी भामा टी हाऊसला थांबव. आज भजी खायची तल्लफ आलीय आणि मला मस्तपैकी चहा आणि तो सुद्धा तुझ्याकडूनच हवा."

चहा पिता पिता संदीपला म्हटलं.

"संदीप, आता पुन्हा इथं यायला मिळेल न मिळेल सांगता येत नाही, या हॉटेलशी खूप आठवणी निगडित आहेत. लग्न झाल्यावर बहुधा मुंबईलाच राहाव लागणार असं दिसतंय."

संदीप काहीच बोलला नाही.

"संदीप, एकदा मुंबईला चल ना आमच्याबरोबर. अरे काय मस्त फ्लॅट घेतलाय प्रकाशने. खिडकी उघडली की समोर अथांग समुद्र आणि गेस्ट रूम सुद्धा आहे. तुला मुंबईत येऊन आराम करायला. तुला आवडेल जागा."

संदीप म्हणाला, "अगं, मी आणि माझा आश्रम बरा. कधी कंटाळा आला तर पुण्याला चक्कर. मुंबईची चैन कशाला?"

"बरं बाबा, नको येऊस मुंबईत. नाही बोलावत."

"हे बघ रागावलीस. माझा म्हणण्याचा हेतू एवढाच की, आराम करणं माझ्या पिंडात नाही. आता मुंबईला येणे भाग पडलंच तर येईनही आणि तुझ्याकडेच राहीन."

माझी कळी खुलली.

"चल संदीप, निघू या. गप्पा खूप झाल्या. आता मला आईची आठवण येतीय. पुण्यात गेलो की गाडी प्रथम माझ्या घराकडे घे."

घराच्या दारात ५॥ ला उतरले. "संदीप, आत ये ना. असं परक्यासारखा बाहेर का थांबलायस."

संदीप आत आला.

"आईसाहेब, घ्या तुमचे पार्सल ताब्यात." संदीपच्या येण्याने घरात चैतन्य पसरले.

"निघू मी."

"अरे संदीप, चहा तरी घेशील का नाही?"

"नको आई, नुकताच झालाय."

तेवढ्यात मी म्हटलं, "आई, नको करू चहा. पण संदीप रात्री जेवायचं काय करणारेस? बाहेर जेवायचं नाही. कितीका वाजेनात कामे करायला. जेवायला घरी ये. मी वाट पाहीन."

संदीप नाही म्हणणं शक्यच नव्हतं.

मी आल्याने आईला खूप बरं वाटलं. मी म्हटलं, "आई, मी स्वयंपाक करते. संदीपच्या आवडी-निवडी मला माहीत आहेत."

संदीप रात्री ९ वाजता जेवायला आला. बाबा, दादा व संदीप सगळ्यांची पाने वाढली.

गप्पा अर्थातच माझ्या लग्नाबद्दलच्या चालल्या होत्या. तेवढ्यात आई म्हणाली, "संदीप, तुझे उपकार कसे फेडावेत हेच समजत नाही."

"अहो हे काय आई, कसले उपकार? काय बोलताय. मला काही कळत नाही."

"अरे संदीप, काही वर्षांपूर्वी तुझ्या वडिलांसाठी लेखनिक म्हणून छायाची निवड केलीस. छाया जुन्नरला आली आणि आता कायमचीच तिकडची झाली. तू छायाला बोलावलंच नसतं तर आजचा दिवस दिसला नसता."

"अहो, मी काय निमित्तमात्र. पण छायानं जुन्नरकर मंडळीवर काय इंप्रेशन मारलय म्हणून सांगू?"

"पुरे पुरे, संदीप, उगाच हरभऱ्याच्या झाडावर चढवू नको. त्यापेक्षा जेवणाकडे लक्ष दे. अरे आणखी एक आनंदाची बातमी सांगायची राहिलीय. आमच्या दादानं एक सुंदरी पटकावलीय. त्यामुळे आता आधी दादाचं लग्न, मग माझं."

"काँग्रॅच्युलेशन्स दादासाहेब." संदीपने मनापासून दादाचे अभिनंदन केले.

"काय मग केव्हा आणि कुठे उडवताय बार?"

"पुढील महिन्यातच पण बहुधा बेळगावला होणार असं दिसतंय. संदीपराव, तुम्ही आणि प्रकाशरावांनी आलंच पाहिजे बेळगावला."

"यायची खूप इच्छा आहे रे. पण आश्रमातून सुटका तर व्हायला पाहिजे ना. बघू या कसं काय जमते ते."

मी तेवढ्यात संदीपकडून पत्रिकेचा मी लिहिलेला कागद मागून घेतला.

"आई-बाबा, अहो संदीपची आयडिया पाहिलीत का? पत्रिकाच पत्र स्वरूपात तयार केलीय आणि आई, गंमत बघ- माझ्या लग्नाच्या आमंत्रण माझ्याच अक्षरात? बाबा, आपल्या पत्रिका छापायच्या ना? संदीप, तू सकाळी प्रेसवर जाणारेस ना? मग मी पण येते सकाळी तुझ्याबरोबर. बाबा, रात्री मजकूर तयार करा. अगदी साधेपणाने पत्रिका छापू या आणि हो दादा, एकदोन दिवसात तुझ्याही पत्रिका

छापायच्यात. पटापट बेळगावशी फोनाफोनी करा. बेट्या, आधी लग्न तुझं मग माझं. आणि मला तर घाई झालीय.''

दादाने बेळगावला फोन लावला. दुसऱ्या दिवशीच मंजूचे आई बाबा पुण्याला आले.

दादाने मला चक्क विनंती केली. ''छाया, या चर्चेसाठी तू थांबायलाच हवं.'' सकाळीच आमच्या पत्रिकेचा मजकूर तयार केला आणि संदीपकडे पोचवलादेखील.

संध्याकाळी सहा वाजता मंजू आणि तिचे आईबाबा आले. आमच्या बंधूराजांनी माझी चक्क आमदारीणबाई म्हणून ओळख करून दिली.

आमच्या बाबांनी आईने— ''बाई छाया तूच बोलण्यात पुढाकार घे.'' असं दुपारीच सुचवलं होतं.

मंजूच्या वडिलांची इच्छा लग्न बेळगावात करावं अशी होती. ''तुम्ही सगळे बेळगावला या आम्हाला खूप आनंद होईल.'' तिचे बाबा म्हणाले.

''हे बघा, मंजूचे बाबा, आम्हाला कोणालाही हुंड्याची अपेक्षा नाही. मात्र आम्ही १५-२० जण लग्नाला अवश्य येणारच.''

''अहो, चांगले २५ जण या ना. सगळा खर्च आमचा. आरामात दोन दिवस रहा. बेळगावात छान कार्यालये आहेत आणि बेळगावची हवा. तुम्हाला सोडवणारच नाही बेळगाव. आणि ताई तुमचे पण अभिनंदन लग्न ठरल्याबद्दल. आणि हे पहा, तुम्ही दोघांनी यायलाच हवे.''

खेळीमेळीच्या वातावरणात बोलणी पार पडली. फेब्रुवारीची तारीख काढायची ठरली. आईने लगेचच जवळच्या गुरुजींना पंचांग घेऊन बोलावलं.

गुरुजींनी तीन फेब्रुवारी तारीख काढली. मंजू-दादा खुषीत होते.

दादांनी रात्री सगळ्यांना श्रेयसमध्ये पार्टी दिली. बेळगावकर मंडळी रात्री बाराच्या ट्रॅव्हल्सने परतही गेले.

घरात आमच्या दोघांच्या लग्नाची लगबग सुरू झाली. मंजू-दादा एकाच ऑफिसात असल्याने जास्त रजा मिळणं शक्य नव्हतं. दोघांनी महत्प्रयासाने दोन आठवड्याची रजा मिळवली.

मी दादाला म्हटलं, ''काय दादासाहेब, हनिमून कुठं?'' पण मंजूनं सारं प्लॅनिंग आधीच केलं होतं.

लग्नाच्या आदल्या दिवशी सकाळी घरची सारी मंडळी, मित्र मंडळी स्पेशल बस करून बेळगावकडे निघाली.

आमचे आमदारसाहेब, मी आणि संदीप इनोव्हाने पाठोपाठ बेळगावकडे कूच केले. वाटेत कोल्हापूरला जेवण केलं. मी अंबाबाईच्या दर्शनाचा हट्ट धरला.

संदीप चेष्टा करायची संधी थोडीच सोडणार?

"अरे प्रकाश, अंबाबाईला अंबाबाईचं दर्शन घेऊ दे बाबा. लग्न होईपर्यंत अंबाबाईला खूश ठेव."

"छान!" मी चिडून म्हटलं, "छान सांगतोयस हं संदीप. म्हणे लग्नापर्यंत खूश ठेव. म्हणजे लग्नानंतर खूश ठेवलं नाहीस तरी चालेल. आणि मी अंबाबाई काय?"

(बच्चमजी संदीप, केव्हातरी अंबाबाईचा रुद्रावतार बघशीलच तू)

दर्शन घेऊन तीनला कोल्हापूर सोडलं. २ तासात पाच वाजता बेळगावात प्रवेश केला.

टिळकवाडीच्या रस्त्याला 'दर्शनमंडपम्' म्हणून प्रशस्त कार्यालय होतं. दारातच स्वागताला मंजूच्या घरची मंडळी होती. कदाचित प्रकाशच्या आमदारपणाचं त्यांच्यावर दडपण असावं.

पण आम्हा तिघांना प्रशस्त खोली मिळाली.

रात्री सीमान्त पूजनाचा छानदार कार्यक्रम झाला. सगळ्या बायकांच्या डोक्यात अबोलीचे गजरे. मी तर या गजऱ्यांच्या एवढी प्रेमात पडले, की दोनचार गजरे मागून घेतले.

कोणत्याही लग्नाच्या आदल्या दिवशी रात्री गप्पांना, चेष्टा मस्करींना ऊत येतो. रात्री बारा वाजले याचा कोणालाच पत्ता नाही.

शेवटी मंजूचे बाबा आले. म्हणाले, "मंजू, उद्या सकाळी १० ला लग्न आहे. लक्षात आहे ना?"

शेवटी साडेबाराला गप्पांची मैफिल थांबली. आमचे आमदारसाहेब मात्र १०-१०।। लाच रिटायर झाले होते.

प्रकाशने हुशारीने दुसऱ्या खोलीकडे कूच केले. मी रूमकडे निघाले. दिवा लावला. खोलीत नेमकी एकच कॉट होती. म्हटलं वा! डोक्यावरचे अबोलीचे गजरे हातात घेतले दिवा मालवला अन् प्रकाशच्या कुशीत शिरले. प्रकाशने थोडी चुळबूळ केली पण बहुधा दिवसभराच्या प्रवासाने दमला असावा.

अबोलीचे गजरे जणू काही अबोलाच सांगत होते. अबोलीचे गजरे एका हातात आणि दुसरा हात प्रकाशच्या अंगावर. त्या धुंदीतच झोप लागली. झोपताना म्हटलं "थँक्यू संदीप."

सकाळी ६।। वाजता सनईच्या आवाजानेच जाग आली. मला कार्यालयातलं वातावरण फार आवडलं. सगळीकडे छान छान कपडे घातलेली माणसं. काही आरामात गप्पा मारत बसलेली. बायकांची उगाचच लगबग, बच्चे मंडळीची पळापळ,

शिवणापाणी, गुरुजींच्या सूचना. हार, गजरे, अत्तरे, गुलाबपाणी छान छान सुगंधी वातावरण. सकाळी १० ला मुहूर्त होता.

कर्नाटकी पद्धतीने नाकात चमकी घातलेली अन् टिपिकल कर्नाटकी शालू नेसलेली मंजू छान दिसत होती.

दहा वाजता मुहूर्त होता. सगळे विधी आधीच झाले. ११ लाच पंगत बसली होती. बेळगावकडे अजून बुफेचं वारं पोचलेलं नव्हतं.

जेवताना आपल्या पुण्यामुंबईसारखे श्रीखंड, आम्रखंड, जिलेबी वगैरे पक्वान्ने नव्हती. तर चक्क खास बेळगावी मांडे होते. १०-१२ बायका उलट्या माठावर मांडे भाजत होत्या. गरम गरम मांडे खायला मस्त लागत होते.

जेवणाची पहिली पंगत उठली. आम्ही आमच्या लग्नाच्या पत्रिका बरोबरच नेल्याच होत्या.

मंजूच्या आईबाबांना आमच्या लग्नाचं आग्रहाचं आमंत्रण दिलं. आम्ही तिघं आल्याने त्यांनाही खूप बरे वाटले.

दुसऱ्या दिवशी मंजूच्या घरी सत्यनारायण होता. आमच्या घरच्या मंडळींनी दुसऱ्या दिवशी सत्यनारायणापर्यंत थांबायचे ठरवले. दुसऱ्या दिवशी भोजनोत्तर मंजू व दादा बंगलोर-म्हैसूरला हनिमूनसाठी कूच करणार होते.

आम्ही आमंत्रणं केली आणि पुण्याकडे निघालो.

इनोव्हा गाडी ऐसपैस होती. मागे तिघेही आरामात बसलो असतो. पण संदीप ड्रायव्हरशेजारी पुढे बसला. मागे आम्ही दोघेच.

(लग्न ठरल्यापासून संदीप थोडा लांब लांब राहतोय. असं माझ्या लक्षात आलं होतं) मी म्हटलं "का रे, संदीप पुढं बसलायंस? ये की मागे. अरे गाडी भली मोठी आहे दाटी होणार नाही."

"अगं तसं नव्हे ग. जेवणं झालीत, ड्रायव्हरचही जेवण झालंय. त्याच्याशी गप्पा मारत बसणार आहे. म्हणजे दोघांनाही पेंग येणार नाही. शिवाय ऽऽ –

"काय शिवाय? काय? बोल की, गप्प का बसलास एकदम?"

"काही नाही. टू इज कंपनी थ्री इज क्राऊड?"

मी एकदम ओरडलेच, "संदीप, तू परक्यासारखा वागायला लागलास बरं का?"

प्रकाश म्हणाला, "छाया, का त्रास देतीस त्याला. तो माझा रक्षणकर्ता आहे. त्याचे बरोबर आहे. मागे बसून सगळेच पेंगायला लागलो, ड्रायव्हरला डुलकी लागली, गाडी कुठेतरी भरकटली तर?"

मी गप्प बसले. *(संदीप माझ्या शेजारी हवा होता मला.)*

संध्याकाळी ६ वाजता पुण्याला पोहोचलो. गाडी डायरेक्ट माझ्या घरी. मंडळी ''फ्रेश व्हा जरा आराम करा. मस्त चहा करते आणि एक आयडिया. संध्याकाळी वैशाली. पुन्हा एकदा पहिल्या भेटीची आठवण होईल. कदाचित आपल्या तिघांचं एकत्र वैशालीत जाणं आजचं शेवटचंही असेल.''

रविवार नसल्यानं अगदी तुडुंब गर्दी नव्हती. पण थोडं थांबावं लागलं. दहा पंधरा मिनिटात कोपऱ्यातलं वेलीखालचं टेबल मिळालं. पुन्हा एकदा तोच मेनू. वडासांबार, कॉफी.

बिल मात्र संदीपनं पे केलं.

रात्री मला घरी एकटीला झोप येणं शक्य नव्हतं. शेवटी दोघेही माझे घरी मुक्कामाला आले. खूप बरं वाटलं. रात्री १२-१ पर्यंत गप्पा झाल्या.

संदीप मात्र थोडा रिझर्व वाटत होता.

मीच म्हटलं, ''संदीप, मला वाटतंय, तू काहीतरी काळजीत असावास. काय असेल ते स्पष्ट सांग. आम्ही दोघं काही तुला परके नाही.''

''बाबांच्या तब्येतीची काळजी वाटतीय. फार हिंडत फिरत नाहीत. फार बोलत नाहीत.

''दुसरी काळजी आश्रमाची, औषधांची विक्री कमी होतीय. त्यातून सरकारकडून गेली पाच वर्षं मिळणारी मदत पुढे मिळेल का नाही याची शंका वाटतीय. प्रकाश, तुला मात्र लक्ष घालावे लागेल. अरे, नवे मुख्यमंत्री आलेत. जुन्या मुख्यमंत्र्यांनी जाहीर केल्याप्रमाणे पाच वर्षे मदत मिळाली. नव्या मुख्यमंत्र्यांना तुला भेटावे लागेल. आश्रमाबद्दल पटवावे लागेल.''

प्रकाश म्हणाला, ''तू काळजी करू नकोस संदीप. अरे, मुंबईला गेलो की, माझे सर्व प्रयत्न सुरू होतील. समजा, सरकारी मदत नाही मिळाली तर मुंबईत अनेक धनाढ्य मंडळी आहेत. देणग्या गोळा करू. संदीप, अरे आश्रम आपल्या तिघांचा आहे. काळज्या आमच्याकडे सोपव आणि तू आनंदात रहा.

''छाया, मस्त कॉफी कर. खास संदीपसाठी कॉफी आणि तुझ्या हातची घेतली की संदीप मूडमध्ये येईल.''

दुसऱ्या दिवशी आरामात उठलो. चहा खाणे आटपून संदीप-प्रकाशने जुन्नरकडे कूच केले.

आता माझा मुक्काम लग्न होईपर्यंत पुण्यात.

❑❑

: प्रकाश :

मुंबईचा फ्लॅट ताब्यात मिळाला. छायाला लगेचच आनंदाची बातमी दिली.

"छाया, मुंबईला जाण्यासाठी थोडावेळ काढ. थोडंफार फर्निचर करायचंय. थोडं फार विकत घेऊ या. मुंबईला छान इम्पपोर्टेड फर्निचर मिळतं. कधी निघायचं सांग. मी गाडी घेऊन पुण्याला येतो."

"अरे, तुला जमेल तेव्हा ये. मी केव्हाही यायला तयार आहे. अशा कामाला उशीर कशाला?"

दोनच दिवसांनी छायाला घेऊन मुंबईला पोहोचलो. जेवण केलं. माखियाला फोन लावला.

"बोलो साब. क्या सेवा करूँ? फ्लॅटके डॉक्युमेंट सब ठीक है ना."

"देख माखिजा, थोडा अच्छा फर्निचर लेनेका है."

"साब, अभी आता हूँ आधे घंटेमे." माखिया नवीन फ्लॅटवर आला.

"साब, आप तो आमदार है। आपका फ्लॅट पुरा इंटिरयर फर्निचर के साथ बनाओ. मॅडमका किचन भी ऐसा बन जायेगा कि देखते रहो. बेडरूम तो फाईव्हस्टार हॉटेल जैसी बनेगी. आप कोई चिंता मत करो, मै हूँ ना । बस मॅरेज करो. रहनेके लिये आ जाओ."

छाया एकदम खुशीत आली. "अरे, पण गॅस, भांडी-कुंडी, क्रोकरी?"

"मॅडम, चलो हम एकदम बढिया इंटिरियर कॉन्ट्रॅक्टर के पास जायेंगे."

भरुचा अँड कंपनी या ऑफिसात आम्ही पोहोचलो. फोटोग्राफ असलेले निरनिराळे अल्बम त्यांनी दाखविले. सोबत सर्व साहित्याची यादी होती. ५ लाख, १० लाख, १५ लाखांची निरनिराळी पॅकेजेस होती.

छायेनं १० लाखाचे पॅकेज हवे म्हणून सांगितले. त्यात डबल बेड, मेकअप टेबल, आरसे, झुंबरे, सारं काही होतं. मुख्यत: स्वयंपाकघरातलं सगळं साहित्य तिच्या मनासारखे होते. बाहेरच्या हॉलमध्ये सोफासेट, पडदे, सेंटर टेबल, स्टडी टेबल, टी पॉय, लॅम्प्स, सारं काही माझ्या पोझिशनला शोभेलसं होतं.

भरुचा कंपनीला पन्नास टक्के ॲडव्हान्सचा चेक दिला. माखिजाकडे हॉलच्या डुप्लीकेट चाव्या दिल्या. साऱ्या कामावर माखिजाची देखरेख होणार होती. त्यामुळे मी निर्धास्त होतो.

संध्याकाळी मात्र न रेंगाळता जुन्नरकडे गाडी वळवली. लोणावळ्याला जेवण झालं, छायाबाईंना बस स्टँडवर सोडलं. छाया पुण्याला जायची होती.

पत्रिका वाटपाचं अवाढव्य काम होतं. पण संदीपची आयडिया एकदम पटली.

मी व संदीपने चार-पाच दिवसात सारा आदिवासी भाग पालथा घातला. जातीने सगळ्यांना लग्नाचं आणि जेवणाचं आमंत्रण दिलं.

पक्षाचे कार्यकर्ते अंगणात ठिय्या मारून बसायचे. दररोज १५०-२०० पत्रे पोस्टात पडत.

अंगणात मांडव तर पडलाच होता.

तारीख जवळ येत चालली. बल्लवाचार्यांची धावपळ सुरू झाली. लाडू, चिवड्याचे ढीग पडू लागले.

आईसाहेबांनी लग्नाला येणाऱ्या प्रत्येकाला लाडू चिवड्याचे बॉक्स द्यायचं ठरवलं होतं.

आबा मुंबईला नव्या मुख्यमंत्र्यांना व साऱ्या मंत्रीमंडळास आमंत्रण द्यायला समक्ष गेले होते.

आलेल्या पाहुण्यांसाठी शेजारचे कार्यालय घेतले होते. अर्थात वाड्यात खूप खोल्या होत्या. त्या खास जवळच्या मंडळींसाठी राखून ठेवल्या होत्या.

आबांनी पुण्याहून पाच इनोव्हा चार-पाच दिवसाकरीता भाड्याने मागविल्या होत्या.

७-८ दिवस संदीपची आश्रम ते वाडा व परत आश्रमाकडे धावपळ चालली होती. आश्रम लग्नासाठी सज्ज करण्याचं मोठं आव्हान संदीपनं आनंदानं स्वीकारलं होतं. संदीपच्याबरोबर आश्रमात माझ्याही चकरा व्हायच्या.

सारे आदिवासी उत्साहाने कामाला लागले होते. त्यांच्या लाडक्या प्रकाशबाबू आणि छायाबाईचं लग्न होतं ना.

म्हणता म्हणता मार्चची १५ तारीख उजाडली. छायाच्या घरची सगळी मंडळी दादा, मंजू, मैत्रिणींसह आली. तिचा उत्साह ओसंडून जात होता. सगळ्या मैत्रिणींना वाड्याचा कोपरान् कोपरा दाखवून झाला. तेवढ्यात मायाने माझ्यासमोर चावटपणाने छायाला विचारलंच,

"छाया, अगं एवढ्या खोल्या दाखविल्यास पण हनिमूनची खोली?"

"ते आमचं सिक्रेट आहे." मी पटकन बोललो. न जाणो मोठेपणा दाखविण्यासाठी छाया स्वित्झर्लंडबद्दल बोलायची.

माझ्या दोन्ही ताया, त्यांच्या घरच्या मंडळींसह, सासू सासऱ्यांसह आल्या.

खूप दिवसांनी वाडा गजबजला. वाड्यात जान आली. आईसाहेबांच्या देखरेखीखाली सारे धार्मिक विधी यथासांग पार पडले.

छायाबाई उगाचच लाजण्याचा अभिनय करत होत्या. जरा लांब, लांब मैत्रिणींच्या गराड्यातच असायच्या.

१७ मार्च लग्नाची तारीख उजाडली. इनोव्हा, मारुती गाडी, जीप साऱ्या गाड्या १६ ता. ला. रात्रीच सजवून तयार होत्या.

एका गाडीत आबासाहेब आईसाहेब, माझ्या दोन्ही भगिनी अन् मी. दुसऱ्या गाडीत छाया, तिचे आईबाबा, दादा व मंजू.

सकाळी लवकर अभ्यंग स्नान करून आम्ही सारेजण ग्रामदेवतेचे आशीर्वाद घ्यायला गेलो.

थोड्याच वेळात साऱ्या गाड्या आश्रमाकडे धावू लागल्या.

आश्रमाच्या दारातच माझा प्यारा संदीप स्वागताला उभाच होता. त्याच्या बरोबर काम करणारी मंडळीही दारात स्वागताला अदबीने उभी होती.

उतरल्या उतरल्या मी संदीपला मिठीच मारली. आम्हा सगळ्यांसाठी खोल्या नीटनेटक्या ठेवल्या होत्या. छायाबाई आणि त्यांच्याबरोबरच्या मंडळीची सोय महिला विभागातल्या खोल्यातून केली होती.

मुख्यमंत्र्यांनी येण्याचं कबूल केलं होतं. मंत्रीमंडळातले काही सहकारीही येणार होते. त्यामुळे आबा खुशीत होते. पण संदीपही खुशीत होता. आबांनी मुख्यमंत्र्यांना दुपारी बारा वाजता बोलावले होते आणि त्याप्रमाणे त्यांचा ताफा हेलिकॉप्टरने उतरलादेखील. स्वागताला आश्रमवासी, संदीप आणि मी व आबासाहेब जातीने हजर होतो.

साऱ्या बड्या मंडळींची व्यवस्था आश्रमात केली होती.

आश्रमात आल्या आल्या आबासाहेबांनी माझी आणि संदीपची ओळख करून दिली.

"अहो, आबासाहेब, नवरदेवांना कोण ओळखत नाही? अहो नागपूरच्या अधिवेशनापासून माझं प्रकाशभाऊंवर लक्ष आहे. शिक्षणाचं तेज असूनही शांतपणे विचार करणारा प्रकाशभाऊ आम्हाला आवडला; म्हणून तर आम्ही जातीनं इथं यायचं ठरवलं. तुमच्या सांदीपनी आश्रमाचं नाव गेली अनेक वर्षे ऐकून आहे. म्हटलं, चला थोडं लवकर जाऊन आश्रमही डोळ्याखालून घालावा."

तेवढ्यात संदीप म्हणाला, "साहेब, खूप बरं वाटलं आपलं बोलणं ऐकून. साहेब, सगळ्यांनी थोडा आराम करावा? मग आपण आश्रमात हिंडू." तेवढ्यात वासू सगळ्यांसाठी सरबताचे ग्लास घेऊन आला.

थोड्याच वेळात मी व आबांनी मुख्यमंत्र्यांचा निरोप घेतला. काही धार्मिक विधी राहिले होते. गुरुजींचा निरोप आलाच.

❑❑

: संदीप :

पलीकडच्या खोलीत बाबा शांतपणे बसून होते. मी व एका सहकाऱ्याने बाबांना हाताला धरून मुख्यमंत्र्यांपुढे आणले.

"साहेब, हे माझे वडील. बाबासाहेब पाटणकर. पूर्वी फॉरेस्ट ऑफिसर होते. ते वाईला असताना माझी आई गेली. आम्ही दोघे जुन्नरला आलो. इथल्या वनातून, जंगलातून हिंडताना माझ्या बाबांनी इथल्या आदिवासींची दैन्यावस्था पाहिली. सतत वर्षभर त्यांच्यात राहून त्यांनी मोठा अभ्यासपूर्ण प्रकल्प लिहिला. १० वर्षापूर्वी महाराष्ट्र सरकारकडे तो सादरही करण्यात आला. त्याचे इंग्रजी भाषांतर करून दिल्लीलाही हा प्रबंध पाठविण्यात आला आहे साहेब.

"त्यांच्याच प्रयत्नातून हा "सांदिपनी आश्रम" खास वनवासी आदिवासींच्या कल्याणासाठी उभा राहिला.

"मी, आमचे प्रकाशभाऊ व आज होणाऱ्या त्यांच्या सुविद्य पत्नी छायाबाई गेले पाचसहा वर्षे राबलो तेव्हा कुठे आश्रम बळकट पायावर उभा राहिला. साहेब, बाहेर जीप उभ्या आहेत. आपण व आपल्या सहकाऱ्यांनी चलावं. आश्रम दाखवायला मला खूप आनंद वाटेल."

निघताना मुख्यमंत्र्यांनी माझ्या बाबांच्या पाठीवर कौतुकानं थोपटलं. "बाबासाहेब, आपलं काम इतकं उच्च कोटीचं आहे की, त्याची तुलनाच होऊ शकत नाही. आपला त्याग असीम आहे आणि विशेष हे की आपले चिरंजीव संदीप हे तर बापसे बेटा सवाई आहेत. ऐन तारुण्यात त्यांनी या आश्रमाला वाहून घेतलंय. बाबा, तुम्ही धन्य आहात. चला संदीपभाऊ, आम्ही आतुरलो आहोत तुमचे काम पहायला."

मुख्यमंत्र्याच्या शब्दांनी मलाही धीर आला.

मुख्यमंत्र्यांच्या जीपमध्ये त्यांचे सेक्रेटरी, एक दोन सहकारी व मी पुढे होतो. जीपने जाता जाता मी माहिती देत होतो. मध्ये मध्ये जीप थांबवून निरनिराळ्या भागातून आम्ही पायी हिंडलो. वाटेत थांबता थांबता मुख्यमंत्रीजी सेक्रेटरींना काही सांगत. सेक्रेटरी डायरीत नोंद करत असत.

शैक्षणिक विभाग आणि महिला विभाग त्यांना विशेष आवडला.

''साहेब, ही सारी छायाबाईंची करामत. इथल्या सगळ्या महिला वर्गात त्या अतिशय प्रिय आहेत. प्रत्येक वाड्यावाड्यावर वस्तीवर जाऊन त्यांनी तिथल्या मुलांना, तरुणांना शिकवलंय. त्यांना शिक्षणाची गाडी लावली. त्यांच्यातूनच तयार झालेले अनेक तरुण आमच्या एकलव्य शैक्षणिक योजनेतून सबंध जुन्नर तालुक्यात उत्तम काम करत आहेत.

''आमचा औषधी निर्माण विभाग. औषधी वनस्पती लागवड विभाग. संगणक विभाग आणि इतर अनेक औद्योगिक विभाग या करीता प्रकाशरावांचे नाव घ्यायलाच हवे.

''सगळ्या आदिवासी मंडळीच्या आग्रहास्तव या दोघांचे लग्न आश्रमात करायचे ठरले. दिवसभरात ३-४ हजार आदिवासी वनवासी मंडळी जेऊन जातील.

''सगळ्या व्ही आय पीं ची खास दालनात भोजनाची व्यवस्था केली आहे.''

आश्रम पाहून जीप खास दालनाकडेच वळवल्या. सारी मंडळी भोजन व्यवस्थेवर खूश होती. वासू व त्याचे सहकारी जातीने लक्ष देत होते.

मी साहेबांना म्हटलं, ''साहेब, आता आपण सगळ्यांनी थोडा आराम करावा. ४।। ला लग्नाचा मुहूर्त आहे. मी आपल्याला मुख्य हॉलकडे नेण्यासाठी ४ वाजता येईन.''

''संदीपभाऊ, इकडे या. तुमच्याशी थोडं बोलायचंय. लग्न लागल्यावर आम्ही लगेच मुंबईकडे प्रस्थान करणार. नंतर बोलायला वेळ मिळणार नाही.''

मी अदबीने त्यांचे शेजारी उभा राहिलो.

''संदीपभाऊ, तुमच्या सांदीपनी आश्रमावर आम्ही खूश झालो. आज सारा जुन्नर तालुका जुन्नरकर-पाटणकर मंडळींना मानतो. हे लक्षात आले. माझ्याकडून आपल्या आश्रमासाठी काय अपेक्षा आहेत? मी मुख्यमंत्री नात्याने आपल्या अपेक्षा पूर्ण करण्याचा प्रयत्न करीन.''

''साहेब, सरकारचे शेवटचे अनुदान मिळून वर्ष झालं. मध्यंतरीच्या काळात नवीन मंत्रीमंडळ आलं. साहजिकच अनुदान थांबलं. थोडीशी आर्थिक ओढाताण होतीय. कारण आश्रमाचा व्याप खूप वाढलाय. बाहेरच्या तालुक्यातले अनेक आदिवासी आमच्यासाठी काहीतरी करा म्हणून मागे लागलेत.

"अर्थात हात पसरायची ही वेळ नव्हे साहेब. मी प्रकाशभाऊंबरोबर सविस्तर अहवाल पाठवीन. आपले आमचेकडे लक्ष राहू दे हीच विनंती. आता आपण आराम करावा. आपल्या धीराच्या चार शब्दांनीदेखील काम करायला बळ मिळतं."

"संदीपभाऊ, तुम्ही निघा. तिकडे तुमचा दोस्त प्रकाशभाऊ वाट पाहत असेल."

मी हॉलकडे सटकलो.

भरजरी शालूत आमची छायाबाई ओळखू येत नव्हती. एखाद्या महाराणीसारखी सजली होती.

लग्नासाठी खास शिवलेल्या शेरवानीत आमचे राजपुत्र छान दिसत होते. आधीच गोरापान, त्यातून राजघराण्यातली आदब त्याच्या पावला पावलात दिसत होती.

दुसऱ्या हॉलमध्ये व जवळच्या ग्राउंडवर टाकलेल्या प्रचंड मोठ्या मांडवात अकरा वाजल्यापासून पंक्तीच्या पंक्ती उठत होत्या.

मुहूर्ताची वेळ जवळ येत चालली. हॉलमध्ये एका बाजूला स्टेज होतेच. हॉल तुडुंब भरला होता. स्टेजजवळ कोच ठेवून बैठकीची राखीव व्यवस्था व्ही आय पीं साठी होती. मुख्यमंत्री व सहकाऱ्यांचे ४ वाजता आगमन झाले. स्टेजवरून उत्साही कार्यकर्त्यांच्या जोरजोरात अनाउन्समेंट चालल्या होत्या. मुख्यमंत्र्याच्या आगमनाचं प्रचंड टाळ्यांनी स्वागत झालं. मुख्यमंत्री आल्याने हॉलमध्ये एक प्रकारचं चैतन्य पसरलं.

मुहूर्तावरच लग्न लागलं पाहिजे यावर आबासाहेबांचा व आईसाहेबांचा कटाक्ष होता.

'मुलीचे मामा' मुलीला घेऊन या अशी गुरुजींची आरोळी झाली. ४। वाजता छायाबाईंना घेऊन मामा स्टेजवर आले. स्टेजवर मोजकीच मंडळी असावीत, गर्दी असू नये अशी ताकीद मी दिली होती. प्रकाशला हात धरून मी त्याला स्टेजवर आणले.

लग्नसमारंभाला मुख्यमंत्री, मंत्री इतर बडे लोक येणार त्यांच्यापुढे पोरकटपणा नको याची दक्षता घेण्यात आली होती.

गुरुजींनी अचानक अंतरपाटाचे दुसरे टोक माझ्या हातात दिले. गुरुजींनी मंगलाष्टके सुरू केली.

नकळत माझे लक्ष छायाकडे गेले. छाया खाली मान घालून उभी होती. चेहऱ्यावरून आनंद ओसंडून होता.

"चला, आजपासून छाया प्रकाशची झाली माझे टेन्शन उतरले." मध्येच

प्रकाशकडे बघत होतो. तोही खुशीत होता.

मी विचारात गढून गेलो होतो. क्षणार्धात सारा चित्रपट डोळ्यापुढून गेला.

मंगलाष्टके संपली. तदैव लग्नम्, सुदिनम् तदेव याचा घोष झाला. वाजवा रे वाजवाची आरोळी झाली. 'अहो पडदा सोडा,' गुरुजींच्या हाकेने मी भानावर आलो. सर्वप्रथम मी दोघांचे हात हातात घेतले. "काँग्रच्युलेशन्स, विश यू हॅपी मॅरिड लाईफ."

गुरुजी पुढच्या विधींसाठी सूचना देऊ लागले. मी पटकन दोघांचे हात सोडले. अन् हॉलमध्ये आलो.

दहा-पंधरा मिनिटात नवविवाहित जोडपे सजवलेल्या आसनावर स्थानापन्न झाले.

सुरक्षारक्षकांनी मुख्यमंत्र्याच्या भोवतीने कडे केले होते. मी मुख्यमंत्र्यांना स्टेजवर येण्याची विनंती केली.

रक्षकांच्या गराड्यातूच मुख्यमंत्री स्टेजवर आले. मध्ये प्रकाश-छाया, प्रकाशच्या शेजारी मंत्री महाशय. शेजारी आबासाहेब, आईसाहेब आणि नकळतच मी छाया शेजारी उभा राहिलो. माझे शेजारी माझे बाबा, फोटोग्राफरने पटापट फोटो काढले. व्हिडिओ शूटींग झाले. मंत्री महाशय निघाले.

छाया माझ्या कानात कुजबुजली, "थँक्स, संदीप."

❏❏

: छाया :

१७ मार्च. आज आयुष्यातला परमोच्च क्षण. आज मी छाया प्रकाश जुन्नरकर झाले. दिवस उगवला कधी आणि मावळला कधी कळलेच नाही. सबंध दिवस कसा धुंदीत, आनंदात, उत्साहात गेला. सगळ्यांच्या नजरा माझ्याकडे खिळल्या होत्या. मला स्वप्नातही वाटलं नव्हतं- हा क्षण येईल.

मुख्यमंत्री गेल्यावर हॉलमधली गर्दी पांगली. ६॥ वाजता जुन्नरकडे गाड्या निघाल्या. निघताना आश्रमाच्या दारात संदीप उभा होता. निघण्यापूर्वी आम्ही दोघे संदीपजवळ आलो. प्रकाशने संदीपला मिठीच मारली. ''संदीप, आजच्या आखीव-रेखीव व्यवस्थेबद्दल तुझे आभार मानणं परकेपणाचं होईल.'' प्रकाश म्हणाला. ''आज आम्ही दोघे केवळ तुझ्यामुळे इथे आहोत. आज तू आमचे बरोबर वाड्यावर आला असतास तर खूप आनंद झाला असता. पण उद्या सकाळी पूजेला नक्की ये.''

संदीप मूकपणे उभा होता. त्याचे मूकपण बरेच काही सांगून गेले.

जुन्नर जवळ आले. अन् अचानक गाड्या थांबल्या. पाहतो तो काय? उत्साही कार्यकर्त्यांनी आम्हाला खाली उतरविले. समोरच सुंदर सजवलेली गाडी. सगळ्यांनी आग्रह करून आम्हा दोघांना बसविले. पुढे उत्साही ढोल-ताशे, बँड वाजवणारी मंडळी. अन् आमची वरात निघाली. सारेच सरप्राईज. वरातीपाठोपाठ आमच्या नातेवाईक मित्रमंडळींच्या गाड्या.

ग्रामदेवतेच्या पाया पडलो. श्री गणेशाचं दर्शन झालं. हळूहळू आमची वरात वाड्याकडे सरकू लागली.

वाड्याच्या दारात दोन तुतारीवाल्यांनी स्वागत केले.

दारात नणंदांनी ओवाळले. सारा काही राजेशाही थाट झाला. आत आलो. आबासाहेब, आईसाहेब आणि माझे आईबाबांच्या पाया पडलो.

सेवक वर्गाने चौक छान सजवला होता. सगळीकडे गालीचे, ज्येष्ठ मंडळींसाठी कडेने कोच.

सगळे सगेसोयरे, मित्रमंडळी आमची वाट पाहत होते. आम्ही दोघे कपडे बदलून थोड्याच वेळात चौकात जमा झालो. चेष्टा, विनोद, गप्पा-टप्पा जोरात चालू होत्या. मात्र सगळ्यांचा केंद्रबिंदू अर्थात आम्ही दोघं.

माझे आईबाबा, आबासाहेब आणि आईसाहेब कोचावर बसून आमचा कौतुक सोहळा पाहत होते.

थोड्या वेळाने फराळाची ताटे आली. दुधाचे ग्लास आले. माझं तर पोट भरलच होत.

रात्र पुढे सरकू लागली. डोळे पेंगुळले. आम्ही झोपायला कुठल्या खोलीकडे जाणार इकडेच साऱ्या मैत्रिणींचं लक्ष. तेवढ्यात मोगरी म्हणाली, "ए छाया, पेंगतीस काय? सारी रात्र जागायचं असतं आज." साऱ्याजणी खो खो हसत होत्या. मला लटका राग येत होता आणि चेष्टाही हवीहवीशी वाटत होती.

वरच्या मजल्यावर नणंदांनी पुढाकार घेऊन बेडरूम सजवून ठेवलीच होती. आम्हाला पत्ताच नव्हता.

सगळ्यांनी गराडा घालून आम्हाला वर नेलं आणि खोलीमध्ये जवळजवळ ढकलून आणि दार लावून सगळ्या खाली पळाल्या. "छाया, नीट कडी लाव." जाताजाता मैत्रिणींचे आवाज येत होते.

अशी सजवलेली बेडरुम फक्त चित्रपटातच पाहिली होती. मी लाजून बेडजवळ उभी होते. काय करावं? संभ्रम पडला. तेवढ्यात प्रकाश जवळ आला. "बाईसाहेब काय हे? एवढ्या गप्पगप्प"

"अरे प्रकाश, आज खूप थकायला झालंय आणि हे सारं काही अनपेक्षितच. आपला हनिमून युरोपात करायचा ना?"

"होय राणी सरकार. उद्या रात्रीच्या प्लेननं उडायचं. अगं, आज भगिनींच्या आग्रहाखातर या बेडरूममध्ये. मुख्य चित्रपट दोन दिवसांनी स्वित्झर्लंडमध्ये, आज नुसता ट्रेलर. चल, ये लवकर जवळ, रात्र थोडीच शिल्लक आहे."

सकाळ झाली असावी. दरवाजावर कोणीतरी जोरजोरात बडवत होते. डोळे चोळत दरवाजापाशी आले. कडी काढली. तो साऱ्या साळकाया- माळकाया हजर.

"झोपमोड केली का छाये? बिचारी दमून झोपली असणार? आणि आपण उगाचच तिला उठवायला आलो."

“गुड मॉर्निंग छाया आणि गुड मॉर्निंग प्रकाशराव.”

“मग काय छाया. गुड मॉर्निंग, गुड मॉर्निंग टिल मॉर्निंग का?”

“पुरे हं चावटपणा. तुम्हालाच रात्री झोपा लागलेल्या दिसत नाहीत? म्हणूनच भल्या सकाळी मला जागं करायला आलात.”

“सॉरी मॅडम, रागावलात का?”

“अगं मैत्रिणींनो, तुमच्यावर कोण रागावणार? खरं म्हणजे कालची रात्र गप्पा मारत मारत तुमच्याबरोबर काढायची होती. आपण पुन्हा कधी कुठे भेटणार? माझं राहणं आता बहुतेक करून मुंबईला होणार. तुमची सगळ्यांची खूप खूप आठवण येत राहणार. मैत्रिणींनो, मुंबईला सगळ्यांनी एकदम यायचं. वर्षातून किमान दोनदा एकत्र येऊ, खूप मजा करू. पुन्हा लहानपणाच्या काळात जाऊ.”

खाली आलो. चहा झाला. १० वाजता पूजा होती.

“प्रकाश, छाया- चला आटपा लवकर. अंघोळी करून या. आणि प्रकाश, तू मुकटा नेस आणि छाया तू शालू नेस. गुरुजी येतील थोड्याच वेळात.”

तेवढ्यात नणंदा टपकल्या, “काय छायाबाई? सारं काही ठाकठीक ना?” मी गप्प बसणं जरूर होतं. त्यांना काय सांगणार? फक्त ट्रेलर होता म्हणून?

आमचं, दोघांचं लक्ष संदीपच्या येण्याकडे होतं. संदीपची आम्हा दोघांना इतकी सवय झाली होती की, त्याच्याविना राहणं मोठं कठीण जाणार होतं.

सगळ्यांसाठी साबुदाण्याची खिचडी केली होती. “प्रकाश, खिचडी घे. गुरुजी आल्यावर त्यांना देईन.”

“आईसाहेब थांबा न थोडे. संदीप येऊ दे. मग एकत्रच खाऊ आम्ही.”

“होय ग बाई. रामलक्ष्मणाच्या जोडीतला राम नाही तर आमच्या लक्ष्मणाला करमणार कसं?”

तेवढ्यात संदीप आलाच.

वातावरण एकदम प्रसन्न झालं.

“काय प्रकाशराव, काय छायाबाई? एकंदरीत सारं आलबेल?”

“संदीप, चावटपणा पुरे. चल खिचडी घे. आम्ही दोघं थांबलोय. तुझ्याकरीता.”

संदीपनेही विषय बदलला. “प्रकाश, बॅग एकच भर. उगाच ओझं नको आणि रात्री प्लेन कितीला आहे? आपण केव्हा निघायचं ते ठरव. निघताना थोडा जास्त वेळ लागेल.”

मी म्हटलं, “का रे?”

“अहो, निघताना गंगा जमनाचे पाट वाहणार. आई, जाते ग. मैत्रिणींनो, कधी भेटणार-सारं काही होणार.”

मला संदीपचा स्वभाव खरंच आवडतो. करुण प्रसंगाला विनोदाची झालर लावणं त्यालाच जमतं.

गुरुजी आले. पूजा यथासांग पार पडली.

जेवणं आटोपली. आज खास बासुंदीचा बेत होता. आम्हाला दुपारी ३, ३।। ला निघणं भाग होतं. विमानतळावर ८।।-९ पर्यंत पोहोचणं जरूर होतं.

त्या आधीच माझे आईबाबा, दादा-वहिनी, मैत्रिणी निघायच्या होत्या. पुण्याहून लग्नसमारंभासाठी ५ इनोव्हा आणल्या होत्या. त्यातल्या ४ इनोव्हा पुण्याला जायच्या होत्या, सर्व पुणेकर मंडळींची चांगली सोय झाली होती.

२।। वाजले. संदीपने पुणेकर मंडळींना निघण्याची सूचना केली. आई, मैत्रिणी वाड्यातल्या चौकात आल्या.

अजिबात रडायचं नाही असं ठरवलं होतं, पण मन थोडेच ऐकणार. बांध फुटला. आईला मिठी मारली. खांद्यावर हात टाकून तशीच उभी राहिले. तोंडातून शब्द फुटत नव्हता. आजपासून सारं काही बदललं. आडनाव बदललं, गाव बदललं. सहवासातली माणसं बदलली. ज्या आईने गेली २५-२६ वर्षे संभाळ केला तिला, बाबांना सोडून जायची कल्पनाच सहन होत नव्हती.

मैत्रिणी जवळ आल्या. त्याही रडू लागल्या.

"छाया, छाया. आम्हाला सोडून जाऊ नको. छाया, चल ना पुण्याला." मैत्रिणी पुटपुटत होत्या.

आईसाहेब जवळ आल्या. त्यांचा मायेचा हात पाठीवर फिरला. "छायाच्या आई, अहो काळजी करू नका. मनात येईल त्यावेळेला जुन्नरला या. घर तुमचंच आहे. अहो, मलासुद्धा करमणार नाही. छाया इथं नसेल तर. पण प्रत्येक स्त्रीला मन घट्ट करावं लागतं. नवं राज्य सुरू करावं लागतं. चल छाया, डोळे पूस. आत ये. सगळ्यांना फराळाची पाकीटे दे."

पाच दहा मिनिटातच पुणेकरांच्या गाड्या हलल्या. मी दारात टाटा करायला गेले. गाड्या दिसेनाशा झाल्या तरी तशीच उभी होते. कितीवेळ कोणास ठाऊक?

"प्रकाशचा हात खांद्यावर पडला अन् मी भानावर आले. चल. छाया, आत चल अर्ध्यापाऊण तासात आपल्यालाही निघायचं. एकदा बॅगेतलं सामान, साड्या, वगैरे वगेरे बघून घे. स्वेटर्स, मफलर्स हँडग्लोव्हज् न विसरता बॅगेत टाक. नाहीतर स्वित्झर्लंडमध्ये गोठून जायला होईल."

तीन वाजले. मी स्वयंपाकघरात आले. चहा टाकला. मूडमध्ये यायचे असेल तर मला चहा लागतो.

संदीपने बॅगा घेतल्या, निघालो. आबासाहेब-आईसाहेबांना नमस्कार केला.

"आई येते हं." मी म्हटलं.

"पोरी, जपून जा आणि उगाच धावपळ करू नको रे प्रकाश. जरा आराम करा." आईसाहेब प्रेमाने बोलल्या.

संदीप विमानतळावर सोडायला येणार होता. त्यामुळे मलाही मूड आला. संदीपने इनोव्हाचे दार उघडले.

मागच्या सीटवर आम्ही तिघेही बसलो. मध्ये मी, डावीकडे संदीप, उजवीकडे प्रकाश.

गाडी झपाट्याने जात होती. दुपारी जड जेवण झाल्याने तिघेही पेंगत होतो. माझी मान कधी प्रकाशच्या खांद्यावर कलत होती तर कधी संदीपच्या.

वाटेत चहा झाला आणि मग गप्पा सुरू झाल्या. संदीप म्हणाला, "काय प्रकाशराव, खुशीत आहात ना? छाया, तुझा पहिलाच मोठा विमान प्रवास ना? एन्जॉय कर आणि प्रकाशला घट्ट धरून ठेव. विमानात आणि युरोपात हिंडतानासुद्धा पकडून ठेव. अगं गोरा गोमटा आहे. गोऱ्या पोरींपासून जपून."

"संद्या, अरे, छाया बरोबर असताना काय बिशाद आहे माझी इकडं तिकडं बघायची."

म्हणता म्हणता मुंबई आली. अर्ध्यातासात विमानतळ आला.

"छाया, प्रकाश Wish you happy journey and Bon voyage मित्रांनो, एकमेकांना समजून घेण्याची हीच वेळ. इकडचं सगळं काही विसरा. खूप छान ठिकाण निवडलंय प्रकाशने. छाया, तू भाग्यवान आहेस. परत येताना खूप एनर्जी घेऊन या. प्रकाश-भूलोकीच्या स्वर्गात या अप्सरेला घेऊन चाललायस्. तिला स्वर्गसुख दे. अच्छा इथूनच निरोप घेऊ या." ड्रायव्हरने ट्रॉली आणली. तेवढ्यात संदीपने दोघांचे हात हातात घेतले. कितीतरी वेळ शेकहँड करत होता. मी म्हटलं, "संदीप अरे रात्रीचे ८॥ वाजलेत. तुला आमच्या फ्लॅटची किल्ली देते. रात्री आरामात राहा आणि सकाळी निवांत पुण्याला जा."

"नको नको छाया, मी बघतो काय करायचं ते. नवीन फ्लॅटमध्ये प्रवेश करण्याचा मान नवदांपत्याचा. चला, आता गप्पात वेळ नको."

आत जायचे दार उघडले. निघा, पासपोर्ट दाखवा आणि जपून ठेवा. पासपोर्टला जिवापलीकडे जपा."

दोनच मिनिटात सिक्युरीटीला पासपोर्ट आणि विमानाचे तिकीट दाखवून आत शिरलो. मी क्षणभर मागे वळून पाहिलं.

संदीप डोळ्याला रुमाल लावत परत निघाल्याचा भास झाला.

॥ ॥

: प्रकाश :

विमानतळावर सगळे सोपस्कार पार पडून लाऊंजमध्ये पोहोचायला सव्वा अकरा वाजले. छायाला सगळं नवीन होतं. सुरुवातीला जरा घाबरली होती. पण सर्व सिक्युरिटी चेकिंग आपल्या सुरक्षिततेसाठी आहे असं सांगितल्यावर थोडी जागेवर आली.

गळ्यातल्या छोट्या बॅगेत गरम कपडे न विसरता घेतले होते. लाऊंजच्या प्रचंड काचेच्या खिडकीतून तळावरची विमाने त्यांचे इकडे तिकडे सरकणे त्यावरील दिवे सगळं काही छान दिसत होतं. छाया खूप रममाण झाली होती हे सारं पाहण्यात.

आमचे प्लेन रात्री ३ वाजता सुटणार होते. २।। वाजता अनाउन्समेंट झाली. Your Attention Please. Passanger travelling by Swiss Air Please be ready to Board. लकीली खिडकीशेजारच्या दोन सीट मिळाल्या. छायेला खिडकीजवळ बसवले.

प्लेन रनवेवरून निघताना बघायला खूप मजा येते. आसपासचे दिवे झटझट मागे जातात. बाहेर बघेपर्यंत विमान वर जाते कधी कळत नाही. खाली पाहिलं तर रात्रीच्या आकाशातल्या तारका खाली उतरल्याचा भास होत होता. काही मिनिटात हे दृश्यही नाहीस झालं आणि बाहेर मिट्ट काळोख.

१०-१५ मिनिटातच पट्टे सोडून बसायला हरकत नाहीची आज्ञा झाली. छाया तर केव्हाच पेंगायला लागली होती. म्हटलं, असू दे. जागी झाली की, पट्टे सोडू.

मीही निद्रादेवीच्या आधीन झालो नाही म्हटलं तरी लग्नाच्या धामधुमीनंतर विश्रांती अशी मिळालीच नव्हती.

एअर होस्टेसच्या मुलायम स्पर्शाने जाग आली. छायेलाही उठवलं. Gentleman, we shall land within half an hour to Zurich. जागा झालो. छायाही जागी झाली. दोघेजण फ्रेश झालो. कॉफी मागवली.

पुन्हा पट्टे बांधायची आज्ञा झाली. खिडकीतून बाहेर डोकावत होतो. पण सगळीकडे धुकेच धुके. विमानतळसुद्धा दिसत नव्हता. या वैमानिकांचं मला फार कौतुक वाटतं. दिसो अगर न दिसो, अगदी हलकेच विमानाच्या चाकांचा रनवेला स्पर्श करून विमान अगदी व्यवस्थित धक्के न बसता वैमानिकांनी झुरिचच्या विमानतळावर विमान आणलं आणि ५-१० मिनिटांतच विमानाची घरघर थांबली.

सगळे सोपस्कार करून बाहेर पडण्यात अर्धा तास गेला. टॅक्सी पकडून झुरिच रेल्वे स्टेशन गाठलं. विमानातच गरम स्वेटर आणि खास लग्नासाठी शिवलेला कोट घातला होता. छायेसाठी पांढरा लांब बाह्याचा स्वेटर शोभून दिसत होता. घट्ट स्वेटरमधून तिची पुष्ट वक्षस्थळं अधिकच उभारून आली होती.

झुरीच स्टेशनवरून ल्यूसर्नची गाडी सुटायला अर्धातास बाकी होता. कॅफेटेरियात मस्त केक आणि खास स्विस कॉफीचा आस्वाद घेतला. तिकिटाचे इंटरनेटवरून आधीच बुकींग केल्याने आरामात कॉफी संपवून गाडीत बसलो.

अहाहा, काय मस्त ट्रेन, नाहीतर आमची नावालाच असलेली डेक्कन क्वीन. संपूर्ण गाडी वातानुकूलीत. डब्यात कुठेही गडबड गोंधळ नाही. सगळी मंडळी कशी चित्रात किंवा फोटोत दाखवितात तशी शांतपणे बसलेली. प्रत्येकाच्या अंगावर लांब ओव्हरकोट. एखाद्या ललनेच्या अंगावर भारीचा फरचा कोट.

छायाला हे सारं नवीनच होतं. बॅग ठेवायलासुद्धा डब्यात वेगळा कप्पा होता.

गाडी सुटण्याची गार्डाने शिटी दिली. गाडी हलली आणि छाया हळूहळू जवळजवळ सरकू लागली. अगदी घट्ट चिकटून बसली. म्हटलं, बस चिकटून. इकडे सगळेच असेच बसतात आणि ही काय पुण्यामुंबईची गाडी नाही. कोणीतरी डोळे वटारून बुभुक्षितपणे आपल्याकडे बघायला.

सूर्य केव्हाच उगवला होता. बाहेरची सृष्टी अधिकच खुलून येत होती. दूरवर बर्फाच्छादित पर्वत शिखरे सकाळच्या उन्हात चमचमत होती. दोन्ही बाजूला कितीतरी सरोवरे दिसत होती. गाडी १००-१२० कि. मी वेगात असावी पण आवाज येत नव्हता.

दोन सव्वादोन तासात ल्यूसर्न आलं. ल्यूसर्नला अतिशय मोठं सरोवर आहे. 'लेक ल्यूसर्न'

टॅक्सी करून हॉटेल लेक व्ह्यू गाठलं. काऊंटरवर पासपोर्ट दाखवून, बाकी सोपस्कार पार पाडून रूमचं कार्ड ताब्यात मिळालं. दार उघडायला किल्लीची भानगड नाही. सगळीकडे कार्ड सिस्टीम. आमची रूम चौथ्या मजल्यावर होती.

पोर्टरने बॅग आणून दिली. सलाम टाकून उभा. दोन युरो हातावर ठेवल्यावर आणखी एक सलाम (सगळीकडचे पोर्टर सारखेच. सलाम टाकून टीप मिळवण्यात पटाईत. त्यांना बरोबर कळतं, आलेले जोडपं 'हनिमून कपल' आहे. हात सैल सोडणारच.)

पोर्टर गेला. जाताना अदबीनं दार लावून गेला. छायेनं पुन्हा एकदा दार लागल्याची खात्री केली.

मी कोट काढून हँगरला लावला. तोच छायाने मागून घट्ट मिठीच मारली. अगं थांब थांब, म्हणेपर्यंत दम नव्हता. "छाया, अगं आता ५-६ दिवस इथंच मुक्काम आहे. एवढी घाई का?"

"अरे मला खूप थंडी वाजतीय. तुझी उब हवी आहे."

तसाच हळूहळू खिडकीजवळ आलो. पडदा दूर सारला. "छाये, अगं समोर पाह्यलस केवढे लेक आहे. अगं, समुद्रच वाटतोय. पण लाटा नसलेला. सूर्याची किरणे सहज रूपाने परावर्तित होतायत. ते बघ. या सरोवराच्या एका टोकाला दूरवर दिसणारा तो पर्वत आणि बर्फाच्छादित शिखर. हॉटेल लेक व्ह्यू. — किती सार्थ नाव दिलंय."

छायाही त्या दृश्याकडे बघतच राहिली. मी मागून तिच्या गळ्याभोवती हात गुंफला आणि समोरचे पर्वत शिखर बघता बघता माझे हात तिच्या दोन शिखरांशी चाळा करू लागले. तेवढ्यात टेलिफोन वाजला.

"सर. ब्रेकफास्ट इज रेडी. प्लीज कम डाउन टू रेस्टॉरंट. अॅड युवर बस टू मौंट टिटलीस वील बी अरायव्हिंग शॉर्टली, प्लीज कम डाऊन विथ स्मॉल हँडी बॅग."

"छाया. चल, मस्तपैकी पॅंट बुशशर्ट घाल, आपल्याला खाली नाश्ता करून छोट्या ट्रीपला जायचंय."

"हे रे काय, लगेच निघायचं?"

"अग वेडे. तू चलच माझ्याबरोबर. नंतर म्हणशील, व्वा मानलं तुला प्रकाश."

पँट बुशशर्ट मध्ये छाया तर चिकनीच दिसत होती. आधीच उफाड्याची अन् त्यात तंग कपडे.

समोरच संपूर्ण सहा फूट उंच आरसा होता. स्वत: छायाच त्याच्यापुढं उभं राहून स्वत:लाच दोन दोन वेळ निरखून पाहत होती. पँट घालायचा पहिलाच प्रसंग, पँट बुश शर्ट घालताना मदत करणं जरूर होतं. अन् तिलाही मी जवळ हवाच होतो.

अचानक छायानं घट्ट मिठी मारली. अन् चुंबनाचा वर्षाव सुरू केला. “अगं पुरे पुरे. तो बघतोय ना आपल्याकडे.” “कोण बघतोय?” “अग तो बघ चावट आरसा आपल्याकडे बघतोय.” तेव्हा कुठे बाईसाहेब थांबल्या.

म्हटलं, “बाईसाहेब, तुमचं पोट भरलेलं दिसतंय. पण मला मात्र ब्रेकफास्ट हवाय. चला खाली.”

हॉटेलचं रेस्टॉरंट खूप प्रशस्त होता. पंधरा-वीस गोल टेबलं आणि सुबक खुर्च्या कलात्मकतेने मांडल्या होत्या.

“अरे, इथे सगळे नॉनव्हेज असणार? चौकशी कर. आपण दोघं तर पक्के शाकाहारी. आपल्याला उपास घडणार असं वाटतंय.”

“येडाबाई. अगं, अशा मोठ्या हॉटेलात कॉन्टिनेंटल ब्रेकफास्ट असतो. चल बस. तू खूश होशील आणि इतकं हादडशील कि बस्स. सुरुवात करू या ज्यूसपासून. पायनापल हवा का ऑरेंज ज्यूस?” पायनापलचे दोन ग्लास भरून जवळच्या टेबलावर स्थानापन्न झालो. म्हटलं, “छाया, तू बस निवांतपणे.” मी डिश घेऊन येतो.

एका डिशमध्ये केक्स, पेस्ट्री, बन दुसऱ्या डिशमध्ये स्मॅश पोटॅटो, बीन्स घेऊन आलो.

म्हटलं, “छायाबाई टूट पडो.”

छायाबाईंना बोलायला उसंत नव्हती.

शेवटी दोन मोठे मग भरून कॉफी आणली. निवांत आस्वाद घेत घेत कॉफी संपवली.

लाऊंजमध्ये आमच्यासारखेच दहा बारा जण बसले होते.

पंधरा मिनिटांतच मिनी बस आली. बसायला गुबगुबीत सीटस्, खास दोघांसाठी. चारी बाजूनी मोठमोठ्या काचा, खास साईट सीईंगसाठी बनविलेल्या.

वेलकम्, ऑल ऑफ यू.” एका टंच सुंदरीने सगळ्यांचे स्वागत केले.

“लेडिज अँड जंटलमेन, वुई आर नाऊ ट्रॅव्हलिंग बाय द साईड ऑफ लेक ल्यूसर्न. फॉर नेक्स्ट टू अवर्स वुई शॅल एन्जॉय द ब्यूटी ऑफ स्वित्झर्लंड. वील पास थ्रू थिक पाईन ट्रीज अँड स्लोली वुई शॅल असेंड टू द हाईट ऑफ अबाउट टू थाउजंड मीटर्स.

प्लीज एंजॉय द ट्रॅव्हल अँड बी कम्फर्टेबल.”

तिचं सांगण बहुधा छायाच्या डोक्यावरून गेलं असावं. पण तिचा आखूड स्कर्ट आणि टाईट टॉप, डोक्यावर ऐटबाज वुलन कॅप. पायात गुडघ्यापर्यंत स्टॉकिंग्ज आणि खाली ब्राऊन शूज. छाया तिच्याकडेच सारखी पाहत होती.

आणि अचानक मलाच म्हणाली, "चावट कुठला, तिच्याकडे काय बघतोयस? खिडकीतून बाहेर बघ आणि एन्जॉय कर."

"अगं, पण तुला इंग्लिश समजत नाही ना आणि त्यातून तिचे विशेष युरोपियन उच्चार."

"हो, पण मला तुम्हा पुरुषांची नजर कळते! चला- खिडकीतून बाहेर बघा सृष्टीकडे."

दोन तासाने बस थांबली. उतरताना सगळ्यांना न विसरता हातमोजे घालायची सूचना केली.

समोरच भली मोठी वेटिंगरूम होती. सगळ्यांना बसायची सूचना करून आमची गाडीची तिकीटे काढायला गेली.

छाया कुजबुजली. "अरे प्रकाश, डोंगर बघायला तिकीट? आणि पंधरा डॉलर? म्हणजे हजार रुपये! काय लूट आहे."

"छाये, इथं डॉलर आणि रुपया गणित करत बसू नकोस. डॉलर म्हणजे रुपया समज. अग डोळे उघडे ठेवून बघ. इथलं सृष्टी सौंदर्य पाहायला भाग्य लागतं; छाया."

समोर मोठा स्क्रीन होता. आसपासच्या अनेक पर्वत शिखरांचे फोटो आलटून पालटून दिसत होते. तेथले तापमान, वाऱ्याची गती, वादळ येण्याची शक्यता, हिमवृष्टीची शक्यता सारं काही समोरच्या स्क्रीनवर येत होतं.

माऊंट टिटलीस शिखर पडद्यावर आलं. सारं काही ओके. वा! आता वर जायला मिळणार आपल्याला.

पाच-दहा मिनिटांतच आमची गाईड तिकीट घेऊन आली. "यू आर ऑल लकी, फेव्हरेबल कंडीशन्स ऑन माऊंट टिटलीस."

थोड्या पायऱ्या चढून गेल्यावर लिफ्ट स्टेशन होतं. छोटे छोटे पाळणे वरून खाली येत होते. पटापट चौघेजण बसवले जायचे. पाळणा वर जायचा.

आमच्या पाळण्यात समोरच आमच्यासारखे हनिमून कपल, बहुधा फ्रान्सहून आलेलं.

पाळणा झपाट्याने वर निघाला. छायानं तर डोळे मिटूनच घेतले. समोरच कपल चुंबाचुंबीत मग्न होतं.

हळूच छायाला म्हटलं, "डोळे उघड आणि कडेच्या काचेतून खाली बघ. सगळीकडे धुकं धुकं.

छायेनं डोळे उघडले. अन् नेमकं समोर लक्ष गेलं तिचं.

"इश्य! काय हा पांचटपणा चाललाय दोघांचा! काही लाज आहे का

नाही?''

"अगं, तुझ्या कानांत मी काय सांगितल होतं? डोळे उघड आणि कडेच्या काचेतून खाली बघ. तू लागलीस समोर बसायला. अगं, हा युरोप आहे त्यातून आपण स्विझर्लंडमध्ये आलोय. आधीच हवा थंड, मग गरम रहाण्यासाठी करावं लागतं त्यांना असं काही तरी.''

"प्रकाश, मलाही खूप थंडी वाजतीय.''

"व्हेन यू गो टू रोम, डू अॅज रोमन्स डू.'' मी पटकन छायाला मिठीत घेतलं. अन डोळे मिटून घेतले.

अचानक पाळण्यामधली बेल वाजली. पाळणा एका उंचशा डोंगरावर तयार केलेल्या इमारतीत शिरला. आम्ही पटापट उतरलो. गोल फिरून एका पाठोपाठ पाळणे खाली चालले होते.

खालचे स्टेशन दिवाळीतल्या किल्यातल्या घरासारखे दिसत होते.

सगळेजण जवळच्या बैठेखानी इमारतीत जमा झालो. आमची टंच गाईड पर्स सावरत आली.

"कम ऑन डिअर फ्रेंडस. लेटस गो थ्रू द नेक्स्ट डोअर, अँड वेट देअर.''

पाचच मिनिटात एक महाकाय लिफ्ट वरून खाली आली आणि आमच्यासमोरच स्थिर झाली, पंचवीस तीसजण उतरले आणि आम्ही पंचवीस जण आत शिरलो. लिफ्ट हळूहळू वर सरकू लागली. चारीकडे काचेच्या खिडक्या, खाली धुकेच धुके. लोटच्या लोट वर येत होते. धुक्याचे लोट आमचा पाठलाग करत होते आणि आम्ही वर वर जात होतो.

लिफ्ट थांबली. पुन्हा शिखरावर उतरलो. हुडहुडी भरत होती. पण वेटिंगरूम उबदार होती. कडेला कॉफी काऊंटर होता. दोन मगभरून कॉफी घेतली आणि काचेच्या खिडकीतून वरच्या बाजूला बघत बघत घोट घेत होतो.

तेवढ्यात वरून एखादी उडती तबकडी अचानक आकाशातून प्रगट व्हावी तशी महा प्रचंड गोल लिफ्ट हळू हळू धुक्यातून प्रकटू लागली, मी एकदम ओरडलो, "छाया, अग उडती तबकडी. बघ बघ.''

छाया तर कॉफी प्यायची विसरलीच. पाचच मिनिटात वेटिंगरूमचा दरवाजा उघडला आणि माडीवरची मंडळी बाहेर पडली आणि आम्ही आत शिरलो.

लिफ्टचा गोल दरवाजा आपोआप बंद झाला आणि मंद गतीने गोल खोली वर वर जाऊ लागली.

छाया आश्चर्याने म्हणाली, "अरे प्रकाश, ते बघ, समोरचा डोंगर हलतोय. त्याच्यावरचे दगड धोंडे. मागे मागे का जातायत?''

अचानक स्पीकरमधून आवाज आला "मेरे हिंदूस्थानी भाईयो और बहेनो. आप विश्व की सबसे पहली बनी हुई राऊंड घुमनेवाली लिफ्टमे बैठे है. साथ साथ हम उपर और एक हजार मीटर जायेंगे. तबतक आप ये आल्पस् पर्वतराजी का नजारा देख सकेंगे. ---"

"अगं, आपली ही गोल खोली स्वत:भोवती फिरतीय आणि शिवाय वर जातीय."

"अरे, पण ही युरोपियन मुलगी हिंदी बोलतीय.

शेवटी मी गोल लिफ्टच्या मधल्या भागात गेलो. एक सुरेख तरुणी लिफ्ट चालवत होती. माझा प्रश्नार्थक चेहरा तिला कळला असावा, ती म्हणाली "आप इंडियन लगते है. किधरसे आये?"

"मुंबईसे, और वो मेरी बिबी."

"हनिमून?" तिने सहज विचारलं. 'हाँ' मी म्हटलं.

"मै भी इंडियासे इधर आयी. मेरा नाम है सारा. मैने लिफ्ट चलने का स्पेशल ट्रेनिंग लिया है।"

तेवढ्यात छाया आलीच. मी एखाद्या आणि त्यातून सुंदर बाईबरोबर बोलतोय हे तिला खपत नसे.

"अगं, छाया, ही सारा. आपल्या भारतातल्या कोचीनहून आलीय. स्पेशल ट्रेनिंग घेतलय तिने. आज काल भारतातून खूप प्रवासी येतात स्विझर्लंडला म्हणून इथल्या डिपार्टमेंटने खास हिंदी बोलणारी 'सारा' नोकरीला ठेवलीय याला म्हणतात डोकं." बघता बघता ढगातून वर वर गेलो आणि गोल कुपी थांबली. सगळे उतरलो.

गाईडने आम्हा सगळ्यांना एकत्र केले. "डीअर फ्रेंडस, वुई आर नाऊ स्टँडीग ऑन द मौंट टिटलीस, ऑल ऑफ यू आर लकी. देअर इज नो स्टॉर्म अॅट प्रेझेंट.

एन्जॉय युवर प्ले विथ आईस अँड बी चाईल्ड अगेन. इन अेनी केस डोन्ट रिमूव्ह युवर कॅनवाज शूज आदरवाईज यू मे लूज युवर फिंगर्स फॉर एव्हर."

बर झालं ती इंग्लीश मधून सांगत होती. त्यामुळे छायेला काही कळत नव्हतं. नाही तर ती हॉलच्या बाहेरच पडली नसती. एन्जॉय एवढंच कळलं.

समोरच्या पठारावर बर्फच बर्फ. जिकडे पहावे तिकडे बर्फच बर्फ. सगळेजण हळू हळू चालत निघालो. घसरून आपटायची भीती वाटत होती. नंतर लक्षात आल गुळगुळीत भाग टाळायचा आणि भुसभुशीत बर्फावरून चालायचं.

रणगाड्याच्या चाकासारखं एक मशीन सारखं इकडून तिकडे बर्फ कापत

होत त्यामुळे रस्ता साफ होत होता.

थोड्याच वेळात एका मोठ्या भुसभुशीत मैदानात पोहोचलो आणि खाली वाकून बर्फाचे चेंडू करायला सगळ्यांनीच सुरुवात केली. मग काय, आम्ही सारेचजण बच्चे झालो आणि बर्फाच्या चेंडूची फेकाफेकी सुरू झाली. बर्फात लोळून झाले. अगदी एकमेकांना मिठी मारून लोळलो. छाया खूश.

□□

: छाया :

स्वर्ग स्वर्ग म्हणतात तो हाच असावा. प्रकाश, तू ग्रेट आहेस. अरे इथं आलं की सार विसरायला होतंय.

बर्फात बागडता बागडता एका बाजूला थोड्या अंतरावर तारेचे कंपाऊंड दिसलं. कुतूहल म्हणून सावकाश तेथपर्यंत पोहोचलो. साधारण दोन फुटांपर्यंत दगडी बांधकाम करून त्यावर खांब टाकून तारेचे भक्कम कंपाऊंड केले होते.

तारांना धरून खाली पाहिले तो काहीच दिसेना. सगळीकडे धुकेच धुके. चार पाच मिनिटांत धुके विरले. पाहतेय तो काय? खोल खोल दरी, नजर ठरत नव्हती. सतत खाली पाहणे अशक्यच होते. पण धैर्य धरून बघत राहिले. पण एकदम अंगावर काटा आला. मी खाली कोसळतेय. खाली खोल खोल जातीय, पडतीय, दरीत पडतेय. मी डोळे मिटून घेतले, एकदम किंचाळले, ''आई ऽऽ ग मी कोसळतेय. मला सावर.'' प्रकाशने पटकन् माझा हात धरला. दोन्ही खांदे गदागदा हालवत म्हणाला, ''छाये, छाये काय झाले? का किंचाळलीस एकदम अग मी आहे ना जवळ. घाबरू नकोस.''

''अरे, मी दरीत कोसळतीय असे वाटायला लागले. केव्हढी घाबरली होते मी. चल प्रकाश, मला भीती वाटतेय दरीची जाऊ या पटकन येथून.

प्रकाश, लवकरात लवकर कॅफेत जाऊ या. गरम गरम

कॉफी घेऊ या. त्याशिवाय माझ्या जीवात जीव येणार नाही. मी खूप घाबरलीय.''

गरम गरम कॉफी पोटात गेली तेव्हा कुठे माझी धडधड थांबली. कॅफेटेरियातलं उबदार वातावरण आणि पोटात गेलेल्या गरम गरम कॉफीने मी शांत झाले.

''प्रकाश, इथेच थोडा वेळ बसू या,'' मी म्हटलं.

पंधरा-वीस मिनिटाने गाईडची शिट्टी वाजली. आम्ही सगळे परतीच्या प्रवासासाठी गोळा झालो.

खाली बसपर्यंत पोहोचेपर्यंत प्रकाशचा हात धरून ठेवला होता. घड्याळात संध्याकाळचे पाच वाजले होते. बसमध्ये बसताच थोड्याच वेळात मी पेंगू लागले.

७।। ला हॉटेलच्या दारात बस थांबली. प्रकाशने हलवून जाग केलं.

रूमवर जाऊन फ्रेश झालो. खाली कॅफेटिरियात ८ वाजता आलो पण बाहेर छान संधिप्रकाश होता.

व्हेज सँडविच, आईस्क्रीमचा फडशा पाडला. स्वीस आईस्क्रीमची लज्जत काही औरच.

''प्रकाश, रोज आईस्क्रीम आणि चॉकलेट खायची इथ असेपर्यंत.''

''होय राणी सरकार. आपण म्हणाल तसं.''

भरपेट खाणं झालं. बाहेर पडलो. रात्रीचे ९ वाजले होते. पण सगळीकडे मंद संधिप्रकाश पडला होता. नीरव शांतता होती.

मी म्हटलं, ''प्रकाश चल की बाहेर, पाय मोकळे करू या.'' तळ्याच्या काठाकाळाने सुंदर पायवाट होती. कडेला मंद दिवे धुक्यातून आपले अस्तित्व दाखवत होते.

चालता चालता मी प्रकाशचा उजवा हात घट्ट धरला आणि काही न बोलता किती वेळ चाललो कोणास ठाऊक.

थोड्या वेळाने परत फिरलो. तसेच हातात हात घालून, काही न बोलता. सारे वातावरण एवढे शांत होते काही बोललो तर शांततेचा भंग होईल.

हॉटेल लेक व्ह्यूची इमारत हळूहळू दिसायला लागली. पोर्चमध्ये आलो. मी प्रकाशच्या कानात कुजबुजले. ''प्रकाश, हा हात असाच कायमचा धरून ठेव.''

रूमवर परतलो. रूम उबदार होती. रूममध्ये टी. व्ही. होता. पण टी. व्ही. पहायचा नाही असे आम्ही दोघांनी ठरविले होते. दोघांनी नाईट गाऊन घातला.

मी आरामात बेडवर पडले. शेजारीच प्रकाश पहुडला होता. रूममधले मंद दिवे वातावरण अधिकच धुंद करत होते. खऱ्या अर्थाने आमच्या लग्नानंतरची ही पहिली रात्र, ज्याची मी आतुरतेने वाट पहात होते. पडल्या पडल्या छताकडे बघता बघता विचार येऊ लागले.

एका सामान्य कुटुंबातली मी. कधी वाटलं होतं एक आमदार माझा जीवनसाथी होईल? कधी वाटलं होत माझा हनिमून स्विझर्लंडमध्ये होईल? ते कथा कादंबऱ्यात वाचलेले स्वर्गसुख. या भूलोकीच्या स्वर्गात मिळेल असं स्वप्नात देखील वाटलं नव्हतं.

तो क्षण जवळ आला. स्त्री पुरुष मिलन म्हणजे काय याची औत्सुक्यपूर्ण उत्कंठा होती.

प्रकाश हळू हळू जवळ जवळ सरकत होता. अंतर कमी होत होते. प्रकाशचा हात माझ्या सर्वांगावर फिरत होता.

"ए, तो गाऊन कशाला ठेवलायस तुझ्या अंगावर. उगीच अडथळा." मी कुजबुजले.

प्रकाशचा नाजूक हात माझ्या गाऊनमधून फिरत होता. मी प्रकाशच्या गाऊनचा केव्हाच ताबा घेतला होता. प्रकाशनेही मला मोकळे केले.

दोघे एकमेकांच्या मिठीत केव्हा विसावलो. कळलेच नाही. स्पर्शात काय जादू असते! प्रकाशने माझ्या वक्षस्थळांचा ताबा घेतला.

"प्रकाश, हळू ना, अरे तुझीची आहेत ती," मी अस्फुट आवाजात पुटपुटले. मला दोन दिवसापूर्वीच्या वाड्यावरची रात्र आठवली.

"प्रकाश, आज ट्रेलर नाही हं. आज संपूर्ण चित्रपट. अगदी रंगीत संगीत सर्व रंग ढंग असणारा चित्रपट ज्याची मी गेली अनेक वर्षे वाट पहात होते."

मी डोळे घट्ट मिटून घेतले. डोळे घट्ट मिटले की हा चित्रपट छान एन्जॉय करता येतो.

चित्रपट सुरू झाला. मी बेहोश झाले होते.

'प्रकाशऽऽ प्रकाश' मी पुटपुटत होते.

आणि अचानक... चित्रपटात कोणी दुष्ट खलनायक आला होता. त्याने मला खोल दरीत ढकलून दिलं. खोलऽ खोलऽ सगळीकडे बर्फच बर्फ गारऽऽ गारऽऽऽ मी पडतच होते. विव्हळत होते. मनाच्या खोल कप्प्यात कोठेतरी जखम झाली होती.

मी डोळे उघडले. शेजारी प्रकाश मला बिलगून माझ्या कुशीत तोंड लपवत 'सॉरी सॉरी' पुटपुटत होता.

प्रकाशला झोपेने घेरले असावे. मी खोल दरीत डोळे उघडून तशीच पडून राहिले.

दुसरा दिवस उजाडला उबदार कपडे घालून हातात हात गुंफून ल्यूसर्न शहरात मनसोक्त पायी भटकंती केली.

तिसऱ्या दिवशी ल्यूसर्न लेक मध्ये क्रूझ होता. सुंदर सजवलेली बोट. चाळीस पन्नास प्रवासी, अलिशान डायनिंग हॉल, सँडविच, चॉकलेटस, पोटॅटो चीप्स आणि गरम कॉफी घेऊन डेकवर आलो, बोट संथपणे विहार करत होती. एका बाजूला हिमाच्छादित शिखर. लेकच्या तिन्ही बाजूंनी विस्तारलेले ल्यूसर्न शहर

हातात हात घालून डेकवर कितीतरी वेळ उभे होतो. सरोवरात तरंग उठत होते आणि माझ्याही मनात.

असं का व्हाव? प्रकाशवर काही दडपण आलय का? का मला पाहून?

नको नको हे तरंग उठायला नकोत माझ्या मनात. मी म्हटलं, ''प्रकाश, अरे काय सुंदर सरोवर आहे हे आणि येथे येण्याच्या तुझ्या कल्पनेबद्दल धन्यवाद कसे व्यक्त करू?''

प्रकाशने ओठाचा चंबू पुढे केला.

म्हणता म्हणता आमचा मुक्काम संपत आला.

रात्र झाली, रात्रभर प्रकाश माझ्या कुशीत लहान मुलासारखा पडून राहिला. मी तळमळत पडून राहिले.

सकाळ झाली. ल्यूसर्नचा निरोप घेतला. झुरीकहून संध्याकाळी प्लेन होत मुंबईसाठी.

आता मात्र घरची आठवण येऊ लागली. गेले ५-६ दिवस स्वर्गलोकीची सफर झाली. तेव्हा सगळं काही विसरायला झाले होते, पण ते दरीत कोसळणे?

◻◻

: प्रकाश :

ल्युसर्न सकाळीच सोडलं. ट्रेनने झुरिकला पोहचलो. झुरिक-मुंबई प्लेन संध्याकाळी ७ ला होते. सर्व सोपस्कार यथासांग पार पडले.

थोड्याच वेळात स्वीस एअरच्या बोईंगने आकाशात झेप घेतली. पंधरा-वीस मिनिटांनी विमान स्थिर गतीने निघाले. डिनर आले. व्हेजपुलाव, पॅटीस, ब्रेड बटर आणि हॉट कॉफी. दुपारचं जेवण झालं नव्हतं त्यामुळे समोरची प्लेट झटक्यात रिकामी झाली.

मी म्हटलं, ''छाया जेवण चांगलं होतं ना?'' पण छायाच्या तोंडून शब्द नाही. पाहतो तो काय डिश फस्त करून छाया केव्हाच पेंगायला लागली होती. माझ्या खांद्यावर तिची मान विसावली होती. किती विश्वासाने.

पण मला झोप येईना. ल्युसर्नच्या रात्री आठवत होत्या. किती आतुरतेने पहिल्या रात्रीची वाट पाहत होतो मी. छाया काळीसावळी होती. पण तिच्या चेहऱ्यात एक प्रकारची मादकता होती, आव्हान होते. ती आमच्याकडे राह्यला आल्यापासूनच मी तिच्या देहयष्टीवर फिदा होतो.

मुंबईतल्या हॉटेलातला प्रसंग आठवला. ती शॉवरखाली उभी होती. मी टाईम्स वाचत पडलो होतो. माझे लक्ष तिच्याकडे होते. पण धैर्य होत नव्हते. छाया मला हाक मारत होती, मी थोडा नर्व्हस झालो होतो. पण छायाने मला ओढलेच बाथरूमकडे, माझ्या कपड्यांसह. मी तिच्या अनावृत्त ओल्या देहाकडे पाहायचा प्रयत्न केला. तिच्या ओल्या देहातूनदेखील तिची उष्णता जाणवत होती. पण मी खोलवर कुठंतरी घाबरत होतो. मी नुसताच तिला बिलगून उभा राहिलो होतो. आणि वरून शॉवर कोसळत होता.

ल्युसर्नच्या हॉटेलातील पहिली रात्र किती उत्साहात होतो मी. छायाही मला बिलगायला आतूर झाली होती. बेडरूममध्ये मंद दिव्यात साक्षात् अप्सराच पहुडली होती. किती महिन्यांची प्रतीक्षा संपली. छाया आता पूर्णपणे माझीच होती, तिच्यात मी अन् माझ्यात ती पूर्णपणे एकरूप होणार होतो.

छायाने डोळे मिटून घेतले होते. मी तिच्यावर झडपच घातली. दोन्ही हातांनी मी तिचा ताबा घेतला. माझी पकड घट्ट होत होती.

मीलनाचा क्षण जवळ आला. पण अचानक काहीतरी झालं, मी नर्व्हस झालो, का झालो? कसा झालो? काहीच कळले नाही.

मी तिच्या अनावृत्त देहावर शांतपणे पडून राहिलो. तिला बिलगलो. 'सॉरी, सॉरी' पुटपुटत होतो. छाया मला कुशीत घेऊन थोपटीत होती. मला झोप कधी लागली कळलं नाही.

दुसऱ्या दिवशी सकाळी छायाच्या आधीच उठलो कॉफी मागवली. पाठोपाठ छायाही उठली. कॉफी पीत होती शांतपणे. छायाच्या नजरेला नजर भिडवायचं धैर्य होईना. अपराधीपणाची जाणीव होत होती.

रात्रीच्या प्रसंगाने मी खूप नाराज झालो होतो. तिची खूप निराशा केली होती मी. पण छाया एवढी शांत कशी? तिच्या मनात काहूर माजले असेलच. पण छायाने एका शब्दानेही नाराजी दाखवली नाही. खरंच, ग्रेट आहे ती.

विचार करता करता मलाही डुलकी लागली.

''विदिन अँन आवर वुई शँल बी रिचिंग मुंबई.''

एअर होस्टेसच्या मंजुळ आवाजाने जाग आली.

❐❐

: छाया :

मुंबईला सकाळी आठला पोहोचलो. विमानतळावर पुन्हा चेकिंग, बॅग ताब्यात घेणं तासभर गेला.

टॅक्सी केली आणि तडक मुंबईच्या नवीन फ्लॅटवर गेलो. छान अंघोळ एकत्र करायचा माझा बेत होता. नवीन फ्लॅटचा पहिलाच मुक्काम साजरा करायचा होता मला.

पण प्रकाशची फोनाफोनी सुरू झाली. मध्येच म्हणाला, "तू आटपून घे बाथ. मी नंतर जाईन."

आपल्याला जेवायला जायचंय.

माझ्या लक्षात आलं, माझ्या रोमँटिक कल्पनांना थोडी मुरड घालायला हवी. जेवून आलो. "प्रकाश, अरे आबांना कळवलंस का आपण मुंबईत लँड झालो ते."

"हो आणि संदीपलाही कळवल बरं का छायाबाई."

(प्रकाश मुद्दाम म्हणताला का सहजच?)

मी पुण्याला फोन लावला. "छाये, अगं कशी आहेस? आईचा आवाज ऐकून खूप बरं वाटलं. "खुशीत आहेस ना?" मी गप्पच.

"का ग बोलत नाहीस?"

"काही नाही गं ६-७ तासांचा विमान प्रवास झाला ना. दमलेय थोडी. दुपारी आराम करणारेय."

"पोरी, उगाच धावपळ करू नकोस. आता मुंबईत घर घेतलंय. आरामात रहा आणि पुण्याला ये अधूनमधून. जरा बरं वाटेल आम्हाला.

"आई, येईन नक्की. तुला कळवीन. काळजी करू नको. फोन बंद करते."

जवळच्या हॉटेलात गेलो. चक्क महाराष्ट्रीयन थाळी मिळाली. आधाशासारखे जेवलो. गेले ७-८ दिवस केक, ब्रेड आणि काहीतरी. आज कसं छान आपलं जेवण मिळालं.

दुपारी अक्षरश: लोळत पडलो. दोघं एकमेकांच्या मिठीत होतो पण दोघांनाही झोप लागली नाही.

प्रकाशनं संदीपला केव्हाच फोन केला होता. गाडी घेऊन संदीप निघाला देखील. मला पत्ताच नाही.

रात्री ८।-९ वाजेपर्यंत संदीप फ्लॅटवर पोहोचलासुद्धा. इतका आनंद झाला संदीपला पाहिल्यावर.

प्रकाशने तर संदीपला मिठीच मारली *(पण मी मनात असून...?)* रात्री चक्क ताजमध्ये गेलो. संदीपला फ्लॅटची, आमदारकीची आणि लग्नाची पार्टी द्यायची होती.

"ठीक आहे मित्रा, तुला तिप्पट खर्च नको म्हणून सगळी मिळून एकत्र पार्टी चालेल." संदीप नेहमीच्याच स्टाईलमध्ये बोलला.

मी आता ताजला नवखी नव्हते. त्यामुळे आम्ही सराईतपणे स्थानापन्न झालो,

"मग काय पक्या? स्वर्गलोकांत अप्सरा भेटली की नाही? आणि काय छाया? खुशीत ना?"

मी नुसतीच मान हलवली. काय सांगणार? दरीत कोसळले म्हणून.

रात्री फ्लॅटवर यायला ११ वाजले.

सकाळी लवकर जुन्नरला निघायचं होतं.

लवकर झोपणं जरूर होतं. संदीप ड्रायव्हिंग करणार होता.

आमच्या बेडरुमशेजारीच गेस्टरूम होती. आमचा पहिला गेस्ट- लाडका संदीप.

रात्री कॉफी घेता घेता गप्पा झाल्या. नव्हे, आम्ही तिघे एकत्र असलो की मी कॉफी करणारच.

"रात्रीचे बारा वाजले. झोपायची वेळ झाली." मी म्हटलं.

"अरेच्या, माझ्या लक्षातच आलं नाही. चला, माझी कुठं सोय करताय. का हॉलमध्येच पडू?" संदीपचा वात्रटपणा चालूच होता.

"महाराज, आमच्या गेस्ट रूमचे सन्माननीय गेस्ट आहात आपण. गेस्टरूम मध्ये झोपायला जाऊन उद्घाटन करा गेस्ट रूमचं."

संदीपची सगळी व्यवस्था पाहून आम्ही दोघे गेस्ट रूमच्या बाहेर आलो.

"गुडनाईट बोथ ऑफ यू', अँड एन्जॉय युवर फर्स्ट नाईट इन मुंबई." संदीप.

मी मनात म्हटलं बघू या आज चित्रपट किती रंगतो नव्या जागेत, लेट नाईट शो यथावकाश सुरू झाला. माझे नेत्र सुखाने मिटले होते.

आणि आणि अचानक... तो दृष्ट खलनायक... त्याने मला दरीत ढकलल आणि मी खोल खोल कोसळत होते.

मी डोळे उघडले, माझा प्रकाश कुशीवर वळून केव्हाच झोपी गेला होता.

माझे डोळे सताड उघडे होते. झोप येईना. रात्रीचा एक वाजत आला होता. मी उठले. हळूच खिडकीची काच सरकवली.

अकराव्या मजल्यावरून रस्त्याने रात्रीची रहदारी निरखीत बसले. समोर अथांग दर्या पसरला होता. गार वारा अंगावर येत होता. बरं वाटत होता.

पण मनातली आग कशी शांत होणार?

छाया, काय वाढून ठेवलंय तुझ्या भविष्यात? सगळी सुखं मिळतायत ना तुला? या मुंबईला फ्लॅट आहे, जुन्नरला मोठा वाडा आहे, आमदारीण म्हणून मान मिळतोय. उद्या तुझा प्रकाश मंत्री होईल. गाडीतून टेचात हिंडशील.

हे सगळं लाथाडणार आहेस? केवळ एका सुखासाठी? अचानक डोळ्यासमोर दुसरी छाया आली.

"अग, वेडे रडतेस काय? आठव पूर्वीची प्रतिज्ञा. नागीण आहेस ना तू?"

हळू हळू मनातली खळबळ शांत झाली. बेडकडे परत फिरले, शेजारी गेस्टरूम होती. मध्ये दरवाजा होता. क्षणभर दरवाजाजवळ थांबले. कानोसा घेतला. पण संदीप शांत झोपला असावा. दिवसभर ड्रायव्हिंग करून दमला होता. अर्थात संदीपला झोपेचा कधीच प्रॉब्लेम नव्हता.

दुसऱ्या दिवशी सकाळी चहा-ब्रेड घेऊन लवकर ८ लाच निघालो. रात्री जागरण झाले होते. मी म्हटलं प्रकाश, तू पुढं बस ना मित्राबरोबर गप्पा मारत. मी मागे बसते कंफर्टेबली. मनात आलं तर पेंगायला बरं."

"काय छायाबाई, रात्री जागरण का? वा अभिनंदन" संदीप म्हणाला.

"संदीप आता गाडी चालवशील का शांतपणे, उगाच मापं काढू नकोस."

जुन्नरला पोहोचायला दुपारचा एक वाजला.

वाड्याच्या दारात आई-बाबा स्वागताला जातीने हजर होते. सेवकांनी तर आम्हा दोघांची सुखरूप आल्याबद्दल दृष्ट काढली.

मनसोक्त जेवलो. खूप दिवसात घरच अन्न मिळाल नव्हतं. जेवण करून संदीप लगेच निघाला जीपमधून आश्रमाकडे. मी म्हटलं "संदीप, उद्यापासून आठ

दहा दिवस आश्रमासाठी देणारच. खूप दिवसांत आमच्या लाडक्या महिलांना भेटले नाही.''

''तुला जमेल तसं कर'' सांगून संदीप दिसेनासा झाला.

प्रकाशच्या जुन्नरमधल्या कार्यकर्त्यांच्या भेटीगाठी सुरू झाल्या. दोन दिवसात विधानसभेचे उन्हाळी अधिवेशन सुरू व्हायचे होते. त्यासाठी अनेक मंडळी प्रकाशला भेटायला येत असत.

मी पण प्रकाश मुंबईला निघेपर्यंत वाड्यावर राहायचं ठरवलं. आईसाहेबांनाही बरं वाटलं.

३१ मार्चला सकाळी प्रकाश कार घेऊन मुंबईला निघाला. निरोप द्यायला अनेक कार्यकर्ते वाड्यावर गोळा झाले होते. मी दरवाजात उभे राहून टाटा करत होते.

□□

: प्रकाश :

ड्रायव्हर होता गाडी चालवायला. नुकतच जेवण झालं होतं. त्यामुळे मागल्या सीटर रेलून झोप काढायचे ठरवले. पेंग येई पण झोप येईना. मनात विचारांचा कल्लोळ होत होता.

अलीकडे अलीकडे मी नकळत छायाला टाळू लागलो. मला तिची ओढ वाटे पण तिच्या अनावृत्त देहाला स्पर्श केला की अनामिक भीतीने मी ग्रासला जाई. खूप अवसान आणून किल्ला सर करायचा प्रयत्न करी. पण अचानक माझे अवसान गळून पडे. काय करू मी?

छे, काय होणार, काही समजत नाही. पक्षकार्यात आता जास्तीत जास्त जुंपून घ्यायला हवं.

अरेच्या! पण छायाचे काय? तिला माझ्याकडून स्वर्ग सुखाची अपेक्षाच असणार! तिच्या मनातही खळबळ होत असणार. नैराश्यही आले असणार, पण वरून तर ती शांत दिसते.

उद्या तिने आणखी कोणाकडून............?

''साहेब, चहाला थांबायचं का? चार वाजत आले.''

ड्रायव्हरच्या आवाजाने मी भानावर आलो.

''हो, थांबू या कुठंतरी, माझेही बारीक डोकं दुखतंय. मस्त चहा घेतला की थांबेल.''

मुंबईत पोहचायला ७ वाजले.

🔲🔲

: छाया :

ड्रायव्हर बरोबर असल्याने प्रकाशला सुखाने जाता आले असावे. मीही थोड्या वेळाने जीप काढली आणि सांदीपनी आश्रमाचा रस्ता धरला.

आता यापुढे आश्रमाच्या कामात जास्तीत जास्त लक्ष घालायचं ठरवलं. त्यामुळे बाकीच्या काळज्या आपोआपच विसरायला होतील. आणि संदीपचाही सहवास मिळत राहील.

आश्रमात सगळ्या आदिवासी महिलांनी माझं जंगी स्वागत केलं किती जणींनी मला भेटवस्तू दिल्या. कुणी हाताने विणलेला स्कार्फ दिला. कुणी पणत्या दिल्या, नक्षीकाम केलेले रूमाल दिले.

दिवस भराभरा पुढे सरकत होते, संदीपची गाठ रोज पडे, पण आश्रमाच्या कामापुरतीच.

संदीप थोडा काळजीत वाटत होता. एक दिवस परत निघायच्या दिवशी संदीपला भेटले, ''का रे संदीप, काळजीत वाटतोयस? सांग ना मला. मी काही मदत करू शकेन.''

''अगं बाबा सध्या खोलीच्या बाहेर फारसे पडत नाहीयत. मीच त्यांना हाताला धरून व्हरांड्यात आणतो. आराम खुर्चीत बसवतो. थोडा वेळ चांगला जातो. पण आरामखुर्चीतून त्यांना एकट्याला उठता येत नाही. आधार द्यावा लागतो.

दुसरी काळजी आश्रमाची. म्हटलं तर आहे म्हटलं तर नाही. आर्थिक पाया अजून भक्कम व्हायला हवा. नवे देणगीदार शोधायला हवेत. अर्थात प्रकाश आता आमदार आहे उद्या मंत्री होईल. त्याच्याकडून आश्रमाला काहीतरी मदत नक्की मिळेल.''

मी म्हटलं, ''काळजी करू नकोस संदीप. अरे, आश्रम आपल्या सगळ्यांचा आहे. ४-५ दिवसांनी मी मुंबईत परत जाईन.

बघू या काय होईल ते.''

मी मुंबईला पोहोचले. आमचा फ्लॅट म्हणजे प्रकाशची कचेरीच झाली होती, रात्री उशिरापर्यंत चर्चा चालत असे, मी प्रकाशची वाट पाहत झोपी जाई.

पहाटेच्या शांत वेळेस अचानक संदीपचा मोबाईल वाजला. आम्ही दोघे जागे झालो. संदीपचा घाबरलेला आवाज ऐकू येत होता.

''प्रकाश, अरे ताबडतोब नीघ, बाबांची शुद्ध हरपलीय. पहाटे त्यांनी मला हाका मारल्या. मी त्यांच्या खोलीत पोहोचेपर्यंत ते बेशुद्ध पडले. डॉक्टर आलेत पण म्हणाले जवळच्या मंडळींना बोलावून घ्या. प्रकाश, मित्रा, तुम्ही दोघं लवकरात लवकर या..''

प्रकाश जवळजवळ ओरडलाच, ''छाया, उठ लवकर. आपल्याला जुन्नरला आश्रमावर जायलाच हवे.''

अक्षरश: ४-४।। तासात जुन्नर गाठलं. आई आणि आबासाहेब सकाळीच आश्रमाकडे गेले होते.

वाड्यावर आत न जाता आम्ही तडकच आश्रमाकडे निघालो. तीस चाळीस मिनिटात संदीपच्या रूमच्या दारात थांबलो.

प्रकाश धावतच आत गेला. दोन तीन डॉक्टर्स उपचारांची शर्थ करीत होते.

''डॉक्टर, वाट्टेल तेवढे पैसे खर्च करू. जरूर पडली तर पुण्याला घेऊन जाऊ. पण बाबा जगले पाहिजेत. अहो आश्रमाचा आधारवड आहेत ते.''

पण नियतीच्या मनात काही वेगळेच होते. सबंध आश्रमभर एव्हाना बाबांच्या बद्दलची बातमी पसरली होती.

डॉक्टरांनी प्रकाशला बाजूला बोलावले.

मला अशुभ शंका आली, डॉक्टर प्रकाशला म्हणाले, ''प्रकाशभाऊ बाबासाहेबांना मॅसिव्ह हार्ट अ‍ॅटॅक आलाय. बाह्योपचाराला शरीर साथ देत नाहीय, बाबा काही मिनिटांचे सोबती आहेत. संदीपला धीर द्या.''

प्रकाश संदीपजवळ गेला. संदीप बाबांच्या कॉटजवळ शांतपणे उभा होता.

प्रकाशने संदीपचा हात पकडला. शेजारीच आबा पण खिन्नपणे उभे होते. सगळीकडे भीषण शांतता होती.

डॉक्टर बाबासाहेबांची नाडी सतत तपासत होते. आणि अचानक डॉक्टरांनी हात काढून घेतला.

शांतपणे डॉक्टर म्हणाले, ''संदीप, बाबासाहेब इज नो मोअर. आय अ‍ॅम सॉरी. वुई हॅव ट्राईड अवर बेस्ट.''

संदीप निश्चल उभा होता. क्षणभर बाबांच्या कॉटवर बसला. क्षण दोन क्षण

बाबांकडे पाहिले, खाली वाकून नमस्कार केला आणि दु:खावेगाने प्रकाशच्या खांद्यावर मान टाकून उभा राहिला.

मीही सुन्न झाले होते. मीही बाबांच्या अचेतन देहाला मनापासून वंदन केले.

क्षणार्धात सारं काही डोळ्यापुढं आलं.

बाबांमुळे मी जुन्नरला आले. त्यांच्या आदिवासींवरचा अभ्यास, त्यांच्यावरचं प्रेम, त्यांच्या सुखदु:खात समरस होणं. आज या आश्रमात मी उभी आहे ते केवळ बाबांच्यामुळे. माझ्यावर मुलीसारखी माया केली. कधी रागवणं नाही, कपाळाच्या आठ्या नाहीत, सतत काम आणि एकच ध्यास- आदिवासी विकास.

बाबांचा देह शालीमध्ये लपेटून व्हरांड्यात दर्शनासाठी ठेवण्यात आला. सगळ्या वाड्या- वस्त्यांवर, पाड्यावर बाबांच्या निधनाची बातमी पोहोचली होती.

सूर्य मध्यान्हीला डोक्यावर तळपत होता. पण आश्रमात तळपणारा सूर्य अस्ताला गेला होता.

बाबांच्या अत्यंदर्शनाला शेकडो लोकांची रीघ लागली होती. फॉरेस्ट डिपार्टमेंटचे लोक, जुन्नरचे अनेक पुढारी, कार्यकर्ते लोटत होते. आबासाहेब, बाबासाहेबांच्या अचेतन देहाजवळ शांत बसून होते.

आश्रमात मैदानात एका बाजूला पिंपळ वृक्ष होता. त्याच्या पारावर बऱ्याच वेळा बाबा बसत असत. त्यांचे आवडते ठिकाण होते त्या पिंपळाखालीच अंत्यविधीची तयारी सुरू झाली.

सूर्य अस्ताला चालला. धीरगंभीरपणे संदीपने बाबांच्या चितेला अग्नी दिला.

खरोखरच बाबासाहेबांसाठी स्वर्गाची दारे खुली होती. चांगल्या पगाराची नोकरी सोडून बाबांनी आदिवासींच्या जीवनात आनंद येण्यासाठी काय केलं नाही? स्वत:च उत्पन्न, फंड सारं काही आश्रमाला देऊन टाकलं.

मी खिन्नपणे एका बाजूला उभी होते. तेवढ्यात प्रकाशचा खांद्यावर हात पडला. 'चला छाया, संपल सारं काही'' तेव्हा मी भानावर आले.

आम्ही शांतपणे परत फिरलो. आमच्या दोघांच्या मध्ये संदीप होता. अतिशय गंभीरपणे पाऊलं टाकीत होता.

रात्री आम्ही दोघे संदीप सोबतच आश्रमात राहिलो.

बाबासाहेबांनी कोणतेही धार्मिक विधी करायचे नाहीत असे संदीपला सांगितले होते. उलट त्यांच्या नावावर जे काही थोडे फार पैसे उरले असतील ते आश्रमासाठी वापरून टाका, असेही बजावले होते.

अधिवेशन संपत आलेच होते. त्यामुळे प्रकाश व मी दोघांनी आठ पंधरा दिवस संदीपच्या सानिध्यात घालवायचे ठरवले. संदीपचा मूड पुन्हा पहिल्यासारखा

आणणं जरूरी होतं.

आश्रम हे संदीपचं सर्वस्व होतं. आम्ही तिघांनी एकत्र राहिल्याने सर्वच आश्रमवासी आदिवासींना आनंद झाला. लागले. आश्रमात काही दिवसांतच उत्साहाचे वातावरण तयार होऊ लागले.

पंधरा दिवसांनी मी व प्रकाश वाड्यावर परत निघालो. संदीपने आमच्या दोघांचे हात हातात घेतले. "प्रकाश-छाया, तुम्ही दोघांनी माझ्यावर अतूट प्रेम केलंय. ते शब्दांत व्यक्त करता येणार नाही. बाबा गेले. वाटलं, संपलं सारं काही. पण बाबा गेल्याचं दु:ख तुमच्या सहवासात हलकं झालं. नव्हे आपण तिघांनी गेले पंधरा दिवस एकत्र काम केल्याने आश्रमात चैतन्य आलं. आश्रमाचा विस्तार करणं, अधिकाधिक दुर्बल घटकांना मदत करणं आबांना खरी श्रद्धांजली ठरेल."

"पण तुम्ही दोघं आता निघा. वाड्यावर आबासाहेब-आईसाहेब यांना तुमच्या सहवासाची गरज आहे."

आम्ही जड अंत:करणाने संदीपचा निरोप घेतला. काही दिवस वाड्यावर राहिलो. आईसाहेबांना खूप आनंद झाला लग्न झाल्यापासून तसं माझ सून म्हणून राहाणं झालंच नव्हतं.

वाड्यावर कार्यकर्त्यांची वर्दळ सुरूच होती वैयक्तिक कामापासून ते गावाच्या कामापर्यंत सगळी मंडळी प्रकाशला भेटायला यायची. आमदार प्रकाश आपल्याला भेटला, बोलला, तुमच्या कामात लक्ष घालतो, फोन करतो एवढ्यावर येणाऱ्या मंडळीचे समाधान होई.

दिवस भराभरा उलटत होते. माझी त्रिस्थळी यात्रा सुरू झाली. दहा पंधरा दिवस मुंबईत, दहा पंधरा दिवस वाड्यावर, दहा-पंधरा दिवस आश्रमात.

मुंबईला जायची ओढ कमी झाली. असं का व्हावं? प्रकाश मला किती सुखात ठेवत होता. मुंबईत मोठा फ्लॅट, दारात गाडी, आमदारीण म्हणून सगळीकडे मान. मात्र या सगळ्या सुखांच्या पलीकडे काहीतरी असतं आणि तेच तर मनासारखे

म्हणता म्हणता लग्नाला वर्ष झालं. आईचा वर्षासणाला या म्हणून आग्रहाचा फोन आला. प्रकाश आढेवेढे घेत होता.

प्रकाश म्हणाला, "हे बघ छाया, मी तुझ्या आईबाबांकडून जावई म्हणून काहीही घेणार नाही. ही अट मान्य असेल तर येतो म्हणून सांग."

आईनं नाईलाजानं जावईबापूंच्या सगळ्या अटी मान्य केल्या.

आईनं स्वत: लक्ष घालून आमदार जावयासाठी स्वयंपाक केला. दादा आणि मंजूही जेवायला आले होते. गप्पा मारत मारत भरपूर जेवण झालं. दुपारी आराम करायचा विचार केला.

आईबाबांचा प्रेमळ निरोप घेऊन निघाले. प्रकाश गाडी सुरू करत होता. आई हळूच कानात कुजबुजली.

"छाये, लग्नाला वर्ष झालं. काही प्रगती? नातवंड हवीत आम्हाला."

"आई, अगं घाई काय आहे. अगं आता कुठे वर्ष होतंय. प्रकाश नवीनच आमदार झालाय. मी आश्रमाच्या कामात बिझी" *(आईला काय सांगणार?)*

"हे बघ, मला काही सांगू नकोस. पुढच्या दिवाळसणापर्यंत मला बातमी हवीय तुझ्याकडून."

प्रकाश हॉर्न वाजवून लवकर चलण्यासाठी खुणावत होता.

गाडी फर्ग्युसन रोडला वळली. मी पटकन म्हटलं, "प्रकाश, वैशाली समोर गाडी थांबव ना. मस्त कॉफी घेऊ. थोडा वेळ जुन्या आठवणीत रमू आणि निघू."

वैशालीत गेलो पण आता आम्हाला ओळखणारं कोणीच नव्हतं. वासू तर आश्रमात आला होता.

कोपऱ्यातली वेलाखालची जागा मिळाली. दोन कॉफी मागवल्या. सव्वा वर्षापूर्वी मैत्रिणींनी मला येथेच केळवण केलं होतं.

या वेलीखालीच प्रकाशची माझी पहिली भेट झाली होती. थोडा वेळ रमले जुन्या आठवणीत.

प्रकाशने निघायची खूण केली. जुन्नरला वेळेवर पोहाचायला हवे.

सात-आठ दिवस वाड्यावर राहून मुंबईला रवाना झालो. प्रकाशचे मंत्र्यालयात हेलपाटे सुरू झाले. माझ्याही मुंबईत उच्च वर्तुळात चांगल्या ओळखी झाल्या होत्या. मी अधून मधून आश्रमासंबंधी बोलत असे.

दिल्लीला महाराष्ट्र सरकारकडून शिष्टमंडळ जायचे होते. महाराष्ट्र सरकारला सेंट्रल कडून काय मदतीची अपेक्षा आहे याचे टिपण प्रकाशने तयार केले होते. मुख्यमंत्री खूश झाले. म्हणाले, "छान, प्रकाशराव, आता दिल्लीला जाणाऱ्या शिष्टमंडळाचं नेतृत्व तुम्हीच करा."

प्रकाशने घरी आल्याआल्याच दिल्लीची बातमी दिली. "छाया, पुढच्या आठवड्यात जावे लागणार. फार महत्त्वाची घटना आहे माझ्या दृष्टीने. अगं दिल्लीच्या वर्तुळात आपलं नाव होणं याला वेगळा अर्थ आहे."

"प्रकाश, मला खात्री आहे तू दिल्लीत चमकशील. अरे, पण बरी आठवण झाली. ठाकरसी ट्रस्टकडून आपल्या आश्रमाला मोठी देणगी मिळणार होती त्याचं काय झालं?

प्रकाशने फोन लावला. "छाये, अग गुड न्यूज! ठाकरसी ट्रस्टने वीस लाखाचा चेक काढलाय. शनिवारी ऑफिसात चार वाजता बोलावलंय."

"छान, केवढी काळजी मिटली. मी म्हटलं, आता संदीपला किती आनंद होईल."

"हे बघ छाया, संदीपला बोलावून घे. चांगले दोन चार दिवस आराम करायला सांग. तोपर्यंत मी दिल्लीहून येईनच. त्याला चेक देऊ. मस्त सेलिब्रेट करू देणगी. मी त्याला प्रॉमिस केल होतं मुंबईला मोठी देणगी आश्रमासाठी नक्की मिळवीन. किती बरं वाटेल त्याला चेक मिळाल्यावर. कायम आदिवासी कल्याणाचाच विचार असतो त्याच्या मनात."

शनिवारी संध्याकाळच्या प्लेनने शिष्टमंडळ घेऊन मोठ्या उत्साहात प्रकाश दिल्लीला रवाना झाला. मी ठाकरसी ट्रस्टकडून चेक घेऊन आले. संध्याकाळ झाली. मी समुद्राच्या बाजूची खिडकी उघडली. संध्याकाळचा आल्हाददायक वारा सुखावत होता. मी एकटक लाटांकडे बघत होते. भरतीच्या लाटा जोरजोरात उसळत होत्या.

मनात विचारांच्या लाटा घोंघावत होत्या. लग्नाला वर्ष झालं. आई विचारायला लागलीय. उद्या सासूबाई चौकश्या करायला लागतील. *(काय सांगू त्यांना? कशी समजूत घालणार या लोकांची?)*

वर्षभरातल्या किती रात्री मी तळमळत काढल्या असतील! पण मग असंच चालणार आयुष्यभर? रंगीत संगीत चित्रपट संपूर्णपणे कधीच एन्जॉय करायला मिळणार नाही?

तेवढ्यात दुसऱ्या छायाने माझा ताबा घेतला. मुळूमुळू रडू नकोस छाये. अगं, नागीण ना तू. विसरलीस? अग हाच मौका आहे. प्रकाश गेलाय दिल्लीला, चार-पाच दिवस येणार नाहीय.

मन शांत झालं.

रात्री संदीपला मोबाईल लावला. "संदीप, आनंदाची बातमी. प्रकाशच्या प्रयत्नाने मोठ्या देणगीचा चेक आपल्या आश्रमासाठी मिळालाय. उद्या नीघ आणि दुपारपर्यंत मुंबईत ये. दोन चार दिवस रहावेच लागेल तुला. नाहीतर बघ. चेक मिळणार नाही."

"छायाबाई, तुझा फोन म्हणजे अटक वॉरंटच. न येऊन कसं चालेल. बंदा उद्या दुपारी चहाला फ्लॅटवर हाजीर."

दुपारी डुलकी सुद्धा घेतली नाही. न जाणे बेल ऐकू आली नाही तर.

बरोबर ४।। ला बेल वाजली. अक्षरश: धावत गेले. दार उघडलं, समोरच माझ्या स्वप्नातला संदीप उभा.

"ये ना, आता ये. मानलं तुला. बरोबर चहाच्या वेळेस हजर."

"अगं, चेक न्यायचाय, म्हटलं उशीर नको. वेळेवर पोहोचलेले बरे."

"बरोबर आहे. तुला चेकची काळजी. कधी माझी काळजी केलीस."

"अगं, दारातच भांडणाने स्वागत करणारेस का आत बोलावणारेस? वेडे, चेक तू देणार म्हणजे तुलाच भेटायला धावत आलो."

"आत ये, बॅग दे, गेस्टरूम मध्ये ठेवते. फ्रेश हो. मस्त चहा करते. अरे तुझ्याबरोबर घ्यायचा म्हणून थांबलेय."

संदीप फ्रेश होऊन आला (तसा तो मला कायमच फ्रेश दिसतो) येता येताच म्हणाला, "आमचे आमदारसाहेब दिसत नाहीत? केव्हा यायचे मंत्रालयातून?"

"अरे, प्रकाशवर मुख्यमंत्र्यांनी खूप मोठी जबाबदारी टाकलीय. शिष्टमंडळाचा नेता म्हणून शिष्टमंडळ घेऊन दिल्लीला गेलाय काल संध्याकाळी. आजपासून निरनिराळ्या मंत्र्याच्या भेटीगाठी सुरू होतील. ३-४ दिवस तरी लागतील म्हणाला. जाताना चेक न विसरता घेऊन ये म्हणून सांगून गेला आणि लाडक्या संदीपला बोलावून घे. आणि मी येईपर्यंत थांबवून घे म्हणून सांगितलय.

"अरे बापरे. ३-४ दिवस रहायचं इथं? छाये, एवढ्या आरामाची सवय नाही गं."

"संदीप, अरे गेली काही वर्ष तू रात्रंदिवस मेहनत करतोयस. आज सांदीपनी आश्रमाचं नाव तुझ्यामुळे सर्वत्र गाजतंय. अरे, दिल्लीत बोलबाला झालाय आश्रमाचा पण याचा अर्थ असा नव्हे की तू आरामाचा विचारही करायचा नाहीस? ते काही नाही. प्रकाश येईपर्यंत तुला रहावेच लागेल."

"जशी आपली आज्ञा आमदारीण बाई."

"संदीप, चेष्टा पुरे. अरे आमदारीण नाही सांगत तुला. छाया सांगतीय तुझ्या काळजीने. संदीप थोडी विश्रांती घे. थोड्या वेळाने बाहेर पडू."

लिफ्टने खाली आलो. रस्त्यापलीकडचे किनारा होता. संदीपची साथ लाभली होती. मी उल्हासित मनाने संदीपबरोबर किनाऱ्यावर चालू लागले. पश्चिमेला सूर्य मावळत होता. संधिप्रकाश पडला होता. असं वाटत होतं की किनारा संपूच नये. संदीप बरोबर चालतच राहावं.

"संदीप, भेळ घे ना, चक्क वाळूत खाली बसणार आहे भेळ खायला आणि एकच घे दोघात."

तासाभराने फ्लॅटकडे परतलो.

"संदीप, टी. व्ही. बघत बस. नाहीतर वाचत बस. नाहीतर डुलकी घे. मी आज स्वयंपाक माझ्या हाताने करणार आहे खास तुझ्यासाठी. ९ वाजता आवाज देते तुला जेवायला."

□□

: संदीप :

पेपर वाचता वाचता कधी डुलकी लागली कळलीच नाही. छायाबाईने गदागदा हालवले तेव्हा जाग आली.

"महाराज चला जेवायला."

तोंड-डोळे धुतले अन जेवायला बसलो.

बेत तर झकास होता. माझा आवडता बदामाचा शिरा, पापड आणि मूगडाळीची खिचडी.

"छाये, अगदी आवडीचा बेत. कसा काय लक्षात राहिल्या माझ्या आवडी- निवडी?"

"अरे, आवडत्या माणसाच्या आवडी निवडी आपोआप लक्षात रहातात.

हॉलच्या पश्चिमेला मोठी खिडकी होती. छायेने वेताच्या दोन आराम खुर्च्या सरकावल्या. जेवण करून दोघेजण समुद्रावरची शीतल हवा घेत गप्पा मारत बसलो. खरोखरच इतका निवांतपणा कधीच अनुभवला नव्हता.

दिवसभरच ड्रायव्हिंग. रात्रीचे आवडते भरपूर जेवण, डोळे ओढायला लागले नसतील तरच नवल.

"छाया, झोप यायला लागलीय. सॉरी, तुझा गप्पांचा मूड दिसतोय पण झोप अनावर झालीय."

मी गेस्ट रूमकडे वळलो.

छाया तिच्या बेडरूमकडे गेली. दोन्हींच्या मधला दरवाजा उघडला. छाया आत आली.

"संदीप, मला एकटीला येवढ्या मोठ्या बेडरूममध्ये झोपायची भीती वाटते रे. कधी एकटी झोपले नाही. मधले दार उघडे ठेवते. तेवढीच भीती कमी होईल."

मी नाईट लँप ऑन केला आणि बेडवर पडलो. ''गुडनाईट छाया, शांत झोप.''

थोड्याच वेळात मला झोप लागली.

किती वेळ गेला कोणास ठाऊक. मला एकदम छायाची किंकाळी ऐकू आली. मी मधल्या दरवाज्यातून तिच्याजवळ धावतच गेलो.

''छाया, काय झालंय? का ओरडलीस?''

''अरे, मी खोल खोल दरीत पडतेय, खोल खोल, खाली बर्फच, बर्फ गार गार. मी घाबरून ओरडले असावे'' असे म्हणून छायाने मला एकदम मिठी मारली.

काय करावे समजेना. कशी तरी तिला मिठीतून सोडवली. फ्रीजमधून पाणी आणलं. तिला प्यायला दिलं. ती धापा टाकीत होती. कुठल्या तरी अनामिक भीतीने तिला ग्रासल असावं, तिच्या डोक्यावरून पाठीवरून हात फिरवत बसलो.

''छाया, झोप. काही घाबरायचं कारण नाही. अगं स्वित्झर्लंडला खोल दऱ्या पाहिल्यास ना, तेच डोक्यात असेल.'' छायेने माझा हात घट्ट धरून ठेवला. ''मला सोडून जाऊ नकोस.'' पुटपुटत होती तिला हळू हळू बेडवर झोपवलं. डोकं थोपटलं. तिला थोड्याच वेळात झोप लागली असावी.

मी माझ्या गेस्टरूमकडे वळलो. बेडवर अंग टाकतच झोप लागली.

सकाळी चहा घेताना रात्रीचा काहीच विषय निघाला नाही. तिनेही विषय काढला नाही. मीही गप्प होतो.

मात्र दिवसभर डोक्यात छायाच होती. तिला रात्री असं का व्हावं? काय कारण असावे? का तिच्या मनाचे खेळ? का आणखी काही कारण असावे?

छाया तशी दिवसभर नॉर्मल होती. दिवसभर मी तिचं बारकाईनं निरीक्षण करत होतो.

रात्र झाली. मी कालच्याप्रमाणेच गेस्टरूममध्ये गेलो. छायेनं मधला दरवाजा उघडा ठेवला होता भीती वाटते म्हणून. छायेला गुडनाईट म्हटलं. मात्र माझ्या गेस्टरूमध्ये टेबल लँप लावून थोडा वाचत पडलो. ती झोपल्याची खात्री केली. रात्रीचे अकरा वाजले होते. टेबल लँप ऑफ केला. नाईट लँप लावला. आणि निद्राधीन झालो. थोड्याच वेळात मला गाढ झोप लागली.

उत्तररात्री केव्हातरी माझ्या अंगावर धाडकन काहीतरी पडल्याचा भास झाला. डोळे उघडले पण गर्द अंधार होता. नाईट लँप ऑफ केला गेला होता. बाप रे. छायेनं मला घट्ट मिठी मारली होती. मिठी कसली, मगरमिठीच ती. पूर्णपणे अनावृत्त होती.

''छाया, दूर हो दूर हो'' माझी केवीलवाणी धडपड चालू होती.

''मला तू हवायस पूर्णपणे, मी सोडणार नाही तुला.''

मी तिला दूर लोटण्याचा प्रयत्न केला. पण काय ताकद आली होती तिच्यात कुणास ठाऊक.

"छाया, हे बरं नव्हे. वेडेपणा करू नकोस" पण व्यर्थ.

ती क्षणभर बाजूला झाली, मी उठायचा प्रयत्न केला आणि मोठ्या ताकदीने तिने मला तिच्या अंगावर ओढलं.

तिच्या दोन्ही हातांचा विळखा एखाद्या नागीणीने घालावा तसा होता.

मी काही दगडमातीचा बनलेला नव्हतो. छायाचा उष्ण श्वास माझ्या श्वासात मिसळत होता. शेवटी माझा पुरुष जागा झाला.

छाया अत्यानंदाने विव्हळत होती.

"संदीप, संदीप अहाहा! मी हिमालयाच्या शिखरावर गेलीय. आता मी दरीत नाही कोसळणार." छाया पुटपुटत होती. किती वेळ गेला कोणास ठाऊक.

अंधार गुडूप होता. मी उठायचा प्रयत्न केला. पण छाया अर्धवट निद्रेत असावी. तिनं मला जवळ ओढलं.

अत्यानंदाने तिला आणि श्रमानं मला केव्हाच झोप लागली. सकाळ झाली असावी. मी उठायचा प्रयत्न केला पण छायाच्या हाताचा विळखा माझ्या गळ्याभोवती होता.

हळुवारपणे तिचे हात बाजूला केले. तिने थोडी चुळबूळ केली पण एका कुशीवर वळून पुन्हा निद्रिस्त झाली. मी चादर घेतली. तिच्या अनावृत्त देहावर हळूच टाकली आणि गेस्ट रूमच्या बाहेर आलो.

फ्रेश झालो आणि सरळ कीचनमध्ये जाऊन भरपूर चहा टाकला. चहाचा भला मोठा मग घेऊन हॉलमधल्या इझी चेअरवर बसून घोट घेत बसलो. गरम चहा पोटात गेला तेव्हा मला थोडं बरं वाटलं.

अन माझं विचारचक्र जोरात फिरू लागलं. कित्येक वर्षापूर्वी पुण्याच्या आमच्या मठीत छाया एकदा दुपारची आली होती. माझ्यावर झडप घातली होती तिने. मी तिला चिडून दूर लोटली होती. त्यावेळेस तिला डुलकी लागली होती आणि मी असाच चहा टाकून तिच्या उठण्याची वाट पहात होतो.

त्यावेळेस मी वाचलो. पण संदीप! काल रात्री काय झालं तुला? काय केलेस तू हे? मित्राच्या बायकोबरोबर...?

नाही नाही, माझा काय दोष? तीच आली. मी नाही तिच्याकडे गेलो! मी तिला दूर लोटण्याचा प्रयत्न केला. पण तिच्यात एवढी शक्ती कशी आली?

तरीपण संदीप, झालं ते बर नव्हे. अरे, प्रिय मित्राशी, सख्या भावापेक्षा जवळच्या प्रकाशची प्रतारणा?

माझ डोकं गरगरू लागले. किचनमध्ये जाऊन मग मध्ये आणखी चहा ओतला. खिडकीजवळ उभा राहून रहदारीकडे बघत उभा राहिलो. किती वेळ कोणास ठाऊक?

पाठीवर हात ठेवल्याचा भास झाला. चमकून मागे पाहिले. छाया माझ्या मागे उभी होती.

''छाया, किती उशीर उठायला?''

''अरे, काय शांत झोप लागली. जागच आली नाही.''

''छाया, पटकन तोंड धू, चहा करून ठेवलाय आणि मला चेक दे. मला निघायलाच हवं.''

''काय रे हे? प्रकाश येईपर्यंत तू थांबायला हवंस.''

''थांबलो असतो. पण छाया, आश्रमात काहीतरी प्रॉब्लेम झालाय, व्यवस्थापकांचा सकाळी फोन आलाय. माझी आवश्यकता आहे तिथे. पटकन काहीतरी खायला कर. तासाभरात निघायलाच हवं.''

''हे काय संदीप, किती जिवाची धावपळ करशील, चांगला राहिला होतास येथे. आता प्रकाश माझ्यावर रागावेल. म्हणेल, का जाऊन दिलंस त्याला.''

''हे बघ छाया, मला आता निघण जरूर आहे. प्रकाशला आल्यावर मला फोन करायला सांग. मी बोलेन त्याच्याशी.''

निघताना म्हटलं, ''छाया, अगं चेक देतीयस ना. ज्यासाठी आलो तेच काम राहून जायचं.''

छायानं थोड्या घुश्यातच चेक हातात दिला.

अन् म्हणाली, ''घे! सी यू अगेन.''

❑❑

: छाया :

बाई ग! संदीप काही थांबायला तयार नाही. १० वाजता निघालाच. पण प्रकाशला आल्यावर फोन करायला सांग. 'मी बोलेन त्याच्याशी' म्हणालाय.

काय बोलेल संदीप? काल रात्रीचा प्रसंग प्रकाशला सांगितला तर?

प्रकाशला यायला अजून दोन तीन दिवस होते. मी एकटी कशी राहाणार एवढ्या मोठ्या घरात अन् रात्री कशा जाणार?

थोडा विचार केला, पुण्याला मायाला फोन लावला.

"माये, अगं काय करताय? कशा आहात?"

"वा आज आमदारीणबाईंना आमची आठवण झाली म्हणायची?

हे बघ पुरे, अग सगळ्याजणी दुपारच्या एशियाडने पुण्याहून निघा. अगदी बॉंबे सेंट्रलला उतरा. मी न्यायला येते बस स्टॅंडवर. अग मी एकटीच आहे. प्रकाश गेलाय दिल्लीला दोन दिवस मस्त धमाल करू. या, मी वाट पहातीय."

सगळी गॅंग आली. टॅक्सी करून सगळ्यांना फ्लॅटवर नेलं. फ्लॅट बघून सगळ्यांचे डोळे विस्फारले.

"छाया, काय लकी आहेस? छाये, अग काय फ्लॅट आहे? आणि अहाहा समोर समुद्र."

"आणि छाया, "एवढ्या मोठ्या जागेत तुम्ही दोघंच राजा राणी? राजपुत्र केव्हा येणार?"

"हे बघा, सगळ्या प्रश्नांची उत्तरं यथावकाश मिळतील. पण आधी चहा करते. काहीतरी खायला करते. मग संध्याकाळी जाऊ सगळ्या समुद्रावर. पाणीपुरी, चाट, भेळ काय हव ते खा

पोटभरून.

दोन दिवस गप्पा, खाणी आणि आराम. सगळ्या जणी माझ्यावर खूश झाल्या.

संध्याकाळी समुद्र किनाऱ्यावर मनसोक्त भटकलो. आईस्क्रीम दिसतंय, खा. भेळेची गाडी दिसली, बडवा भेळ. पाणीपुरीच्या पुऱ्या तर सगळ्यांनी मनसोक्त खाल्या.

रात्री १०-१०॥ ला सगळ्याजणी फ्लॅटवर परतलो. पुन्हा रात्री १२-१ पर्यंत गप्पा. त्या चेष्टांना सगळ्यांना अगदी ऊत आला होता. कुणी कोचावर, कुणी गालिच्यावर, कुणी गेस्टरूममध्ये आडव्या झाल्या. मात्र कोणीही बेडरूममध्ये आल्या नाहीत. वर थट्टेने म्हणाल्या "अगं, बेडरूम म्हणजे राजा-राणींचा महाल. महालात इतर कोणी जायच नाही हं."

तिसऱ्या दिवशी सगळी गँग पुण्याकडे पळाली.

दुपारी प्रकाशचा मोबाईल आला.

"छाया, दिल्ली फत्ते, दुपारी ४ च्या प्लेनने निघतोय. रात्री ७-७॥ पर्यंत फ्लॅटवर येतोय. साधा बेत कर. इथल पंजाबी खाऊन कंटाळलोय चार दिवसात."

प्रकाश आल्या आल्या त्याला मिठीत घेतलं.

"अरे, ४-५ चा दिवसाचा विरह. चातकासारखी तुझी वाट पहातीय. चल फ्रेश हो मस्त चहा करते.

चहा पिता पिता मी म्हटलं "अरे, गेले दोन दिवस असे मस्त मजेत गेले आमची पुण्याची गँग आली होती. धमाल केली."

प्रकाशने एकदम विचारलं, "आणि संदीप? संदीप नाही आला?" मी जरा चपापले.

"अरे, आला होता. तू गेल्यावर मीच त्याला फोन करून चेक नेण्यासाठी बोलावून घेतलं. जेमतेम दोन दिवस राहिला. तेवढ्यात आश्रमात काहीतरी प्रॉब्लेम झालाय. मला फोन आलाय म्हणाला आणि तासाभरात निघाला देखील. मी त्याला म्हटलं अरे प्रकाश येईल २-४ दिवसांत, त्याच्या हातानं चेक घे. पण तो ऐकेनाच."

"हे बघ छाया, संदीप खूप विचारी आहे. काहीतरी महत्त्वाचं घडलं असणार. त्याशिवाय तो जाणार नाही."

"प्रकाश, तू दमून आलायस. जरा आराम कर. उगीच विचार करत बसू नकोस. चक्क पिठलं भाकरी करणारेय. आवडेल ना तुला."

जेवणं झाली.

टी. व्ही वर बातम्या चालू होत्या. माझ्या प्रकाशची छबी टी. व्ही. वर झळकली. "प्रकाश प्रकाश अरे बघ बघ, तू टी. व्ही. वर झळकतोय."

"महाराष्ट्राचे शिष्टमंडळ दिल्लीत यशस्वी बोलणी करून आज परतले. शिष्टमंडळाचे नेतृत्व तरुण तडफदार आमदार प्रकाश जुन्नरकरांनी केले होते."

मी प्रकाशला जवळ ओढले. "प्रकाश, माझी छाती आज अभिमानाने भरून आलीय. तू ग्रेट आहेस. चल ना बेडरूममध्ये. आज तुझे टी. व्ही. वरचे झळकणे दणक्यात सेलीब्रेट करू."

मला कळेना आज छाया एकदम खुशीत कशी? आणि मला आपणहून बेडरूममध्ये बोलावतेय.

सकाळी दोघेजण निवांत उठलो.

सकाळी आबासाहेबांचा फोन आला.

"प्रकाश, मला तुझा अभिमाना वाटतो. काल टी. व्ही. वर तुला पाहिले. आईसाहेब होत्या बरोबर. तू एक ना एक दिवस दिल्लीत जाणार खासदार म्हणून शाब्बास प्रकाश."

मुंबईत राहिलं की दिवस कधी संपतो कळत नाही. दिवस भराभर उलटत होते.

सहज कॅलेंडरकडे लक्ष गेले. प्रकाशच्या दिल्ली मिशनला दोन महिने पूर्ण झाले होते.

अचानक लक्षात आले, माझी पाळी चुकली होती.

थोडी धकधक झाली. थोडे दिवस वाट पाहू.

एक दिवस मी आणि प्रकाश दोघे गप्पा मारत बसलो होतो. अचानक मला गरगरल्यासारखं व्हायला लागल. मी धावतच बेसीनपाशी गेले. भडभडा उलटी झाली. प्रकाश पाठीवरून, डोक्यावरून हात फिरवीत थोपटीत होता.

"काय झाले. पित्त झालंय का? काही खाण्यात वेडवाकडं गेले?" मी शांतपणे चुळा भरल्या आणि बेडरूममध्ये जाऊन अंग टाकले.

"छाया, डॉक्टरांना फोन करू का?"

नको नको मी हातानेच खुणा केल्या. "अरे, विशेष काही नाही. थोड्या वेळाने बरे वाटेल."

पण हा प्रकार आठवड्यातून दोन तीन वेळा झाला. मग मात्र प्रकाश घाबरला.

शेजारच्या इमारतीत छोटे हॉस्पिटल होते. त्याने मला सरळ तिथे ॲडमिट केले.

दुसऱ्या दिवशी प्रकाश मला भेटायला आला.

डॉक्टरांनी प्रकाशशी हस्तांदोलन केले. म्हणाले ''आपण आमदार प्रकाश जुन्नरकर ना? अभिनंदन.''

प्रकाश गोंधळला, ''कशाबद्दल?''

''अहो, तुम्ही डॅडी होणार आहात आमदारसाहेब.''

प्रकाशच्या चेहऱ्यावरून आनंद ओसंडून वहात होता.

माझ्या बेडजवळ आला. म्हणाला, ''थॅंक्स छाया.''

लगोलग जुन्नरला फोन लावला.

''आईसाहेब, तुम्ही आजी होणार आहात.''

प्रकाशने माझ्या हातात मोबाईल दिला. आईसाहेब ओसंडून बोलत होत्या.

''सूनबाई, खूप खूप आनंद झाला. मात्र राजपुत्रच हवा. वाड्याला वारस हवा. अहो, ऐकलंत का आबासाहेब, तुम्ही आजोबा होणार आहात.''

आबासाहेब म्हणाले, ''पोरी, काळजी घे. विश्रांतीला जरूर तर वाड्यावर ये. तो प्रकाश आता राजकरणांत गुरफटत चाललाय. तुझ्याकडे लक्ष द्यायला तिकडे कोणी असणार नाही.''

''आबासाहेब, काळजी करू नका. प्रकाशराव माझी खूप काळजी घेतायत. आता मी जवळच्याच हॉस्पिटलमधून बोलतीय.''

प्रकाश मला तळहातांच्या फोडासारखा जपत होता.

पुण्याला आईकडे फोनवरून आनंदाची बातमी दिली.

आईला तर काय बोलू काय नको असे झाले.

''छाया, पुण्याला ये विश्रांतीला.''

''आई, अग मी खूप आरामात आहे.''

''ते काही नाही काळजी घेणं जरूर आहे. दगदग करू नकोस.''

दोन चार दिवसांनी आईबाबाच अचानक मुंबईला आले.

''हे बघ छाया, तू पहिलटकरीण आहेस. तुम्हा तरुण मुलींना काहीच अनुभव नसतो. मी आता इथंच रहाणार आहे तुझी काळजी घ्यायला.''

बाबा एक दोन दिवस राहून परत गेले.

आईने खरं म्हणजे पन्नाशी ओलांडली होती. पण तिच्या अंगात काय उत्साह संचारला होता.

खरंच, एका बाळाच्या आगमनाच्या चाहुलीने सारं जग बदलून जात सगळ्यांचं. ६ वा महिना संपत आला. आबा आणि आईसाहेबांचे फ्लॅटवर आगमन झाले. आईसाहेबांनी तर चक्क माझी दृष्टच काढली.

दोन्ही विहीणबाईंच्यात डोहाळेजेवण कुठे करायचं, कसं दणक्यात करायच याच्या चर्चा रंगू लागल्या.

आई म्हणाली, "डोहाळे जेवण पुण्यात करावं असं मला वाटतं."

आईसाहेब म्हणाल्या, "हे बघा छायाच्या आई, तुम्ही नका त्रास घेऊ. तुमची जागा लहान आहे. उगाच कोठेतरी कार्यालय घेणार. अहो सगळी धावपळ कोण करणार? त्यापेक्षा आपल्या जुन्नरच्या वाड्यावर डोहाळेजेवण करू. सेवक सेविका आहेत. स्वयंपाकाला माणसं आहेत. जागा मुबलक आहे. कशाची चिंता नाही. रागावू नका छायाच्या आई, तुमच्या भावना मी समजू शकते. पण सर्व विचार करता आपण डोहाळेजेवणाचा कार्यक्रम वाड्यावर करावा असं मला वाटलं. अहो, तुम्ही का आम्हाला परक्या आहात."

तेवढ्यात प्रकाश म्हणाला, "आईसाहेब, माझी एक सूचना आहे. हे बघ, डोहाळेजेवण जुन्नरला वाड्यावर करा. पण तिचं बाळंतपण मात्र मुंबईत होईल. अगं, मुंबईत उत्तम वैद्यकीय सोयी असलेली मॅटर्निटी हॉस्पिटल्स आहेत. अडी अडचणीला तातडीने वैद्यकीय मदत, निष्णात प्रसूतीतज्ज्ञ उपलब्ध आहेत. या बाबतीत मात्र मी कोणाचंही ऐकणार नाही."

शेवटी आईसाहेब म्हणाल्या, "तू छायाची आणि येणाऱ्या बाळाची एवढी काळजी करतोयस ऐकून बरं वाटलं."

चला ठरलं तर डोहाळेजवण वाड्यावर. बाळंतपण मुंबईत. थंडीचे दिवस होते. प्रकाशने माझ्यासाठी स्पेशल एअर कंडिशनर बसवून घेतले. दिवाळीच्या मागेपुढेच माझे डोहाळेजेवण वाड्यावर ठरले.

आईसाहेबांनी वाड्यातल्या ओळखीच्या अनेक बायकांना आमंत्रण दिले होते. पुण्याहून आई आणि मंजू आले. मंजू प्रथमच वाड्यावर आली. आमचे वैभव पाहून ती तर चकितच झाली. म्हणाली, छायावन्सं तुम्ही खरोखरच लकी आहात आणि हौशी आणि मायेच्या प्रेमानं करणारी सासू मिळायला भाग्य लागतं.

डोहाळेजवण यथासांग पार पडलं. मला तर अगदी व्ही आय पी झाल्यासारखं वाटत होतं.

मुंबईहून येताना लक्झरी कारने प्रकाशने मला आणलं होतं. दुसऱ्या दिवशी सगळ्यांचा प्रेमळ निरोप घेऊन निघालो. आईसाहेब म्हणाल्या, "सूनबाई जुन्नरकर वंशाला दिवा हवा. काळजी घे स्वत:ची आणि बाळाची."

माझी आई पण माझ्याबरोबर मुंबईला आली. म्हणाली, "छाये पोर रांगायला लागेपर्यंत आता तुझ्याकडेच मुक्काम."

आई माझी सर्वतोपरी काळजी घेई. प्रकाश राजकारणात अधिकाधिक गुंतत

चालला. रात्री यायला उशीर व्हायचा. तोपर्यंत मी झोपी गेलेली असे.

अखेर तो क्षण आला.

रात्रीपासूनच पोट बारीक दुखत होतं. बाळ बहुतेक मला ढुशा मारत असावा. सकाळी प्रकाशनं फोन करून सगळ्या बैठका रद्द केल्या. खाली गाडी तयार ठेवली होती. सकाळपासून प्रकाश माझ्याजवळ बसून होता.

पोट जास्त दुखायला लागलं. आई म्हणाली, ''चला, प्रकाशराव निघूया.''

दोघांनी हाताला धरून मला लिफ्टनं खाली आणलं. पंधरा-वीस मिनिटांत मी हॉस्पिटलच्या बेडवर होते. विव्हळत होते. पुढे काय झालं काही समजलं नाही.

मी डोळे मिटून पडून राहिले. बहुधा प्रकाश माझ्या कानात कुजबुजत होता.

''डियर छाया, मी मुलाचा बाप झालो. आज किती आनंदात आहे मी. छाये, जुन्नरकर घराण्याला वंशज दिलास तू.''

बातमी पाचच मिनिटात वाड्यावर पोहोचली. आई तर जवळच होती. नर्सने बाळाला गुंडाळून माझे जवळ ठेवले.

आईने बाळाला न्याहाळलं. आई म्हणाली, ''छाये, थेट तुझा चेहरा घेऊन आलाय. अगं मातृमुखी...सदा सुखी.''

मातृत्व म्हणजे काय ते आज कळलं. बाळाने सगळी समीकरणं बदलून टाकली. प्रकाश बाबा झाला. मी छाया नाही राहिले. बाळाची आई झाले. माझे आईबाबा, प्रकाशचे आईबाबा— आजी आजोबा झाले. माझा दादा— मामा झाला आणि मंजू मामी झाली.

बाळाच्या आगमनानं प्रकाश एकदम मॅच्युअर झाला. दोन चार दिवस सारखे अभिनंदनाचे फोन येत होते. मी संदीपच्या फोनची वाट पाहत होते. आतुरतेने.

एक दिवस प्रकाशला म्हटलं, ''प्रकाश, अरे संदीपला तू बाबा झाल्याचं कळवलंस का नाही?''

''अगं, बाळ झालं त्या दिवशीच त्याला फोन केला. खूप आनंद झाला त्याला. म्हणाला प्रकाश तू बाबा झालास आणि मी काका. प्रकाश आता मुंबईला येणं अशक्य आहे रे, आश्रम सोडून तिकडे येणे कठीण आहे.'' ''पण नामकरण विधी वाड्यावर करा मी अवश्य येईन.'' मी म्हटलं छायाशी बोलायचं का? म्हणाला, अरे छाया त्या बछड्यात गुंगली असेल. तिला कुठे संदीपशी बोलायला वेळ मिळणार. राहू दे नंतर वाड्यावरचं येईन गप्पा मारायला.''

चौथ्या दिवशी आईसाहेब, आबासाहेब नातवाला भेटायला आलेच. आबा म्हणाले, ''छाया, काय संतोष झाला म्हणून सांगू. कधी एकदा मुंबईला पोहोचतो असं आम्हा दोघांना झालं होतं. आईसाहेब तर माझ्या जवळून हलायला तयार

नव्हत्या.'' घरात बारशाची चर्चा सुरू झाली.

बारसं वाड्यावरच करायचं याबद्दल आईसाहेब आग्रही होत्या. अर्थात मुंबईत मनुष्यबळ नव्हतंच.

आम्ही दोघं आनंदाने मान्यता दिली. वाड्याचा वारस आणि वाड्यावरचं बारसं.

वाड्यावर तर आम्ही बाळासह येणार म्हणून जल्लोष चालला होता.

आईसाहेब व आबासाहेब तयारीसाठी पुढे गेले. संबंध वाडा इलेक्ट्रीकच्या माळांनी सजवला होता. आत सगळीकडे फुलांच्या माळाच माळा. दिवाणखान्यात सजविलेला पाळणा.

गेले दोन तीन दिवस नावाचीच चर्चा चालू होती. अनेक नावे पुढे येत होती. मागे पडत होती.

तेवढ्यात मी म्हटलं, ''आबासाहेब, मी नाव सुचवू का?'' ''अग, परवानगी कसली मागतेस, तू तर आई आहेस, योग्य तेच सुचवशील.''

मी म्हटलं, ''आबासाहेब तुम्ही मुंबईला आलात तेव्हा बाळाला पाहून काय म्हणालात? आठवतंय?''

क्षणभर आबा विचारात पडले.

''हां. अग मी म्हटलं बाळाला पाहून संतोष झाला.''

''मग आबा मलाही 'संतोष' झाला.'' क्षणभर सगळेच माझ्याकडे बघत राहिले.

''आईसाहेब, आबासाहेब'' वाड्याचा वारस 'संतोष प्रकाश जुन्नरकर.' सगळ्यांनाच नाव आवडलं. आबा म्हणालेच, ''प्रकाश, छायाचं डोकं औरच आहे अरे, किती साधं सोपं आनंददायक नाव 'संतोष.' ''

बारसं राजेशाही थाटात झालं.

मी सकाळपासून संदीपची वाट पाहत होते. संदीप १२॥-१ला जेवायलाच आला. डॅडी प्रकाश म्हणून आल्या आल्या प्रकाशला मिठीच मारली. माझ्याकडे त्याने पाहून न पाहिल्यासारखं केलं.

घरात इतकी गर्दी होती की संदीप एकटा सापडणं शक्य नव्हतं. संध्याकाळी बारसं झालं आणि मंडळी पांगायला लागली. रात्री दिवाणखान्यात गप्पांचा फड बसला. पण माझी मात्र खास बाळंतिणीच्या खोलीत रवानगी झाली.

''हे बघ छाये, बराच वेळ संतोष आणि तू खोलीबाहेर आहात. जा आता तुझ्या खोलीत आणि त्याला पदराखाली घे आणि आराम कर.'' आईसाहेबांची आज्ञा झाली.

थोड्या वेळाने प्रकाशच संदीपचाचाला घेऊन आत आला. आल्याआल्याच 'जय संतोषी माँ. नमस्कार असो'ची आरोळी संदीपने दिली.

मी म्हटलं, "चाचाजी अजून चेष्टा करायची सवय जात नाही वाटतं."

अग चेष्टा काय केली? 'संतोष'ची आई संतोषी माँ."

प्रकाश म्हणाला, "छान, संदीप, मस्त नाव. आता मी पण 'अहो संतोषी माँ'नेच सुरुवात करीन."

"संदीप, अरे पुतण्याला घे तरी हातात."

"अगं, इतक्या लहान बाळाला घ्यायची भीती वाटते. आमचे हात म्हणजे खडबडीत फरशी. नाजूक बाळाला टोचायची. तुझ्या हातातच शोभून दिसतो संतोष."

तेवढ्यात आईसाहेबांची हाक आली. "प्रकाश, जरा तुझ्याकडे काम आहे. दोन मिनिट ये ना." प्रकाश आईसाहेबांकडे गेला. खोलीत मी व संदीप दोघेच उरलो.

संदीप संतोषला हातावर घेत होता. मी हळूच संदीपच्या कानात कुजबुजले. 'थँक्स संदीप, फॉर अे व्हॅल्यूएबल गिफ्ट ऑफ लाईफटाईम' संदीपनं ऐकून न ऐकल्यासारखं केलं आणि संतोषला घेऊन बाजूच्या गालिच्यावर बसला. मी टक लावून पहात होते. भान हरपून संदीप संतोषकडे पाहत होता. मनात म्हणत होते. संदीप, संतोष, संपूर्ण समाधान!

तेवढ्यात प्रकाश आत आला. "वा. चाचा पुतण्यांची चांगली गट्टी जमलेली दिसते."

आमच्या तिघांची चर्चा सुरू झाली. मी म्हटलं, "प्रकाश, अरे आता निदान वर्षभर तरी मला वाड्यावर राहावं लागणार मात्र मुंबईचं काम आटोपलं की युवराजांना भेटायला ये. पण संदीप अरे अशा अवस्थेत मला आश्रमावर तरी कसे यायला जमणार?"

"मी बोलेन आईसाहेबांशी. तू सहा महीने आराम कर. मी स्वत: येथे येत जाईन. संतोष आणि संतोषी माँ दोघांना आश्रमावर घेऊन जाईन. अगं, संतोषला कोणीही सांभाळेल. चार-आठ दिवसांनी तू वाड्यावर परत जा."

संदीप, मला आवडेल ही कल्पना. नाहीतरी वाड्यावर एकटीला राहून कंटाळा येईल."

चार दिवस राहून प्रकाश मुंबईला गेला. संदीप तर बारशाच्या दुसऱ्या दिवशीच आश्रमावर परत गेला.

म्हणता म्हणता सहा महिने झाले.

संदीपचा फोन आला. "छाया, आश्रमावर यायला तयार असशील तर गाडी घेऊन येतो."

ठरल्याप्रमाणे माझे आश्रमावर जाणे सुरू झाले. एक चुणचुणीत आदिवासी मुलगी संदीपने माझ्या सेवेसाठी ठेवली होती. मी वर्गावर, वर्कशॉपमध्ये गेले की ती संतोषला अगदी मायेने सांभाळायची, पहिल्या दिवशी सगळ्या महिलांच्या आग्रहास्तव संतोषला त्यांना पाह्यच होतं म्हणून आश्रमभर फिरवलं.

बायका म्हणायच्या, "अजिबात रडत नाही हं बाई तुमचा बाळ. अगदी रमलाय आश्रमाच्या वातावरणात." *(मला माहीत होत कारण)* संतोषचा वर्षाचा वाढदिवस आला.

आबांनी, आईंनी एखाद्या सणासारखा वाढदिवस साजरा केला.

एक दिवस प्रकाश म्हणाला, "आई, दोघांना मुंबईला न्यायचे म्हणतो."

आईसाहेब रागावल्याच, "हे बघ प्रकाश मुंबईला आमच्या नातवाची आबाळ होणार. तू दिवसभर मिटिंग मिटिंग करीत बसणार. छायालाही अधूनमधून आश्रमावर जावे लागणार, पोराची उगाच फरफट. आम्ही संतोषला वाड्यावरच ठेवून घेणार. तू छायाला घेऊन जा मुंबईला."

"आईसाहेब, तुम्ही कशाला त्रास घेताय."

"संतोषला सांभाळायचा त्रास? अगं, या म्हातारपणात हाच एक आनंद आहे, संतोष आहे. आमची आणि संतोषची मुळीच काळजी करू नका."

आम्ही दोघं मुंबईला आलो, संतोषला सोडून जायला खूप जड गेलं. पण इथं लाड करायला आजोबा आजी होते. हिंडवायला खूप सेवक-सेविका. खेळायला भरपूर जागा, त्यामुळे संतोषने सहजपणे 'टा टा' केला.

मुंबईला राहणं मला आवडायचं. पण अधिवेशन सुरू झालं की, प्रकाश दिवसभर बाहेरच असायचा.

मी दिवसभर वेळ काढत असे. मात्र रात्री बेडवर पडले की बेचैन होई. रात्री करता आसुसलेली असायची मी.

प्रकाश रात्री उशीरा येई. दोन घास खाई. थोडा वेळ टीव्ही पाहण्यात जाई.

दोघेजण रात्री उशीरा बेडरूमकडे वळत असू. पण...चित्रपटाची फिल्म मध्येच खंडित व्हायची आणि मी मनाची समजूत घालून पडून राह्यची.

प्रकाश गळ्यात हात टाकून केव्हाच झोपी जाई. मी आढ्याकडे बघत रात्र काढत असे.

एक दिवशी प्रकाशने बातमी आणली, "अगं, म्हणता म्हणता माझ्या आमदारकीची पाच वर्ष झाली. पाच-सहा महिन्यात निवडणुका होतायत. आज

पक्षश्रेष्ठींनी बोलावलं होतं. म्हणाले, प्रकाशराव तुमची जुन्नर सीट पक्की. तयारीला लागा.''

चला, त्यानिमित्ताने जुन्नरला संतोष जवळ तरी राहता येईल. मी म्हटलं, "मला त्यांची सारखी आठवण येतेय. गुलाम आता चांगला तीन साडेतीन वर्षांचा झाला असेल.''

आम्ही दोघे जुन्नरला आलो.

आबांना संदीपच्या तिकिटाबद्दल खात्री होती.

अनेक वेळेला प्रचाराला आम्ही दोघे बाहेर पडत असू. कधी कधी संतोष आमच्याबरोबर येई. वाड्यावस्तीवर बाया बापड्या संतोषला कडेवर घेऊन जात असत. प्रचारसभा संपली की संतोषला शोधावे लागे. मग एखादी कन्या छोट्याला हाताला धरून चालवत आणायची.

प्रकाश सहजपणे निवडून आला.

माझ्या मुंबई-जुन्नर, आश्रम वाऱ्या चालूच होत्या, वरून शांत होते. पण रात्र झाली की अंगावर काटा यायचा. एकदा आश्रमावर चार-आठ दिवस राहायला गेले होते, एका संध्याकाळी संदीपच्या खोलीवर फोन केला.

"संदीप, खूप कंटाळलीय रे मी. चल ना पाय मोकळे करू.''

आश्रम आता गर्द झाडीने भरला होता. छोट्या छोट्या पायवाटा तयार झाल्या होत्या.

नीरव शांतता होती. दोघेही शांतपणे चाललो होतो. खूप वर्षांनी.

"छाया, कंटाळलीयस कशाला'' अचानक संदीपनं विचारलं.

"तुला खरं उत्तर हवंय?''

"अर्थातच. तुझा फोन होता कंटाळलीयेस म्हणून.''

"संदीप, बाळाकडे पाहून मी इतकी वर्ष काढली. पण रात्र नकोशी वाटतेय रे! तुला कसं सांगू?'' थोडा वेळ शांततेत गेला.

मी एकदम संदीपचा हात धरला आणि आवेगाने ओरडलेच.

"संदीप, मला तू हवायेस. पूर्ण पुरुष म्हणून!''

क्षणभर संदीप जागच्या जागी थबकलाच, संदीपने शांतपणे माझा हात सोडवला, म्हणाला, "छाया, जे अशक्य आहे त्याची शक्यतासुद्धा मनात आणू नकोस.''

मी म्हटलं, "तुला आठवतं संदीप? काही वर्षापूर्वी याच आश्रमाच्या आवारात मी तुला म्हटलं होतं. संदीप तुझ्याकडे हट्ट करायचा हक्क मी राखून ठेवतीय. आता माझा हट्ट तू पुरवलाच पाहिजेस संदीप.''

''त्या हट्टाचा अधिकार मी मुंबईला चेक न्यायला आलो त्या रात्रीच संपलाय छाया.''

''मग मी काय करू संदीप? सगळं आयुष्य कसं काढू? अरे रात्रीच्या पूर्ण सुखाकरता बाई दिवसभर कष्ट उपसते. अन् हिमालयाच्या शिखराऐवजी ती दरीत कोसळत असेल तर तिचा काय दोष?''

संदीप गप्प, सूर्यास्ताकडे बघत उभा होता. ''अरे, बोल ना काहीतरी. संदीप'' माझी अगतिकता वैतागाकडे वळत होती.

''छाया, आय ॲम सॉरी, तुझ्याबद्दल सहानुभूती वाटते गं, पण तुझ्या प्रश्नांचे उत्तर मी नाही. आपल्या हातात काही नसतं. आपण सगळ्या कळसूत्री बाहुल्या आहोत. दोऱ्या त्या जगनियंत्त्याच्या हातात. या आयुष्यात आता मी एकटा उरलो आहे. आई पूर्वीच गेली. अलीकडे बाबाही सोडून गेले. मी एकाकी पडलो. पण मी दुःख करत बसलो नाही छाया; स्वतःला गुंतवून घेतलं आश्रमासाठी. आश्रमाला सर्वस्व मानले.''

'संदीप तू एकाकी नाहीस' मी आहे ना तुझ्याबरोबर,''

''नाही छाये. तू चूक करू नकोस. तू तुझ्या जागेवर आमदारीण म्हणून ठीक आहेस. मी माझ्या जागेवर आश्रमाचा संचालक म्हणून ठीक आहे.''

संध्याकाळ झपाट्याने सरू लागली. अंधार दाटू लागला. माझ्या पुढंही अंधारच होता. मी म्हटलं, ''चला, संदीप परत फिरू.''

निरोप घेताना थोडं चिडूनच म्हटलं, ''थँक्स उपदेशाबद्दल.''

मी जुन्नरला तडक निघून आले.

संतोषच्या संगतीत सारं जग विसरायला व्हायचं. आई आबांना तर अस्मान ठेंगण झालं होतं.

एके दिवशी प्रकाशचा फोन आला, ''अगं, आनंदाची बातमी. आपल्या संदीपला कळवलीय. तुझ्याही कानावर घालतो. अंदमानहून एक शिष्टमंडळ मुंबईला येतय, पुढल्या आठवड्यात. आपल्या आश्रमाला भेट देण्याकरीता. दिल्लीहून सूचना गेलीय त्यांना. तू आता इतक्यात मुंबईला यायची घाई करू नकोस. तूही आश्रमात जा शिष्टमंडळ तिथे असताना.''

''बघते. जमेल तसं करते.'' मी जरा तुटकपणेच बोलले. *(अजून संदीपवरचा राग गेला नव्हता.)*

''हे बघ छाया, अशी भाषा चालणार नाही. आश्रम आपला सगळ्यांचा आहे आणि दिल्लीश्वरांनी अंदमानच्या शिष्टमंडळाला आपल्या आश्रमाला भेट द्यायला सांगितली आहे हा आपला बहुमान आहे. नेमके अधिवेशन चालू आहे. मला मुंबई

सोडता येणार नाही.''

मी जरा चपापलोच, ''ही भाषा चालणार नाही.'' अशी राजकारण्याच्या तोंडात शोभणारी वाक्ये प्रकाशने माझ्यावर फेकावीत?

मी शांतपणे म्हटलं, ''प्रकाश, मी असेन तिथे.''

आंदमानमध्ये जारवा आदिवासींच्या पुनर्वसनाचा त्यांच्या सर्वांगीण विकासाचा, त्यांना मुख्य प्रवाहात आणण्याचा मोठा प्रश्न सरकारपुढे होता.

काही सामाजिक संघटनांचे प्रतिनिधी, काही सरकारी प्रतिनिधी असे दहाजण पोर्ट ब्लेअरहून मुंबईला आले. मुंबईहून पुण्याला विमानाने आले. संदीप दोन इनोव्हा घेऊन शिष्टमंडळाला आणायला जातीने लोहगावला गेला.

मी आश्रमात व्यवस्था पाहण्यासाठी थांबले. दुपारी बाराचे सुमारास दोन्ही गाड्या आश्रमावर धडकल्या. भारतमातेच्या शिल्पासमोर मी सगळ्यांचं स्वागत केलं.

पाच आदिवासी कन्यकांनी अंदमानवासीयांना ओवाळलं. आमच्या या आगळ्या स्वागताने सारे भारावले.

सारेजण तेथेच थबकले. भारतमातेचे शिल्प पाहून आणि पूर्वेला खालच्या बाजूला अंदमान निकोबार बेटेही पाहून त्यांना आनंद झाला.

'व्हेरी नाईस. ब्युटिफूल, नॉव्हेल आयडिया' असे म्हणत होते. तेवढ्यात 'संदीपने माझी ओळख करून दिली आणि हे शिल्प माझी आयडिया आहे असे सांगितल्यावर तर सगळे चकितच झाले.

भोजनगृहात खास महाराष्ट्रीयन बेत होता. सगळ्यांना आरामासाठी खास खोल्या दिल्या होत्या. तीन नंतर सर्व मंडळींना जीपमध्ये बसवून आश्रम दाखवायचं ठरलं. एका जीपचं सारथ्य माझेकडे. एक जीप संदीपकडे.

सगळ्यांना औषधी निर्माण विभाग आणि महिला विभाग विशेष आवडला.

सगळीकडे आदिवासी तरुण, मुले स्त्रिया वावरताना पाहून त्यांना आश्चर्य वाटलं.

एकलव्य शिक्षण पद्धती तर त्यांना विशेष आवडली. रात्री मुक्काम होता त्यांचा.

रात्री सभागृहात शिष्टमंडळासमोर खास आदिवासी नृत्याचा कार्यक्रम झाला.

सगळी मंडळी खुशीत होती. रात्री सगळ्यांना त्यांच्या खोल्यांवर सोडून आम्ही परतलो.

संदीपच्या खोलीबाहेर त्यांची जीप थांबली, संदीप रूमकडे निघाला. मी माझी जीप क्षणभर संदीपजवळ थांबवली.

"संदीप, आजची रात्र तुझ्याबरोबर?"

संदीप काहीही न बोलता रूमकडे निघून गेला.

मी जोरात स्टार्टर दाबला आणि ॲक्सिलेटरवरचा पाय जोरात दाबून जीपवर राग काढला आणि क्षणार्धात जीप महिला वसतीगृहापुढे उभी केली.

सारी रात्र तळमळत काढली, झोप येणं अशक्यच होतं. सकाळी भोजनगृहात नाश्ता-चहा झाला. अंदमानवासींनी काही भेटी आणल्या होत्या. आम्हीही त्यांना भेटवस्तू दिल्या. सकाळी ९ वाजता दोन्ही इनोव्हा पुण्याकडे रवाना झाल्या.

"संदीप, मला अजून चहा हवाय्." वासूने दोन कप आमच्यासमोर आणून ठेवले.

चहा पिता पिता मी म्हटलं, "संदीप, मी निघते जुन्नरला."

"का ग. लगेच निघालीस."

"हो, नाहीतरी इथं राहून काय उपयोग?" संदीपकडे रोखून पाहत बोलत होते. "पुढारीसाहेबांची फोनवरून ऑर्डर होती म्हणून आले. शिष्टमंडळ गेले आता मी परतते."

चार आठ दिवस जुन्नरला राहिले. संतोष आता सात वर्षांचा झाला होता. वाड्याजवळ नवीन सुरू झालेली इंग्लिश मिडियम नर्सरी होती. तेथे गेले २, २॥ वर्षे जात होता. बोबड्या आवाजात इंग्लिश गाणी म्हणायचा. आबांना कोण कौतुक.

मुंबईला आले. एक दिवस प्रकाशला म्हटलं, "अरे, संतोषच्या पुढील शिक्षणाचं काय; चांगल्या शाळेत घालायला पाहिजे मुंबईत त्याला."

"तू कशाला काळजी करतेस? आपला संतोष, आमदार प्रकाशचा मुलगा आहे. सामान्य मुलगा थोडाच आहे मुंबईत शिकायला. चल, गाडी घेऊन जुन्नरला, संतोषला घेऊन निघू."

"अरे पण कुठे?"

"पाचगणीला"

"अरे, काय रे हे? इतक्या लहानपणी?"

"वेडे! तिथे सहा वर्षांच्या मुलांनाच प्रवेश देतात, उलट, आपल्याला उशीरच झालाय एक वर्ष."

प्रकाशपुढं बोलणं अशक्य होतं. राजकारणात मुरल्यामुळे असेल, पण त्याच्या बोलण्यात थोडी जरब यायला लागली होती.

जुन्नरला पोहोचलो.

जेवताना प्रकाशने विषय काढला. "आबा, संतोषला शिक्षणाकरिता पाचगणीला ठेवायचं म्हणतोय."

आईसाहेबांना जरा धक्काच बसला.

"अरे, किती लहान आहे तो अजून. जुन्नरला ठेवायचं नसेल तर मुंबईला घेऊन जा. घाल एखाद्या इंग्रजी शाळेत."

"आई, अगं रागावू नकोस. मी असा राजकारणात गुरफटलेला. पक्षाच्या कामासाठी, प्रचारासाठी आता श्रेष्ठींनी मला महाराष्ट्रभर दौरे करायला सांगितलेत. छायाला अधूनमधून आश्रमाकडे जावे लागतंय्. संतोषकडे कोण बघणार मुंबईत. आणि बरंका आबा, माझ्या ओळखीच्या अनेक आमदार मित्रांची मुले पाचगणीत शिकतायत्. छान शाळा आहे, वसतीगृह आहे, चवदार जेवण आहे. मुख्यत: मर्यादित संख्या असते. मुलांची सर्वतोपरी काळजी घेतात. शिक्षणाबरोबरच त्यांच्या तब्येतीचीही काळजी घेतात. बरं, अधूनमधून आपण भेटायला जाऊ शकतो."

"तू ठरवशील ते योग्यच असेल. आम्ही आपली जुन्या वळणाची माणसं, वाटत मुलंबाळं आपल्या दृष्टीसमोर असावीत."

दोन दिवस संतोषच्या सामानाची बांधाबांध व इतर तयारीत गेले. लगेच निघालो असतो तर आई-आबांना वाईट वाटलं असतं.

संतोषला मी जवळ घेतलं. मलाच वाईट वाटत होतं आता तो दूर जाणार म्हणून. पण मी उसनं अवसान आणून म्हटलं.

"संतोष, बाबा तुला एका मस्त शाळेत घालणार आहेत. तुझ्याएवढे खूप मित्र तुला भेटतील. तिथंच राहायचं. खूप खेळायचं, खूप अभ्यास करायचा आणि माझी-बाबाची आठवण झाली की मॉमला सांगायचं आईला बोलवा. मग मी तुला भेटायला येईन."

बाबांच्या कारमधून जायचं म्हणून संतोष खुशीत होता. निघताना मी म्हटलं, "संतोष आजी-आजोबांच्या पाया पड."

मीही आईसाहेब आबासाहेबांना नमस्कार केला.

कार पुण्याला पोहोचली.

गाडी आमच्या घराकडे वळाली.

माझ्या आई-बाबांचा संतोषसाठी जीव तळमळत असे.

दुपारचे बारा वाजत आले होते.

आम्हा तिघांना पाहून आईला खूप खूप आनंद झाला. आईनं तर संतोषला छातीशीच कवटाळलं.

"हे बघा जावईबापू, आज आता जेवल्याशिवाय जायचं नाही. छायेनं मला फोनवरून सकाळीच बातमी दिली. सगळा स्वयंपाक तयार आहे आणि आमचा लाडका संतोष आहे. बरोबर."

जेवण आटपून तडक निघालो. हाय-वे होता. दोन तासात वाईला पोहोचलो.

"प्रकाश, दोन मिनिटं गाडी कृष्णेच्या घाटावर घे ना. संतोषला ढोल्या गणपती दाखवू. मलाही दर्शनाची इच्छा आहे."

गणपतीपुढे नतमस्तक झालो. क्षणार्धात कृष्णेच्या पात्रात प्रकाश बुडताना संदीपनं कसं वाचवलं, सारा प्रसंग डोळ्यापुढं आला.

गणपतीला मनात म्हटलं, "त्याच संदीपनं मलाही निराशेत बुडताना वाचवलं. बाप्पा, पुन्हा तुझ्या दर्शनाला येईन न येईन. माझ्या संतोषची अखंड काळजी घे."

माझे डोळे मिटलेलेच होते. संतोष मला हलवून म्हणत होता.

"आई चल ना, किती वेळ बाप्पापुढं डोळे मिटून उभी आहेस."

अर्ध्या तासात पाचगणील पोहोचलो.

भारती विद्यापीठाने काही वर्षांपूर्वी ही शाळा सुरू केली होती. मला मनातून बरं वाटलं. सेंट... सेंट... अशी शाळा नाही. तर आपल्या भारतीय संस्कृतीची शाळा आहे हे पाहून बरं वाटलं.

दारातच प्रमुख बाईंनी स्वागत केलं.

संतोषला खाऊची पिशवी आणि खेळणी दारातच मिळाली, स्वारी खुश.

"हे बघा, आज रात्री येथे राहणार असाल तर तशी सोय आहे. अहो, मुलं एकटी राहायला तयार असतात. पण पालकांचीच पावलं जड होतात."

रात्री राह्यलो. संतोष बरोबर जेवायलाही बसलो. तोपर्यंत त्याचे मित्रही तयार झाले. पठ्ठ्या जेवण केल्याबरोबर मित्रांच्या बरोबर पळाला देखील.

सकाळी संतोषचा निरोप घेतला. आणि निघालो, "प्रकाश, गाडी कोठेही थांबवू नकोस, लवकरात लवकर मुंबईला पोहोचू." निम्मा रस्ताभर मी मागल्या सीटवर डोळे मिटून पडून होते. डोळ्यापुढे सारखा संतोष येत होता. मी साधी गृहिणी असते तर बाळ माझ्याबरोबर राहिला असता. त्याला दूर ठेवणं माझ्या मनाला अजूनही पटत नव्हतं माझ्या एकाकी मनाला तोच एक आधार होता.

अचानक गाडी थांबली. प्रकाश मला हलवून जागं करत होता. "ऊठ. अगं किती वेळ झोपलीस. लोणावळा आलंय. चल मस्तपैकी जेवण करू. मुंबईत जाऊन आराम करू."

जेवताना घास जाईना. डोळ्यात पाणी जमा झालं. प्रकाश म्हणाला, "काय झाल छाया?"

"अरे, संतोषची आठवण येतीय. जेवला असेल का तो एकटा आपल्या हातानं."

"वेडाबाई, आता लहान आहे का तो चांगला सात वर्षांचा आहे. आणि हे

बघ, ज्याला राजकारण, समाजकारण करायच त्याने अशा मोहपाशात गुंतून पडू नये.''

''किती कठोर आहेस रे तू'' मी म्हटलं आणि गुपचूप जेवायला लागले. फ्लॅटवर पोहोचायला चार वाजले.

महिनाभरात प्रकाशचे दौरे सुरू झाले. महिन्यातून आठदहा दिवस एकेका जिल्ह्यात फिरायचे होते, निवडक कार्यकर्त्यांना घेऊन.

प्रकाश दौऱ्यावर गेला की रात्र खायला उठायची. एके रात्री दहा वाजता सरळ संदीपला फोन लावला.

''काय करतोयस.''

''काय करणार? नेहमीचेच रूटीन. उद्याच्या कामाची यादी. आजचे हिशोब वगैरे वगैरे. बरं, तू का फोन केलास इतक्या रात्री?''

''इतक्या रात्री? अरे मुंबईत दहा म्हणजे संध्याकाळ. संदीप, प्रकाश गेलाय दौऱ्यावर. मला झोप येईना रे. सारखी संतोषची आणि पर्यायाने तुझी आठवण येतीय, थोडं प्रेमानं बोललास तर मनाला बरं वाटेल.''

''छाया, तुला माहीतय. प्रेमाची भाषा तर मी केव्हाच विसरलोय. मन गुंतव कशात तरी, शांत होईल.''

''मी तुझ्यात गुंतत चाललीय रे संदीप.''

संदीपचा तिकडून काहीच आवाज येईना मला माहीत होते. अशावेळी तो गप्प राहाणं पसंत करतो.

मी मोबाईल बंद केला आणि पडून राहिले.

प्रकाशचा दौरा सुरू झाला की माझा मोबाईल संदीपसाठी व्हायचा.

एके रात्री संदीप खूप तुटकपणे बोलला.

''हे बघ छाया, असं तुझं वारंवार फोन करणं बरं नव्हे.''

संदीपला उपदेश करायला काय जातंय?

ज्याचं जळतं त्यालाच कळंत.

वर्षभर मी अशीच तळमळत होते. नाही म्हणायला दिवाळीच्या चार पाच दिवस संतोषसह आम्ही सगळे जुन्नरला गेलो वाड्यावर दिवाळी साजरी करायला.

प्रकाशनं संदीपला फोन केला.

''संदीप, ये ना. दोन दिवस वाड्यावर दिवाळी साजरी करायला.''

पण संदीप आला नाही.

मला माहीत होतं तो मला टाळतोय.

दिवाळी संपली. संतोष आता आनंदाने पाचगणीला गेला. चांगला रमला तिथे.

मात्र मी एकाकी पडले.

नवरा असून नसल्यासारखा.

प्रिय मित्र असून नसल्यासारखा.

मुलगा असून नसल्यासारखा.

सगळे दूर दूर आणि माझ्या मनात मात्र काहूर. वेड लागायची पाळी आली.

एके दिवशी मंत्रालयातून प्रकाशने फोन केला. ''छाये, आनंदाची बातमी. पण आल्यावर सांगीन, उशीर झाला यायला तरी जागी रहा.''

प्रकाश रात्री अकरा वाजता आला. ''प्रकाश, किती रे उशीर?'' अगं बैठकच ९॥ पर्यंत लांबली. अन मग सगळ्यांनी पार्टी द्या म्हणून गराडा घातला.''

''काय बातमी आहे एवढी?''

''अगं, यंदा मला आमदारकीच तिकिट मिळालं नाही.''

''ही काय आनंदाची बातमी झाली?''

''अग वेडे, तुझा प्रकाश आता खासदार होणार. दिल्लीत धडकणार,'' मी प्रकाशला मिठीच मारली आनंदानं *(पण मनात...?)*

''अगं, श्रेष्ठींकडून निरोप आला की राज्यसभेत एका खासदाराची जागा रिकामी होतीय पण तिथे अभ्यासू आणि उच्चशिक्षितच पाठवा. किंबहुना दिल्लीहून माझंच नाव सुचवलं गेलंय खासदारपदासाठी.''

रात्रभर प्रकाश मला मिठीत घेऊन पडून होता.

थोड्याच दिवसात प्रकाशचे दौरे सुरू झाले, स्वतःच्या प्रचारासाठी भेटीगाठी, फोनाफोनी, प्रकाशला उसंत नव्हती.

प्रकाश दौऱ्यावर गेला होता.

मी ९॥ वाजताच संदीपला फोन लावला. मी वेडी झाले होते त्याच्यासाठी.

बऱ्याच वेळ रिंग वाजत होती.

अखेर संदीप बोलला, ''बोल छाये.''

''आता काही बोलणार नाही. तडक निघणार आणि तुझ्याकडे येणार.''

''छाया, शांत हो.''

''कशी शांत होऊ, प्रकाश जाणार पुढच्या महिन्यात दिल्लीला खासदार म्हणून. त्याच जाणं न जाणं सर्वस्वी तुझ्या हातात आहे संदीप.''

''काहीतरी काय बोलतीयस छाया. त्याचा दिल्लीला जाण्यासाठी माझा काय संबंध?''

मी संतापले होते. आज काय ते सोक्षमोक्ष करायचा. किती दिवस कुचंबणा सहन करायची.

मी म्हटलं, "संदीप एक प्रश्न विचारू?"

"विचार" संदीप शांत होता.

"संदीप, संतोष कुणाचा मुलगा आहे?"

"प्रकाशचा" शांतपणे संदीप बोलला.

"अरे शहाण्या, तुला काहीच माहीत नाही? संतोष नाव का ठेवलं? संदीप मधला 'स' ची कायम मला आठवण रहावी म्हणून! बारशाच्या रात्री वाड्यावर तुला मी 'थँक्स' म्हटलं कशासाठी? संदीप अरे तू मला आई केलंस, पण त्यानंतर संदीप तू मला कधीच तसा भेटला नाहीस, अगदी आजपर्यंत. अरे 'आई'च्या मागे ही एक बाई दडलेली असते, तिलाही 'भूक' असते रे, किती दिवस ती उपाशी रहाणार? उपाशी वाघीण चवताळली तर अनर्थ होईल संदीप!"

"अगं, पण प्रकाश? माझा परम मित्र तुझा नवरा आहे."

"अरे संदीप, तुला कसं सांगू? कोणत्या भाषेत सांगू? नाव प्रकाश पण माझ्या आयुष्यात अंधार आहे रे संदीप."

संदीप शांत होता. आता त्याच्या शांतपणाचाच मला संताप आला.

मी एकदम ओरडले.

"ऐक संदीप, मी प्रकाशला दिल्लीला जाऊ देणार नाही. सगळ्या जगाला ओरडून सांगेन. प्रकाश षंढ आहे म्हणून."

"छाया, वेड लागलंय का तुला. तू असं काही करणार नाहीस. त्याला खासदार व्हायचंय. त्याच्या राजकीय महत्त्वाकांक्षेच्या आड येऊ नकोस."

"त्याला एकच उपाय आहे. संदीप मी गप्प बसेन. पण मला तू हवायंस मला हवा तेव्हा."

"ठीक आहे छाया. पण मला विचार करायला दोन तीन आठवड्याची मुदत दे. पण तोपर्यंत मला फोन करायचा नाही. भेटायच नाही."

"सगळं कबूल. संदीप. मी थांबायला तयार आहे. इतकी वर्ष थांबले तशी आणखी काही दिवस सोसेन त्रास."

◻◻

: संदीप :

छायाचा फोन संपला, पण रात्री झोप येईना. आयुष्यात प्रथमच असं घडलं.

प्रकाश माझा प्राणप्रिय मित्र. आज कोण आनंदात असेल खासदार होणार म्हणून. छायाने मोठा पेच टाकलाय. हो म्हणावं, तर प्रकाश कोसळेल.

आणि मी छायाला कोठच्या आधारावर हो म्हणू?

आजवर आयुष्यावर काही तत्त्वाने जगलो मी. तत्त्वासाठी प्राण देणाऱ्यांचा हा देश. छायाला हो म्हटलं तर सामान्य माणूस आणि मी— सांदिपनी आश्रमाचा विश्वस्त काय फरक रहाणार?

आज हजारो आदिवासी माझ्याकडे आदराने बघतायत. त्यांच्या बाया बापड्यांच्या, आदिवासी कन्यांच्या विश्वासाला तडा जाईल त्याचं काय?

एका छायाची भूक भागविण्यासाठी सारा आश्रम उद्ध्वस्त होऊन जाईल त्याच काय?

आईच्या चितेपुढे प्रतिज्ञा केली होतीस. दीन-दुबळ्यांच्या सेवेसाठी आयुष्य वेचेन. त्या प्रतिज्ञेचे काय? आईच्या आत्म्याला काय वाटेल?

बाबांनी सारी मिळकत आश्रमासाठी दिली नोकरीवर पाणी सोडून, दीन-दुबळ्या आदिवासींसाठी, त्याचं काय?

आबासाहेबांनी स्वत:ची ५० एकर जागा आश्रमाला दिली. केवढा त्याग केला त्यांनी. त्यांच्या त्यागाचं काय?

बराच वेळ विचार करत पडून राहिलो. काही एक निर्णय मनाशी पक्का केला. तेव्हा शांत झोप लागली.

❑❑

: प्रकाश :

दौरे संपले. प्रचार संपला. माझी राज्यसभेवर निवड निश्चित होती. पण निकाल प्रत्यक्ष ऐकल्याशिवाय चैन पडणार नव्हते.

हॉलमध्ये छायाबरोबर गप्पा मारत बसलो होतो. छाया चहा करायला किचनमध्ये गेली. सकाळचे ८।। वाजले होते.

मोबाईल वाजला. न कळत माझ्या मनात अशुभ शंका डोकावून गेली. तिकडून आवाज आला.

"संदीप बोलतोय. मद्रास विमानतळावरून."

"अरे काय करतोयस तिकडे?"

"पंधरा मिनिटांत आमच प्लेन सुटेल पोर्ट ब्लेअर साठी. सॉरी प्रकाश. तुला आधी कळवू शकलो नाही. या पुढं उरलं सुरलं आयुष्य जारवा आदिवासींच्या सेवेसाठी घालायचं ठरवलंय मी."

"संदीप, अरे काय ऐकतोय मी हे? माझं कसं होईल संदीप? अरे, तू माझा प्राण आहेस संदीप?"

"अरे, आपल्या सगळ्यांचा प्राण आहे 'सांदीपनी आश्रम'. सांदीपनी नावात संदीप आहेच की." संदीप बोलत होता. नेहमीच्याच शांतपणे. "प्रकाश, माझा आतला आवाज सांगतोय तू खासदार होणार म्हणून. मन:पूर्वक धन्यवाद. आता आश्रमाची काळजी संपली, तू दिल्लीहून मदत आणशील. माझी खात्री आहे. चल प्रकाश प्लेन सुटायची वेळ झाली. मोबाईल बंद करायची आज्ञा झालीय. एकच सांगतो प्रकाश. संतोषला प्राणापलीकडे जप. आपल्या आश्रमाचा भावी आधार आहे तो. अच्छा."

फोन बंद झाला.

छायाला वाटलं असेल मला काही ठाऊकच नाही. पण हाडाचा नेता आहे मी. डाव माझ्या हातात होता आणि काटशह

देण्याची खेळीही माझ्याच हातात.

छाया दोन कप घेऊन आली. "कुणाचा फोन होता?"

मी काहीच बोललो नाही. चहा संपवला.

"छाये, आटप लवकर. निघायची तयारी कर. अर्ध्या तासात निघायचंय."

"अरे, पण कुठे?"

"वाटेत सांगेन."

"अरे, फोन कुणाचा सांगितला नाहीस. कुठे जायचे सांगत नाहीस काय समजू मी."

"छाया, माझं आवरून झालं. चल, फ्लॅट लॉक कर. खाली ये मी पार्किंग मधून गाडी बाहेर काढतोय."

गाडी रस्त्याला लागली. "प्रकाश, कुठे चाललोय आपण? काही सांगशील का? भीती वाटायला लागलीय मला."

"तू पडून रहा." छायाला भीतीमुळे बहुधा झोप लागली असावी.

जुन्नर जवळ आलं तसं छायाला उठवलं. अजूनही भीतीच्या छायेतच होती.

"प्रकाश, आबासाहेब-आईसाहेब बरे आहेत ना?"

"सगळे ठीक आहेत."

गाडी वाड्यापुढं थांबली.

आम्ही अचानक आलो, पण दोघांना बरं वाटलं आम्हाला पाहून. मी जेवायला येत असल्याच कळवलं होतं. त्यामुळे स्वयंपाक तयार होता.

थोडी विश्रांती घेतली. चहा घेतला. आबांना म्हटलं, "आबा, चला आमच्याबरोबर आश्रमाकडे."

३०-४० मिनिटातच गाडी संदीपच्या ऑफिसच्यापुढे थांबली. छाया आणि आबांना गाडीतच बसायची खूण केली. ऑफिसात गेलो. व्यवस्थापक उभे राहिले.

"प्रकाशसाहेब, संदीप साहेब गेले दोन दिवस आश्रमात दिसलेच नाहीत. आम्ही काळजीत आहोत."

"हे बघा, काळजी करू नका. संदीप साहेब सुखरूप आहेत. सभागृहात पुढल्या अर्ध्या तासात सगळ्या प्रमुखांना आश्रमवासीयांना बोलवा. आम्ही ऑफिसात बसतोय. थोडा चहा मागवा, वासूला फोन करून."

छाया अबोल झाली होती. इथं अचानक का आलो. असा संभ्रम तिला पडला असावा.

अर्ध्या तासात सभागृह भरले. आम्ही तिघे स्टेजवर गेलो. मी माईक हातात घेतला.

''माझ्या प्रिय आदिवासी मित्रांनो, काही महिन्यांपूर्वी अंदमानचं शिष्टमंडळ आपल्या आश्रमाला भेट द्यायला आलं होतं. त्यांना आपला आश्रम आदर्श वाटला. आश्रमाचं कामकाज, इथल्या सगळ्या गोष्टी त्यांना फार आवडल्या.

अशाच प्रकारचा प्रकल्प अंदमानात सुरू करायचा तेथल्या राज्यपालांनी निर्णय घेतला.

मला सांगायला आनंद वाटतो की राज्यपालांनी अंदमानातील जारवा आदिवासी प्रकल्पासाठी संदीपची प्रमुख म्हणून निवड केलीय.

आपल्या सगळ्यांचा लाडका संदीप एव्हाना अंदमानात पोहोचलादेखील असेल.''

टाळ्यांचा प्रचंड कडकडाट झाला.

मित्रहो, ''आणखी एक आनंदाची बातमी.

आजपासून सांदीपनी आश्रमाची प्रमुख म्हणून छायाबाई कामकाज सांभाळतील.

मला खात्री आहे त्या तुम्हा सगळ्यांच्या लाडक्या आहेत. आणि तुम्ही सारेजण त्यांच्या पाठीशी उभे राहून आश्रमाचं नाव अधिक उज्ज्वल कराल.''

पुन्हा एकदा टाळ्यांच्या कडकडाट झाला. अचानक माझा मोबाईल वाजला.

श्रेष्ठींचा फोन होता.

''प्रकाश, तुम्ही खासदार म्हणून निवडून आला आहात. अभिनंदन.''

फोन बंद झाला.

''प्रिय मित्रांनो,

आणखी एक आनंदाची बातमी.

आत्ताच फोन आलाय. माझी दिल्लीला राज्यसभेचा खासदार म्हणून निवड झाली. दोन दिवसात मी तिकडे जाणार.''

पुन्हा एकदा टाळ्यांचा कडकडाट झाला.

थोड्या वेळाने सभागृह रिकामे झाले.

व्यवस्थापक आबासाहेबांना विश्रांतीसाठी ऑफिसात घेऊन गेले.

आम्ही दोघेच उरलो.

छाया जवळ आली. म्हणाली,

''प्रकाश माझा हा बहुमान की शिक्षा?''

शाळेत लंगडीची कॅप्टन होते. कुणी दुष्ट मुलींनी मला पाडलं. पण डॉक्टरी प्रयत्नांने वाचले. थोडी लंगडत राहिले. प्रकाश तेव्हापासून कॅप्टन असूनही आयुष्यभर मी लंगडतच राहिले. सर्व बाबतीत. अगदी आजपर्यंत या क्षणापर्यंत.

❐❐